'The 5 Essential People Skills' या इंग्रजी पुस्तकाचा अनुवाद

आवश्यक अशी पाच लोककौशल्ये

स्वत:ला ठामपणे कसे मांडायचे, इतरांचे बोलणे कसे ऐकायचे
आणि संघर्ष कसे मिटवायचे

डेल कार्नेगी ट्रेनिंग

अनुवाद
ॲड. शुभदा विद्वांस

मेहता पब्लिशिंग हाऊस

✆ +91 020-24476924 / 24460313 / Mob. No. 9545000513

Email : production@mehtapublishinghouse.com

Website : www.mehtapublishinghouse.com

THE 5 ESSENTIAL PEOPLE SKILLS by Dale Carnegie Training

Translated into Marathi Language by Adv. Shubhada Vidwans

आवश्यक अशी पाच लोककौशल्ये / मार्गदर्शनपर

अनुवाद : ॲड. शुभदा विद्वांस

Email : author@mehtapublishinghouse.com

मराठी अनुवादाचे व प्रकाशनाचे हक्क : मेहता पब्लिशिंग हाऊस प्रा. लि., पुणे ३०.

संस्थापक : सुनील अनिल मेहता

प्रकाशक : मेहता पब्लिशिंग हाऊस प्रा. लि.,
१९४१, सदाशिव पेठ, माडीवाले कॉलनी, पुणे ४११०३०.

मुद्रक : श्री मुद्रा

मुखपृष्ठ : मेहता पब्लिशिंग हाऊस

प्रकाशनकाल : ऑक्टोबर, २०१९ / पुनर्मुद्रण : जानेवारी, २०२५

किंमत : ₹ २००

P Book ISBN 9789353173289

E Book ISBN 9789353173517

E Books available on : amazonkindle Apple Books Google Play Books

प्रस्तावना

डेल कार्नेगींचा मृत्यू १९५५ मध्ये झाला. मानवी नातेसंबंध आणि व्यक्तिमत्त्व विकास या क्षेत्रातील डेल कार्नेगींचे कार्य खरोखर न भूतो न भविष्यति असेच आहे. इ.स. १९१२मध्ये त्यांनी स्वत:ची डेल कार्नेगी ट्रेनिंग इन्सिटट्यूट स्थापन केली. या संस्थेने ऐंशीपेक्षा अधिक देशांमध्ये प्रशिक्षण कार्य केले आणि व्यावसायिक क्षेत्रातील लोकांच्या कार्यक्षमतेत अलौकिक सुधारणा घडवली. नेतृत्व, विक्रीकौशल्य, ग्राहकसेवा, सांघिक कार्ये या सगळ्या गोष्टींसाठी जी अत्यावश्यक कौशल्ये संपादन करणे गरजेचे असते ती लोकांच्या मनावर ठसवली. त्यापैकीच आपले हे प्रस्तुत पुस्तक आहे '**दि फाइव्ह इसेन्शियल पीपल स्किल्स / आवश्यक अशी पाच लोककौशल्ये**'. हे पुस्तक एमबीएच्या क्रमिक अभ्यासक्रमात अंतर्भूत करण्याजोगे आहे.

या पाच अत्यावश्यक कौशल्यांचा प्रथमोच्चार लेखकाने प्रास्ताविकातच केलेला आहे. ती पाच कौशल्ये अशी की, १) नातेसंबंध जोपासणे २) उत्सुकता ३) संवाद ४) महत्त्वाकांक्षा आणि ५) मतभेदनिवारण

संपूर्ण पुस्तक हे सोळा प्रकरणांमध्ये विभागले गेले आहे. पहिल्या प्रकरणामध्ये खंबीरपणाची ओळख करून दिली आहे. तंत्रज्ञानामुळे व्यावसायिक कामाला गती आली असली तरी गोष्टी अधिक वेगाने घडाव्या अशा अपेक्षा वाढल्या आहेत. हे सगळे विसंगत आहे. काम सोपे आणि गतिमान झाले असले तरी कामाचा ताण पूर्वीपेक्षा वाढला आहे आणि या ताणाबरोबर तंटेबखेडे वाढले आहेत. या वास्तवातच आपल्याला यशस्वी व्हायला शिकायचे आहे. तुमचा व्यवसाय कोणताही असला तरी तुमचे यश हे तुम्ही लोकांशी जो संवाद साधता त्या तुमच्या क्षमतेवर अवलंबून आहे.

दुसऱ्या प्रकरणामध्ये कामाच्या ठिकाणी संभाषणामध्ये मोठ्या खुबीने खंबीरपणाने कसे बोलायचे ते सांगितले आहे. आपला संदेश लोकांपर्यंत खंबीरपणाने पोहोचावा असे वाटत असले तर तो तीन भागांत विभागला गेला पाहिजे.

१) घटनेचा सारांश बनवा.

२) तुमचे विचार आणि भावना व्यक्त करा.

३) तुमच्या मागण्या आणि गरजा स्पष्टपणे सांगा.

व्यक्तिगत पातळीवर आक्रमक न होता तुमचे मुद्दे मांडण्यासाठी 'त्रिपदरी खंबीर संदेश' पद्धती उपयुक्त ठरते. मात्र तिचा वापर करण्यासाठी सराव आणि स्वयंनियंत्रण हवे.

तिसऱ्या प्रकरणामध्ये खंबीरपणे हितसंबंध कसे जोपासायचे यावर प्रकाश टाकला आहे. या प्रकरणामध्ये पहिल्या लोककौशल्याचा म्हणजे खंबीरपणे हितसंबंध जोपसण्याचा मंत्र दिला आहे. इतरांशी सुसंवाद कसा साधायचा याच्या अनेक क्लृप्त्या सांगितल्या आहेत.

चौथ्या प्रकरणामध्ये इतरांबरोबर हृद्य संबंध प्रस्थापित करण्याची कौशल्ये सांगितली आहेत. या प्रकरणामध्ये चार अवघड प्रकारची व्यक्तिमत्त्वे असणाऱ्या १) अल्ट्राड्रायव्हर २) सिक्रेट एजंट ३) इगर- बिव्हर ४) दि बर्नआउट यांच्या संदर्भात केलेले भाष्य फार महत्त्वपूर्ण, रंजक आणि उपयुक्त आहे. जेव्हा तुम्ही याबद्दल वाचाल तेव्हा तुमच्या कामाच्या ठिकाणी तुमच्याशी संबंधित लोकांचे वर्गीकरण या चार वर्गांत करण्याचा तुम्हाला छंदच लागेल.

पाचव्या प्रकरणामध्ये लेखक तुम्हाला कळकळीने सांगत आहेत की लोकांमध्ये मनापासूनच रुची घ्या, समोरच्याबद्दल तुम्ही जी उत्सुकता दाखवाल त्यामध्ये तुमचे सहेतुकपण दिसले पाहिजे. ती उत्सुकता इतरांमधील उणेदुणे शोधून काढून त्यांची टिंगलटवाळी करण्यासाठी नसावी तर त्यामागचा उद्देश सर्वांचेच भले साधण्याचा असावा. म्हणून तुमच्या अंगी निकोप उत्सुकता बाणवणे हे दुसरे अत्यावश्यक लोककौशल्य आहे.

सहाव्या प्रकरणामध्ये व्यवसायाच्या ठिकाणी तुमच्या अंगची सकारात्मक उत्सुकता जास्तीत जास्त कशी वाढवावी याचा ऊहापोह केलेला आहे. सकारात्मक उत्सुकतेचे चार घटक आहेत : १) भेटीगाठीतील सातत्य २) वेळेचे सुनियोजन ३) वेळापत्रक बनवणे ४) ध्येयनिश्चिती.

सातव्या प्रकरणामध्ये आपला प्रवास उत्सुकतेकडून सामंजस्याकडे सुरू होतो. संभाषण कौशल्याचे महत्त्व किती अनन्यसाधारण आहे हे या प्रकरणामध्ये सांगितले आहे. इतरांशी सुसंवाद साधण्यासाठी कोणती पथ्ये पाळायची आणि कोणत्या सवयी जाणूनबुजून स्वत:मध्ये रुजवायच्या हे या प्रकरणात विस्ताराने सांगितले आहे. आपले विचार सुस्पष्टपणे मांडणे आणि समोरच्या व्यक्तीला सन्मानाने माघार घेण्याची संधी देणे यावरही प्रकाश टाकला आहे.

आठव्या प्रकरणामध्ये समान व्यवसायातील लोकांचे परस्परांशी वागण्याचे संकेत या गोष्टीचा विचार 'शिष्टाचार'– एक लोककौशल्य' या मथळ्याखाली केला आहे. सभ्यतेचे शिष्टाचार, संभाषणातील शिष्टाचार, आर्थिक शिष्टाचार,

फोनवरील संभाषणाचे शिष्टाचार, रेस्टॉरंटमधील शिष्टाचार या सगळ्या बारीकसारीक गोष्टींवरील भाष्य मोठे रंजक आहे.

नवव्या प्रकरणामध्ये समोरच्याचे मन वळवणे, त्याचे मतपरिवर्तन करून त्याला आपल्या विचारांचे बनवणे या एका मोठ्या अवघड लोककौशल्याबद्दल सांगितले आहे. या लोककौशल्याचे तीन प्रमुख घटक आहेत : १) अधिकार २) भावना ३) कार्यकारणभाव; या दृष्टिकोनातून विचार करून आणि रणनीती ठरवून पायरी-पायरीने समोरच्याचे मतपरिवर्तन कसे करावे हे अभ्यासणे खूप उपयुक्त आहे.

दहाव्या प्रकरणामध्ये समोरच्या व्यक्तीला मोठ्या खुबीने प्रश्न विचारून आपल्याला हवी असलेली माहिती समोरच्याकडून कशी वदवून घ्यायची याचे उत्तम मार्गदर्शन केलेले आहे. नोकरी देताना मुलाखतकार विचारतो ते प्रश्न, पोलीस खात्यात गुन्ह्याबद्दलची सखोल माहिती मिळवण्यासाठी विचारण्यात येणारे प्रश्न आणि कोर्टात साक्षीदारांकडून नेमकी माहिती वदवून घेण्यासाठी विचारण्यात येणारे प्रश्न असे प्रश्नांचे वर्गीकरण आणि त्यांची योग्य उत्तरे हे सगळे मनोरंजक आहे.

अकराव्या प्रकरणामध्ये आपल्या चर्चेचा केंद्रबिंदू हा पुढील आवश्यक लोककौशल्यावर केंद्रित होतो आणि ते म्हणजे खंबीरपणे संवाद साधणे. संभाषणाची संरचना नेमकी कशी असते, संभाषणाची पाच साधने कोणती, सभांमध्ये सादरीकरण कसे करावे हे सर्व खूप माहितीपूर्ण आहे.

बाराव्या प्रकरणामध्ये फार महत्त्वाच्या चौथ्या लोककौशल्यावर प्रकाश टाकला आहे आणि ते म्हणजे, 'मन:पूर्वक ऐकणे.' खरोखर समोरच्या व्यक्तीचे बोलणे लक्षपूर्वक ऐकणे हे फार मोठे कौशल्य आहे. समोरच्याचे सहानुभूतीपूर्वक ऐकणे, तो बोलत असताना त्याला मध्येच न अडवणे, त्याचे पुरते न ऐकून घेताच विषय बदलणे किंवा टीकेचा भडिमार करणे या गोष्टी टाळायला पाहिजेत.

तेराव्या प्रकरणामध्ये 'खंबीर महत्त्वाकांक्षा' या आणखी एका लोककौशल्यावर भाष्य केले आहे. इथे 'खंबीर महत्त्वाकांक्षा' हे शीर्षक तुम्हाला द्विरुक्तिवाचक वाटेल कारण महत्त्वाकांक्षा ही खंबीरच असते, हो ना? पण वाचून पाहा, तुम्हाला बरेच काही नवीन शिकायला मिळेल.

चौदाव्या प्रकरणामध्ये मागच्याच प्रकरणातील विषय अधिक विस्ताराने मांडला आहे. खंबीर महत्त्वाकांक्षेचा वापर करून जास्तीत जास्त फायदा कसा करून घ्यायचा याची अनेक रंजक उदाहरणे दिली आहेत. तुम्ही एखाद्या कंपनीत मॅनेजर असाल तर तुम्हाला या प्रकरणात नक्कीच मोलाची माहिती मिळेल.

पंधराव्या प्रकरणात पाचव्या आणि शेवटच्या लोककौशल्याबद्दल सांगितले आहे. ते लोककौशल्य म्हणजे 'मतभेद मिटवणे'. कामाच्या ठिकाणी संघर्ष असणे

हे तर अपरिहार्य आहे. म्हणूनच संघर्षाचे मुद्दे चिघळण्यापूर्वी त्याचे समूळ उच्चाटन कसे करावे, याचे मार्गदर्शन इथे केलेले आहे.

सोळाव्या प्रकरणामध्ये संघर्षाचे व्यवस्थापन खंबीरपणे कसे करायचे व तडजोडी करून आपले अंतिम ध्येय कसे साध्य करायचे ते सांगितले आहे. तडजोडी करताना 'जेते-जेते म्हणजेच win-win सिच्युएशन' महत्त्वाची का आहे हे इतिहासातील दाखले देऊन सांगितले आहे.

– ॲड. शुभदा विद्वांस

अनुवादिकेचे मनोगत

नमस्कार! पुन्हा एकदा एका उत्कृष्ट पुस्तकाचा अनुवाद करण्याची आणि तुमच्याशी संवाद साधण्याची संधी मला मेहता पब्लिकेशन्सने दिली त्याबद्दल मी श्री. सुनील मेहता यांची आभारी आहे.

यापूर्वीही तुम्ही 'मित्र जोडा आणि प्रभाव पाडा' आणि 'चिंता सोडा आणि सुखाने जगा' ही डेल कार्नेगींची अनुवादित पुस्तके वाचली असतीलच. हे पुस्तकसुद्धा मानवी नातेसंबंध आणि व्यक्तिमत्त्व विकास याच पठडीतले आहे. हे पुस्तक खुद्द डेल कार्नेगींनी जरी लिहिलेले नसले तरी पानोपानी डेल कार्नेगींचा ठसा उमटलेला दिसतो. माणूस इतर प्राण्यांपासून कशामुळे वेगळा ठरतो तर त्याची भाषा, संवाद साधण्याची त्याची क्षमता! संवाद हा माणसाच्या आयुष्यात फार महत्त्वाची भूमिका निभावतो म्हणून सुसंवाद साधता येणे फार महत्त्वाचे असते.

दि फाइव्ह इसेन्शिअल पीपल स्किल्स / आवश्यक अशी पाच लोककौशल्ये या पुस्तकामध्ये एक पाऊल पुढे टाकून फक्त कौटुंबिकच नव्हे, तर व्यावसायिक संभाषणसुद्धा प्रभावशाली बनवण्यासाठी उपयुक्त मार्गदर्शन केले आहे. विसंवादामुळे ताणतणाव निर्माण होतात. या पुस्तकाचा अनुवाद करताना अनेकदा मला भगवद्गीतेची आठवण झाली. ताणतणावांनी वाकणारा पार्थ आणि त्याला मार्ग दाखवणारे भगवान श्रीकृष्ण यांच्यातला संवाद मला जाणवत होता. व्यवस्थापन क्षेत्रातील लोकांसाठी ही गीताच आहे. संतापाच्या आगीमध्ये आपण आक्रमक होतो आणि आक्रमकपणालाच आपण खंबीरपणा म्हणण्याची चूक करतो; एक तर आपण आक्रमक होतो किंवा मग निष्क्रिय होतो. या दोन्ही गोष्टी आपल्यासाठी आणि त्याचबरोबर समोरच्या व्यक्तीसाठी घातक असतात. या दोन्हींचा सुवर्णमध्य साधणारा मार्ग म्हणजे खंबीरपणा. हाच खंबीरपणा लेखकाने आपल्याला या पुस्तकाद्वारे शिकवला आहे.

नकारात्मक भावनांनी आपल्या मनाचा ताबा घेतला की त्याचे प्रतिबिंब आपल्या वर्तनामध्ये दिसून येते. चिंतेचा सूर वरचा लागला तर आपले वर्तन आक्रमक होते. जेव्हा आपण खंतावतो तेव्हा आक्रमकतेची धार स्वत:कडे वळवतो. संतापाचा ज्वर वाढला तर आपण अधिकच आक्रमक होतो. नैराश्य आले की मनाला येते मरगळ

आणि तटस्थता. हळहळ मात्र मनाला गतिशील आणि प्रयत्नशील बनवते. अशा नकारात्मक भावनांचे सकारात्मक भावनांमध्ये रूपांतर करण्याची कौशल्ये या पुस्तकामध्ये दिली आहेत. त्याचा तुम्ही फायदा घ्या. कारण 'अगर फिसलना हमारी मजबुरी है तो संभलना हमारा धरम है।'

कोणताही व्यवसाय भरभराटीला येण्यासाठी त्या कंपनीचे नेतृत्व कुशल असावे लागते. तेथे काम करणाऱ्या कामगारवर्गासमोर आदर्श असावा लागतो. कुशल नेतृत्व हा तर या पुस्तकाचा अविभाज्य भाग आहे. संघर्ष होऊ नये म्हणून कोणती काळजी घ्यावी आणि संघर्ष झालाच तर त्याचे निवारण खंबीरपणे कसे करावे याचे विश्लेषण अत्यंत उद्‌बोधक आहे. मॅनेजमेंटचा अभ्यास करणाऱ्या विद्यार्थ्यांनीया पुस्तकाचा जरूर लाभ घ्यावा अशी माझी कळकळीची विनंती आहे. बाकी तुम्ही सुज्ञ आहातच!

– ॲड. शुभदा विद्वांस

अनुक्रमणिका

खंबीरपणाची ओळख । ००१
त्रिपदरी खंबीर संदेश । ०१४
खंबीरपणे हितसंबंध जोपासणे । ०३०
हृद्य संबंध प्रस्थापित करण्याची कौशल्ये । ०४६
लोकांमध्ये मनापासून रुची घ्या । ०६३
व्यावसायिक सकारात्मक उत्सुकता जास्तीत जास्त वाढवणे । ०७९
उत्सुकतेकडून सामंजस्याकडे । ०९२
शिष्टाचार: लोककौशल्याच्या महामार्गावरील नियम । १०७
मन वळवणे : एक लोककौशल्य । १२१
मोठ्या कौशल्याने प्रश्न विचारणे । १३५
खंबीरपणे बोलणे । १४२
मन:पूर्वक ऐकणे । १५७
खंबीर महत्त्वाकांक्षा । १७२
खंबीर महत्त्वाकांक्षेचा वापर करून जास्तीत जास्त फायदा करून घ्या । १८६
खंबीरपणे संघर्ष मिटवणे । २००
संघर्षाचे खंबीर व्यवस्थापन आणि तडजोड । २१३

सकारात्मक गोष्टींमधून ताकद मिळवा आणि नकारात्मक गोष्टींमुळे खचून जाऊ नका.

– डेल कार्नेगी

१

खंबीरपणाची ओळख

सुमारे सत्तर वर्षांपूर्वी डेल कार्नेगींनी प्रसिद्ध केलेले एक पुस्तक गेल्या शतकातील सर्वांत प्रभावी पुस्तकांपैकी एक आहे. ते पुढील शतकातदेखील बहुधा तितकेच प्रभावी असेल असे दिसते. त्या पुस्तकाचे नाव आहे, 'हाउ टु विन फ्रेन्ड्स अ‍ॅन्ड इन्फ्लुअन्स पीपल', पुस्तकाचे नाव याहून सुसंगत असूच शकत नाही. नाही का? इ.स. १९३६ साली प्रकाशित झालेल्या त्या पुस्तकात मांडलेल्या कल्पना आजही तेवढ्याच स्वच्छ आणि तर्कशुद्ध आहेत. 'हाउ टु विन फ्रेन्ड्स अ‍ॅन्ड इन्फ्लुअन्स पीपल' हे पुस्तक व्यक्तिमत्त्व विकासाच्या इतिहासातला एक महत्त्वाचा टप्पा असला, तरी खऱ्या अर्थाने तो पायाच होता. डेल कार्नेगींचे पुस्तक प्रकाशित होण्यापूर्वी व्यक्तिमत्त्व विकास ही कल्पनाच मुळात अस्तित्वात नव्हती आणि तरीही आज आपण अशी समजूत करून घेतो की मानवी संवादामध्ये काही पद्धती या दुसऱ्या पद्धतींपेक्षा अधिक चांगल्या आहेत. जे मूळ आडातच नव्हते तर पोहऱ्यात कुठून येणार?

डेल कार्नेगींच्या पुस्तकातून त्रिकालाबाधित मानवी नातेसंबंधांची सूत्रे मांडली गेली, जी आजही अत्यावश्यक आहेत. खरे सांगायचे तर त्यांचा प्रभाव हा पूर्वीपेक्षा कितीतरी जास्त आहे. तंत्रज्ञानाचा विकास आणि गतिमान व्यावसायिक क्षेत्रे पाहता जो लोककौशल्ये आत्मसात करतो त्याला कामाच्या ठिकाणी विशेष महत्त्व प्राप्त होते आणि त्याला यशही मिळते. संगणक आणि मोबाइल यामुळे आपल्या आयुष्यात कमालीचा फरक जरी पडला असला तरी त्यामुळे लोककौशल्यांचे महत्त्व काही कमी झालेले नाही आणि होणारही नाही.

इंटरनेट, मोबाइल आणि ई-मेल यांच्या संदर्भाशिवाय लोककौशल्ये या विषयावर चर्चा करणे खरे तर अशक्यच आहे (विशेषतः व्यावसायिक वातावरणात). ही

साधने सर्वत्र वापरली जातात. तुम्ही जिथे जाता तिथे ही तुमच्याबरोबर असतात. तंत्रज्ञानामुळे व्यावसायिक कामामध्ये गती आली असली तरी गोष्टी अधिक वेगाने घडाव्या अशा अपेक्षा वाढल्या आहेत. हल्ली लोकांना कुठलीही गोष्ट उद्या नको असते, तर तत्काळ हवी असते. हे अजब असले तरी खरे आहे आणि थोडेसे विसंगतदेखील! काम हे अनेक प्रकारे सोपे आणि गतिमान झाले असले तरी कामाचा ताण हा पूर्वीपेक्षा जास्त आहे. हा ताण सगळीकडेच आहे आणि आपल्याला माहीतच आहे की एकमेकांमध्ये होणारे तंटे वाढत्या ताणाबरोबर वाढत जातात.

या वास्तवात आपण जगत आहोत आणि आपण त्यापासून पळूनही जाऊ शकत नाही. याच वातावरणात आपण यशस्वी व्हायला शिकायला हवे. जेव्हा मी 'आपण' म्हणतो तेव्हा त्याचा अर्थ 'तुम्ही' असा आहे. तुम्ही कोण आहात किंवा तुमचा व्यवसाय काय आहे ही बाब गौण ठरते. आपल्या आर्थिक स्तरामुळे काहीच फरक पडत नाही कारण पळसाला पाने तीनच. 'तुमचे कार्यक्षेत्र काहीही असले, अगदी तांत्रिक व्यवसाय असला तरीही, तुमचे यश हे लोकांशी तुम्ही जो संवाद साधता त्याच्या क्षमतेवर अवलंबून आहे.' हे डेल कार्नेगींचे विधान योग्यच आहे. आता तांत्रिक व्यवसाय हे अमेरिकेच्या एकूण आर्थिक व्यवहारातले सर्वांत सामर्थ्यशाली क्षेत्र असले, तरी हे शब्द खरे ठरतात.

संशोधन आणि निवड

या नंतरच्या प्रकरणांमध्ये आपण सकारात्मक संभाषणासाठी लागणाऱ्या गोष्टींचा अभ्यास करणार आहोत. आपले संशोधन निवडक असणार आहे. या पुस्तकातील विषय नेमके ठेवून त्यावर (आम्ही जाणीवपूर्वक) अधिक लक्ष केंद्रित केले आहे. सगळ्याच बाबींवर विवेचन करण्यापेक्षा नेटक्या बाबी चांगल्या प्रकारे सांगणे हे आमचे उद्दिष्ट आहे. 'उत्तम श्रवण' किंवा 'उत्तम जाहिरातबाजी' कशी करावी या पारंपरिक विषयांवर आज बाजारात चांगली पुस्तके उपलब्ध आहेत. चावून चोथा झालेल्या विषयावर पुन्हा काय चर्चा करायची? त्याऐवजी आपण नवीन मुद्द्यांवर चर्चा करू. विशेषत: – नातेसंबंध जोपासणे, जिज्ञासा, संवाद, महत्त्वाकांक्षा, मतभेद निवारणे आणि त्या योगाने येणारे इतर मुद्दे.

मात्र तरीही आपल्या कौशल्यांचा एक घटक असा आहे ज्याकडे आपण पुरेसे लक्ष देऊ शकत नाही. प्रत्येक प्रभावी मानवी क्रिया-प्रतिक्रियांचा तो पाया आहे. हा घटक म्हणजे खंबीरपणा.

अशा प्रकारचे बोलणे आणि वागणे जेणेकरून साहजिकच लोकांना लक्षपूर्वक आणि सकारात्मक प्रतिसाद द्यावा लागेल. हा प्रत्येक लोककौशल्याच्या मुळाशी असलेला पायाभूत घटक आहे. सकारात्मक आणि सक्रियपणे खंबीरपणा बाणवण्याची

(तुमची) तयारी नसेल तर कदाचित काहीच घडू शकणार नाही. म्हणूनच आजच्या वातावरणात खंबीरपणाचा अर्थ समजून घेण्यापासून आपण सुरुवात करू. आजच्या वातावरणात माफक लक्ष वेधण्यासाठीदेखील तुम्हाला उठून दिसावे लागते. ही चर्चा जसजशी पुढे जाईल तसतसे आपल्या लक्षात येईल की खंबीरपणा हा संवादाच्या इतर कमी प्रभावी साधनांपेक्षा वेगळा आहे.

काही गोष्टी आपण गृहीत धरू शकतो. उदाहरणार्थ, प्रत्येक माणसाची इच्छा असते की त्याला समन्यायाची वागणूक मिळावी. कदाचित आपल्याला असे वाटणार नाही की आपल्याला न्याय्य पद्धतीने वागवले जात आहे. पण किमान समन्याय ही आपली गरज आहे हे आपल्याला जाणवते. आणखी असे की, जेव्हा आपल्याला हे जाणवते की आपल्याला समन्यायाने वागवले जात नाही तेव्हा आपल्याला समन्यायानेच वागवले जावे असा आपण हट्ट धरला पाहिजे. आपण त्याकडे दुर्लक्ष करू नये किंवा हातावर हात ठेवून बसून राहू नये. परंतु बहुसंख्य लोक तेच करतात. समन्यायाच्या वागणुकीसाठी आपण स्पष्टपणे, कौशल्याने आणि प्रभावीपणे आपला प्राधान्यक्रम, आवश्यकता, मते, तक्रारी आणि इतर भावना व्यक्त करायला हव्यात. आपल्यासाठी इतर कोणाला हे करायला लागू नये. आपल्या गरजा व्यक्त करणे, तेही योग्य आणि किफायतशीर मार्गाने, ही आपली जबाबदारी आहे. अन्यथा आपण पात्र असलेल्या गोष्टींना मुकतोच, पण आपण आपल्या सभोवतालच्या लोकांनासुद्धा योगदानापासून वंचित ठेवतो.

आपले हक्क आणि आपली कर्तव्ये यांची अंमलबजावणी

खंबीरपणा म्हणजे समन्याय मिळवण्यासाठी तर्कशुद्ध, योग्य घटक प्रस्थापित करणे. याची तुलना वाहतुकीच्या नियमांबरोबर होऊ शकते. तुम्हाला जिथे जायचे आहे ते महत्त्वाचे आहेच, परंतु त्याचा अर्थ असा नाही की लाल दिवा लागलेला असतानासुद्धा तुम्ही जाऊ शकता. खंबीरपणा म्हणजे अविचारी आक्रमकता आणि नकारात्मक निष्क्रियता यांचा सुवर्णमध्य. खरी खंबीर व्यक्ती ही या दोघांसारखीही नसते. आक्रमक लोक हे असहिष्णू, आत्मकेंद्री, लोकांचा विचार न करणारे, शत्रुत्व मनात बाळगणारे आणि इतरांकडून अवाजवी अपेक्षा बाळगणारे असतात. इतर लोक त्यांच्यापासून दूरच राहतात. निष्क्रिय लोक हे कमजोर व उदासीन असतात. शिवाय ते स्वत:च्या हिताबाबत आग्रही नसतात. आक्रमक लोकांव्यतिरिक्त इतर लोक त्यांच्यापासून दूर राहातात. या दोन ध्रुवांच्यामध्ये काही लोक असे असतात की जे त्यांचे विचार इतरांपर्यंत पोहोचवतात आणि इतरांनाही आपले विचार प्रकट करण्यापासून थांबवत नाहीत. अशा लोकांपैकी एक होणे हे तुम्हाला साध्य करायचे आहे. जे पुरुष आणि स्त्रिया हे साध्य करतात ते खंबीर असतात; आणि त्यांच्यापैकी

एक कसे व्हावे हे तुम्हाला दाखवणे हाच या पुस्तकाचा उद्देश आहे. एकदा तुम्ही हे कौशल्य अवगत केले की तुम्ही तेच कराल जे तुमच्यासाठी व तुमच्या सभोवतालच्या लोकांसाठी सर्वोत्तम आहे.

हा केवळ सारांश आहे. जेव्हा आपण खंबीरपणाचा बारकाईने अभ्यास करू तेव्हा ते अधिक किचकट आणि कदाचित विरोधाभासपूर्ण वाटेल. खंबीरपणा म्हणजे काय नाही, हे तो काय आहे हे सांगण्यापेक्षा अधिक सोपे आहे. प्रखर आक्रमक किंवा अत्यंत निष्क्रिय यामध्ये लोकांचे वर्गीकरण करणे सोपे आहे, पण खंबीर वर्तणूक म्हणजे नक्की काय, हे सांगणे कठीण आहे. लोकांच्या वर्तणुकीबाबत बोलताना ही खरे तर अवघड परिस्थिती नाही. माणसाच्या अनेक गुण-दोषांप्रमाणे खंबीरपणा ओळखणे हे त्याची व्याख्या करण्यापेक्षा सोपे आहे. म्हणूनच आपण उदाहरणे पाहू. जिथे खंबीरपणाचा संबंध येतो अशा आपल्या आयुष्यात घडणाऱ्या काही घटना आपण सुरुवातीला पाहू.

दैनंदिन जीवनातील परिणामकारक खंबीरपणाचे अस्सल उदाहरण

अशी कल्पना करा की, तुमच्या कामाच्या ठिकाणी अनेक आठवडे वेळ देऊन एक महत्त्वाचा प्रकल्प तुम्ही नुकताच पूर्ण केला आहे. हुश्श! या प्रकल्पासाठी अनेक लोकांना एकत्र काम करावे लागले आणि निरनिराळ्या व्यक्तींचा सहभाग असला तरी शेवटी सारे काही उत्तम पार पडले. प्रत्येकाने योगदान दिले आणि परिणामी घवघवीत यश मिळाले. पण हा या गोष्टीचा शेवट नव्हे. आता तुमच्या असे लक्षात आले की, दुर्दैवाने तुमच्या संघामधल्या एका विशिष्ट व्यक्तीची वरिष्ठांकडून विशेष तारीफ होत आहे. हे अत्यंत गैर आणि अन्यायपूर्ण आहे. वरिष्ठांच्या कार्यालयात जाऊन वैयक्तिकरीत्या अभिनंदन स्वीकारण्याकरता केवळ याच व्यक्तीला बोलवण्यात आले.

हे ऐकून तुम्हाला कसे वाटेल? नक्कीच चांगले वाटणार नाही, हो ना? परंतु अधिक महत्त्वाचे म्हणजे तुमची प्रतिक्रिया काय असेल? तुम्ही प्रतिक्रिया देणार का? वरिष्ठ आणि तारीफ झालेली ती व्यक्ती यांच्याबद्दल एखाद्या आक्रमक व्यक्तीच्या मनात सुडाची, संतापाची भावना दाटून येईल. कदाचित त्याचा उद्रेक कधीतरी होईल. उलट, निष्क्रिय व्यक्ती मात्र काही आक्षेपार्ह घडले आहे हे कदाचित कबूल करणार नाही आणि त्यावर कोणती प्रतिक्रियाही देणार नाही.

खंबीरपणाची प्रतिक्रिया ही या दोन टोकांच्या मध्ये असते. यामध्ये कशाचा समावेश होतो हे पाहण्यासाठी आपण एक गृहीतक ठरवू जे या पुस्तकातील सर्व प्रकरणांना लागू असेल. व्यावसायिक वातावरणातील खंबीरपणा व लोककौशल्ये ही आपल्या मुख्य केंद्रस्थानी असल्यामुळे आपला दृष्टिकोन हा वैयक्तिक नसून

व्यावसायिक आहे. आत्ताच वर्णन केलेल्या परिस्थितीत खंबीर प्रतिक्रिया म्हणजे तुम्हाला खरेच काय वाटते ते जाणून घेणे आणि त्यानंतर तुमचे विचार व्यावसायिक वातावरणात व्यक्त करण्याचा मार्ग शोधणे.

समजा, उदाहरणादाखल तुम्ही तुमच्या भावना व्यक्त करण्यासाठी त्या वरिष्ठ अधिकाऱ्याची पूर्वनियोजित वेळ मागून घेतलीत. सांघिक कामगिरीचे श्रेय कोणा दुसऱ्याला मिळत असल्याकारणाने तुम्ही स्वत: वैयक्तिक पातळीवर व्यथित झाला असलात तरी चर्चेची सुरुवात अशा वैयक्तिक भावनांनी करणे चुकीचे ठरेल. ही व्यावसायिक बाब आहे म्हणूनच व्यवसायावर लक्ष केंद्रित करा. तुम्हाला काहीही वाटत असले तरी तुमच्या वैयक्तिक भावनांबद्दल बोलणे म्हणजे तक्रारच समजली जाईल. तुम्ही जर म्हणालात, 'मी जॉर्ज एवढेच काम केले आणि आता सर्व श्रेय त्यालाच मिळत आहे,' तर ते खूप अव्यावसायिक होईल.

खंबीरपणाचा मार्ग काहीसा अशा प्रकारे असेल, "तुम्ही जॉर्जच्या कामाबद्दल खूश असल्याचे कळले आणि मला आनंद झाला. त्याचे योगदान महत्त्वपूर्ण होते, यात काही वादच नाही. पण एक गोष्ट मला प्रकर्षाने जाणवते आहे की, हा सांघिक प्रकल्प होता आणि माझ्यासह सगळ्यांनीच पुष्कळ वेळ या प्रकल्पासाठी दिला. जेव्हा माझ्या कामगिरीचे अवलोकन करण्याची वेळ येईल तेव्हा जॉर्जएवढा सन्मान मिळण्याची मलाही जरुरी वाटते आहे. आमच्यापैकी प्रत्येकाला वैयक्तिक धन्यवाद मिळणे हे नक्कीच आनंददायी असेल. शिवाय, माझ्या कंपनीतील व्यावसायिक संधींवर याचा काय परिणाम होईल यामध्ये मला मुख्यत्वे रस आहे."

भावनात्मक रंग न देता व्यवसायाशी निगडित घटकांवर लक्ष केंद्रित केल्यामुळे खूपच उपयुक्त परिणाम होतो. याचा उल्लेख आपण (पुस्तकामध्ये) वारंवार करू. तुमच्या लक्षात आले असेल की अत्यंत निष्क्रिय प्रतिक्रिया आणि प्रखर आक्रमक प्रतिक्रिया या दोन्ही गोष्टी बालिश आहेत. कुठल्याही व्यवसायात जी व्यक्ती सर्वांत परिपक्व असते, ती सर्वोत्तम असते. जर तुम्ही आरडाओरड आणि तक्रार केलीत किंवा चिडचिड केलीत तर तुमचेच नुकसान होईल. खंबीरपणाचे प्रदर्शन हे तुमच्यासाठी सर्वोत्तम आहे. टोकाच्या बालिश वर्तणुकींमधील समतोल साधणारी ही एक प्रतिक्रिया आहे.

जर आपण खंबीरपणाच्या विशिष्ट घटकांचा सखोलपणे अभ्यास केला तर बालिशपणा आणि परिपक्वता या संकल्पनासुद्धा आपल्या लक्षात येतील.

खंबीरपणाचे घटक वर्गीकृत करणे

खंबीरपणा म्हणजे भीती, बुजरेपणा, निष्क्रियता यांच्यावर तसेच रागावरदेखील तोडगा होय. या सर्व बालिश भावना आहेत. खंबीरपणा म्हणजे स्पष्टपणे बोलणे,

न्याय्य मागण्या करणे आणि तुमच्या हक्कांचा इतर लोकांएवढाच आदर केला जावा याचा आग्रह धरणे. खंबीरपणा म्हणजे प्रश्न वैयक्तिक पातळीवर न नेता, नकारात्मक विचार व्यक्त करण्याची कुवत. प्रश्न कसे विचारावेत, असहमती कशी दर्शवावी आणि परिपक्वपणे नकार कसा द्यावा हे खंबीर व्यक्तीला माहिती असते. केवळ विरोधासाठी विरोध करणे हा याचा मथितार्थ नसून, घडणाऱ्या बाबी अधिक चांगल्या प्रकारे घडाव्यात याकरता जबाबदारी स्वीकारणे या हेतूने 'का' हा प्रश्न अधिकारी व्यक्तीला सकारात्मक दृष्टिकोनातून विचारण्याची ताकद म्हणजे खंबीरपणा.

उरलेल्या प्रकरणामध्ये आपण चार विशिष्ट पायऱ्या पाहू ज्या वापरून आपण खंबीरपणा कोणत्याही क्षेत्रात बजावू शकू. पहिल्या दोन प्रकरणांमध्ये चर्चा केलेल्या या चार पायऱ्या खंबीरपणाच्या डावपेचांचा पाया आहेत.

पायरी एक : *आरशासमोर उभे राहणे*

आपले गुण आणि दोष यांचे मूल्यमापन करण्यासाठी आणि आपल्यात सुधारणा घडवून आणण्यासाठी मार्ग उपलब्ध आहेत. ३६०° अंशाची मूल्यमापन पद्धती विशेष उपयोगी आहे कारण अनेक सूत्रांकडून आपण माहिती मिळवतो आणि आपल्या दृष्टीपलीकडेही पाहू शकतो. डेल कार्नेगी ट्रेनिंगने हे मूल्यमापन करण्याची संधी www.dalecarnegie.com या संकेतस्थळावर उपलब्ध करून दिली आहे.

एक खंबीर व्यक्ती बनून तुमच्या जनकौशल्याच्या मिती विस्तारण्याच्या दृष्टीने पहिले पाऊल – अनौपचारिकरीत्या – उचलणे हा या पुस्तकापुरता सीमित हेतू ठेवू या. आपण कुठे आहोत ते आपल्याला कळले की कशामध्ये बदल करायचा ते आपण ओळखू शकतो आणि तो बदल घडवून आणण्याच्या आपल्या क्षमतेवर विश्वास ठेवू शकतो. उदाहरणच द्यायचे झाले तर 'आपला सतत गैरफायदा घेतला जातो आहे' असे तुम्हाला वाटते का? जर तसे असेल तर स्वत:ला प्रश्न विचारा की, तुमच्या आयुष्यात असेच घडते का? जर तुमच्या लक्षात आले की हे खरे आहे तर नेमका बदल कोठे करायला हवा? तुम्ही जिथे नाही म्हणायला हवे अशा ठिकाणी तुम्हाला नाही म्हणता येत नाही ही शक्यता पण नाकारता येत नाही. अशा परिस्थितीत 'भेडसावणाऱ्या समस्यांची' यादी करून सुरुवात करायला हरकत नाही. तुम्ही जेव्हा नाही म्हणाल तेव्हा त्याची नोंद करायला सुरुवात करा. त्यात तुम्हाला 'नाही' म्हणताना कसे वाटले तेदेखील नमूद करा. जर तुम्ही हे वारंवार केले तर तुमच्या लक्षात येईल की समस्येचा सामना केल्यामुळे तुमची भीती कमी होते आहे.

कदाचित तुम्ही या पटलाच्या दुसऱ्या टोकाशी असाल. तुम्हाला अशी कोणती घटना आठवते का, जेव्हा तुम्ही खूपच स्पष्टपणे बोलला आहात? कधी हेच वर्तन आक्रमक झाले आहे का? स्वत:शी प्रामाणिक राहा. जर उत्तर 'हो' असेल तर

स्वत:ला विचारा की याने तुमचा फायदा होतो आहे की नुकसान? तुमचे व्यक्तिमत्त्व आक्रमक असावे असे तुम्हाला वाटते की खंबीरपणाच्या परिपक्वतेतला तो एक विकल्प आहे? पुन्हा एकदा तेच सांगायचे आहे की, जेथे तुम्ही आक्रमक होत आहात असे तुम्हाला जाणवेल त्याची नोंद ठेवा. या भावनांवर नियंत्रण मिळवून तुमची प्रगती तपासा.

तुम्ही जेव्हा हे कराल तेव्हा लक्षात घ्या की चांगले बदल हे आपोआप घडणार नाहीत. खंबीर व्यक्ती बनताना तुम्हाला थोडी काळजी किंवा थोडी भीतीदेखील वाटेल याची नोंदवहीत नोंद करा. तुम्ही जे बदल घडवण्याचा प्रयत्न करत आहात त्याबद्दल तुम्ही कोणाशी बोलू शकता का? तुम्हाला काळजीत टाकणाऱ्या त्या विशिष्ट घटना आणि विचारांबद्दल त्या व्यक्तीशी बोला.

तुम्हाला जाणवणाऱ्या भावनांचा उगम शोधावा असे तुम्हाला वाटू शकेल.

तुम्ही लोकांशी कसे वागावे याची नीती कोठून येते? तुम्ही एखाद्या विशिष्ट परिस्थितीत कसे वागायचे याचा जेव्हा निर्णय घेता तेव्हा तुमच्या मनात काय चालू असते? भूतकाळातील कुठल्या व्यक्ती वर्तमानकाळातील तुमचे वागणे नकळतपणे नियंत्रित करतात?

खरे सांगायचे तर लहानपणी आपल्यावर अनेक नियम लादले जातात. स्वार्थीपणा करू नका, दुसऱ्याचा विचार करा, चुका करू नका, भावुक होऊ नका, अवाजवीपणा टाळा, दुसऱ्याला मध्येच थांबवू नका इत्यादी. यांपैकी बहुतांशी नियम खूपच उपयोगी आहेत आणि ते चांगल्या विचारांनीच बनवलेले आहेत. परंतु जाणतेपणामध्ये ते जर तुमच्या मनावर गरजेपेक्षा अधिक बिंबवले गेले तर त्या नियमांच्या उद्देशांहून अधिक काटेकोरपणे तुम्ही वर्तणूक कराल. हे नियम जरी चांगल्या हेतूने बनवले गेलेले असले तरी काही विशिष्ट परिस्थितीमध्ये हे नियम मोडणेदेखील योग्यच ठरते.

उदाहरण द्यायचे झाले तर काही ठिकाणी पहिला मान तुमचा असतो. चुकांपासून शिकण्याची तयारी असेल तर चुका करायला हरकत नाही. एखादी गोष्ट करण्यासाठी तुमच्याकडे खरोखर पुरेसा वेळ नसेल तर तसे सांगण्याचा हक्क तुम्हाला आहे.

पायरी दुसरी : *स्वत:चे प्रामाणिक मूल्यमापन*

आक्रमकपणा किंवा उदासीनता यांची बीजे बालपणीच रोवली जातात. वेळ आली आहे ती बीजे ओळखण्याची आणि त्यांच्या परिणामांवर मात करण्याची.

हे ओळखण्याची प्रक्रिया घडत असतानाच, खंबीरपणे न वागल्यामुळे तुमचे काय नुकसान झाले याची जाणीव करून घ्या. उदाहरणादाखल, जेव्हा तुम्ही आक्रमकपणे वागता तेव्हा तुम्हाला अपराधी वाटते आणि मग काळाबरोबर तुमच्यावरचे

त्याचे दडपण वाढत जाते. तुम्ही जेव्हा दुसऱ्या व्यक्तीच्या अगर परिस्थितीच्या अधीन होता तेव्हा तुमचा आत्मसन्मान ढासळतो. सुरुवातीला तुम्हाला असे वाटते की, खंबीरपणे न वागण्याची निवड ही तुमचीच आहे. पण अखेर तुमची खात्री पटते की तुम्हीच कमजोर आहात, निष्प्रभ आहत.

व्यक्तिगत किंवा व्यावसायिक विकासामध्ये स्वत:चे योग्य मूल्यमापन ही अत्यावश्यक आणि प्राथमिक कृती आहे. ती यशस्वीपणे पार पाडण्यासाठी तुम्ही प्रत्येक अडचणीवर मात करायला हवी. स्वत:ला जोखत असताना स्वत:ला जाणून घेणे वाटते तितके सोपे नसते. त्याचप्रमाणे, तुम्ही कसे आहात हे नेटकेपणाने मांडणे इतरांना जमेलच असेही नाही. स्वत:बद्दलची जागरूकता आणि स्वत:चे मूल्यमापन हे एवढे महत्त्वाचे आहे की त्या दिशेने उचललेले पाऊल हे आवश्यकच आहे आणि त्याला प्रोत्साहन दिलेच पाहिजे. तुमच्या खंबीरपणाबद्दल चर्चा करण्यासाठी कोणी असणे हा स्वत:च्या मूल्यमापनातला महत्त्वाचा घटक आहे. कमीत कमी त्रासामध्ये ती व्यक्ती तुम्हाला मदत करू शकेल असा एक मार्ग आहे. अर्थात, तुम्हीदेखील गरज पडेल तेव्हा त्याची परतफेड करायला हवी. तो मार्ग पुढीलप्रमाणे – व्यक्तिमत्त्वांच्या गुण-दोषांची एक यादी तुमच्या मित्राला ई-मेल करा. या यादीमधील जे गुण-दोष तुमच्यात आहेत असे तुम्हाला वाटते त्यांचा आणि इतर गुण-दोषांचाही त्यात समावेश करा. उदाहरणादाखल, तुम्हाला असे वाटत असेल की तुम्ही विनोदी आहात किंवा सद्सद्विवेकबुद्धीचे आहात तर ते यादीच्या प्रारंभी ठेवा. त्यानंतर तुम्हाला जे गुण अंगीकारायचे आहेत त्यांचा विचार करा. खूप आनंदी किंवा दानशूर वा सहृदय म्हणून ओळखले जाणे तुम्हाला कदाचित आवडत असेल तर तसे शब्ददेखील त्या यादीमध्ये लिहा. शेवटी काही नको असलेले दोष म्हणजे रागीटपणा अथवा संवेदनशून्यता यांचाही त्या यादीत समावेश करा.

जेव्हा तुम्ही तुमच्या मित्राला ही यादी ई-मेल कराल तेव्हा त्याबरोबर तुमच्या अशा इतर मित्रांचे ई-मेल ॲड्रेसेससुद्धा त्याला द्या ज्यांना तुमचा मित्र ही यादी पाठवू शकेल. त्या यादीबरोबर एक चिठ्ठी द्या, ज्यात लिहिले असेल की त्या यादीतील तुमचे वर्णन करणाऱ्या गुण-दोषांवर संबंधितांनी खूण करावी. तुमचा मित्र जेव्हा ती यादी तुम्हाला परत करेल तेव्हा कोणत्या खुणा कोणी केल्या याबद्दलची गुप्तता पाळली जाईल याची खात्री तुमच्या मित्रांना द्या.

तुम्हाला जेव्हा याचे फलित मिळेल तेव्हा तुम्ही कदाचित आश्चर्यचकित व्हाल. काही गोष्टी, ज्या की तुम्हाला स्वत:मध्ये कधी जाणवल्या नाहीत त्या लोक तुमच्यामध्ये अनुभवत आहेत. तुम्ही कोण आहात आणि तुम्ही स्वत:ला कोण समजता याचा पडताळा करण्याचा हा एक उत्तम मार्ग आहे. अशी यादी लोकांना

पाठवण्यासाठी तुम्हाला धाडस करावे लागेल. पण असे करणे हा एक प्रकारचा खंबीरपणाच आहे. प्रयत्न तर करून बघा!

पायरी तिसरी : *तुमच्या भोवतालच्या जगाचे मूल्यमापन*

एकदा तुम्ही स्वत:च्या प्रामाणिक मूल्यमापनावर परिश्रम घेतल्यानंतर वेळ येते ती अंतरंगाकडून बाह्यरंगावर – बाह्य जगावर लक्ष केंद्रित करण्याची. दुसऱ्या शब्दांत सांगायचे तर सध्या तुमच्या आयुष्यात विशेषकरून व्यावसायिक जीवनात घडणाऱ्या गोष्टींवर लक्ष केंद्रित करा. तुमच्या व्यावसायिक यशावर प्रभाव पाडणाऱ्या कोणत्या विशिष्ट परिस्थितीमध्ये तुम्ही सहभागी आहात? तुम्ही ती परिस्थिती कशी हाताळता? तुम्ही खूपच उदासीन आहात की आक्रमक आहात याचे अवलोकन होणे गरजेचे असते.

सध्या तुमच्याशी संबंधित एक विशिष्ट परिस्थिती निवडा आणि त्याचा अचूक गोषवारा तयार करा. त्यानंतर अशा परिस्थितीमध्ये खंबीरपणे कसे वागावे यासाठी नेमका आणि तपशीलवार आराखडा बनवा. पुढील निर्देशांचे पालन करा.

सर्वांत आधी या परिस्थितीशी संबंधित लोकांशी थेट बोलायचे झाले तर तुम्ही याही परिस्थितीत तुमच्या भावना कोणत्या शब्दांमध्ये सांगाल ते संभाषण लिहून काढा. तुमच्या हितासाठी त्याची रंगीत तालीमही तुम्ही करू शकता. पूर्वी काय घडत होते, सध्या काय घडते आहे आणि पुढे काय घडावे असे तुम्हाला वाटते त्याबद्दल ठाम राहा. सर्वसाधारण दोषारोपण करू नका. जसे की, 'तुम्ही नेहेमीच विरोध करता..' किंवा 'तुम्ही नेहेमीच त्रस्त असता..' किंवा 'तुम्हाला माझ्याशी बोलायला कधीच वेळ नसतो..' त्याऐवजी प्रथमपुरुषी वा तृतीयपुरुषी वाक्यांचा वापर करा. वस्तुस्थितीबद्दलच बोला आणि भावनांवर नियंत्रण ठेवा.

सर्वांत महत्त्वाचे म्हणजे सद्य:स्थितीच्या पलीकडे जाऊन इतर मुद्द्यांवर संभाषण करू नका. पूर्वी घडलेल्या गोष्टींवर चर्चा करणे योग्यच आहे, परंतु तेदेखील सध्याच्या परिस्थितीशी निगडित असेल तरच. उदाहरणादाखल, या विशिष्ट प्रकल्पाबाबत सुरुवातीला झालेल्या चर्चेबाबत तुम्ही बोलू शकता. पण मागच्या महिन्यात किंवा मागच्या वर्षी झालेल्या आणि विषयाशी संबंधित नसलेल्या चर्चेबाबत बोलू नका. वस्तुनिष्ठ राहा. काय घडले होते आणि सध्या काय घडते आहे यावर लक्ष द्या. प्रोत्साहन वा मानसिकता अशा मुद्द्यांना हात घालू नका. जे घडले ते तुम्हाला माहितीच आहे. असे का घडले याचा तर्क तुम्ही करू शकाल, पण तसे करण्याची ही वेळ नव्हे.

जर तुम्हाला भावनिक मुद्द्यांवर चर्चा करायची असेल तर केवळ तुमच्या स्वत:च्या भावनांबद्दल करा. प्रथमपुरुषी वाक्यांचाच वापर करा जेणेकरून तुम्हाला

जे काही वाटते त्याची जबाबदारी तुम्ही घेता असे दिसेल. तुमच्या रास्त मागण्या आणि गरजा यांच्याशी निगडित सकारात्मक भावनांवर लक्ष केंद्रित करा. दुसऱ्या व्यक्तीबाबतची अढी वा चीड याकडे दुर्लक्ष करा. तुम्हाला काय बदल पाहायला आवडतील ते सांगा. कुठल्या गोष्टी बंद व्हायला हव्यात आणि कुठल्या गोष्टी सुरू झाल्या पाहिजेत ते ठामपणे सांगा. तुम्ही सुचवलेले बदल रास्त आहेत का ते पडताळून पाहा. दुसऱ्या लोकांच्या गरजा विचारात घेऊन स्वत:मध्ये बदल करण्याची तयारी ठेवणे हादेखील खंबीरपणाचाच एक भाग आहे. तुम्ही सुचवलेल्या बदलांमुळे काय परिणाम होईल किंवा ते न केल्यामुळे काय घडेल यावर तुम्ही भाष्य करू शकता, मात्र धमकावणी करू नका. धमकीमुळे तंटे वैयक्तिक पातळीवर जातात. लोकांना व्यावसायिक कक्षेबाहेरील प्रसंगांना तोंड द्यावे लागते. त्यामुळे एखाद्याला चिंतित वाटून त्रास होऊ शकतो.

जेव्हा तुम्ही हे काल्पनिक संभाषण तयार कराल तेव्हा तुमच्या वाक्यांची सुरुवात पुढीलप्रमाणे करा.

"आपण असे करू शकतो की..."

"आपल्याला हे शक्य आहे..."

"तुम्ही ... कराल का?"

"तुम्ही हे असे करता ते मला आवडते..."

"तुमच्या म्हणण्याशी मी काही अंशी सहमत आहे आणि काही गोष्टींमध्ये बदल झाला तर मला आवडेल."

खंबीरपणाच्या प्रसंगांचा असा तुम्ही जेव्हा सराव कराल तेव्हा गोष्टी सुस्पष्ट होतील. काही नाकारता न येणाऱ्या सत्यांची तुम्हाला जाणीव होऊ लागेल. तुम्ही कितीही शांत आणि व्यवहारकुशल असलात, तुम्ही कितीही प्रथमपुरुषी आणि तृतीयपुरुषी वाक्ये वापरलीत, तुम्ही कितीही प्रसंगाला धरून बोललात तरी काही वेळा तुमचा खंबीरपणा हा व्यक्तिगत पातळीवर केलेला आघात समजला जातो, हे तुमच्या लक्षात येईल. खरे तर असा समज करून घेणे हे वास्तवाला धरून नसते. समोरची व्यक्ती जर आक्रमक असेल तर अशा समजुतीमधून तुमच्यावर तशाच प्रकारचा आघात किंवा प्रतिहल्ला केला जाईल. खरा खंबीरपणा अंगी बाणवण्यासाठी तुम्हाला त्याला सामोरे जाण्याची तयारी ठेवायला हवी आणि प्रत्युत्तर कसे द्यायचे ते माहिती हवे.

आक्रमणाला प्रत्युत्तर

बहुतांश वेळा फक्त तुमच्या परिस्थितीचा खुलासा करणे आणि तुमचा मुद्दा न सोडणे एवढेच पुरेसे असते; मात्र कदाचित तुम्हाला प्रतिहल्ला चढवण्याचा किंवा

माघार घेण्याचा मोह होईल. या मोहाला आवर घालण्याचा प्रयत्न करा. जेव्हा समोरची व्यक्ती भावुक होऊन संभाषणाचे महत्त्व वाढवते तेव्हा त्याचा तुमच्या वागण्यावर परिणाम होऊ देऊ नका.

हे खरे तर असे घडते : चिडचिड करून समोरची व्यक्ती असे भासवण्याचा प्रयत्न करते की त्याच्या किंवा तिच्या भावना, केवळ मोठ्याने किंवा उपहासाने बोलल्याने किंवा रडल्यामुळे जास्ती महत्त्वाच्या आहेत. अशा वागण्यामुळे तुमचे महत्त्व कमी होऊ देऊ नका वा समोरच्याचे वाढू देऊ नका. स्वत:हून आक्रमक प्रतिसाद देऊ नका. अर्थातच, माघारही घेऊ नका. याला अक्रिय-आक्रमक मार्ग म्हणतात.

याउलट आपण सम-महत्त्वाचे (किवा बरोबरीचे) आहोत हा दृष्टिकोन ठेवा. डेल कार्नेगी सांगतात की, आपल्याला सर्वाधिक फायदा तेव्हाच मिळतो जेव्हा आपण दुसऱ्या व्यक्तीच्या चश्म्यातून पाहतो. दुसरी व्यक्ती जर भावुक होऊ लागली तर ते तितकेसे सोपे नाही. असा दृष्टिकोन ठेवण्यासाठी सराव हवा. पुन्हा एकदा तुमच्या सहकाऱ्याची वा जवळच्या मित्राची तुम्ही मदत घेऊ शकता. कोणाच्या तरी सोयीने संभाषणाची रंगीत तालीम करा जेणेकरून तुम्ही स्वनियंत्रणाकडे लक्ष देऊ शकाल.

याचा अर्थ मुळीच असा होत नाही की स्वत:च्या मुद्द्याचे समर्थन करण्यासाठी तुम्ही अप्रामाणिकपणे वागलात. जर तुमच्यावर झालेली टीका ही थोडीफार योग्य असेल तर तशी कबुली द्या. कारणे देऊ नका. जरी तुमच्यावर झालेल्या टीकेशी तुम्ही सहमत नसाल तरी त्या टीकेतला काही भाग जो तुम्हाला पटतो तो नमूद करा. त्यामुळे वाद थोडा शांत होईल. 'तुमचे ते म्हणणे बरोबरच असेल...' किंवा 'तुम्हाला काय वाटते ते मी समजू शकतो...' अशा वाक्यांचा उपयोग करा. इतर काही प्रसंगी ते माघार घेतल्यासारखे वाटेल, पण सामोपचाराचा तो एक चांगला मार्ग असतो.

लक्षात घ्या की दैनंदिन जीवनात आपल्याला ज्या संघर्षांना सामोरे जावे लागते त्यांना सामोरे जाण्याच्या सरावाविषयी आणि तयारीविषयी आपण एवढा वेळ बोलत आहोत. आम्ही असे सुचवू की तुम्ही तुमच्या आक्रमक आणि उदासीन वागणुकीची नोंद वहीत करावी. आपण स्वत:च्या मूल्यमापनाविषयी बोललो, आपण मित्रांसोबत रंगीत तालीम कशी करावी तेही पाहिले. आता केलेल्या अभ्यासावर प्रत्यक्ष चाचणी देण्यासाठी तुम्ही तयार आहात.

पायरी चौथी : *प्रत्यक्ष चाचणी देणे*

जेव्हा तुम्ही तुमच्या खंबीरपणाचे प्रात्यक्षिक रोजच्या आयुष्यात कराल तेव्हा काही नियम लक्षात ठेवा. सर्वांत आधी झेपेल अशी परिस्थिती निवडा. सोप्या आणि कमी

ताणतणावाच्या प्रसंगांपासून सुरुवात करा. आत्मविश्वास संपादन करा. तुमच्या वर्तणुकीत टप्प्याटप्प्याने बदल करा आणि अधिक अवघड प्रसंगाची तयारी करा.

या क्षणी कदाचित तुमच्या आयुष्यात अशी परिस्थिती नसेल जिथे खंबीरपणे वागण्याची गरज आहे, तर अशी परिस्थिती तुम्ही निर्माण करू शकता का ते पाहा. त्यासाठी तुमच्या सुखद क्षेत्रापलीकडे (कम्फर्ट झोन) जाण्याची तुम्हाला गरज आहे. जर तुम्ही एखाद्या चर्चेमध्ये असाल तर एखादा प्रश्न विचारा किंवा चतुराईने एखाद्या मुद्द्याचे स्पष्टीकरण मागा. तुमच्याशी निगडित एखाद्या गोष्टीबद्दल वरिष्ठ व्यवस्थापकाला पत्र वा ई-मेल लिहा. ज्या प्रसंगावर सहसा तुम्ही काहीही बोलत नाही त्यावर एखादी उपयुक्त प्रतिक्रिया वा प्रशंसा व्यक्त करा. मात्र जास्त जोखमीची कोणतीच कृत्ये नकोत. या जाणीवपूर्वक केलेल्या बदलामुळे कसे वाटते याकडे लक्ष द्या. लेखन केल्यामुळे विचार नेहमीच सुस्पष्ट होतात. म्हणूनच खंबीरपणाच्या नोंदवहीमध्ये विचार नमूद करा.

जसजसा तुमचा आत्मविश्वास वाढेल तसतसे तुम्ही अधिक आव्हानात्मक प्रसंगाचा सामना करण्यासाठी सज्ज व्हाल. तुम्हाला स्वत:मध्ये हव्या असलेल्या बदलांची यादी एक किंवा दोन आठवड्यांच्या कालावधीत करा. त्याला अनुरूप कोणते प्रसंग घडतात त्यांचे निरीक्षण करा. अशा प्रसंगी योग्य खंबीर वर्तणूक कशी असावी ते ठरवा. दुसऱ्या शब्दांत सांगायचे तर अशा वेळी आपल्या सयुक्तिक कल्पना व गरजा मांडण्याचा सर्वोत्तम मार्ग कुठला, इतरांचे चुकीचे वर्तन कसे ओळखावे आणि तसे करण्यापासून त्यांना रोखण्याचा सर्वोत्तम उपाय काय याचा विचार करून निर्णय घ्या.

अनुभवाचे दोन बोल

काही संभाषणे एकतर्फी वाटतात. परंतु व्यावसायिक संभाषणांमध्ये दोन किंवा अधिक व्यक्ती आपापले विचार, भावना, इच्छा व्यक्त करतात आणि त्या पटवून देण्याचा प्रयत्न करतात. जेव्हा तुम्ही खंबीरपणे स्वत:ला व्यक्त करता तेव्हा तशीच संधी इतरांना मिळण्यासाठी त्यांचे बोलणेही लक्षपूर्वक ऐका. लक्षात घ्या की तुम्हाला समोरच्याला हरवायचेही नाही आणि स्वत: जिंकायचेसुद्धा नाही. सर्वांनीच जिंकणे किंवा आपण जिंकलो असे सगळ्यांना वाटणे हे आपल्याला साध्य करायचे आहे. बरेचदा हे साध्य करायला वेळ लागतो. काही वेळा प्रनावर तत्काळ उत्तर मिळवण्याची तुमची मागणी रास्त असली तरी काही वेळेस ते त्रासदायक ठरू शकते. प्रत्येक परिस्थितीसाठी खंबीरपणा हाच सोनेरी नियम चपखलपणे लागू होतो. इतरांच्या गरजा आणि मागण्या यांचा विचार करा आणि त्यांनीही तुमच्या मागण्यांचा विचार करावा अशी अपेक्षा ठेवा. यावर तडजोड नको.

कृती

१. कामाच्या ठिकाणी किंवा खासगी आयुष्यात तुमच्यासोबत घडलेला एखादा जुना अन्याय्य प्रसंग आठवा. तो तुम्ही कशा प्रकारे हाताळलात? आत्ताच शिकलेल्या नवीन संकल्पनांचा वापर करून हा प्रसंग तुम्ही कसा हाताळला असतात त्याचे वर्णन करा.

२. तुमच्या वर्तणुकीला खंबीरपणाच्या पट्टीवर १ ते १० पैकी किती गुण द्याल?

१	२	३	४	५	६	७	८	९	१०
उदासीन				खंबीर				आक्रमक	

३. खालील यादी वाचा. तुम्हाला असणाऱ्या सवयी आणि तुम्ही बदल करू इच्छिता अशा सवयी यांच्यापुढे फुली मारा.
बदल करण्यासाठी योजना लिहा.

- ☐ मला सारखे असे वाटते की, मी माझ्याभोवतालच्या परिस्थितीची शिकार आहे.
- ☐ जेव्हा मी अस्वस्थ असतो किंवा मला योग्य वर्तणूक दिली जात नाही तेव्हा मी इतरांवर चिडतो.
- ☐ माझ्या वाक्यांची सुरुवात... 'तुमच्यामुळे मला...' अशी असते.
- ☐ मला स्वत:ची चूक कबूल करण्यास त्रास होतो.
- ☐ मी स्वत:वर अतिरिक्त काम ओढवून घेतो आणि सहसा नाही म्हणत नाही.
- ☐ मी लोकांबद्दल आणि स्वत:बद्दल जरा जास्तीच चिकित्सक आहे.
- ☐ दुसऱ्याशी त्याच्या वर्तणुकीबाबत चर्चा करताना मी पुष्कळदा टोकाचे शब्द वापरतो, जसे की 'कधीच नाही' किंवा 'नेहमी', जे शब्द तर्कशुद्ध नसतात.
- ☐ मी कुठल्याही परिस्थितीत मुकाबला करणे टाळतो आणि खंबीर वर्तणुकीपासून दूर पळतो.

नोंदी

समोरच्याला करण्यास आनंद होईल अशाच गोष्टी त्यांना सुचवा.
– डेल कार्नेगी

२

त्रिपदरी खंबीर संदेश

खंबीरपणा म्हणजे काय हे आपण मागील प्रकरणामध्ये पाहिले. तुमच्या आयुष्यात आणि व्यवसायात तो बाणवण्यासाठी कशी तयारी करावी याचीही आपण चर्चा केली. कामाच्या ठिकाणी संभाषणादरम्यान मोठ्या खुबीने, खंबीरपणाने कसे बोलायचे ते आपण या प्रकरणामध्ये पाहणार आहोत.

खंबीरपणा अंगी बाणवण्यासाठी अनेक पद्धती वापरल्या जातात. ढोबळमानाने त्यांचे तीन टप्पे पाडता येतील:-

१. घटनेचा सारांश बनवा.
२. तुमचे विचार आणि भावना व्यक्त करा.
३. तुमच्या मागण्या आणि गरजा स्पष्टपणे सांगा. समोरच्याला होणाऱ्या लाभांचा उल्लेख करा.

व्यक्तिगत पातळीवर आक्रमक न होता तुमचे मुद्दे मांडण्यासाठी 'त्रिपदरी खंबीर संदेश'पद्धती उपयुक्त ठरते. ही पद्धती सोपी असली तरी तिचा वापर करण्यासाठी सराव आणि स्वनियंत्रण हवे. व्यावसायिक वातावरणात दोन व्यक्तींमध्ये प्रत्यक्ष संवाद घडताना ही पद्धती वापरून दिल्या जाणाऱ्या संदेशाचे एक उदाहरण पाहू.

निकोल ही संकेतस्थळे बनवणाऱ्या एका कंपनीची मालकीण आहे. तिच्या कंपनीच्या ग्राहकांना संकेतस्थळांची माहिती कमी कालावधीत बदलून हवी असते. एखादे नवीन उत्पादन अगर नवीन सुविधा सुरू झाली की हे कशा प्रकारे फायद्याचे आहे, ही माहिती ग्राहकांना सत्वर संकेतस्थळावर टाकून हवी असते.

एका अभियंत्याने ठरवलेल्या वेळेत प्रकल्प पूर्ण न केल्यामुळे निकोल तूर्तास अस्वस्थ होती. निकोलच्या ग्राहकांमध्ये त्यामुळे काहीशी नाराजी निर्माण झाली हे

वेगळे सांगायला नको. म्हणूनच या अभियंत्याशी परिस्थितीबद्दल बोलणी करायचे तिने ठरवले.

निकोल त्रिपदरी खंबीर संदेश वापरते. ती थेट वस्तुस्थिती स्पष्टपणे मांडून सुरुवात करते. ती म्हणते, ''मला आठवते की या संकेतस्थळाचे काम पूर्ण करण्यासाठी किती वेळ लागेल याबद्दल आपण बोललो होतो. सर्व काम पूर्ण होण्यासाठी दहा दिवस लागतील यावर आपण सहमत झालो होतो. आता दोन आठवडे झाले तरीही काम अजून पूर्ण झाले नाही.''

लक्षात घ्या की निकोलने वस्तुस्थितीशिवाय इतर कोणत्याच गोष्टीबद्दल चर्चा केली नाही. तिची स्वत:ची काळजी अथवा भावना सांगितल्या नाहीत. हे सर्व त्रिपदरी खंबीर संदेशाच्या दुसऱ्या भागात मोडते.

निकोल पुढे म्हणते, ''जेव्हा असा उशीर होतो तेव्हा ग्राहकांवर ताण येतो ज्यामुळे आपल्यावर दबाव पडतो. त्यामुळे मला वाटणारी काळजी तुमच्यापर्यंत पोहोचवावी लागते.''

पद्धतीच्या तिसऱ्या भागात निकोल तिला काय बदल हवे आहेत ते स्पष्ट करते. ''मला हे स्पष्ट करायचे आहे की, जेव्हा आपण एखाद्या कामाची निर्धारित तारीख ठरवतो तेव्हा ते काम त्या तारखेला पूर्ण झालेच पाहिजे. जेव्हा आपण बोललो की तुम्हाला काम पुरे करायला किती वेळ लागेल तेव्हा तुम्ही तुमच्यासाठी असाध्य असलेली तारीख ठरवली असे मला वाटते. कदाचित तुमच्या कामाचा वेग मला दाखवून माझ्यावर छाप पाडण्यासाठी तुम्ही तसे केले असेल. पण निर्धारित वेळ साध्य होणार नसेल तर माझे तुमच्याबद्दल चांगले मत टिकून राहू शकत नाही.''

आत्तापर्यंत निकोल केवळ समस्या, त्यावरील उपाय आणि ती समस्या सोडवल्याबद्दल तिला आणि कंपनीला होणाऱ्या फायद्याबद्दल बोलली. परंतु लक्षात ठेवा, खंबीरपणे संभाषण करताना ज्या व्यक्तीशी तुम्ही संभाषण करत आहात तिला तिचा फायदा जरूर सांगा. अर्थात, शक्य असेल तर निकोल हे काम कसे करते ते पाहा. ती म्हणते, ''भविष्यामध्ये एखाद्या कामासाठी किती वेळ लागेल याची जेव्हा आपण चर्चा करू तेव्हा तुम्ही स्वत:ला तुम्हाला वाटतो त्याहून कमी वेळ देण्यापेक्षा थोडा अधिक वेळ दिलेला केव्हाही चांगले. असे केल्याने तुमचे आयुष्य अधिक सोपे आणि कमी तणावाचे होईल याची मला खात्री वाटते. तुम्ही तुमचे काम वेळेत पूर्ण कराल तर आपले ग्राहक आणि मी आनंदी होईन. आणि तुम्ही जर मागितलेल्या वेळेपेक्षा कमी वेळेत काम पुरे केले तर सर्वांनाच आश्चर्याचा धक्का बसेल.''

निकोलच्या या उदाहरणातून तुम्ही खंबीरपणा आणि आक्रमकपणा यातला

फरक पाहू शकता. निकोलसुद्धा तिच्या भावनांबद्दल बोलते, परंतु त्या फक्त कामाशी निगडित असतात. ती असे म्हणत नाही की, "तुम्ही मुद्दामच मला चिडवण्याचा प्रयत्न करत आहात" किंवा "मला या सगळ्याचा राग आला आहे." तिने असे जर काही म्हटले असते तर त्या अभियंत्याला भावनिक पातळीवर चर्चा सुरू करण्यासाठी अथवा तसा विचार करण्यासाठी संधी उपलब्ध झाली असती; आणि लवकरच संभाषण भरकटले असते.

त्या संभाषणातील अजून एका पैलूकडे आपण लक्ष द्यायला हवे. लक्षात घ्या की, इथे जी व्यक्ती खंबीरपणाची वर्तणूक करते आहे ती वरिष्ठ आहे, कामगार नव्हे. खंबीरपणाचा विचार करताना आपल्याला असे वाटेल की कमजोर व्यक्तीकरता हे उपयुक्त साधन आहे. परंतु वरिष्ठांनीदेखील खंबीरपणे वागणे जरुरीचे आहे. खंबीरपणाचा संबंध ताकद किंवा हुद्द्यांशी नसून आत्मसन्मानाशी आहे. तुम्ही कोण आहात आणि तुमच्या श्रद्धा, विश्वास काय आहेत आणि तुम्हाला काय हवे आहे याचा पाठपुरावा करणे म्हणजे खंबीरपणा. इतर कोणाला जसा हा अधिकार असतो तसाच तो व्यवस्थापकालाही असतो. म्हणूनच व्यवस्थापकाला खंबीरपणाबद्दलची कौशल्ये आत्मसात करणे आवश्यक आहे.

खंबीरपणाच्या क्लृप्त्यांचा सखोल विचार

त्रिपदरी खंबीर संदेश हे व्यावसायिक संभाषणातले मूळ सूत्र आहे. परंतु हे सूत्र आत्मसात केले म्हणजे खंबीरपणाच्या सर्व क्लृप्त्या तुम्ही संपादन केल्या असे म्हणणे नादानपणा ठरेल. त्रिपदरी खंबीर संदेशाच्या मूलभूत सूत्रानंतर खंबीरपणाच्या क्लृप्त्यांचा आपण बारकाईने अभ्यास करू.

ज्या व्यक्तीशी तुम्ही बोलत आहात त्याच्याकडून तुम्हाला विरोध झाला तर काय घडते? आत्ताच आपण जे उदाहरण पाहिले त्यातील अभियंत्याने असहमती दर्शवली असती किंवा आक्रमकपणे विरोध केला असता तर निकोलने काय करायला हवे होते? वस्तुस्थिती अशी आहे की, काही लोकांना त्यांच्यावरील प्रतिक्रिया ऐकायला आवडत नाहीत आणि ते अशा प्रतिक्रिया मनाला लावून घेतात. त्यांचा स्वत:चा एक दृष्टिकोन असतो, जो बदलण्याची त्यांची तयारी नसते. बदल कोणामध्ये करायचाच असेल तर तो तुमच्यात घडावा असे त्यांना वाटते. परंतु या लोकांनी कसे वागायचे ते खंबीर लोकांना माहिती असते. तुमचा संबंध जर अशा असमंजस व्यक्तीबरोबर येत असेल तर तुम्ही थोडा समजूतदारपणा दाखवणेच उचित ठरेल.

याचा अर्थ तुम्ही शांतपणे, ठामपणे आणि स्पष्टपणे तुमच्या मागण्या मांडायला हव्यात. निकोलच्या त्या अभियंत्याने जर म्हटले की, "मी अवास्तव तारीख दिली

नव्हती.'' तर त्यावर निकोल म्हणेल, ''दिलेली तारीख अवास्तव नसेलही कदाचित, पण काम पूर्ण झाले नाही हे तर खरे! इथून पुढे कामासाठी तुम्ही स्वत:ला अधिक वेळ द्यावा अशी माझी इच्छा आहे.'' जर अभियंता म्हणाला, ''ग्राहकाला जरा शांतपणे घ्यायला सांगा.'' तर निकोलने म्हणावे, ''ग्राहकाला शांत करण्याचा सर्वोत्तम मार्ग हाच की आपण दिलेल्या वेळेत काम पूर्ण करणे. हेच इथून पुढे योग्य ठरेल.'' समोरच्या व्यक्तीला तुमचे म्हणणे पटेपर्यंत कोणतेही कारण न देता, मुद्द्यापासून फारकत न घेता वा वाद न घालता तीच-तीच वाक्ये पुन:पुन्हा बोला. शांत राहा आणि आपला मुद्दा सोडू नका. स्वत:ला नेहमी खालील प्रश्न विचारा.

- मला जे मांडायचे आहे ते मी नेमकेपणाने कसे सांगू शकेन?
- इतर लोकांच्या बोलण्यामुळे माझ्या मुद्द्यापासून भरकटणे कसे टाळू शकेन?

एखाद्या प्रसंगी खंबीरपणे न वागल्याचा पश्चात्ताप अनेक लोकांप्रमाणे तुम्हालाही काहीवेळा होत असेल. असा प्रसंग कदाचित तुमच्या मनश्चक्षूंपुढे वारंवार तरळून जात असेल, पण तुम्हाला हव्या असलेल्या परिणामांसह! अशा प्रकारच्या विचारांनी तुम्हाला थोडे समाधान मिळेल, परंतु अशी गोष्ट पुन्हा घडेपर्यंतच ते समाधान टिकेल.

अधिक खंबीरपणे वागता येण्यासारखे अनेक छोटेमोठे प्रसंग आयुष्यामध्ये घडत असतात. 'मी असे करायला पाहिजे होते,' या वाक्याने संपणारे अनेक प्रसंग तुम्हाला आठवतील याची मला खात्री आहे. म्हणूनच खंबीरपणे वागण्याचा नुसताच विचार करण्यापेक्षा पुढील वेळेस जेव्हा खंबीरपणे वागण्याची वेळ येईल तेव्हा कोणती कृती करायची ते आपण पाहू.

तुमच्या देहबोलीवर नियंत्रण मिळवा. तुमच्यावर जेव्हा टीका होते किंवा तुमचा अपमान होतो तेव्हा तुमची देहबोली, तुम्ही काही बोलण्याच्या आत बरेच काही बोलून जाते. उदाहरणार्थ, तुमची चुळबुळ किंवा डोलवलेली मान, पडलेले खांदे किंवा ओशाळलेले स्मित. या सर्व गोष्टी सामोपचाराची प्रतीके आहेत, ज्या तुम्ही माघार घेणार आहात ते स्पष्ट करतात. त्यामुळे तुमचा पवित्रा, तुम्ही स्वत:ला मजबूत करण्यापूर्वीच बचावात्मक होऊन जातो.

नेमके सांगायचे तर पहिली पायरी म्हणजे तुमच्या देहबोलीला शक्य तेवढा आवर घाला. त्याऐवजी शांतपणे बसा अगर उभे राहा. समोरच्या व्यक्तीच्या नजरेला नजर मिळवा. कुठलीही प्रतिक्रिया देण्यापूर्वी त्यांना पूर्ण वेळ द्या. मध्ये बोलण्याचा प्रयत्नसुद्धा करू नका. ही वेळ त्यांची आहे म्हणून त्यांना संधी द्या. मात्र जेव्हा तुमची

प्रतिक्रिया देण्याची वेळ येईल तेव्हा कोणालाही मध्ये बोलू देऊ नका. तुम्ही तुमच्या साहेबांशी कार्यालयात बोलत असाल किंवा खासगीमध्ये इतर कोणाशी चर्चा करत असाल तरी समोरच्याला त्याचे म्हणणे मांडू द्या. मात्र नंतर तुम्हालादेखील बोलण्याची समान संधी आहे हे स्पष्ट करा.

कर्तरी प्रथमपुरुषी वाक्यांचा वापर करा. थेट भाषा वापरून स्वत:बद्दल बोला. तुमचा स्वत:चा दृष्टिकोन मांडा. कुठल्याही उत्तराची सुरुवात प्रथमपुरुषी वाक्याने करा. जसे की, 'मला तुमचे म्हणणे पटते, तुम्ही असा विचार केला आहे का की...?' किंवा 'मला असे करायला आवडेल किंवा आवडणार नाही कारण...?' किंवा ''मला वाटते...' अशा प्रकारच्या वाक्यरचनेमुळे तुम्ही मुद्द्याचे बोलता, मात्र इतरांवर वैयक्तिक टीका करणे टाळता. खंबीरपणा म्हणजे काही वादविवाद स्पर्धा नाही; किंवा ते काही युद्ध नाही ज्यामध्ये आक्रमकता हाच सर्वोत्तम बचाव असेल. खंबीरपणा म्हणजे जे तुम्हाला हलके लेखण्याचा प्रयत्न करतात त्यांच्या छचोर हल्ल्यापासून आपल्या कृतींचा, ध्येयांचा किंवा मतांचा बचाव करणे असते.

'मला क्षमा करा' (आय ॲम सॉरी!) – हे वाक्य योग्य वाटत असले तरी ते वाक्य उदासीनता दाखवते आणि स्वत:चे समर्थन करताना तुम्ही निश्चितच उदासीन असू नये. परंतु जेव्हा तुम्ही चूक केली असेल तेव्हा हे लागू पडत नाही; कुठलीही चूक आपण लवकर आणि निर्विवादपणे मान्य केली पाहिजे. मात्र समर्थन करताना कधीच माफी मागू नका. बोलण्याच्या ओघात काही चुकीचे बोलल्याबद्दल तुम्ही नंतर माफी मागू शकता. (तुमच्या बॉसबरोबर वागताना हे टाळा.) मात्र समर्थन करताना कधीच माफी मागू नका.

निश्चित भूमिका घ्या

कुणीतरी दुसऱ्याने सुरुवात केल्याने तुम्हाला कमीपणा आला आहे. परंतु निष्कर्षापर्यंत पोहोचून परिस्थितीवर नियंत्रण मिळवा. त्यासाठी निर्वाणीचा इशारा द्यावा लागणार असेल तर तसे करायला मागेपुढे पाहू नका. कदाचित परिस्थिती आहे तशी स्वीकारून तुम्ही म्हणू शकता की, 'मला ठामपणे असे वाटते. म्हणूनच आपले एकमत नाही हे मान्य करून आपण पुढच्या मुद्द्यावर का जात नाही?'

बहुतेक लोक जे दुसऱ्यांना कमी लेखतात त्यांना विरोधाची अपेक्षा नसते आणि विरोधाचा सामना कसा करावा याचीही कल्पना नसते. अशा लोकांच्या आकस्मिक आणि कदाचित बेभरवशाच्या प्रतिक्रियांना तोंड देण्यापूर्वी परिस्थितीवर नियंत्रण मिळवा. जरूर पडली तर तुम्ही सध्या कोणत्या परिस्थितीत आहात ते तपासून पाहा; त्यामुळे तुमची ओळख आता अशी बनणार आहे की तुमचा स्वत:वर आणि स्वत:च्या बुद्धिमत्तेवर प्रचंड विश्वास आहे. हे पार पाडण्यासाठी तुम्हाला काहीतरी

उपाय सुचवावा लागणार आहे किंवा हे जीवन आहे असे समजून तडजोड करा. उपाय सुचवण्याचे भरपूर प्रयत्न करा, तडजोडीची घाई नको.

डेल कार्नेगींची अंतर्दृष्टी

खंबीरपणाच्या युक्त्या डेल कार्नेगी यांनी फार पूर्वी म्हणजे इ.स. १९३०मध्ये आत्मसात केल्या हे जाणून घेणे जेवढे मनोरंजक आहे त्याहीपेक्षा अधिक ते प्रेरणादायी आहे. डेल कार्नेगी इतका चांगला रणनीतिज्ञ आणि व्यूहतंत्रज्ञ आजतागायत झाला नाही. खंबीरपणा हा शब्द त्यांनी वापरला नसेलही, परंतु त्यांचे त्याबद्दलचे ज्ञान सखोल होते आणि त्याचा वापर त्यांना ठाऊक होता. त्याचा सर्वोत्तम पुरावा म्हणजे डेल कार्नेगी यांचे पुढील मार्गदर्शक बोल आहेत.

खंबीरपणे मुलाखतीला सामोरे जाणे

कुठल्याही प्रौढ व्यक्तीच्या आयुष्यात वारंवार येणारा अनुभव म्हणजे उद्दिष्टे साध्य करण्यासाठी द्यावी लागणारी मुलाखत. मुलाखत नोकरीसाठी असू शकते, वा कर्जासाठी किंवा तुमचा एखादा नवा चित्रपट एखाद्या स्पर्धेत किंवा महोत्सवात निवडला जावा म्हणूनही असू शकते. या मुलाखती तुमच्या आयुष्याला कलाटणी देण्याइतक्या महत्त्वाच्या असू शकतात. म्हणूनच तुम्हाला त्या चांगल्या घडाव्या असे वाटते. खरे सांगायचे तर मुलाखती चांगल्या होणे ही तुमची गरज असते असे म्हटले तरी ते रास्त ठरेल. त्या चांगल्या व्हाव्यात म्हणून काय करता येईल ते आपण पाहू.

तयारी करा

मुलाखतीच्या सर्व युक्त्यांपैकी 'तयारी' हा सर्वांत महत्त्वाचा शब्द आहे आणि मुलाखत प्रक्रियेचा सर्वांत महत्त्वाचा भाग आहे. चांगली तयारी केलीत तर नियोजित सर्वकाही पार पडेल आणि तुम्हाला हवा तो परिणाम साध्य होईल. तयारीशिवाय परिणाम अशक्य आहे. याचे एक कारण असे की, परिणाम काय असावा हेच आपल्याला माहिती नसते. म्हणतात ना, तुम्हाला कोठे जायचे हेच माहीत नसेल तर तुम्ही तेथे पोहोचूच शकत नाही.

कुठल्याही मुलाखतीला तोंड देण्यापूर्वी तुम्ही भेटणार असलेल्या व्यक्तीबाबत जुजबी माहिती मिळवा. तुम्ही नोकरीकरता मुलाखत देणार असाल तर कुठल्या प्रकारच्या कंपनीमध्ये तुम्ही काम करणार आहात? कंपनीचा भूतकाळ काय आहे?

तिची स्थापना कोणी केली? कंपनीचे ब्रीदवाक्य काय आहे?

तुमच्या संशोधनामध्ये कामाशी निगडित ठरावीक मुद्दे आणि गरजा यांचा

समावेश करा. तुम्हाला नक्कीच अशा प्रश्नांची उत्तरे द्यायला आवडणार नाही ज्याच्यात तुमचे अज्ञान दिसेल. असे घडण्याचे एकमेव कारण म्हणजे तुमची अपूर्ण तयारी.

यावर उत्तम उपाय म्हणजे आरशासमोर उभे राहा! त्याहून सोपे काय असणार? स्वत:चीच मुलाखत घ्या. तुमचा पेहराव, तुमची देहबोली आणि संलग्न विषयावरचे ज्ञान यांतल्या कमतरतांकडे विशेष लक्ष द्या. आत्मविश्वास आणि खंबीरपणाचे प्रदर्शन हे मुलाखतीमधील सर्वांत महत्त्वाचे भाग आहेत. प्रत्येक मुलाखतकाराला तुमचा स्वत:वरचा विश्वास पाहायचा असतो आणि तुमचा आत्मविश्वास तुमचे कर्तृत्व दाखवतो.

आता हा पुढचा भाग पाहा. तुमची चांगली छबी निर्माण करण्यामध्ये तुमचा पेहराव हा तुमच्या वैयक्तिक माहितीइतकीच महत्त्वाची भूमिका निभावतो. मुलाखत देणाऱ्याने जीन्स आणि पळण्याचे जोडे घालून येणे जर अपेक्षित नसते तर आपण तसे का करावे? नोकरीच्या हुद्द्यानुसार सुयोग्य पेहराव करा. प्रशासकीय आणि व्यवस्थापकीय नोकरीसाठी पुरुषांनी सूट आणि बायकांनीही तत्सम पोशाख करावा. उंची किंवा न शोभणारी वस्त्रे परिधान करू नका. मात्र औपचारिक दिसणे हे अनौपचारिक दिसण्यापेक्षा केव्हाही चांगले.

जिंकण्याचा मंत्र

मुलाखतीच्या ठिकाणी प्रवेश केल्यानंतर आणि मुलाखतकारांना भेटल्यानंतर करण्याच्या तीन सोप्या आणि गरजेच्या गोष्टी :

- स्वत:चे नाव स्पष्टपणे सांगून तुमची ओळख करून द्या.
- मुलाखतकाराच्या नजरेला नजर मिळवा. चेहेऱ्यावर सौम्य भाव ठेवा.
- हस्तांदोलनाची पकड मजबूत ठेवा. तुम्हाला जेथे योग्य वाटेल तेथे ते अधिक मजबूत करा.

या उलट खालील वर्तणूक टाळा:

- पोक काढू नका, ताठ बसा. ताठ बसणे आत्मविश्वास आणि उत्साह दाखवतो.
- चुळबुळ करू नका. शांत राहा. सतत हात किंवा पाय हालवणे तुमची बेचैनी दाखवतो.
- अविचाराने बोलू नका. मुद्दाम थोडेसे थांबून प्रश्नाचे उत्तर द्या. तुमच्या विचारांचे संकलन करताना आणि विचारांना संघटित करताना एक सेकंददेखील उपयोगी पडतो.

जर तुमची मुलाखत सर्जनशील अथवा अतिरेकी व्यक्ती घेत नसेल तर मुलाखतीत सर्वसाधारणपणे खालील प्रश्न विचारले जातात :

प्रत्येक नोकरीच्या मुलाखतीमध्ये त्या विशिष्ट हुद्द्यासाठी मुलाखत देणाऱ्या व्यक्तीसाठी प्रश्न तयार केले जातात. मात्र बहुतेक मुलाखतींमध्ये सर्व परिस्थितीला अनुरूप असणारेच काही सामान्य प्रश्न विचारले जातात. हे प्रश्न बालवाडीच्या शिक्षकांपासून ते पदवीच्या प्राचार्यांपर्यंत सर्वांनाच लागू पडतात.

खाली दिलेल्या प्रश्नांची यादी वाचून तुम्हाला कल्पना येईल की मुलाखतीमध्ये कुठल्या प्रकारचे संभाषण होऊ शकते. प्रश्नांची प्रामाणिकपणे, विचारपूर्वक आणि स्पष्टपणे उत्तरे देणे हा सर्वोत्तम उपाय आहे.

- *या हुद्द्यासाठी तुमचा अनुभव काय?*
- *तुमच्या अनुभवाखेरीज इतर कुठल्या गोष्टींमुळे तुम्ही असामान्य उमेदवार आहात?*
- *पाच वर्षांनंतर तुम्ही स्वतःला कोठे पाहता?*
- *तुम्हाला आमच्याच कंपनीमध्ये का काम करायचे आहे?*
- *तुमच्याकडे कुठली विशिष्ट कौशल्ये आहेत? (जिचा आमच्या कंपनीला फायदा होईल.)*

प्रत्येक प्रश्नाचे उत्तर देण्यासाठी रास्त वेळ घ्या. पुन्हा एकदा आत्मविश्वास दिसायला हवा. मात्र तुमची निवड झालेली आहे असे तुम्हाला वाटते आहे, हे मुलाखतकाराला जाणवू देऊ नका. मुलाखतकारांना हे लक्षात येते आणि अशा प्रकारचा तुमचा संतुष्टपणा किंवा अधिक आत्मविश्वास तुमची निवड करण्यात तुमच्या विरुद्ध जाऊ शकतो. मुलाखत संपेपर्यंत तुमच्या बाजूने पूर्ण प्रयत्न करा.

मुलाखतीचे वेगवेगळे टप्पे असतात. प्रारंभिक निवडीपासून ते अंतिम निवडीपर्यंत प्रत्येक टप्प्यामध्ये आव्हानांची पातळी वेगळी असते आणि त्याला तयारीही वेगळी लागते. तरीसुद्धा मूलभूत ज्ञानानंतर तुम्ही कोणत्याही मुलाखतीला तोंड देण्यासाठी सज्ज असले पाहिजे.

सभेची (मीटिंगची) सुरुवात सकारात्मक करणे

बहुतेक व्यावसायिक चर्चेमध्ये यश मिळवण्यासाठी दोन्ही बाजूंकडून खंबीरपणाची गरज असते. मात्र आग्रहीपणा नको. हे साध्य करण्यासाठी डेल कार्नेगी असे सुचवतात की, संभाषणाची सुरुवात प्रशंसा आणि प्रामाणिकपणे कौतुक करूनच करा. कौतुक कशाचे? तर कशाचेही! सारांश, सुरुवात सकारात्मक करा. सभेची

सुरुवात करण्यापूर्वी विचार करा की तुम्ही कोणत्या प्रकारे सकारात्मक सुरुवात करू शकता. अशा प्रकारचे भाषण किंवा औपचारिक संभाषण करण्याची गरज नाही, फक्त अशा गोष्टींचा उल्लेख करा ज्यामुळे समोरच्याला आल्हाददायक वाटेल. जर तुम्ही त्या व्यक्तीला आधी भेटला नसाल तर कंपनीबद्दल बोला किंवा मग अशा व्यक्तीचा विषय काढा ज्याला तुम्ही दोघेही ओळखता किंवा स्थानिक समुदायाबद्दल किंवा अगदी कशाबद्दलही (फक्त हवामानाचा अंदाज वगळता) बोला. पूर्वी काम केलेल्या एखाद्या यशस्वी प्रकल्पावर बोलणे शक्य झाले तर ते आदर्श ठरेल; पण तरीही ते गरजेचे नाही. असे काहीतरी बोला, जे सकारात्मक असेल. सुरुवातीलाच ते सभेला आल्याबद्दल तुम्ही त्यांना अभिवादन करू शकता.

अप्रत्यक्ष मार्गाचे अवलंबन करा

सभेचा हेतू हा चुका अथवा मतभेदांची चर्चा करणे असेल तर थेट विषयाला हात घालू नका. हा अप्रत्यक्ष मार्ग म्हणजे डेल कार्नेगींची अंतर्दृष्टी दाखवणारे अजून एक उदाहरण आहे. खंबीरपणाची गल्लत धसमुसळ्या किंवा फटकळ वर्तणुकीबरोबर करू नये हे कार्नेगींना नीट समजले होते. कोणावरही तो चुकीचा आहे किंवा लायक नाही असा आरोप करणे चुकीचे असते. त्यामुळे समोरची व्यक्ती बचावात्मक पवित्रा घेते आणि काहीच साध्य होऊ शकत नाही.

कार्नेगींनी सुचवल्याप्रमाणे दुसऱ्यांवर टीका करण्यापूर्वी स्वत:च्या चुकांबद्दल बोलणे ही एक उपयुक्त सूचना आहे. खंबीरपणाचा मार्ग प्रतिक्रिया देताना समस्यांच्या तोडग्यावर लक्ष केंद्रित करतो. भूतकाळातल्या चुकांपासून आपण धडे घेतले पाहिजेत आणि भविष्यात त्यानुसार सुधारणा केली पाहिजे. आपला भर उद्दिष्टपूर्ती आणि त्याच्या निकषांवर असला पाहिजे, एखाद्याच्या दोषांवर नाही.

अशी कल्पना करा की एक विक्री-व्यवस्थापक त्याच्या प्रतिनिधीशी बोलत आहे, व्यवस्थापक त्या प्रतिनिधीच्या हल्लीच्या कामामुळे व्यथित झाला आहे. तो म्हणतो, "तुझी उत्पादकता खालावली आहे. असे का घडते आहे? तुझी समस्या काय आहे?"

प्रतिनिधीच्या बाजूने विचार केला तर असे प्रश्न उत्तर देण्यासाठी अवघड असतात. असे प्रश्न व्यक्तिगत आणि त्याची सविस्तर माहिती काढून घेण्याच्या उद्देशाने विचारलेले असतात. ते त्या प्रतिनिधीकडे बोट दाखवतात, त्याच्या कामगिरीवर नाही. "तुझी काय समस्या आहे?" असा प्रश्न मानसोपचार करताना विचारला जातो. व्यावसायिक चर्चेमध्ये असा प्रश्न विचारला जाऊ नये.

अधिक उपयुक्त मार्ग काहीसा अशा प्रकारचा असू शकतो की, व्यवस्थापक म्हणतो, "मागील महिन्यात तू सर्वोत्तम कामगिरी करणाऱ्यांपैकी एक होतास.

हल्ली त्यात थोडासा फरक पडला आहे. मला माहीत आहे की असे घडू शकते. कारण मी स्वत:च्या कामामध्ये असे चढउतार पाहिले आहेत. यामागे काय कारण असावे असे तुला वाटते?''

इथे मूळ समस्येपेक्षा नेमके काय घडले यावर भर दिलेला आहे. लक्षात घ्या की व्यवस्थापक स्वत:चे उदाहरण देऊन प्रतिनिधीबद्दल सहानुभूती दाखवत आहे. खरे तर हा काही व्यवस्थापकाचा दोष नाही. ही तर खंबीरपणाची सर्वोत्तम वागणूक आहे.

प्रश्न विचारा – आदेश नकोत

खंबीरपणाच्या कौशल्यांमध्ये सूचना देण्यापेक्षा प्रश्न विचारण्याच्या कृतीमुळे होणाऱ्या फायद्यांवर डेल कार्नेगींनी भर दिला आहे. जर व्यवस्थापकाने प्रतिनिधीला म्हटले की, ''तू करत असलेल्या कॉल्सची यादी मला दररोज दुपारपर्यंत हवी आहे.'' तर प्रतिनिधी बचावात्मक पवित्रा घेईल. जेव्हा एखाद्या प्रौढ व्यक्तीशी लहान मुलासारखे बोलले जाईल तेव्हा विरोध होणारच!

व्यवस्थापक खंबीरपणाच्या वर्तणुकीचे एक कौशल्य पुढील प्रकारे वापरू शकतो. ''माझ्या स्वत:च्या अनुभवावरून मला असे लक्षात आले आहे की, वेळेचे नियोजन आणि आपली कार्यक्षमता यांचा दाट संबंध असतो. मी जेव्हा माझा वेळ कसा वापरतो याचा हिशेब ठेवतो तेव्हा मी अधिक परिणामकारक असतो. तू कधी तुझ्या वेळेची नोंद ठेवली आहे का? तू दोन-चार दिवस तसे करून का पाहत नाहीस. तुला हवे असेल तर आपण दोघे मिळून ते करू आणि काय घडते ते पाहू.''

हा खरा खंबीरपणा! यामध्ये गर्भित ताकीद आहे, परंतु त्याचबरोबर सहानुभूती आणि प्रोत्साहन आहे. आक्रमक मार्गामुळे समस्या गंभीर आणि अनाकलनीय वाटते, तेच खंबीरपणे केलेल्या संभाषणातून समस्या समजावून घेता येते ज्यामुळे त्यावर तोडगा काढणे सोपे जाते. लोकांना तुमची भीती वाटत नाही, तर तुम्ही सुचवलेल्या गोष्टींमुळे आनंद होतो.

अशा प्रकारे दिलेल्या प्रस्तावांवर सहमत होण्याशिवाय लोकांकडे दुसरा मार्ग नसला तरी प्रक्रिया इथेच संपत नाही. जेव्हा अशा प्रकारचे विधायक प्रस्ताव तुम्ही द्याल आणि त्याप्रमाणे थोडीशी जरी सुधारणा समोरच्या व्यक्तीने केली तर प्रशंसा करायला विसरू नका. त्यामुळे ज्या व्यक्तीला एरवी टीकेमुळे नैराश्य येते ती व्यक्ती वचनपूर्तीबाबत चांगला नावलौकिक मिळवते.

सकारात्मक शेवट

मानवी वर्तणूक आणि नातेसंबंध यांच्या मूलभूत कामामध्ये डेल कार्नेगींनी हे सर्व

मुद्दे सुस्पष्ट केले आहेत. जे लोक खंबीरपणा आणि आक्रमकपणा यांच्यामध्ये गल्लत करतात त्यांनी दुर्लक्ष केलेली अजून एक अंतर्दृष्टी कार्नेगींकडे होती. जेव्हा तुम्हाला नकारात्मक प्रसंगावर भाष्य करायचे असते किंवा कुठल्याही प्रकारची टीका करायची असते तेव्हा संभाषणाच्या शेवटी काय घडते हे खूप महत्त्वाचे आहे. चर्चेचा शेवट कधीही नकारात्मक होऊ देऊ नका. आपल्या गळ्यातच मारले किंवा आपला बळी दिला गेला असे मत घेऊन कोणत्याही व्यक्तीला जाऊ देऊ नका. आश्चर्याची गोष्ट म्हणजे तुमची टीका जेव्हा रास्त असते तेव्हा हे विशेषकरून खरे असते. त्याचे कारण म्हणजे तेव्हाच एखाद्याला निराश आणि अपराधी वाटते. दुसऱ्याला नेहमी सुधारण्याची संधी द्या. त्यांना नेहमी सन्मानाने माघार घेण्याचा अवसर द्या. यामुळे तुमच्या पुढील संभाषणाची एक नवीन सुरुवात होऊ शकेल. नकारात्मक शेवटामुळे डोक्यात नकारात्मक विचार रेंगाळतात. लक्षात घ्या की खंबीर संभाषण हा प्रत्येकासाठी सकारात्मक अनुभव असला पाहिजे.

प्रतिसादाचा अनुभव

पहिल्या दोन प्रकरणांमध्ये आपण खंबीरपणाची व्याख्या केली आणि आक्रमकपणा आणि उदासीनता यांच्यापासून खंबीरपणा कसा वेगळा आहे हे समजावून घेतले. संलग्न मुद्दे व स्वअभ्यास यातून खंबीरपणाचा विकास कसा करावा यावर चर्चा केली. या दुसऱ्या प्रकरणामध्ये खंबीरपणाचा कौशल्याने सध्याच्या व्यावसायिक वातावरणातला होणारा बदल आपण बघत आहोत. आपण हे पाहिले की डेल कार्नेगींनी त्यांच्या सुरुवातीच्या काळात या प्रकारच्या प्रसंगाची अपेक्षा कशी केली होती. खंबीरपणावर लक्ष केंद्रित करून पुढील मुद्द्यांवर चर्चा करण्यापूर्वी तुम्ही जेव्हा व्यावसायिक संभाषणांमध्ये खंबीरपणा वापराल तेव्हा कुठल्या प्रकारच्या प्रतिक्रिया मिळतील ते आपण पाहू. या प्रतिक्रिया ओळखणे आणि त्या हाताळणे खूप महत्त्वाचे आहे. जर तुम्ही त्या योग्य प्रकारे हाताळल्या नाहीत तर तुम्ही समोरच्या व्यक्तीसमोर खंबीरपणाने वागूनदेखील संभाषणानंतर तुम्हाला हवे तसे घडणार नाही.

सामान्यपणे बहुतेक वेळा समोरचा माणूस खंबीरपणाला आक्रमकपणे प्रतिसाद देतो. काही प्रसंगी चढलेले आवाज, लालबुंद चेहरे आणि टेबलवर आदळणाऱ्या, वळणाऱ्या मुठी तुम्हाला पाहायला मिळतील. जोडीला धमक्या आणि धाकदपटशादेखील असेल. अशा प्रकारची वर्तणूक आपण अशा परिस्थितीत न करणे हे त्या क्षणी आव्हानात्मक असते. अशा परिस्थितीपासून खंबीरपणे दूर राहा, संभाषण सुरू करण्यापूर्वीच जर तुम्ही डावपेच आखले असतील तर तुम्ही बरोबर आहात याची खात्री बाळगा. त्यामुळे माफी मागण्याचा किंवा मागे हटण्याचा प्रश्नच येत नाही.

समोरची व्यक्ती अस्वस्थ आहे म्हणून तुम्ही नक्कीच खेद व्यक्त करू शकता. मात्र तसे केल्यानंतर तुम्ही तुमचे म्हणणे पुन्हा एकदा ठासून सांगितले पाहिजे. संताप या भावनेबाबत एक धोकादायक गोष्ट म्हणजे तो एक संसर्गजन्य रोग असतो. त्याचा प्रसार कसा होतो हे जाणून घेऊन तुम्ही त्याविरुद्ध प्रतिकारशक्ती वाढवली पाहिजे.

लक्षात घ्या की, तुमच्या खंबीरपणे केलेल्या संभाषणाच्या वेळी लोकांना संताप आला नाही तरीदेखील त्यांच्यातील आकसाला वाट मोकळी करून न देता त्यांना जाऊ देणे ही एक चूक ठरेल. अन्यथा, असे लोक तुमच्या अपरोक्ष इतर लोकांकडे तुमच्याबद्दलचा राग व्यक्त करतील, ज्याचा सामना करणे जड जाईल. शिवाय तुमचे मनोबलही घटेल.

तक्रारीच्या आणि कुरबुरीच्या चर्चा कट्ट्यावर चालू आहेत अशा अफवा तुम्हाला ऐकू येतील. सुरुवातीला तरी त्यांच्याकडे संपूर्ण दुर्लक्ष करणेच चांगले; परंतु असे वारंवार घडू लागले तर आपण पाहिलेल्या खंबीरपणाच्या तत्त्वांवर आधारलेले आणखी एक संभाषण तुम्हाला करावे लागेल. त्या वेळी समोरच्या व्यक्तीची कितीही चिडचिड झाली तरी संभाषण संपवण्यापूर्वी तिच्या नकारात्मक भावनांना वाट मोकळी करून द्या. आपण पाहिलेच आहे की तुम्ही न संतापणे हे तुमच्या समोरचे आव्हान आहे.

तुमच्यासमोर किंवा तुमच्या अपरोक्ष खंबीरपणाला उघडपणे केलेला आक्रमक विरोध हाताळणे हे उदासीनपणे केलेल्या विरोधाला हाताळण्यापेक्षा सोपे असते. ओठ पुढे काढून असंमती दर्शवणे, आत्मवंचना, कारणे देणे आणि काही वेळेस रडणेसुद्धा तुम्हाला सामान्यपणे पाहायला मिळेल. समोरच्या माणसाने कितीही नाटके केली तरी तुम्ही तुमचा मुद्दा शांतपणे पुन्हा एकदा मांडा.

काही व्यक्ती खंबीरपणाच्या वर्तणुकीला टोमणे मारतील किंवा तुमच्या मुद्द्यांना कमकुवत करतील किंवा तत्सम प्रतिक्रिया देतील. अशा वेळी लगेच प्रतिक्रिया देणे आवश्यक आहे. त्यासाठी समोरची व्यक्ती काय करते आहे आणि तुमचा मुद्दा काय आहे ते ठणकावून सांगा. चारचौघांत त्याबाबत चर्चा करण्यापेक्षा संबंधित व्यक्तीला बाजूला नेऊन चर्चा करा.

नकाराशी सामना

तुम्ही जे काही बोलत आहात ते सर्व एखादी व्यक्ती नाकबूल करण्याची शक्यता आहे. तुम्ही जी समस्या सांगत आहात ती वास्तवात अस्तित्वातच नसून तुम्हीच रचलेली आहे असा आरोपही कदाचित तुमच्यावर केला जाईल. वस्तुस्थितीच्या दोन परस्परविरोधी समजुतींबाबत बोलत असल्यामुळे ही परिस्थिती हाताळणे अवघड

जाऊ शकते. समोरच्या व्यक्तीला खरेच असे वाटत असेल की तुमचा गैरसमज झाला आहे, अशा वेळी कदाचित तुमच्याकडून झालेल्या चुकीबद्दल माफी मागणे हे योग्य ठरेल. परंतु ही माफी वरपांगी असली पाहिजे. प्रतिक्रिया अशी काहीशी असेल – 'मला गोष्टी जशा दिसल्या ते मी तुम्हाला सांगितले. तुम्ही जे म्हणता त्याहून माझे म्हणणे वेगळे आहे हे मी समजू शकतो. परंतु माझ्या आकलनाप्रमाणे मी जे सांगत आहे ते योग्यच आहे.'

तुमचा मुद्दा जर संवेदनशील असेल तर तुम्हाला कदाचित आरोग्यविषयक तक्रारी ऐकायला मिळतील. उदाहरणार्थ, समोरच्या व्यक्तीला चक्कर येईल किंवा दम लागेल किंवा अचानक डोकेदुखीचा त्रास होईल. सामान्यपणे असे घडणार नाही, मात्र जेव्हा तुम्ही लोकांना त्यांची वर्तणूक बदलायला सांगता तेव्हा अनपेक्षित प्रतिसादांची तयारी तुम्ही ठेवायला हवी. तुम्ही व्यवस्थापक असताना, कामाच्या ठिकाणी केलेली आरोग्यविषयक तक्रार ही तुम्ही गांभीर्याने हाताळलीच पाहिजे यात शंका नाही. जो कोणी आरोग्यविषयक तक्रार करेल त्याला वैद्यकीय उपचार मिळालेच पाहिजेत अन्यथा कायदेशीर परिणाम गुंतागुंतीचे होऊ शकतात. कदाचित बाब गंभीर नसेल, पण कदाचित असूही शकते. कुठल्याही स्थितीमध्ये होणाऱ्या कायदेशीर कारवाईपासून तुम्ही स्वत:चा बचाव करायला हवा.

आतापर्यंत आपण अशा लोकांबद्दल चर्चा केली जे तुमच्या खंबीरपणाचा बचाव करतील. अशा बचावामध्ये ते कदाचित तुमच्या विरुद्ध आक्रमक होतील किंवा तुमच्या पाठीमागे कुरापत काढतील किंवा उदासीन, आक्रमक वर्तणूक दाखवतील. या व्यतिरिक्त असेही लोक असतात जे तुमच्याशी सहमती तर दाखवतील, मात्र त्याच वेळी माफीदेखील मागतील. व्यक्तिगत बचावाचा अतिशय परिणामकारक असा हा मार्ग असू शकतो. अशा वर्तणुकीची हाताळणी कशी करावी हे जर तुम्हाला माहीत नसेल तर त्याचा सामना करणे आव्हानात्मक असू शकते. त्यावर सर्वोत्तम प्रतिक्रिया म्हणजे 'माफी मागण्याची काहीच गरज नाही,' (किमान वारंवार तरी) असे शांतपणे सांगणे. त्यानंतर तुम्ही तुमचे आधीचे रास्त आणि योग्य म्हणणे पुन्हा एकदा ठामपणे मांडा.

तुम्ही जर इथे चर्चा केल्याप्रमाणे चातुर्याने प्रतिसाद द्याल तर तुमच्या खंबीर वर्तणुकीमुळे तुम्हाला सर्वोत्तम परिणाम मिळतील. अर्थात, जर पूर्वी कधीही तुम्ही खंबीरपणे वागला नसाल तर सुरुवातीला असे परिणाम तुम्हाला आश्चर्यकारक किंवा धक्कादायक वाटतील.

खंबीर वर्तणूक स्वीकारणे काही जणांना अवघड का जाते याची अनेक कारणे आहेत. परिस्थिती बदलण्यास सुरुवात झाली असली तरी शाळा-कॉलेजेस यांच्याकडून भिडस्त वर्तणुकीचा प्रसार केला गेला आहे. अनेकदा खंबीरपणाची गल्लत

आक्रमकपणाबरोबर केली जाते ज्यामुळे अशा कृतींकडे माणूसघाण्या कृती किंवा त्रासदायक वर्तणूक म्हणून पाहिले जाते. सत्य तर हेच आहे की, जर तुमचे संगोपन गेल्या पन्नास वर्षांत प्रचलित पद्धतीने झाले असेल तर तुम्ही खंबीरपणाविषयीची कौशल्ये आणि प्रतिक्रिया खऱ्या अर्थाने शिकलाच नाही आहात. अशी वर्तणूक शिकता येईल. त्यासाठी करावे लागणारे प्रयत्न खूपच फलदायी ठरतील.

खंबीरपणाविषयीची तुमची कौशल्ये विकसित होत जाताना तुमच्या व्यवसायविषयक चिंता, ज्या बहुतांशी लोकांना सतावतात, त्यादेखील नाहीशा होतात. खंबीर वर्तणूक शिकल्यामुळे, तिचा सराव केल्यामुळे आणि प्रत्यक्ष वापरल्यामुळे तुमचे सर्व प्रकारचे ताणतणाव कमी झाल्याचे तुम्हाला जाणवेल. खरे सांगायचे तर आता चिंतेवरच्या मुख्य इलाजामध्ये योग्य खंबीर वर्तणुकीचा समावेश केला जातो.

या कारणामुळे खंबीर वर्तणूक आत्मसात केल्याने अधिक भावनिक स्वातंत्र्य मिळू शकते. जे लोक भिडस्त, उदासीन किंवा अंतर्मुख असतात त्यांना इतर भावना, जसे की मृदुता, प्रेम व्यक्त करण्यामध्ये अडचणी येतात. तुमची रास्त चीड आणि नाखुशी व्यक्त करणे आणि स्वत:चे हक्क ठामपणे मांडणे हे शिकल्याने लोकांशी सुहृदयाने आणि प्रेमाने वागणे सहज शक्य होते.

खंबीरपणे वागायला शिकण्याचा एक महत्त्वाचा फायदा म्हणजे त्यामुळे तुमच्या स्वातंत्र्यामध्ये आणि आत्मविश्वासामध्ये होणारी वाढ! कोणालाच दुसऱ्याच्या वरचढपणाचा, लहरींचा किंवा आक्रमकपणाचा त्रास होऊ नये. अशा दडपणांचा नाश करण्याचा केवळ एकच मार्ग आहे आणि तो म्हणजे जो कोणी तुमच्यावर प्रभुत्व गाजवण्याचा किंवा तुम्हाला दडपण्याचा प्रयत्न करेल त्याच्याशी खंबीरपणे वागणे; खासकरून व्यावसायिक वातावरणात हे लागू पडते. लोकांना कृती करण्याचे स्वातंत्र्य असले पाहिजे आणि सध्या जर व्यावसायिक वातावरणात तुम्ही खंबीरपणे वागू शकत नसाल तर तुम्ही स्वतंत्र नाही. यानंतरच्या प्रकरणात मिळणाऱ्या माहितीमुळे ही गोष्ट कायमची बदलू शकते.

परिपूर्ण सरावाने परिपूर्ण व्हा

फारच कमी लोक सातत्याने आक्रमक असतात. त्याचप्रमाणे खूप कमी लोक कधीही खंबीरपणा दाखवू शकत नाहीत. सामान्यपणे लोक काही प्रसंगांमध्ये खंबीरपणा दाखवतात तर इतर वेळी ते खंबीर नसतात. या वेगवेगळ्या प्रसंगांचा अभ्यास आपण करून प्रत्येक वेळी कशी प्रतिक्रिया द्यायची ते आपण लक्षात घेतले पाहिजे. निरीक्षण करणे, सल्ला आणि मार्गदर्शन घेणे आणि प्रतिसाद देणे हे पर्यायी मार्ग आत्मसात केले पाहिजेत. एकदा तुम्ही योग्य मार्ग आत्मसात केलात की योग्य सरावाने तुम्ही परिपूर्ण व्हाल. सर्वांत आधी तुमच्या नवीन प्रतिसादाचा विचार करा.

तो लिहून काढा आणि नंतर हळूहळू दैनंदिन जीवनात प्रत्यक्षात आणा.

खंबीरपणाबद्दल अधिक जाणून घेतल्यावरही सरावापासून प्रात्यक्षिकापर्यंत जाण्याची, निदान कामाच्या ठिकाणी तरी, घाई करू नका. तुम्हाला हवा तेवढा वेळ खुशाल घ्या. काही वेळेस प्रगतीच्या शिड्या भराभर चढून जाण्याचा मोह होतो. लक्षात घ्या, की शिक्षणाच्या प्रवासात चढउतार असतात. काही लोकांच्या खंबीरपणाच्या वर्तणुकीवर सकारात्मक प्रतिक्रिया असल्या तरी आपण पाहिल्याप्रमाणे, काही लोक नकारात्मक प्रतिसाद देतात. फक्त काही मूलभूत गोष्टी लक्षात ठेवा. स्वत:चा बचाव करणे आणि स्वत:चे म्हणणे खंबीरपणे मांडणे हा तुमचा हक्क आहे. असे असले तरी, सर्व जागी सर्व काळ खंबीरपणे वागण्याची गरज नाही. हवे तेव्हा खंबीरपणे वागता येणे आणि असे कधी वागायचे ते ठरवणे, हे आपले ध्येय आहे.

खाली काही प्रश्न दिले आहेत ज्यायोगे तुम्हाला तुमच्या खंबीरपणाच्या वर्तणुकीची प्रगती तपासता येईल. जेव्हा तुम्ही पहिल्यांदा हे प्रश्न वाचाल तेव्हा तुम्ही 'हो' किंवा 'नाही' अशी उत्तरे देऊ शकाल. जेव्हा तुम्ही हे प्रश्न परत वाचाल तेव्हा तुमची पूर्वीची भावना आणि आत्ताची भावना यांची तुलना करून तुमची प्रगती जाणून घ्या. त्यानंतर पुढील वेळेसाठी ध्येये ठरवा.

- ☐ तुम्ही ज्यांचा आदर करता त्यांच्याशी असहमत असाल तर तुम्ही तुमची मते मांडता का?
- ☐ तुमच्या सहकाऱ्यांच्या किंवा वरिष्ठांच्या अवाजवी मागण्या तुम्ही नाकारता का?
- ☐ सकारात्मक टीका आणि सूचना तुम्ही स्वीकारता का?
- ☐ तुम्हाला गरज भासते तेव्हा तुम्ही मदत मागता का?
- ☐ तुमच्या स्वत:च्या निवडीबद्दल तुम्हाला विश्वास वाटतो का?
- ☐ एखाद्या समस्येवर तुम्ही विचार केलेल्या तोडग्याहून जर कोणी अधिक चांगला तोडगा सुचवला तर तुम्ही तो उदार मनाने स्वीकारता का?
- ☐ तुमचे विचार, भावना आणि विश्वास तुम्ही थेट आणि प्रामाणिकपणे मांडता का?
- ☐ सर्वांनाच फायदा होईल अशा उपायांसाठी तुम्ही प्रयत्न करता का?

जर यातल्या बहुतांश प्रश्नांची उत्तरे 'होय' अशी आली तर तुमच्या आयुष्यात आणि व्यवसायात तुम्ही खंबीरपणाच्या मार्गावर आहात. यानंतर येणारी प्रकरणे तुम्हाला प्रभुत्वाच्या पुढील टप्प्यावर झट्‌कन घेऊन जातील. जर तुमची उत्तरे 'होय' नसतील तर तुम्ही योग्य पुस्तक वाचत आहात. कृपया थांबू नका! तुम्हाला आवश्यक असे

महत्त्वाचे मर्मज्ञान तुम्ही प्राप्त कराल.

स्वअभ्यास

१. डेल कार्नेजींनी असे सुचवले आहे की, दुसऱ्यांवर टीका करण्यापूर्वी नेहमी स्वत: केलेल्या चुकांचा संदर्भ देऊन सुरुवात करा. तुम्ही तसे करू शकता का? जर तसे नसेल तर तुम्ही तुमच्या आत्मदृष्टीमध्ये कसा बदल कराल जेणेकरून तुमच्या चुका मान्य करण्याचा विश्वास तुमच्यात येईल?
२. तुमच्या संभाषण कौशल्याचा विचार करा. तुम्ही इतरांना प्रश्न विचारण्याऐवजी आदेश देता का? जर असे असेल तर असे केव्हा घडते? तुमची संभाषणाची शैली बदलण्यासाठी तुम्ही काय करू शकता?
३. तुम्ही दडपशाहीला बळी पडता का? जर हो, तर कोणाच्या? कोणती छोटी पावले उचलून तुम्ही अधिक आत्मविश्वासाने स्वत:चे मुद्दे मांडू शकता?
४. तुम्ही ज्या गोष्टी महत्त्वाच्या मानता आणि तुमच्या ज्या गोष्टींबद्दल तुम्ही स्वत:चा आदर करता त्यांची यादी बनवा. तुमच्या सकारात्मक गुणवैशिष्ट्यांचा अभिमान बाळगा. ज्या गुणवैशिष्ट्यांवर तुम्हाला सुधारणा केली पाहिजे ती ओळखून त्यावर काम करण्यासाठी वेळ काढा.

नोंदी

प्रशंसा आणि प्रामाणिकपणे कौतुक करून सुरुवात करा.

– डेल कार्नेगी

३

खंबीरपणे हितसंबंध जोपासणे

मागील दोन प्रकरणांमध्ये आपण खंबीर वर्तणूक आणि खंबीरपणे प्रसंगांचा मुकाबला करण्याची योजना व तयारी कशी करावी याची रणनीती अभ्यासली. त्यानंतर एखाद्या व्यक्तीसोबत अथवा जमावासोबत कुठल्या मार्गाचे अवलंबन करावे त्याची चर्चा आपण केली. यानंतर उर्वरित पुस्तकामध्ये, आपण इतरांशी वागताना खंबीरपणाचा वापर करून विशिष्ट परिणाम कसे साध्य करावेत, याकडे लक्ष देणार आहोत. या प्रकरणामध्ये आपण पहिल्या अत्यावश्यक लोककौशल्यावर लक्ष केंद्रित करू. हे कौशल्य म्हणजे– खंबीरपणे संबंध जोपासणे. इतरांशी सुसंवाद साधण्यासाठी काय लागते ते आपण पाहू; विशेषकरून दोन घटकांकडे आपण पाहाणार आहोत – आत्मविश्वास आणि व्यक्तिगत संबंध यांची जोपासणी करण्याची क्षमता.

खंबीरपणा आणि आत्मविश्वास

आत्मविश्वास आणि खंबीरपणा अंगी बाणवणे हे तुम्हाला वाटते त्यापेक्षा कितीतरी सोपे आहे. खंबीर वर्तणूक न दाखवणाऱ्या बहुतांश व्यक्ती वर्चस्व गाजवण्याकरता उत्सुक नसतात. जेव्हा बहुतांश लोक खंबीरपणे वागण्याबद्दल बोलतात तेव्हा त्याचा अर्थ पुढील प्रकारे असतो.

- आक्रमक वर्तणूक असलेल्या लोकांच्या दबावाला आणि वर्चस्वाला अधिक चांगल्या प्रकारे विरोध करण्यास सक्षम होणे.
- स्वत:चे विचार ठामपणे मांडू शकणे.
- महत्त्वाच्या प्रसंगांमध्ये स्वत:कडे नियंत्रण राखण्याची क्षमता असणे.

खंबीरपणा : प्रबळ होण्यासाठी वर्चस्व गाजवणे हा गुणविशेष बहुतेक लोकांना

नकोसा असतो. कुठल्याशा असुरक्षिततेमुळेच आक्रमक किंवा हेकेखोर वागणुकीला चालना मिळते. बहुतेक लोकांना या गोष्टीची कल्पना असते आणि म्हणूनच त्याचे ते कौतुक करत नाहीत किंवा त्यांना स्वत:लाही तसे वागणे नको असते. तरीदेखील ज्या कोणाला अधिक खंबीरपणे वागायचे असेल त्यांनी अतिआक्रमक लोकांच्या वर्तणुकीमागचा हेतू आणि अशा लोकांचे व्यक्तिमत्त्व समजून घेतले पाहिजे याचे कारण म्हणजे असे लोक हे खंबीरपणे न वागणाऱ्या लोकांच्या चिंतेचे कारण असतात.

नेतृत्व आणि वर्चस्व यातला फरक समजावून घेणेसुद्धा खूप महत्त्वाचे आहे. खरे नेतृत्व हे सर्वसमावेशी आणि दक्ष असते. खंबीर नसलेल्या लोकांवर असे नेतृत्व वर्चस्व गाजवत नाही. अशा लोकांना सामावून घेतले जाते आणि त्यांना सहभागी केले जाते. वर्चस्व गाजवणारी व्यवस्थापन शैली जवळ जवळ सगळ्याच परिस्थितीमध्ये परिणामशून्य असते. ती केवळ नजीकच्या फायद्यांवर आधारित असते आणि वर्चस्व गाजवणाऱ्या नेत्यासाठीच फायदेशीर असते. सहकाऱ्यांच्या कौशल्याचा परिणामकारक वापर करून घेण्यात अशी शैली निरुपयोगी ठरते.

दांडगाई करणारे लोक हे एका विशिष्ट प्रकारच्या वर्चस्व गाजवणाऱ्या लोकांमध्ये मोडतात. मनातून असे लोक खूप असुरक्षित असतात. दुसऱ्या कोणी जबाबदारी घेण्याची किंवा प्रभाव पाडण्याची त्यांना भीती वाटत असल्याने ते वर्चस्व गाजवतात. अशा वर्तणुकीला लहानपणापासून कुठल्या ना कुठल्या कारणामुळे खतपाणी घातले जाते. लोकांनी घाबरटपणे वागल्यामुळे आणि खंबीर प्रतिसाद न दिल्यामुळे ही दांडगाईची मनोवृत्ती बळावत जाते. दांडगाई करत असे लोक आपल्याला हवे ते मिळवतात ज्यामुळे त्यांची प्रशंसा होते आणि असे वारंवार घडत राहते.

दांडगाई करून यश मिळते – किमान अपयश मिळेपर्यंत तरी दांडगाई करणाऱ्या लोकांना स्वत:च्या गरजा पूर्ण करण्यात, जसे की नियंत्रण ठेवण्यात, सामाजिक स्थान मिळवण्यात, प्रभाव पाडून नियंत्रण मिळवण्यात, निर्णय घेण्यात साम्राज्य उभे करण्यात, मालमत्ता किंवा धन कमावण्यात आणि विशेषकरून 'हांजी-हांजी' करणाऱ्यांची टोळी जमवण्यात स्वारस्य असते. लहानपणचे अनुभव अशा लोकांच्या जडणघडणीत मोलाची भूमिका बजावतात. दांडगाई करणारे असे लोक लहानपणी आक्रमक असतात आणि त्याच प्रकारे आक्रमक वर्तणुकीला बळीदेखील पडतात. कुणाच्याही वर्तणुकीच्या जडणघडणीबाबत बोलणे हे अवघड असले तरी दांडगाई करणारे लोक खरे तर सहानुभूतीला पात्र आहेत.

खंबीरपणे न वागणाऱ्या लोकांची वर्चस्व गाजवण्याची इच्छा नसते. सामान्यत: त्यांना दांडगाई नक्कीच करायची नसते. जेव्हा बहुतेक लोक खंबीरपणे वागण्याबद्दल

बोलतात तेव्हा त्यांना म्हणायचे असते की, 'आक्रमक वर्तणुकीच्या लोकांच्या दबावाला आणि वर्चस्वाला अधिक चांगल्या प्रकारे विरोध करण्यासाठी मला सक्षम व्हायचे आहे.' असे करणे काही खूप अवघड नाही. सोप्या पद्धती वापरून ते आनंददायी आणि समाधानकारक होऊ शकते.

खंबीरपणे न वागणाऱ्या व्यक्तींना सुरुवात कुठून करावी ते कळले पाहिजे. असे वागणे हे ताकदीचे प्रतीक आहे, कमकुवतपणाचे नाही – आणि बऱ्याच प्रसंगांमध्ये खंबीरपणे न वागणे हे योग्य असते. आपण नेहमी जास्तीत जास्त खंबीरपणे वागले पाहिजे असा विचार करण्याची चूक करू नका.

तुम्हाला काय हवे आहे ते लक्षात घ्या. खंबीरपणाच्या कुठल्या पातळीवर तुम्हाला जायचे आहे? कदाचित असे असू शकेल की तुम्हाला स्वत:चा आणि इतरांचा बचाव करण्यात स्वारस्य आहे, स्वत:चे मत जगापुढे मांडण्यात नाही.

अशा व्यक्तींना, ज्या नैसर्गिकपणे खंबीर नाहीत त्यांना, स्वत:ला संपूर्णपणे वेगळ्या प्रकारच्या व्यक्तीमध्ये बदलण्यापेक्षा त्यांना साजेसे बदल करून खंबीरपणाची पातळी छोट्या युक्त्यांद्वारे गाठणे शक्य आहे. आत्मविश्वास आणि अधिक खंबीरपणा अंगी बाणवण्यासाठी पुढे सहज वापरण्याजोग्या काही युक्त्या दिल्या आहेत.

वस्तुस्थिती जाणून घ्या आणि त्याची परिपूर्ण माहिती ठेवा. थोडे संशोधन करा. अरेरावी करणारे बहुतेक लोक माहिती मिळवत नाहीत. त्यानंतर वर्चस्व गाजवण्यासाठी दडपण, प्रसिद्धी किंवा दबाव या मार्गांचे अवलंबन करतात. जर तुम्हाला वस्तुस्थिती ठाऊक असेल आणि तुमचा बचाव करण्यासाठी योग्य ती माहिती तुम्ही देऊ शकलात तर अरेरावी करणारी व्यक्ती त्यावर प्रतिक्रिया देण्यास असमर्थ ठरेल. जेव्हा तुम्हाला एखाद्या परिस्थितीवर प्रभाव टाकायचा आहे तेव्हा वस्तुस्थिती जाणून घ्या, संशोधन करा, आकडेमोड पडताळा, लोकांचे मत आणि विचार जाणून घ्या आणि संदर्भ देण्यास सक्षम व्हा. त्यानंतर तुम्ही तुमची बाब ठोसपणे मांडू शकाल आणि स्वत:ची प्रतिमा संघटित, करारी आणि एकूणच खंबीर म्हणून सुधारू शकाल.

लोकांच्या वर्तणुकीचा अंदाज बांधा आणि तुमची प्रतिक्रिया ठरवा. गोष्टी कशा घडतील त्याची मनात रंगीत तालीम करा. वेगवेगळ्या शक्यतांमध्ये तुमची प्रतिक्रिया काय असेल ते ठरवा. कोण तुम्हाला पाठिंबा देईल, कोण तुमचा बचाव करेल ते ओळखा. चांगल्या पूर्वतयारीने तुमचा आत्मविश्वास वाढेल आणि तुमच्या दृष्टीने जे महत्त्वाचे आहे त्याबाबत तुम्हाला खंबीरपणे वागता येईल.

स्वत:साठी परिणामकारक प्रश्न तयार करा. चांगले प्रश्न विचारणे हा पुढाकार घेण्याचा सर्वांत विश्वसनीय मार्ग आहे. अरेरावी करणाऱ्या व्यक्तींना सखोल, विधायक, बोचरे आणि शोध घेणारे प्रश्न– खासकरून असे प्रश्न की जे त्यांच्यातील

विचार, कनवाळूपणा, तयारी किंवा सल्लामसलतीची कमतरता दाखवतात – आवडत नाहीत.

उदाहरणार्थ :

- तुमच्याकडे काय पुरावा आहे? (जे तुम्ही सांगता आहात त्याकरता)
- तुम्ही यावर कोणाशी चर्चा केली आहे?
- पर्यायी मार्ग / तोडगा तुम्ही कसा शोधून काढलात?
- तुम्ही मूल्यमापन कसे केले (तुमच्या मते जी समस्या आहे तिचे)?
- तुम्ही सांगितलेला तोडगा वापरला तर त्याच्या परिणामाचे मूल्यमापन कशा प्रकारे करता येईल?
- इतर परिस्थितींत वापरलेल्या दुसऱ्या तोडग्यांबाबत आपले काय म्हणणे आहे?

कोणालाही तुमच्याकडे दुर्लक्ष करू देऊ नका. तुमच्या मुद्द्यांवर ठाम राहा. प्रश्नाला उत्तर मिळाले नाही तर परत तोच प्रश्न वेगळ्या प्रकारे विचारा.

वर्चस्व गाजवणाऱ्या लोकांना सुधारित प्रतिसाद द्या. वस्तुस्थिती आणि पुरावे यांच्यासह तयारी करून तुम्ही खंबीरपणे वागत आहात असे चित्र डोळ्यांसमोर आणा. 'एक मिनिट थांबा– तुम्ही आत्ताच जे बोललात त्याचा मला विचार केला पाहिजे.' हे वाक्य बोलण्याचा सराव करा. याशिवाय पुढील वाक्याचाही सराव करा – 'मला त्याची खात्री नाही. लगेच निर्णय घेण्याएवढे हे महत्त्वाचे नाही.' तुम्हाला कोणी रागावेल किंवा कोणी त्रास देईल हे डोक्यातून काढून टाका.

तुमच्या क्षमतेचा तुम्ही वापर केलात तर यशस्वी व्हाल असा विश्वास ठेवा. खंबीर नसलेल्या व्यक्ती बहुधा प्रक्रिया, बारकावे, विश्वासार्हता, परस्पर सहकार्य या गुणांमध्ये खूप पक्क्या असतात. परिपूर्ण सामर्थ्य नसतानाही वर्चस्व गाजवण्याचा प्रयत्न करत व्यक्तीवर मात करण्याची क्षमता या गुणांमध्ये निश्चितच आहे. तुमची ताकद ओळखा आणि तिचा वापर तुमचा बचाव आणि आधार यासाठी करा.

हितसंबंध जोपासणे हीच खरी गुरुकिल्ली

लोकांबरोबर हितसंबंध जोपासल्याने व्यावसायिक वाटाघाटी मजेदार तर होतातच, पण त्याचबरोबर परस्पर फायद्याचा पायाही रचला जातो.

हितसंबंध हा रोजच्या वापरातला शब्द नाही पण आम्ही हा जाणीवपूर्वक निवडला आहे कारण दोन व्यक्तींमध्ये घडणाऱ्या विशिष्ट गोष्टी तो दर्शवतो. 'परस्पर आवड आणि विश्वास यांच्यावर आधारित भावनिक बंधन किंवा मैत्रीपूर्ण संबंध आणि परस्परांची गरज, जरुरी आणि काळजी समजावून घेण्याची जाणीव',

ही हितसंबंधाची शब्दकोशातील व्याख्या आहे.

वर दिलेल्या व्याख्येमधल्या चार शब्दांकडे मला तुमचे लक्ष सुरुवातीला वेधायचे आहे. ते शब्द आहेत 'परस्पर आवड आणि विश्वास'. असे शब्द सहसा व्यावसायिक यशासाठी किंवा वाटाघाटीच्या डावपेचांच्या वेळी ऐकू येत नाही. आपल्याला सवय असते ती 'सत्ता' किंवा 'दडपशाही' या शब्दांची. व्यवसायामध्ये या शब्दांना किंमत असेलही, परंतु ती 'लोककौशल्ये' म्हणून मोजली जाऊ शकत नाहीत.

इथे उल्लेख केलेले हितसंबंध जोपासण्याचे काही मार्ग अगदीच सहज वाटतील, परंतु त्यांकडे लक्ष द्या. अजाणतेपणे व्यक्तिगत संबंधांमध्ये अनेक लोक कशा प्रकारे अडथळे निर्माण करतात ते पाहून तुम्हाला आश्चर्य वाटेल.

जेव्हा एखादी नवी व्यक्ती तुम्हाला आयुष्यात पहिल्यांदा भेटते– अचानक किंवा औपचारिक भेटीमध्ये तुम्ही काय बोलणार आहात आणि कसे वागणार आहात ते तुम्ही कसे ठरवता? खरे सांगायचे तर बहुतेक लोक असे काहीच ठरवत नाहीत. ते जसे घडेल त्याप्रमाणे वागतात. इतरांशी ते जसे वागतात त्याचप्रमाणे ते नवीन व्यक्तीसोबत देखील वागतात. अशा लोकांसाठी लोककौशल्ये म्हणजे केवळ सवयीचा भाग असतात.

खंबीरपणाचे हितसंबंध जोपासण्यासाठी ही गोष्ट बदलणे हे पहिले पाऊल आहे. खंबीरपणाची वर्तणूक ही निष्क्रियपणाच्या उलट असते. आणि सहजपणे करता येणारी गोष्ट करत राहणे ही एक प्रकारची निष्क्रियताच आहे. म्हणूनच कोणालाही पहिल्यांदा भेटाल तेव्हा कुठलीही गोष्ट गृहीत धरू नका. लक्षात घ्या की, नवीन भेटणाऱ्या व्यक्तीला तुमच्याबद्दल काहीच माहीत नसेल आणि तुम्हीदेखील त्या व्यक्तीबद्दल तुम्हाला काही माहीत आहे असे गृहीत धरू नये. लोकांची जडणघडण, परिस्थिती आणि मूल्ये वेगवेगळी असतात हे लक्षात घेणे महत्त्वाचे आहे. म्हणूनच नव्याने भेटलेल्या व्यक्तीसमोर तुमचे टोकाचे विचार, खासकरून नकारात्मक विचार व्यक्त करताना खूप काळजी घ्या. प्रोत्साहित करणारे प्रश्न विचारा, नजरेला नजर मिळवा आणि उत्तम श्रोते व्हा. प्रत्येक बाबतीत सकारात्मक राहा आणि एकमेकांची मते आणि आवडी यांच्यात रस दाखवण्याचा प्रामाणिक प्रयत्न करा. असे दाखवून द्या की या प्रेरणा देणाऱ्या नवीन व्यक्तीला भेटून तुम्हाला आनंद झाला आहे. आणि सर्वांत महत्त्वाचे– चेहेऱ्यावर स्मित ठेवा.

हसरा चेहरा तुम्हाला बरेच काही मिळवून देतो

सकारात्मक परिणामांकरता चेहरा हसरा ठेवणे गरजेचे आहे हे अगदी उघड असले तरी संबंध जोपासण्यासाठी 'हास्य' हे खूप महत्त्वाचे आहे. आणि म्हणूनच आपण

त्याचा सखोल विचार करत आहोत. अगदी जन्माला आल्या क्षणापासूनच माणूस हसऱ्या चेहऱ्याकडे पाहून खूपच सकारात्मक प्रतिसाद देतो. आपल्या अजाणतेपणे ही गोष्ट घडत असते. तिला स्थळ-काळाचे बंधन नाही म्हणूनच चेहेऱ्यावर हास्य ठेवा!

तुम्हाला कदाचित हे ऐकून आश्चर्य वाटेल की खंबीरपणाच्या इतर वर्तणुकींप्रमाणेच हास्याचाही तुम्ही सराव करायला हवा. आरशासमोर उभे राहून निरीक्षण करा की तुम्ही कसे दिसता. तुमच्या डोळ्यांकडे लक्ष द्या, ते तुमच्या हास्याशी समरूप आहेत का?

हास्याच्या बाबतीतली विलक्षण गोष्ट म्हणजे त्याचा तुमच्यावर आणि तुम्ही ज्यांना भेटता त्यांच्यावर होणारा परिणाम! जेव्हा हसताना चेहेऱ्याचे स्नायू आकुंचन पावतात तेव्हा मेंदूमध्ये न्यूरोट्रान्स्मिटरची निर्मिती होते. आनंदी दिसण्याने आणि वागण्याने तुम्ही खरोखर स्वत:ला आनंदी करू शकता. हितसंबंध जोपासण्यामध्ये हास्याचे महत्त्व ही अतिशयोक्ती अजिबात नाही. लोकांच्या अधिकाधिक जवळ जाण्याचा आणि लोकांना स्वत:कडे आकर्षित करण्याचा तो एक सर्वोत्तम मार्ग आहे. आनंदी आणि उत्साही लोकांची संगत साऱ्यांनाच आवडते.

नवीन माणसाला भेटताना आपण स्मित करतो तेव्हा त्याबरोबर काही सदिच्छापूर्ण बोलायला काय हरकत आहे? असे करणे ही एक कला आहे जी तुम्ही सरावाने आत्मसात करू शकता. तुम्ही जे बोलाल ते व्यक्तिगत असले पाहिजे असे अजिबात नाही. तुम्ही एखाद्या नव्या शहरात असाल तर कदाचित तुम्ही असे काहीतरी म्हणू शकता की, तुम्हाला नवीन शहरात आवडते आहे. जर तुमच्या शहरात कोणी बाहेरून आले असेल तर त्यांच्या स्वागताप्रीत्यर्थ काही बोलू शकता. जर एखादा नवीन कर्मचारी कामावर रुजू झाला असेल तर तो तुमच्या कार्यालयात आल्यामुळे तुम्ही किती आनंदित झाला आहात हे सांगा. जर तुम्ही दुसऱ्या कोणाला भेटण्यासाठी त्यांच्या कार्यालयात गेला असाल तर त्यांच्या भिंतीवर अगर टेबलवर उल्लेखनीय गोष्ट शोधा. दुसऱ्याबद्दल सकारात्मक बोलण्याचा विडा उचलल्यानंतर तुम्हाला बोलण्यासाठी योग्य गोष्टी आपोआप सापडतील.

तुमचे बोलणे बरेच काही सांगून जाते

तुम्ही हे जे त्यांच्याबद्दलचे कौतुकाचे बोल बोलत आहात हे त्यांच्या कानांपर्यंत पोहोचत आहेत किंवा नाही याची खात्री करून घ्या. दुसऱ्या शब्दांत सांगायचे तर मोठ्याने बोला, मनाशी पुटपुटू नका. अर्थात, हे तुम्हाला ओरडून कर्कशपणे सांगण्याची गरज नाही. फक्त तुमचे उच्चार पुरेसे सुस्पष्ट आहेत की नाहीत ते पाहा. प्रत्यक्षात खूप लोक इतके हळू आणि पडेल सुरांत बोलतात की त्यांच्या या

व्यावसायिक पार्श्वभूमी असलेल्या संभाषणात काही जीवच नसतो. अर्थात, यामागे काही कारणे असण्याची शक्यता नाकारता येत नाही. कदाचित आपण खुशमस्कऱ्या तर वाटणार नाही ना, अशी त्यांना भीती वाटत असावी किंवा कदाचित असे शांतपणे बोलणे त्यांना सुखकारक वाटत असावे. कदाचित पुढील संघर्ष टाळण्यासाठी हीच पद्धत योग्य आहे अशी त्यांची खात्री असावी; या सगळ्या शक्यता योग्यच वाटल्या तरी ही त्यांची निवड असण्यापेक्षा त्यांच्या सवयीचाच भाग असण्याची शक्यता अधिक वाटते का? ही संभाव्यता आहे की तुमचा नेहमीचा बोलण्याचा स्वर मृदू असू शकतो आणि त्याने एरवी काही बिघडत नाही. पण जेव्हा तुम्हाला एखादी गोष्ट ठामपणे सांगण्याची गरज आहे तेव्हा तसे ठामपणे सांगणे तुम्हाला जमले पाहिजे.

एक खंबीर व्यक्तिमत्त्व म्हणून तुम्हाला हे माहिती असणे गरजेचे आहे की आपल्या हितसंबंधांची जोपासना करण्यासाठी तुमच्या आवाजामध्ये कशा प्रकारे चढउतार करणे गरजेचे आहे. तुम्ही आवाजाच्या तीव्रतेकडे अधिक लक्ष दिले पाहिजे, तसेच गती आणि ध्वनीची उच्चनीचता याकडेही लक्ष दिले पाहिजे. पुन्हा एकदा तेच सांगायचे आहे की या गोष्टी सहज सवयीमधून होत नाहीत, तर त्या जाणीवपूर्वक अंगी बाणवाव्या लागतात.

तुम्ही नेमके काय बोलता आहात आणि कशा पद्धतीने बोलता आहात याकडेही तुमचे लक्ष हवे. वास्तव हे आहे की, तुमचा ज्ञानाचा घडा कितपत भरलेला आहे त्यावरून तुमच्या बोलण्याची पद्धत ठरेल. शिवाय, तुम्ही जे बोलता ते तुमच्या श्रवणतेचे प्रतिबिंब असते आणि तुम्ही जसे बोलता ते तुमच्या व्यक्तिमत्त्वाचे प्रतिबिंब असते. स्वत:ला सुस्पष्टपणे, ताकदीने, खुबीने, कौशल्याने आणि तरीही खंबीरपणे व्यक्त करण्याची क्षमता अंगी बाणवणे हे हितसंबंध जोपासण्यासाठी फार आवश्यक आहे.

तुमच्या कल्पना ठामपणे पटवून देताना नेमकेपणा हवा

या पुढील पायरी म्हणजे तुमचे विचार, तुमच्या कल्पना उभे राहून, पुढे होऊन मांडायला घाबरू नका; जरी तुमचे विचार इतरांना न पटणारे असतील तरीसुद्धा! फक्त चर्चा करताना आणि आपली मते खंबीरपणे मांडतांना या विरोधाची जाणीव असू द्या. मतमतांतर असण्यात गैर काही नाही, उलट जोपर्यंत तुम्ही वैयक्तिक टीकेवर घसरत नाही तोपर्यंत ती विकासासाठी पूरक असतात. अशा प्रकारे बौद्धिक चर्चा, वादविवाद घडवून आणण्यामागचा उद्देश समस्या सोडवणे हाच असतो. दोन्ही गटांचे एकमत होण्यासाठीच हे विचारपूर्वक घडवले जाते; जोरजबरदस्ती करून किंवा नाइलाजाने समोरच्याला झुकवण्यापेक्षा अशा पद्धतीने वादविवाद

करून एकमत होणे म्हणजे निश्चितच हितसंबंध जोपासण्याच्या मार्गावर पडलेले विजयाचे एक पाऊल असते.

जेव्हा एखाद्या मुद्द्यावर तुमचे मत विचारण्यासाठी तुम्हाला बोलावले जाते तेव्हा तुम्ही तुमची मते अधिक काळजीपूर्वक, नेमकेपणाने आणि शक्य तेवढ्या विधायक स्वरूपात मांडली पाहिजेत. त्यामुळे तुम्ही केलेली स्तुती किंवा निंदा अधिक प्रामाणिक वाटेल आणि मग तुम्ही काहीतरी आकसाने बोलता आहात असा शिक्का तुमच्यावर बसणार नाही. उदाहरणार्थ, 'तू नाठाळ ग्राहकांना चांगल्या प्रकारे हाताळतोस' असे म्हणण्यापेक्षा 'त्या ग्राहकाला अजिबात न थांबवता शांतपणे तू त्याच्या तक्रारी ऐकून घेतल्यास त्यामुळे मी प्रभावित झालो आहे,' असे म्हणणे निश्चितच अधिक चांगले; कारण तुम्ही जे दुसरे मत व्यक्त केले त्यामध्ये त्या व्यक्तीचे तुम्ही वैयक्तिक पातळीवर कौतुक केले आहे; पण तुमचे पहिले विधान फारच सर्वसामान्य आहे ज्यामधून तुम्ही वैयक्तिक पातळीवर तिला मोठेपण बहाल करत नाही. त्याचप्रमाणे, 'तुझे वेळेचे व्यवस्थापन फारच ढिसाळ आहे,' असे म्हणणे म्हणजे सरळसरळ समोरच्या व्यक्तीवर वैयक्तिक पातळीवर हल्ला करणे आहे. त्यापेक्षा 'तुझे उत्पादनाचे वेळापत्रक पाहता मला असे लक्षात आले की तू अहवाल सादर करण्याच्या वेळा पाळत नाहीस' असे म्हणणे अधिक परिणामकारक आहे.

तुम्ही जेव्हा दुसऱ्याची स्तुती करता किंवा दुसऱ्यावर टीका करता तेव्हा त्याच्या पुढचेच वाक्य हे त्याबद्दलची कारणमीमांसा करणारे हवे. या बाबतीतला एक उपयुक्त नियम हाच की जेव्हा तुम्ही तुमचे मतप्रदर्शन करता तेव्हा तुम्ही हे कोणत्याही आकसापोटी अथवा स्वार्थापोटी बोलत नाही ना, हे स्वत:शी तपासून पाहा. तुम्ही सांगितल्याप्रमाणे लोकांनी कृती करावी अशी तुमची अपेक्षा असते; त्याच वेळी लोकांनाही तुमची पार्श्वभूमी जाणून घेण्याची इच्छा असते. उदाहरणार्थ, तुम्ही जर असे म्हणालात की, 'तू वेळेत काम पूर्ण केले नाहीस.' त्या वेळी तुम्ही पुढील वाक्य तत्काळ हे म्हटले पाहिजे की, 'कदाचित कामासंदर्भात फोनवर संभाषण करण्यामध्ये तुझा अपेक्षापेक्षा अधिक वेळ खर्ची पडला असावा; ठीक आहे, आता यापुढे आपण अधिक चांगले वेळापत्रक कसे बनवता येईल त्याबाबत चर्चा करू.'

लोकांना तुमच्या फायद्यासाठी वापरून घेताना कधीही सकारात्मक किंवा नकारात्मक प्रतिक्रिया देऊ नका. उदाहरणार्थ, असे कधीही म्हणू नका की, 'तू आपल्या विभागातील सर्वांत अधिक कष्टाळू कामगार आहेस आणि खरेच तू आजच्या आपल्या दुपारच्या मीटिंगसाठी खूप जास्त कष्ट घेतलेस. तू त्याबद्दलचे मिनिट्स माझ्या वतीने लिहून ठेवशील का?' तो कदाचित हो म्हणेल किंवा नाही

म्हणेल, पण त्याला तुमच्यातील लबाडीचा वास येईल आणि मग आतापर्यंत तुम्ही ज्या काही चांगल्या गोष्टी केल्या आहेत त्यावर पाणी पडेल. सगळेच मुसळ केरात! आणि मग भविष्यात तुमच्या शब्दांवर विश्वास ठेवणे त्याला अवघड होईल.

तुमच्या स्वत:च्या यशाबद्दल कसे बोलाल?

लोकांशी हितसंबंध जोपासण्याबाबत विचार करताना इतरांशी आपण कसे व काय बोलावे याचा जेव्हा आपण अभ्यास करतो त्याच वेळी आपण स्वत:बद्दल काय व कसे बोलतो हे बघणेसुद्धा महत्त्वाचे ठरते. आपण बढाईखोर आहोत असे दिसू न देता स्वत:चे यश खुलवून कसे सांगावे याची माहिती खंबीर लोकांना असते. स्वत:चे यश खुलवून सांगण्याचे अनेक मार्ग आहेत. स्वत:च्या यशाबद्दल बोलायचे झाले तर एक चांगला मार्ग म्हणजे आधी दुसऱ्याचे कौतुक करा. उदाहरणार्थ, जर कोणीतरी तुम्हाला सांगत असेल की तो मिशिगन युनिव्हर्सिटीमधून शिकला, तर त्या वेळी तुम्ही म्हणावे, 'वा! वा! ती युनिव्हर्सिटी मस्त आहे!' मग साहजिकच तो तुम्हाला विचारेल की, 'तुम्ही कोणत्या युनिव्हर्सिटीमधून शिकलात?' मग तुम्ही अगदी सहजपणे सांगावे, 'हार्वर्ड्स!' किंवा 'स्लिपरी रॉक!' किंवा जे काय असेल ते. अशा प्रकारे नातेसंबंध जोपासण्याचा मुख्य हेतू तर मार्गी लागला आणि त्याचा तुमच्याबद्दलचा आदर वाढला आणि त्याच वेळी तुम्हालाही स्वत:बद्दल आदर वाटला.

तुम्ही जेव्हा तुमच्या स्वत:च्या यशाबद्दल बोलता तेव्हा त्यामध्ये अतिरंजकता आणण्याचा मोह टाळा. गोष्टी जेवढ्या आणि जशा घडल्या तेवढ्याच सांगा. तुमच्या यशात इतर लोकांचा सिंहाचा वाटा कसा आहे आणि त्यांनी तुम्हाला कशी मदत केली त्याबद्दल सांगा आणि अशा वेळी तुम्ही स्वत:बद्दल जरी कमी बोललात तरी लोकांना तुमचे यश अधिक प्रकर्षाने जाणवते. जरी तुम्ही त्याचे श्रेय दुसऱ्यांना दिले तरीसुद्धा! उलट, अशा पद्धतीने दुसऱ्याला श्रेय दिल्यामुळे तुमच्यावरील इतरांची श्रद्धा, विश्वासार्हता आणि तुमच्याबद्दलचा आदर वाढीला लागतो.

मौनम् सर्वार्थ साधनम्

आतापर्यंत 'कसे बोलावे' या विषयावर बरेच विवेचन केले, पण त्याचबरोबर मौनाचे सामर्थ्य याबद्दलसुद्धा बोलणे सयुक्तिक ठरेल. 'मौन' पाळणे हेसुद्धा हितसंबंध जोपासण्याचे एक महत्त्वाचे साधन आहे. जसे तुम्ही काही बोलल्याने तुमचे नातेसंबंध अधिक बळकट होतात तसेच काही वेळेस मौन पाळल्यानेसुद्धा फायदा होतो. जी माणसे खंबीर आणि आत्मविश्वासपूर्ण असतात त्यांना हे बरोबर समजते.

तुम्ही ज्या लोकांच्या आसपास असता त्यांना या शांततेची भीती वाटते यामध्ये

काही संशय नाही. त्यांना अशी भीती वाटते की एकमेकांसमोर बसून नुसते एकमेकांकडे पाहत बसणे हे खूप विचित्र नाही का दिसणार? प्रत्येक क्षणाला कोणीतरी, काहीतरी बोललेच पाहिजे. त्यांना असेही वाटते की, अशाने आपण माणूसघाणे किंवा तुसडे नाही का वाटणार? पण कधी कधी मौन पाळून शांत बसणे याचा अर्थ आपण संभाषणाला नकार देतो आहोत असा नक्कीच होत नाही. विशेषत: व्यावसायिक क्षेत्रात मौनाचा अर्थ रोष किंवा भावनाविवश होणे असा घेतला जात नाही. योग्य वेळेस हेतुपुरस्सर शांतता बाळगणे ही तुम्ही आपल्यासमोर चाललेली चर्चा लक्षपूर्वक ऐकण्यासाठी आणि तुमच्या मनाने काहीतरी निश्चित कौल दिल्याशिवाय न बोलण्यासाठी केलेली निवड असते.

मौन पाळून काही साधण्यासाठी तुम्ही नि:शब्द विधाने करायला शिकले पाहिजे; म्हणजे कसे की खूप निष्क्रिय दिसणे किंवा खूप आक्रमक दिसणे यामध्ये सुवर्णमध्य गाठणे काही बाबतीत हिताचे असते. म्हणजे अशा वेळी शांतपणे, पण ठाम भूमिका घ्यावी लागते; व्यावसायिक जगतामध्येसुद्धा तुम्ही स्थळ-काळानुरूप पेहराव परिधान करून नातेसंबंधांना अधिक बळकटी आणू शकता.

तुमच्या देहबोलीबद्दल सावधानता बाळगा

आपण या प्रकरणामध्ये ज्या बाबींचा विचार आत्तापर्यंत केला त्याच्याशी संबंधित असलेली आणखी एक गोष्ट म्हणजे तुमची देहबोली! तुम्ही कसे बोलता, तुम्ही कोणता वेष परिधान करता, तुमचा चेहरा हसरा आहे की तुमच्या चेहेऱ्यावर उदासीन भाव आहेत हेसुद्धा महत्त्वाचे आहे. मनोवैज्ञानिक या दृष्टिकोनाला देहबोली असे म्हणतात. या शब्दाचा अर्थ सांगायचा तर असे म्हणता येईल की, ती व्यक्ती जे लपवण्याचा प्रयत्न करू बघते तीच अनाहूतपणे दर्शवली जाते. म्हणजे बघा की एखाद्या व्यक्तीबरोबर तुमची मीटिंग चालू आहे, तुम्ही त्याचे म्हणणे खूप लक्षपूर्वक ऐकण्याचा आभास निर्माण करत आहात आणि वारंवार तुम्ही घड्याळाकडेसुद्धा बघत आहात (आणि पकडलेसुद्धा जाता). हे संभाषण पूर्ण होईपर्यंत थांबण्यासाठी तुमच्याकडे वेळ नाही हेच तुम्ही तुमच्या वागण्यातून दाखवून देता. एखादा आत्मविश्वासपूर्ण खंबीर माणूस असे करणार नाही. त्यापेक्षा तो स्पष्टपणे सांगेल, 'खरे तर माझी इच्छा नसताना मला ही मीटिंग आटोपती घ्यावी लागत आहे, कारण काही मिनिटांमध्येच मला दुसरी मीटिंग आहे.'

तीन पर्याय

लोक एकमेकांशी ज्या पद्धतीने वागतात त्याचे वर्गीकरण सर्व सामान्यपणे तीन प्रकारात केले जाते– १) निष्क्रिय किंवा उदासीन २) आक्रमक ३) खंबीर किंवा

आग्रही आणि यांपैकी कोणत्या पद्धतीने वागायचे याची निवड सर्वस्वी तुमच्याच हाती असते.

जर तुम्ही निष्क्रियपणे वागलात; आपल्या मतांबद्दल उदासीन असलात तर तुम्ही शक्यतो संघर्ष टाळण्याचा प्रयत्न कराल आणि तेही आपल्या गरजा, आपल्या मागण्या पूर्ण न करून घेण्याच्या बदल्यात! ही तुमची हार असेल.

तुम्ही जर आक्रमक पवित्रा घेतलात तर तुम्ही दुसऱ्या टोकाला जाल, संघर्ष वाढवाल आणि आपल्या मागण्या, इच्छा पूर्ण करून घेण्याचा आटोकाट प्रयत्न कराल. (नेहमीच यश मिळेल असे नाही.)

अनेक लोकांचे मात्र हेच मत आहे की, ही दोन्ही टोके टाळावीत आणि त्याचा सुवर्णमध्य गाठावा; तुम्हाला शक्य असेल तर तुमचे म्हणणे ठामपणे, खंबीरपणे सांगावे! तुम्ही तुमच्या स्वत:च्या गरजा, मागण्या, इच्छा, आकांक्षा ठामपणे सांगाव्यात, त्यात लपवाछपवी करू नये. पण त्या अशा पद्धतीने मांडाव्यात की जेणेकरून त्या इतरांना सयुक्तिक वाटतील व त्या पूर्ण होऊ देण्यात काही गैर नाही असे त्यांना वाटेल. त्याच वेळी इतरांच्या इच्छा व भावनासुद्धा आपण समजून घ्यायला हव्यात.

नातेसंबंधांमध्ये किंवा कामाच्या ठिकाणी जेव्हा तुम्हाला असे लक्षात येईल की, आपल्या गरजा भागवल्या जात नाहीत किंवा समोरची व्यक्ती तुम्हाला चीड येईल अशी वर्तणूक करते आहे, त्या वेळी गप्प बसून पाहत बसण्यापेक्षा आपल्या भावना व आपले विचार ठामपणे व्यक्त करणे अधिक उपयुक्त ठरते; त्याच वेळी अधिक आक्रमकता धारण करणे हेसुद्धा योग्य नाही हे ध्यानी घ्यावे.

पुढे काही अशा स्पष्ट सूचना दिल्या आहेत ज्या समोरच्या व्यक्तीच्या वागणुकीत बदल करण्यासाठी किंवा तुम्हाला हवा असलेला बदल घडवून आणण्यासाठी तुम्हाला कराव्या लागणाऱ्या संभाषणात उपयुक्त ठरतील.

१. तुम्हाला समोरच्या व्यक्तीशी जे काही बोलायचे आहे त्याची रूपरेषा प्रत्यक्ष संभाषणापूर्वीच कागदावर लिहून ठेवा.
२. त्या रूपरेषेमध्ये एकूण परिस्थिती व तुमच्यासाठी त्या व्यक्तीची कोणती वागणूक अडचणीची ठरत आहे जी त्या व्यक्तीने बदलावी असे तुम्हाला वाटते त्याबद्दल लिहा.
३. जेव्हा तुम्ही परिस्थितीचे वर्णन कराल तेव्हा त्यात नेमकेपणा असू द्या आणि ती व्यक्ती कोणत्या वेळी कशी वागली याबद्दलची उदाहरणे द्या.
४. परिस्थिती अतिरंजित बनवू नका आणि सरधोपट लिहू नका. जे लिहाल त्यात प्रामाणिकपणा असू द्या; तुम्ही केलेले वर्णन हे साधे, सरळ, सोपे आणि सत्य असू द्या.

५. त्रिकालाबाधित सत्ये, जगरहाटी वगैरे असले काही विनाकारण त्यामध्ये नको; त्यापेक्षा तुमचे विचार आणि तुमच्या भावना त्यामध्ये दिसू द्या.
६. दुसऱ्या माणसाकडून फक्त अशाच वागणुकीची मागणी करा जी सयुक्तिक असेल आणि ज्यामुळे तुमची परिस्थिती सुधारेल.
७. प्रतिसादादाखल समोरच्या व्यक्तीला काय म्हणायचे आहे ते काळजीपूर्वक लक्ष देऊन ऐका; अर्थात त्याच्याशी सहमत होण्याची गरज नाही.
८. अशीही परिस्थिती निर्माण होऊ शकते की, त्याच्या वागणुकीतील बदलांमुळे तुमच्याबरोबरच त्याचाही फायदा होऊ शकतो; अशी 'विन-विन सिच्युएशन' शक्य आहे का ते शोधून काढा.
९. जर अशी 'विन-विन सिच्युएशन' निर्माण होण्याची शक्यता नसेल तर स्वत:च्या इच्छा-आकांक्षांना थोडीशी मुरड घाला आणि समस्येचे निवारण करण्यासाठी तुम्ही कोणती तडजोड करू शकाल जेणेकरून तुमचे कमीत कमी नुकसान होईल, याचा विचार करून ठेवा.
१०. तुम्ही कोणत्या बाबतीत तडजोड करू शकता त्याचा विचार करून ठेवा. तुम्ही समोरच्या व्यक्तीला कोणकोणत्या सूचना करू शकता? किंवा तडजोडीसाठी तुम्ही किती पावले मागे येऊ शकता याचा विचार करून ठेवा.
११. तुमच्या मनावर होणाऱ्या परिणामांबद्दल कोणताही संभ्रम नको; सारेकाही सुस्पष्ट असायला हवे. समोरच्याकडून जर तुमच्या किमान मागण्याही मान्य केल्या गेल्या नाहीत तर पुढे काय, याचा विचार करून ठेवा.
१२. जर समोरच्या व्यक्तीने तुम्हाला हवा तसा, विधायक स्वरूपाचा बदल स्वत:मध्ये घडवून आणण्याची इच्छा प्रदर्शित केली तर त्या बदल्यात तुम्ही त्याच्यासाठी आणखी काही करू शकता का, याचाही विचार करून ठेवा.
१३. तुमचे समोरच्या व्यक्तीबरोबर असलेले नातेसंबंध आणि तुम्हाला असलेली त्याच्याबद्दलची माहिती विचारात घेऊन त्याच्याबरोबर कशा प्रकारची वागणूक परिस्थितीत चांगला बदल आणू शकेल याचा आधीच विचार करून ठेवा; तुमच्या समस्येचे निवारण करण्यासाठी हे प्रोत्साहन देणारे आणि विधायक स्वरूपाचे असेल का? किंवा तुम्ही जर अशा परिस्थितीत एखादा पक्का निर्णय घेतलात तर तुमच्या मागण्या सुस्पष्ट होण्याच्या दृष्टीने ते उपयुक्त ठरेल का? जर तुमच्या मागण्यांची पूर्तता झाली नाही किंवा त्या अंशत:च पूर्ण झाल्या तर त्याचे परिणाम काय होतील हेसुद्धा स्पष्ट होईल का? वेगवेगळ्या परिस्थितीत वेगळ्या प्रकाराने समस्येशी भिडावे लागेल.
१४. समोरच्या व्यक्तीकडून होकारात्मक प्रतिसाद मिळण्यासाठी समस्येला कधी, कोठे आणि कसे भिडायचे हे तुम्हीच ठरवायचे आहे. उदाहरणार्थ, जेव्हा सर्व

जण चर्चेसाठी उपलब्ध असतील व काळजीपूर्वक मुद्दा समजून घेतील आणि कोणाचेही दुर्लक्ष होणार नाही अशीच वेळ शक्यतो तुम्हाला आवडेल.

१५. तुम्हाला हव्या असलेल्या विषयाला वाचा फोडण्यासाठी तुम्ही योग्य वेळेची वाट पाहत असाल, पण ही गोष्ट सतत पुढे ढकलू नका. कारण सर्वस्वी चांगली वेळ कदाचित कधीच येणार नाही. जर तुमच्या असे लक्षात आले की, फारच दिरंगाई होते आहे तर एखादी निश्चित वेळ किंवा एखादा विशिष्ट दिवस ठरवा आणि स्वत:शी वचनबद्ध राहा.

आदर मिळवणे आवश्यक असते

तुमच्या कामाच्या ठिकाणच्या अशा एखाद्या व्यक्तीला तुमच्या मनश्चक्षूंपुढे ताबडतोब उभे करा जिच्याबरोबर तुम्ही खऱ्या अर्थाने आपल्या भावना वाटून घेऊ शकता. मग ती व्यक्ती तुमची सहकारी असेल अथवा सुपरवायझर असेल किंवा ज्याच्याबरोबर तुम्हाला व्यवस्थापकीय जबाबदारी वाटून घ्यायची असेल तीसुद्धा असू शकेल. त्याच व्यक्तीला डोळ्यांसमोर आणण्यामागे अनेक कारणे असतील. ती व्यक्ती तुम्हाला आवडण्यामागचीसुद्धा अनेक कारणे असू शकतील, परंतु व्यवसाय-धंद्यामध्ये जोपर्यंत तुम्ही त्या व्यक्तीचा आदर करत नाही तोपर्यंत ती व्यक्ती तुम्हाला आवडणे कठीण असते. याच कारणासाठी आदर हा मैत्रीच्या पायाचा एक मूलभूत घटक आहे.

खंबीरपणाच्या इतर अनेक पैलूंबरोबरच, तुम्ही कोण आहात आणि त्या संस्थेमध्ये तुमचे स्थान काय आहे या वास्तवावरच आदर अवलंबून असतो. तिथे काही ‘दोन अधिक दोन बरोबर चार’सारखी गणितातली उत्तरे नसतात. उदाहरणार्थ, अशी काही पुस्तके आहेत ज्यामध्ये तुम्हाला असे सांगितले जाते की, तुमच्या ऑफिसमधल्या फोनची घंटा वाजली तरी तुम्ही फोन उचलायचा नाही, कारण मग तुम्ही बिनमहत्त्वाचे ठरता; त्याऐवजी तुमचा असा एक मदतनीस ठेवा जो फक्त महत्त्वाचे फोनच तुमच्यापर्यंत पोहोचवेल. खरे सांगायचे तर तुमचे वेळापत्रक ठरवणे, तुमचे टपाल उघडून पाहणे, तुमच्या ई-मेल्सना उत्तरे देणे, इतर हाताखालच्या माणसांना मेमो देणे अशा अनेक कामांसाठी तुम्हाला एखाद्या स्वीय साहाय्यकाची गरज असतेच. त्याउलट इतर काही पुस्तकांमध्ये असे सांगितलेले असते की, जे लोक त्यांना आलेले फोन स्वत: उचलतात आणि त्यांच्या ई-मेल्स ना स्वत: उत्तरे देतात त्यांना लोकांकडून अधिक आदर मिळतो. स्वत:च्या मनात स्वत:बद्दलची प्रतिमा उंचावणे आणि इतरांकडून आदर मिळवणे याचा थेट संबंध आपण लोकांचा किती आदर करतो याच्याशी असतो, तुमचे भले कशात आहे हे तुम्ही जाणताच; त्याचबरोबर तुमच्यात आत्मविश्वास हवा आणि तुमची स्वत:ची जी स्वतंत्र शैली

आहे ती तुम्हाला सुखकारक वाटायला हवी.

व्यावसायिक आदर मिळवण्याकरता चार पायऱ्या

खालील पायऱ्या खंबीरपणे राबवून स्वत:चे आदरणीय व्यक्तित्व सिद्ध करा. तुमच्या कारकिर्दीच्या सुरुवातीला किंवा साधारण मध्यावर असताना या पायऱ्या विशेष महत्त्वाच्या आहेत.

- सर्वप्रथम स्वत:ची दिनचर्या व्यस्त ठेवा. यशस्वी आणि प्रभावी व्यक्ती या अतिशय व्यस्त तर असतात. शिवाय त्यांचे वाचन चौफेर असते. एकाच वेळेस अनेक प्रकल्पांवर त्या काम करत असतात. त्यांचा व्यासंग दांडगा असतो आणि जनसंपर्क प्रचंड असतो. क्षणभरही रिकामे न बसणे हे तुम्हाला दिला जाणारा आदर आणि तुमचा प्रतिष्ठितपणा याचे एक लक्षण म्हणता येईल. तुम्ही करत असलेल्या एखाद्या गोष्टीबद्दल तुम्हाला विशेष रुची असल्याचे तुमच्या लक्षात आले की त्यामध्ये स्वत:ला झोकून देणे ही एक सहजक्रिया असेल हे लक्षात घ्या.
- दुसरे म्हणजे तुम्ही आदरणीय आहात हे दर्शवण्याकरता महत्त्वाच्या ठिकाणी हजेरी लावा. उच्च वर्गाच्या विविध पण निवडक कार्यक्रमांना आवर्जून हजेरी लावा. सहसंबंध प्रस्थापित करण्याची कला ज्यांना अवगत असते त्यांना इतर लोकांबरोबर वावरायला आवडते. भेटीगाठीची आवड ते सहजच जोपासतात. 'घडामोडींचा एक भाग असणे' हेदेखील त्यांना आवडते. मुळात एक गोष्ट लक्षात घेतली पाहिजे की कुणीच नसेल तर सहसंबंध कसे जोडणार? म्हणूनच आपल्या व्यवसायाशी निगडित समाजामध्ये मिळून मिसळून राहण्याचा पायंडा पाडा.
- तिसरी महत्त्वाची बाब म्हणजे यशस्वी आणि समाजमान्य व्यक्तींसमवेत केवळ व्यावसायिकच नाही, तर वैयक्तिक स्तरावरदेखील आवर्जून वेळ घालवा; तेही मनापासून, प्रामाणिकपणे. याच्यातून तुम्हाला सहजच महत्त्वाचे असे खूप काही जाणता येते. यामुळे पुढच्या पातळीवर पोहोचणे तर तुम्हाला साधणार आहेच, शिवाय इतरांवर तुमची छापदेखील पडणार आहे. तुमची कोणाकोणाशी ओळख आहे यावरून लोक तुम्हाला जोखत असतात. म्हणूनच, जेव्हा तुम्ही यशस्वी व्यक्तींसोबत वैयक्तिक सहसंबंध प्रस्थापित करता तेव्हा खास तुमच्याशी ओळख करून घेणाऱ्यांच्या संख्येत लक्षणीयरीत्या वाढ होईल.
- त्यानंतरचा महत्त्वाचा मुद्दा म्हणजे तुमचे स्वत:चे ऑफिस. तुमचे ऑफिस कसे आहे त्यावरून तुम्हाला जोखले जाते हे विसरू नका. त्या दृष्टीने ऑफिसची टापटीप आणि नेटकेपणा तुम्ही जपलाच पाहिजे. अर्थात, त्यामुळे तुम्हालाही काम करणे, वस्तू सापडणे सोपे जाईल हा भाग वेगळा. ऑफिसमध्ये फर्निचर आणि इतर निगडित गोष्टींचा खचाखच भरणा करू नका. अनावश्यक पसारा टाळा. खरे

म्हणजे तंत्रविज्ञानाचे आश्चर्यकारक शोध बघता हे असे स्वतंत्र ऑफिस हवे तरी आहे का, हा एक विचार करण्यासारखा प्रश्न आहे. गेल्या अर्धशतकामध्ये नावाजलेले, अतिशय प्रभावी व्यावसायिक लेखक टॉम पीटर्स तर सुचवतात की, मॅनेजर्सनी स्वत:च्या ऑफिसमध्ये कमीत कमी वेळ घालवला पाहिजे. त्याऐवजी संपूर्ण कार्यालयामध्ये फिरून, कर्मचाऱ्यांची वैयक्तिक दखल घेतल्याने अधिक जास्त काम होते आणि संबंधांमध्ये सहजता यायला मदत होते. तुमच्या ऑफिसच्या दृष्टीने तुम्ही कोणता पवित्रा घेणे सर्वाधिक उपयुक्त आहे याचा नीट विचार करा.

सहसंबंध कसे प्रस्थापित करावेत याबद्दल जाणून घेण्यासारखे खूप काही आहे. काही लोकांमध्ये हा गुण उपजतच आढळतो, तर काहींना मात्र 'चुका आणि शिका' या मार्गाने तो आवर्जून अंगी बाळगावा लागतो. काही लोकांना या कलेमध्ये पारंगत व्हायला कदाचित वर्षे लागू शकतात. तुम्ही मात्र हे लक्षात घ्या की, खंबीर माणसाच्या भूमिकेतून विचार करता या एकाच गोष्टीवर फार काळ लक्ष केंद्रित करायला तुम्हाला वेळ नसणार आहे. म्हणूनच सहसंबंध पट्कन आणि चांगल्या प्रकारे जोपासण्याच्या दृष्टीने आपण काही विशेष बाबी लक्षात घेणार आहोत, मात्र पुढच्या प्रकरणामध्ये.

कृती

१. 'परस्पर विश्वास आणि आवड' – तुमच्या व्यावसायिक संबंधांचे आदर्श वर्णन यामधून व्हायला पाहिजे; तुमच्या व्यावसायिक जीवनातील महत्त्वाच्या नातेसंबंधांची यादी तयार करा. त्यांच्यामध्ये श्रेणीबद्ध वर्गीकरण करा. त्यापैकी अनावश्यक बाबींची नोंद घ्या. तुमच्यामधील संवाद आणि समज सुदृढ करण्याकरता वरीलपैकी कोणत्या कृती-पायऱ्यांचा तुम्ही समावेश कराल?

२. आपल्या स्वत:च्या यशाबद्दल तुम्ही कितपत प्रभावीपणे बोलू शकता? स्वत:बद्दल बोलताना तुम्हाला संकोच वाटतो का? किंवा तुम्ही बढाया मारता का? तुम्हाला ज्या गोष्टींचा अभिमान वाटतो त्या गोष्टींबद्दल बोलताना तुम्ही कितपत तारतम्य बाळगता हे जाणण्याकरता, तुम्ही असे बोलत असताना ते काळजीपूर्वक ऐकण्यासाठी तुमच्या मित्राची मदत घ्या. त्यानंतर त्याचे प्रामाणिक मत ऐकून घ्या. तुम्ही लाजाळूपणा केला की शब्दबंबाळपणा हे जाणून घ्या. हे कौशल्य विकसित करण्यासाठी तुम्ही काय करावे याबद्दल त्यांचे मत जाणून घ्या. त्यानंतर सुधारित पद्धतींनी, आत्मविश्वासाने आणि खात्रीने आपल्या यशाबद्दल बोलायचा सराव करा.

३. अनेक लोकांना जराही शांतता सहन होत नाही. तुम्ही त्यांपैकी एक आहात का? तसे असेल तर पुढच्या एखाद्या संवादाच्या दरम्यान तुम्ही किती वेळ असे

मुखस्तंभासारखे बसला होतात याची नोंद ठेवा. पुढच्या वेळेस जाणीवपूर्वक ही वेळ थोडी वाढवा आणि त्या दरम्यान स्थिर राहण्याचा प्रयत्न करा; वरचेवर हा सराव केलात तर शांततेमुळे जाणवणारी अस्थिरता तुम्हाला भेडसावेनाशी होईल. हा सराव करत असताना तुमच्या अंतर्मनाला जाणवलेल्या गोष्टींची नोंद करा.

४. व्यवसायामध्ये आदर मिळवण्याच्या चार पायऱ्या
   १) आपल्या कामामध्ये गर्क राहा.
   २) स्वत:ची अतिशय महत्त्वाच्या पदावर नेमणूक करा.
   ३) समाजात आदरणीय स्थान असलेल्या यशस्वी व्यक्तींच्या संगतीत काही वेळ घालवा.
   ४) आपले ऑफिस किंवा कामाची जागा सुस्थितीत ठेवा.

तुम्ही या वरील चार पायऱ्या अनुसरता का? यांपैकी कोणत्या पायरीवर तुम्हाला काही गोष्टी आत्मसात करून घेण्याची गरज आहे? तुमच्या आयुष्यातील त्या विशिष्ट क्षेत्रात तुम्ही स्वत:मध्ये केव्हा आणि कशा सुधारणा करणार आहात? तुमच्या कृतीचा आराखडा लिहून काढा.

५. 'आदर' हीच खरी गुरुकिल्ली आहे. तुम्हाला तुमचे स्वत:चे कोणते गुणविशेष आवडतात, त्याची यादी करा. नंतर अशा गोष्टींची यादी करा ज्या गोष्टींमध्ये तुम्हाला सुधारणा करायची आहे आणि मग प्रत्यक्ष कृती करण्याचा आराखडा तयार करा. मग अशी व्यक्ती नजरेसमोर आणा जिचा आदर करणे तुम्हाला कष्टप्रद होते. त्यांच्यामध्ये तुम्ही आदर करावा अशी जी काही गुणवैशिष्ट्ये असतील त्याची यादी करा. मग त्या गुणवैशिष्ट्यांवर लक्ष केंद्रित करा; आणि मग तुम्ही त्यांच्या सान्निध्यात असताना तुम्हाला असे केल्याने कोणते बदल जाणवले याची नोंद करा.

नोंदी

आपले ध्येय साध्य करण्यासाठी समोरच्या माणसाला यथोचित आदरसत्कार बहाल करा.

– डेल कार्नेगी

४

हृद्य संबंध प्रस्थापित करण्याची कौशल्ये

या प्रकरणामध्ये परस्परांशी हृद्य संबंध प्रस्थापित करण्यासाठी आपण स्वत: कोणते उपाय योजण्यावर भर देणार आहोत आणि त्याचबरोबर आपल्याला रोजच्या रोज आपल्या कामाच्या ठिकाणी भेटणाऱ्या सहकाऱ्यांबरोबर असे हृद्य संबंध प्रस्थापित करण्यासाठी आपण कोणत्या युक्त्या वापरणार आहोत याचा शोध घेणार आहोत.

एका महत्त्वाच्या वास्तवाबद्दल आपण थोडे स्पष्टपणेच बोलणार आहोत. खंबीर नसलेली बहुतांश माणसे ही जात्याच लाजाळू असतात; काही योग्य प्रमाणात लाजाळू असतात आणि काही तर कमालीची लाजाळू असतात. पण तुमच्या आयुष्यामध्ये खंबीरपणा ही समस्या असली तर अशी शक्यता आहे की, निसर्गत: तुम्ही मैत्रीपूर्ण किंवा सदासर्वदा पार्ट्या करणारे व्यक्तिमत्त्व नाही आणि अर्थातच, त्यामध्ये वावगे काहीच नाही. याचा अर्थ एवढाच की तुम्हाला तुमच्या या स्वभाव वैशिष्ट्याबद्दल खबरदारी घेतली पाहिजे. तुम्हाला तुमच्या नैसर्गिक प्रवृत्तींचा अशा अनैसर्गिक गोष्टींबरोबर समन्वय साधावा लागेल ज्या तुमच्या आयुष्यासाठी आणि कामकाजासाठी लाभदायक असतील.

जरी तुम्ही संपूर्णपणे स्वावलंबी आणि एकांतवास आवडणारी अशी व्यक्ती असलात तरीसुद्धा या जगात अशी अनेक माणसे आहेत ज्यांच्याबरोबर तुमच्या तारा सहज जुळून जातील. खरे सांगायचे तर जरी तुमच्या स्वतंत्र व्यक्तिमत्त्वापेक्षा ते खूप वेगळे असले तरी या जगात तुम्हाला आवडणारी अनेक माणसे असण्याची शक्यता नाकारता येत नाही. अडचण केव्हा येते तर तुमच्यापेक्षा अगदी भिन्न प्रकृती असणाऱ्या व्यक्तीशी तुम्ही जवळीक करू पाहता तेव्हा. बहुधा हे लोक असे असतात की ज्यांच्या आवडीनिवडी व ज्यांची पार्श्वभूमी तुमच्यापेक्षा अगदीच भिन्न

असते. प्रत्येकाची विचारसरणी, बोलण्याची आणि ऐकण्याची पद्धत तुमच्यापेक्षा वेगळी असते.

आयुष्यात कामाच्या ठिकाणी तुम्हाला अशा अनेक विचित्र व्यक्तींबरोबर सामना करावा लागतो याची मनाशी खूणगाठ बांधा. एखाद्या संस्थेत तुमची जेवढी अधिक पदोन्नती होईल तितक्या अधिक विचित्र व्यक्तींबरोबर तुम्हाला संघर्ष करावा लागेल. तुमचे काम यशस्वी होण्याबरोबरच, तुम्हाला ते अधिक मौजमजेचे वाटण्यासाठी तुम्हाला न आवडणाऱ्या व्यक्तींबरोबरसुद्धा जमवून घेऊन त्यांच्याशी हृद्य संबंध प्रस्थापित करून घेणे तुम्ही शिकून घेणार आहात; अर्थात ज्या लोकांनी तुमचा थेट कपाळमोक्ष करवला आहे अशांचा यामध्ये समावेश नाही. पुढील काही पानांमध्ये आपण विशिष्ट स्वभाववैशिष्ट्ये असणाऱ्या आणि तुमच्या संपर्कात येऊ शकणाऱ्या व्यक्तींबाबत जाणून घेणार आहोत. त्यानंतर आपण साधनसामग्रीने सज्ज होऊन त्यांच्याशी जास्तीत जास्त चांगल्या प्रकाराने सामना करणार आहोत.

अवघड अशी चार व्यक्तिमत्त्वे

फार प्राचीन काळापासून मानव जातीने प्रत्येकाच्या मूलभूत स्वभावधर्मानुसार किंवा व्यक्तिमत्त्व वैशिष्ट्यानुसार वर्गवारी करून त्यांच्यावर विशिष्ट शिक्के मारले आहेत. या चार प्रकारच्या स्वभाववैशिष्ट्यांना 'चार विनोद' असेही पूर्वीपासून संबोधण्यात येते. वर्गवारी करण्याची ही पद्धत खूप जुनी असली तरी आजही ही तत्त्वे फार उपयुक्त आणि तंतोतंत लागू होणारी आहेत. या मार्गदर्शक तत्त्वांचा मागोवा धुंडाळत गेल्यास ते थेट आपल्याला इजिप्शिअन आणि बॅबिलॉनिअन संस्कृतीमध्ये नेऊन ठेवतात ज्यामध्ये आपल्या भावनिक आणि शारीरिक स्वास्थ्याची सांगड अग्नी, पाणी, पृथ्वी आणि हवा या मूलतत्त्वांशी घातलेली दिसते. प्राचीन ग्रीकांनी या समजुतीमध्ये अधिक चांगले बदल केले ज्यामुळे या समजुतींनी पाश्चिमात्य लोकांच्या मानवी वर्तणुकीवर आणि औषधोपचारांवरसुद्धा सुमारे दोन हजार वर्षांपर्यंत प्रभाव पाडला. या चार 'विनोदां'मधील किंवा प्रवृतींमधील असमतोल स्वत:च निरनिराळ्या प्रकारच्या स्वभावप्रवृत्ती आणि त्यामधील दोष व्यक्त करतो. त्यावरील उपचार हे त्यांच्यामध्ये समतोल राखण्याऱ्या पायावर आधारलेले होते.

ही प्राचीन तत्त्वे लक्षात घेऊनच आपण आता माणसांचे वर्गीकरण चार वेगवेगळ्या प्रकारात करणार आहोत; चार अशी भिन्न प्रकारची व्यक्तिमत्त्वे ज्यांच्याबरोबर जवळीक साधण्यास आपल्याला अडचणी येतात. अर्थात, याचा अर्थ असा नव्हे की, तुम्हाला तुमच्या कामाच्या ठिकाणी व्यक्तिमत्त्वाबाबतच्या ज्या आव्हानांना सामोरे जावे लागते ती आव्हाने तुम्हाला या वर्गीकरणात सापडतीलच. परंतु ही व्यक्तिमत्त्वे जवळीक निर्माण करण्याच्या बाबतीत काही विशिष्ट मुद्दे उपस्थित

करतात हे नक्की! निश्चितच त्यांच्यापैकी काही जण तुम्हाला 'दगडापेक्षा वीट मऊ' या धर्तीवर मैत्री करण्यासाठी सोपे वाटतीलसुद्धा, पण तुमचे स्वत:चे व्यक्तिमत्त्व कसे आहे त्यावर हे अवलंबून आहे.

खरे तर हे सर्व विवेचन वाचत असताना तुम्ही स्वत:ला काही प्रश्न विचारत असाल; जसे की,

- यापैकी नेमक्या कोणत्या वर्गात मी आहे?
- जे लोक माझ्याशी मैत्री करण्याचा प्रयत्न करतात त्यांच्यापुढे मी कोणती आव्हाने उभी ठेवतो?
- आणि सगळ्यात महत्त्वाचे हे की, जेव्हा मी इतर लोकांबरोबर मैत्री करण्यासाठी सोपे मार्ग शोधण्याचा प्रयत्न करतो तेव्हा स्वत:बरोबरसुद्धा जमवून घेण्यासाठी मी कोणते अधिक सोपे मार्ग वापरू शकतो?

अल्ट्राड्रायव्हर (सर्वोत्तम)

पहिल्या प्रकारच्या व्यक्तिमत्त्वाची चर्चा करताना आपण त्यांचे असे वर्णन करू शकतो की, जे उत्तम उत्तेजक आहेत, अत्यंत कर्तृत्ववान आहेत, यशाच्या उच्च शिखरावर आहेत वगैरे वगैरे त्यांना आपण अल्ट्राड्रायव्हर किंवा सर्वोत्तम असे म्हणू या. ते त्यांच्या व्यावसायिक नातेसंबंधांकडे अशा स्पर्धात्मक दृष्टिकोनातून बघतात ज्यामध्ये त्यांनी पहिले स्थान पटकवण्याचा चंग बांधलेला असतो. कॉर्पोरेट जगतातील शिड्या चढताना ते सदैव वरच्या पायरीवर राहाण्यासाठी जास्तीत जास्त प्रयत्न करतील.

'मला जिंकायचे असेल तर तुला हरलेच पाहिजे' असा विचार करणाऱ्या अनेक व्यक्ती असतात. त्यांच्यासाठी प्रत्येक मीटिंग, प्रत्येक फोन कॉल, प्रत्येक ई-मेल किंवा येणारे प्रत्येक कुरिअर ही दुसऱ्यावर वर्चस्व गाजवण्याची आणि धाकदपटशा दाखवण्याची संधी असते.

'अल्ट्राड्रायव्हर' व्यक्तिमत्त्व असणाऱ्या व्यक्तींबरोबर हृद्य संबंध जोपासणे सोपे नसते; अगदी कोणत्याच परिस्थितीत नसते! जेव्हा तुम्ही त्यांच्या समान पातळीवर असता किंवा त्याच शिडीवर एक पायरी खाली असता तेव्हा तर ते अधिक बिकट असते. पण अशा प्रकारची व्यक्तिमत्त्वे तुम्हाला उच्च पातळीवरच्या व्यवस्थापकांमध्ये इतकी सर्रास पाहायला मिळतात की त्यांच्याबरोबर कसे निभवायचे हे शिकून घेणे तुमच्यासाठी गरजेचे ठरते. मग त्यासाठी काय काय करायला पाहिजे?

प्रथम हे समजून घ्या की, 'अल्ट्राड्रायव्हर' व्यक्तिमत्त्वाचा पाया मुख्यत:

'अहम्' हा असतो. त्यांचा अहम् कुरवाळण्याची गरज असते. त्यांच्यापैकी काहींचा ठाम समज असतो की खरे तर ते त्यांच्या भोवतालच्या प्रत्येक माणसापेक्षा कनिष्ठ आहेत, तर इतर काहींची मात्र खात्री असते की ते इतरांपेक्षा श्रेष्ठ आहेत. अर्थात, त्यामुळे काही फरक पडत नाही. त्यांच्या अहंमन्यतेच्या गरजा पुरवणे हे तुमचे सगळ्यात अवघड काम असते. तुम्ही हे काम जर चोख बजावले तर तुम्ही त्यांच्यासाठी जे काही केले त्याबद्दल त्यांना अतीव समाधान वाटेल आणि तुम्ही आश्चर्यकारकरीत्या सफल व्हाल. थोडक्यात, तुमची गणना त्यांच्या वेचक निकटवर्तीयांमध्ये होईल. तुम्ही जगाकडे पाहताना सर्वोच्च स्थानावर तुम्हाला तेच दिसतात या तुमच्या दृष्टिकोनाचे त्यांना वारेमाप अप्रूप वाटेल. अशा प्रकारे एकदा का तुमच्या तारा त्यांच्याबरोबर जुळल्या की हे अल्ट्राड्रायव्हर तुम्हाला मैत्रीच्या वर्षावात चिंब भिजवतील.

हे सारे वरवर पाहता खूप सोपे दिसत असले तरीसुद्धा यामधला अवघड भाग हा आहे की, त्याच्या अहम्बरोबर जुळवून घेताना तुम्हाला तुमचा स्वाभिमान आणि अहम् गुंडाळून ठेवावा लागतो. पुढील उदाहरणावरून तुम्हाला हे नीट कळेल.

रँडॉलच्या मालकीची कंपनी संपूर्ण जगातील गिऱ्हाइकांना बांधकामाचे साहित्य पुरवत होती. हा तसा काही लौकिक अर्थाने सन्माननीय किंवा भव्यदिव्य व्यवसाय म्हणता येणार नाही, परंतु अनेक वर्षांपासून हा व्यवसाय चालू असल्यामुळे तो अत्यंत यशस्वी होता. रँडॉल बॉस होता तरी त्याची राहणी अगदी साधी होती आणि पाय जमिनीवर होते. कंट्रीक्लबमध्ये जाऊन वेळ घालवण्यापेक्षा आणि दोन-दोन तास टंगळमंगळ करत जेवण्यापेक्षा तो त्याच्या नट-बोल्ट्सच्या खाचाखोचांत अधिक रमत असे (खरोखरच त्याचा नटबोल्ट्सचाच धंदा होता.) रँडॉलचा व्हाइस प्रेसिडंट बेन हा रँडॉलपेक्षा अगदी भिन्न प्रकृतीचा होता. एका यशस्वी कंपनीमध्ये उच्च पदावर असल्यामुळे यथोचित सन्मान आणि सत्ता मिळवण्याबाबत तो जागरूक होता. त्याला रेस्टॉरंटमध्ये जाणे, गोल्फच्या मॅचेसमध्ये आणि उद्योगविश्वातल्या इतर कार्यक्रमांमध्ये सहभागी होणे आवडत असे. रँडॉल हे सर्व टाळत असे. रँडॉलचा त्याबाबत काही आक्षेप नव्हता. त्याला माहीत होते की त्याला स्वत:लाच प्रसिद्धीच्या झोतात राहाणे पसंत नव्हते. बेनसारखी व्यक्ती त्यांच्या कंपनीचे प्रतिनिधित्व करत होती व समाजावर छाप टाकत होती, या गोष्टीला त्याची संमती होती.

एके दिवशी एक आश्चर्यजनक घटना घडली. रँडॉलचा एक अगदी खास जवळचा मित्र त्याला खासगीत भेटला. त्याने सांगितले की, बेन स्वत:ची ओळख कंपनीचा सीईओ म्हणून करून देतो. बेनने स्वत: वास्तविक असे शब्द वापरले नव्हते, पण त्याच्या झगमगीत समाज जीवनात मात्र त्याने तो 'सर्वेसर्वा' आहे असा संदेश अप्रत्यक्षरीत्या पोहोचवला होता. रँडॉलने जेव्हा हे ऐकले तेव्हा योग्य माहिती

पुरवल्याबद्दल त्याने त्याच्या मित्राचे आभार मानले आणि या विषयावर तो बेनशी नक्कीच बोलेल हेही त्याला सांगितले.

बेनने कंपनीचे चुकीचे प्रतिनिधित्व केल्यामुळे रॅंडॉललाही नवलच वाटले. मात्र थोडा खोलवर विचार करताच तो हळूहळू स्वस्थ झाला. त्याने विचार केला की बेन हा असा माणूस आहे ज्याला आपण सर्वोच्च पदावर आहोत असे वाटण्याची गरज आहे; कारण अशा प्रकारे विचार केल्याशिवाय तो जसे काम करत होता तसे करूच शकला नसता. बेन कंपनीसाठी फायदेशीर ठरतो आणि तसे ठरण्यासाठी त्याचा अहम् कुरवाळला जाण्याची गरज आहे; ही बेनची कायमस्वरूपी गरज होती. त्यावर त्याला डच्चू देणे हा एकमेव उपाय होता.

त्याच दिवशी दुपारी रॅंडॉलने बेनला त्याच्या केबिनमध्ये बोलावले. सुरुवातीच्या जुजबी संभाषणानंतर रॅंडॉलने मुख्य विषयाला हात घातला व बेनला बाहेर काय अफवा आहे ते सांगितले. तो म्हणाला, "बेन, मी आजच काहीतरी विचित्र ऐकले की, तू लोकांना सांगतोस की तूच कंपनीचा सर्वेसर्वा आहेस म्हणून, म्हणजे तू काय माझे काम करतोस की काय?"

ज्या क्षणी रॅंडॉलच्या तोंडातून हे शब्द बाहेर पडले त्या क्षणी बेन जागेवरच ताठरला. त्याच्या लक्षात आले की तो पकडला गेला आहे. त्याने आता बचावात्मक पवित्रा घेतला जो की त्याला कधीच आवडत नसे; तो अशा कातरीत सापडला म्हणून त्याला वैषम्य वाटले. रॅंडॉलला हे तर कबूल करावेच लागले की, बेनची अशी उलटतपासणी घेऊन त्याने नक्कीच त्याच्या अतिमहत्त्वाकांक्षी वृत्तीला थोडा का होईना लगाम घातला. त्याच वेळी रॅंडॉलने हेसुद्धा ठरवले की, या भांडणामध्ये 'अहम्'चा मुद्दा आणायचा नाही. परंतु बेनने आपल्या कंपनीतल्या पदाबद्दल खोटे बोलणे थांबवणे गरजेचे होते; त्याच वेळी कंपनीच्या भल्यासाठी बेनने कंपनीत असणेसुद्धा तेवढेच गरजेचे होते.

बेन तेथे खाली मान घालून बसलेला असताना रॅंडॉल असे काही बोलला जे बेनला अपेक्षित नव्हते. रॅंडॉल म्हणाला, "अगदी खरे सांगू का, तू हे जे सगळे केलेस त्याचे मला फार आश्चर्य वाटत नाही; कारण शेवटी सत्य परिस्थिती अशी आहे की तू जे काही सांगतोस त्यामध्ये तथ्य आहे. आपल्या दोघांनाही हे चांगलेच माहीत आहे की, तू या कंपनीसाठी जिवाचे किती पाणी केले आहेस. खरे तर तू जे काही कष्ट घेतलेस त्यामुळेच आपल्याला एवढे यश मिळाले आहे."

बेन शब्दांची जुळवाजुळव करत असतानाच रॅंडॉल पुढे म्हणाला, "बेन समस्या ही आहे की तू जेव्हा असे काही बोलतोस तेव्हा ते जरी खरे असले तरी त्याच्यामुळे फार संभ्रम होतो. मलासुद्धा तुझ्या अशा वक्तव्यामुळे वेदना होतात. म्हणून माझी तुला विनंती आहे की, माझ्यासाठी आणि कंपनीच्या भल्यासाठी तू हे असे बोलणे

थांबव. आपल्या दोघांनाही हे माहीत आहे की तुझे इथे असणे किती महत्त्वाचे आहे, समजते आहे का तुला मी काय सांगण्याचा प्रयत्न करतो आहे?''

रँडॉलचे म्हणणे आपल्याला नीट समजत आहे याची बेनला खात्री वाटत नव्हती. मात्र त्याचबरोबर त्याची गच्छंती न झाल्यामुळे त्याला धन्य वाटत होते. शिवाय, रँडॉल जे काही बोलला ते खरे असल्यामुळे त्याचा अहम् कुरवाळला गेला होता. त्याच क्षणी, तिथल्या तिथे बेनने मनाशी निश्चय केला की इथून पुढे कंपनीत कोण काय करते याबद्दल तो चकार शब्दही बाहेर उच्चारणार नाही. रँडॉलने हे प्रकरण खूपच सौम्यपणे हाताळल्यामुळे बेनला त्याच्याबद्दल खूप जवळीक तर वाटलीच, परंतु प्रचंड कृतज्ञतादेखील जाणवली. त्याला यापूर्वी कधीही रँडॉलची भीती वाटली नव्हती तेवढी त्या क्षणी वाटली.

साधारणत: अल्ट्राड्रायव्हर सगळ्यात जास्त कसला भुकेला असतो तर त्याची बुद्धिमत्ता आणि त्याने दिलेले योगदान यांचा यथोचित उल्लेख! त्याचे कौतुक झाले की तो सुखावतो, पुन्हा तसेच! त्याची ही आंतरिक इच्छा असुरक्षिततेच्या पायावर आधारलेली असते, किंवा ती त्याच्या अहंमन्यतेच्या मूळ प्रवृत्तीतून डोके वर काढते. पण त्याबद्दल तुम्ही फार विचार करायचा नसतो कारण तुम्ही एक व्यावसायिक आहात, मनोविश्लेषक नव्हे! अल्ट्राड्रायव्हरबरोबर उगाच सत्तासंघर्षाच्या झमेल्यात पडू नका. जर ते तुमच्या कंपनीमध्ये मोलाचे योगदान देत असतील तर त्यांना तसे सांगा. मग अहंमन्य असलेल्या अल्ट्राड्रायव्हरबरोबर तुमचे संबंध जुळलेच म्हणून समजा.

आपल्याला काही वेळेस एका वेगळ्याच सत्याला सामोरे जावे लागते. हे अल्ट्राड्रायव्हर्स त्यांना आपल्या आयुष्यातून हद्दपार करण्याशिवाय दुसरा पर्यायच आपल्यापुढे ठेवत नाहीत. हे तुम्हाला करता आलेच पाहिजे, नाहीतर ते तुम्हाला कच्चे खाऊन टाकतील. ऐतिहासिक दृष्टिकोनातून पाहिले तर विसाव्या शतकातला सर्वांत मोठा अल्ट्राड्रायव्हर म्हणजे जनरल जॉर्ज एस पॅटॉन. दुसऱ्या महायुद्धाच्या सुरुवातीला पॅटॉनने आपले सैन्य नॉर्थ आफ्रिका आणि सिसिलीमध्ये घुसवून प्रचंड शौर्याची कामगिरी केली होती; खरे सांगायचे तर त्यानंतर तो एखाद्या जनरलऐवजी राजाप्रमाणेच वागायला लागला होता. त्या वेळेपर्यंत म्हणजे जून १९४४ पर्यंत नॉर्मंडी स्फोटाचे आराखडे तयार होत होते. जनरल ड्वाइट आयझेनहॉवरला असे जाणवले की अशा प्रकारच्या मोठ्या कामगिरीसाठी पॅटॉनवर विश्वास टाकण्यात काही अर्थ नाही; म्हणून त्या स्फोटाच्या कामगिरीतून आयझेनहॉवरने पॅटॉनला वगळले. ज्या कामगिरीसाठी मुत्सद्दी नेतृत्वाची आणि धाडसाची गरज होती त्यामधून पॅटॉनला बिनदिक्कतपणे दूर केले गेले; परिणामी पॅटॉन संतापला, त्याला तो घोर अपमान वाटला. परंतु आयझेनहॉवरला पॅटॉनसारख्या अल्ट्राड्रायव्हर व्यक्तिमत्त्वाची

ताकद आणि दुबळेपणा, दोन्ही परिचित होते. ठरल्याप्रमाणे स्फोट घडवून अणल्यानंतर ताबडतोब त्याने पॅटॉनबरोबर पुन्हा जवळीक साधली आणि कॉन्टिनेंटमधील भल्या मोठ्या सैन्याची कमांड बहाल केली. पॅटॉनचा राग अजूनही शांत झाला नव्हता, परंतु त्याच्यासमोर जे हाडूक चघळायला टाकले होते ते तो नाकारू शकला नाही. अल्ट्राड्रायव्हरबरोबर नेहमी असेच घडते. तुम्हाला एक तर त्यांना खूप महत्त्व द्यावे लागते किंवा मग थोड्या वेळासाठी तुम्हाला त्यांना डावलून टाकावे लागते.

सिक्रेट एजंट (छुपे रुस्तम)

अल्ट्राड्रायव्हर व्यक्तिमत्त्वाच्या अगदी उलट व्यक्तिमत्त्व. हे तुम्हाला जसे अपेक्षित आहे ते तसे नसते. ही माणसे अशी नसतात की ज्यांचा स्वआदर कमी असतो किंवा जी स्वत:ला कोपऱ्यात लपवतात. मुळीच नाही! अल्ट्राड्रायव्हरच्या उलट व्यक्तिमत्त्व असलेल्या या व्यक्तींना आपण सिक्रेट एजंट म्हणू शकतो. अल्ट्राड्रायव्हरप्रमाणेच यांचा अहम् कुरवाळण्याची गरज असते, परंतु त्या बाबतीत हे तेवढेसे आग्रही नसतात. हे अशा प्रकारचे लोक असतात की ज्यांना त्यांच्या ध्येयाकडे पोहोचायचे असते, परंतु ते त्यांच्या कृती गुपचूपपणे चालू ठेवतात. सिक्रेट एजंट्स हे त्यांच्या कार्पोरेट जगतातील खेळींमध्ये कावेबाजपणे आणि धूर्तपणे वागतात. त्यांचे विश्व त्यांच्या कार्यक्षेत्रापुरतेच मर्यादित असते. त्यांचा विश्वास जर तुम्हाला संपादन करायचा असेल तर तुम्हाला त्यांची खात्री पटवून द्यावी लागते की तुम्ही त्यांच्या पोझिशनला धक्का पोहोचवणार नाही आहात. हे सगळे अल्ट्राड्रायव्हर व्यक्तिमत्त्वापेक्षा वेगळे आहे ज्यांना सरळ सरळ स्तुती आणि कौतुक हवे असते. सिक्रेट एजंटला तुम्ही सर्वकाही सकारात्मक गोष्टीच दिल्या पाहिजेत असे नव्हे, परंतु तुम्ही त्यांना हे पुनश्च आश्वासित करावे लागते की तुमच्या मनात काहीही काळेबेरे नाही. सिक्रेट एजंटसाठी नकारात्मक म्हणजे असे काहीही जे त्यांच्या मुलखावर अतिक्रमण करते.

जेव्हा आपण बेन या अल्ट्राड्रायव्हर व्यक्तिमत्त्वाविषयी बोलतो तेव्हा आपल्या असे लक्षात येते की, बेनच्या जरुरीपेक्षा जास्त बोलण्यामुळे किंवा चुकीच्या बोलण्यामुळे कशा समस्या उभ्या राहातात. सिक्रेट एजंट क्वचितच अशा पद्धतीने वागेल. सिक्रेट एजंटच्या बाबतीत समस्या ही असते की ते आवश्यक तेवढेही बोलत नाहीत. ज्या गोष्टी तुम्हाला कळणे आवश्यक असते त्याही ते तुम्हाला सांगत नाहीत. त्यांच्याकडची माहिती अशा प्रकारे रोखून धरायची की जेणेकरून त्यांचे स्वत:चे महत्त्व जास्तीत जास्त वाढेल. ही त्यांची नैसर्गिक प्रवृत्ती असते.

परिणामी सिक्रेट एजंट्सबरोबर हृद्य संबंध निर्माण करण्यासाठी त्यांना आधी बोलते करणे आणि त्यांच्या मनात पुरेसा विश्वास निर्माण करणे गरजेचे असते

जेणेकरून ते त्यांच्या गुप्तता बाळगण्याच्या सवयीतून बाहेर पडतील. सिक्रेट एजंटबरोबर जवळीक साधण्याचा उत्तम मार्ग हाच की त्यांना शक्य तेवढे जास्तीत जास्त प्रश्न विचारणे. ही माहिती गोळा करण्यामध्ये तुमचा कोणताही गुप्त वाईट हेतू नाही, तुम्ही त्या माहितीचा वापर करून कॉर्पोरेट जगतात स्वत:चा प्रभाव पाडण्याची अभिलाषा धरत नाही आहात आणि निश्चितच तुमची सिक्रेट एजंटच्या पोझिशनला धक्का पोहोचवण्याची इच्छा नाही; या गोष्टीची जाणीव त्यांना व्हायला हवी.

सिक्रेट एजंट्स फार क्वचित नेतृत्वाच्या सर्वोच्च पातळीपर्यंत पोहोचतात. अशी पदे सहसा अल्ट्राड्रायव्हरकडे जातात. वास्तव हेच आहे की, सिक्रेट एजंट्सना स्वत:लाच अधिकृत नेता बनण्याची महत्त्वाकांक्षा नसते. त्यांना त्यांचे स्वत:चे खासगीपण जपायचे असते आणि असे स्वातंत्र्य हवे असते जेथे ते प्रसिद्धीच्या झोतात न येता सार्वभौम सत्ता उपभोगू शकतील. म्हणून असे वाटून घेऊ नका की तुम्ही जेव्हा सिक्रेट एजंट्सशी बोलाल तेव्हा तुम्हाला तुमच्या सर्व महत्त्वाकांक्षा गुंडाळून ठेवाव्या लागतील. त्याउलट, सिक्रेट एजंटला हे कळू द्या की तुम्हालाही उच्च पदापर्यंत पोहोचण्याची इच्छा आहे. त्याला हेसुद्धा कळू द्या की तुम्ही ज्या सिंहासनावर बसण्याचे स्वप्न पाहत आहात त्या सिंहासनामागची ताकद मिळवण्यासाठी तुम्ही त्याच्यावर किंवा तिच्यावरच अवलंबून आहात.

इगर-बिव्हर (उतावीळ)

आपण आत्तापर्यंत अवघड माणसांबरोबर जवळीक साधण्यासाठी काय करावे लागेल याबद्दल लिहिले. अल्ट्राड्रायव्हर आणि सिक्रेट एजंट प्रकारच्या व्यक्तिमत्त्वांबरोबर जवळीक साधण्यासाठी आपल्याला आपल्या शैलीमध्ये बरेच बदल करावे लागतात हे तर उघडच आहे. या लोकांबरोबर जवळीक निर्माण करण्यासाठी आधी तुम्हाला त्यांच्या गरजा समजावून घ्याव्या लागतात आणि त्या कशा पूर्ण करायच्या ते शिकून घ्यावे लागते. आता आपण आणखी एक वेगळ्या प्रकारचे व्यक्तिमत्त्व पाहू – ते आहे इगर-बिव्हर्स. या प्रकारची स्वभाववैशिष्ट्ये असलेली माणसे लोकप्रिय असतात आणि सहज नमते घेणारी असतात; इतरांना खूश करण्यासाठी खूप उत्सुक असतात आणि यांच्याबरोबर जवळीक साधण्यासाठी तुम्हाला अगदी भिन्न प्रकारची लोककौशल्ये आत्मसात करून घ्यावी लागतात.

बहुतेक वेळा कॉर्पोरेशनसाठी इगर-बिव्हर्स नवे असतात. कंपनीची संस्कृती आत्मसात करणे, सगळ्यांशी परिचय होणे, कठोर श्रम करून उन्नती करणे अशा गोष्टींसाठी त्यांच्याकडे वेळ नसतो. तुम्ही त्या कंपनीत काही काळ काम केले असेल तर ते तुमच्याकडे मोठ्या कौतुकाने पाहतात.

आता तुमचा प्रतिसाद कसा असणार आहे? कदाचित तुम्ही फारसे गांभीर्याने घेणार नाही. कदाचित तुम्ही हुरळून जाल. अशीही शक्यता आहे की तुम्ही ते कौतुक स्वत:च्या पथ्यावर पाडून घ्याल. या उतावीळ विरांची बलस्थाने आणि दुर्बलता जाणून घ्यावीत. या लोकांची बलस्थाने तुलनेने अधिक असतात. सर्वसाधारणपणे अशा व्यक्ती बुद्धिमान असतात आणि त्यांचा उत्साह उदंड असतो. संस्थेच्या हिताबद्दल त्यांची जाणीव अधिक प्रखर असते.

इगर-बिव्हर व्यक्तीबरोबर संबंध वाढवताना इथे एक गोष्ट लक्षात घ्यायची आहे की, कोणीही, अगदी कोणीही चिरकाल इगर-बिव्हर राहू शकत नाही. तुम्हाला हे माहीत असणे गरजेचे आहे; फक्त तुमच्या व्यवसायाच्या भल्यासाठीच नव्हे तर तुमच्या स्वत:च्या भल्यासाठीसुद्धा! एक सल्ला असा की, जर तुम्ही इगर-बिव्हरला चांगल्या पद्धतीने हाताळले नाही तर इगर-बिव्हर मोडून पडतात. ते जितके अधिक परोपकारी आणि कार्यक्षम होते त्याच्या उलट ते तितकेच निष्क्रिय होतात. ते जितके अधिक उत्साही आणि आत्मविश्वासपूर्ण होते तितके आता ते दुखावलेले, उदास आणि गर्भगळित झाल्यासारखे दिसतात. हे सगळे तुम्ही त्यांना किती चांगल्या प्रकारे समजून घेता आणि तुमची ही समज व्यवहारात किती योग्य प्रकारे वापरू शकता यावर अवलंबून आहे.

गेल्या काही वर्षांत आघाडीच्या वृत्तपत्रांच्या बाबतीत दुसऱ्यांच्या गोष्टी किंवा विचार स्वत:च्या नावावर छापल्यामुळे गोत्यात येण्याचे प्रसंग घडलेले आहेत. न्यू यॉर्क टाइम्समध्ये काम करणाऱ्या एका तरुण वार्ताहराचे नाव ठळकपणे घेता येईल. वृत्तपत्राच्या प्रचंड स्पर्धात्मक संस्कृतीमध्ये त्याने स्वत:ची अशी ओळख करून दिली की इतर कोणाहीपेक्षा दुपटीने जास्त काम तो करू शकतो आणि करू इच्छितो. त्याच्या ऑफिसमध्ये सकाळी सगळ्यात प्रथम प्रवेश करणारा आणि संध्याकाळी सगळ्यात शेवटी घरी जाणारा तो होता; अनेक रात्री तो ऑफिसमध्येच मुक्काम ठोकून असे. तो शब्दश: त्याच्या 'वर्कस्टेशन'वरच राहत होता, त्याच्या कम्प्युटर टर्मिनलवर कॉपीज टाइप करत बसलेला असे.

या उतावीळ वीराच्या वरिष्ठांचे त्याच्याशी वागणे कसे असणार? कामात झोकून देणे हीच त्याची वृत्ती असणार असे त्यांना वाटले. अर्थात, त्याने स्वत:च्या वागण्या-बोलण्यातून तशी कल्पना करून दिली होती ना! 'कितीही प्रचंड काम असले तरी मी ते करीनच' असे चित्र त्याने रेखाटले होते. त्याच्या या कृतीमुळे वरिष्ठांचे चांगलेच फावले होते. ते मुद्दामच त्याला अधिकाधिक काम आणि काटेकोर डेडलाइन्स देऊ लागले. 'बहुधा तो आधुनिक सुपरमॅन झाला आहे. त्याला काम हवे आणि आम्ही ते पुरवतो आहोत' अशी भूमिका घेऊन वरिष्ठ नामानिराळे झाले.

त्या संपादकांना हे समजायला हवे होते की नेमके काय घडत आहे. जर तो

तरुण चळवळ्या अशक्यप्राय डेडलाइन्स पाळू शकत होता तर नक्कीच दोनपैकी एक गोष्ट होत असली पाहिजे. एक तर त्या डेडलाइन्स या डेडलाइन्स नसल्या पाहिजेत किंवा त्या बातम्यांमध्ये नक्कीच काहीतरी गोलमाल असले पाहिजे. अर्थातच, ही दुसरी शक्यता खरी असल्याचे सिद्ध झाले. हा अतिउत्साही, चळवळ्या इगर-बिव्हर न्यू यॉर्क टाइम्ससाठी अख्ख्या देशातून गोष्टी घेऊन येत असे, पण त्यासाठी त्याला न्यू यॉर्क शहर सोडून जाताना कधीच कोणी पाहिले नाही; एवढेच काय, कित्येकदा तर त्याने न्यू यॉर्क टाइम्सची बिल्डिंगसुद्धा सोडली नाही. सगळ्यांना खूश करण्याच्या त्याच्या फाजील उत्साहामुळे संपूर्ण कंपनीच्या अस्मितेचा प्रश्न निर्माण झाला होता. हे तर झालेच, परंतु त्याला स्वत:ला आता असे वाटू लागले होते की त्याचा गैरफायदा घेतला जातो आहे. प्रत्यक्षात त्याने स्वत:च अधिक कामाची मागणी केली होती. त्या सर्व उत्साहाचे आता रागात रूपांतर झाले. त्याची मात्र स्वत:शी ही खात्री होती की, जरी त्याने अनैतिक काम केले होती तरी ते कंपनीच्या भल्यासाठीच आणि त्या बदल्यात त्याने अशक्यप्राय कामांचा बोजा उचलला होता.

उतावीळपणा बाणणाऱ्या लोकांबरोबर जवळीक साधताना कोणती दक्षता घ्यावी याचा बहुमोल सल्ला इथे दिला आहे. अशा व्यक्ती स्वत:ला लगाम घालू शकत नाहीत. म्हणून तुम्हीच त्यांना त्यासाठी मदत करायची आहे. सगळ्यात महत्त्वाचे म्हणजे जे काही करत आहेत ते त्यांना समजते असे गृहीत धरू नका. नक्कीच असे नसते. ते चिरडीला येतील असे दिसताच तुम्ही त्यामध्ये लक्ष घाला कारण जर असे घडले तर त्यांचे स्वत:चे तर नुकसान होईलच, पण ते तुम्हालासुद्धा नुकसान पोहोचवतील. इगर-बिव्हर व्यक्तींबरोबर जवळीक साधताना त्यांना त्यांचे पाऊल पुढे टाकण्यासाठी मदत करणे आवश्यक आहे. सुरुवातीला कदाचित त्यांना वाईट वाटेल. असेही वाटण्याची शक्यता आहे की तुम्ही त्यांना मागे ओढत आहात किंवा त्यांनी प्रकाशझोतात येऊ नये असा तुमचा इरादा आहे. त्यांना असेही वाटण्याची शक्यता आहे की तुम्ही त्यांच्या बुद्धिमत्तेवर, शारीरिक क्षमतांवर जळत आहात; दुर्दैवाने तुम्ही त्यांना तसेच पुढे धावू दिले तर त्यांचा विनाश अटळ आहे. यातून साऱ्यांचाच तोटा होईल.

दि बर्नआउट (शारीरिक व मानसिक पातळीवर पीडित नामोहरम)

बर्नआउट हे एक अशा प्रकारचे व्यक्तिमत्त्व असते जे कॉर्पोरेट जगतामध्ये सहजी चिरडले जाते. अशा लोकांशी जवळीक साधण्यासाठी तुम्हाला काही विशिष्ट प्रकारची लोककौशल्ये अंगी बाणवायची गरज असते. त्यासाठी थोडे कष्ट पडतील, पण तसे करणे श्रेयस्कर असते. नैराश्याने घेरल्यासारख्या वाटणाऱ्या या व्यक्तींकडे

ज्ञानाचा आणि क्षमतांचा मौल्यवान साठा असतो. किमानपक्षी, ते तुम्हाला कॉर्पोरेट जगतातील संस्कृतीबद्दलचे अंतर्ज्ञान तरी देऊ शकतात जे नुकतेच बोर्डावर आल्यावर तुमच्यासाठी महत्त्वाचे ठरते. सुदैवाने त्यांच्या अंगी पुन्हा उत्साह संचारला तर ते खऱ्या अर्थाने योगदान देऊ शकतात. अर्थातच, स्वत:बद्दल आशा गमावून बसलेल्या अशा व्यक्तींमध्ये स्वत:बद्दल विश्वास जागवण्यात तुम्ही किती यशस्वी होता यावर हे अवलंबून आहे.

एखाद्या व्यक्तीने आत्मविश्वास गमावला आहे आणि केवळ करायचे म्हणून ती काम करते आहे, त्यातून काहीच प्रगती होत नाही आहे असे तुम्हाला जाणवले, तर त्याच्यावर टीका करण्याचा मोह टाळा. वास्तविक तुमच्या जवळीक निर्माण करण्याच्या मोहिमेच्या उघड-उघड दृष्टीने अशा व्यक्तीवर टीका करणे संपूर्णपणे वर्ज्य करायला हवे. जी व्यक्ती संपूर्णपणे झोकून देऊन प्रयत्न करत नाही अशा व्यक्तीवर तुम्ही टीका का करायला नको; कारण टीकेची तर त्यांना सवय झालेली असते. पण त्यांची तुमच्याकडून वेगळी अपेक्षा असते आणि मागणी पण वेगळी असते.

जर तुम्ही त्यांच्यावर टीका केली तर तेसुद्धा तुमच्याशी सहमत होतील. ते तसे उघड-उघड म्हणणार काही नाहीत, पण तुम्ही त्यांना खाजवून खरूज काढण्यापासून वाचवणार आहात. ते त्यांच्या आरामदायी परिसरात आहेत आणि त्यांची कोणाला मदत होण्यासाठी त्यांनी त्या सुरक्षित क्षेत्रातून बाहेर पडणे गरजेचे आहे. म्हणून त्यांचा आधार बना. कृतज्ञता व्यक्त करा. त्यांच्या पाठीवर थोपटा. त्यांच्यातील काहीतरी चांगले शोधून काढा आणि त्याबद्दल बोलत राहा.

कॉर्पोरेट जगतामध्ये जो शारीरिक आणि मानसिक पातळीवर पिडलेला आहे त्याला तुम्ही सर्वांत उत्तम भेट कोणती देऊ शकता तर 'आशा'. ते काहीतरी चांगले करतील आणि मग मी त्यांना आशा दाखवीन अशी वाट पाहू नका. हे तुमचे बक्षीस कोणाच्याही ध्येयपूर्तीवर किंवा त्यांच्या कृतीवर अवलंबून ठेवू नका. ताबडतोब देऊन टाका. या लोकांबरोबर संबंध जुळवताना अनेक लोकांना ही साधी गोष्ट कळत नाही. ही गोष्ट अशी नव्हे की, 'मला तुम्ही असे करायला हवे आहे आणि तुम्ही जर हे केले तर तुम्हाला हे मिळेल.' त्याऐवजी अगदी छोटीशी, क्षुल्लक, सकारात्मक गोष्ट घडली तरी ते त्यांना बक्षीस म्हणून द्या. असे केल्याने तुम्ही त्या व्यक्तीला तुम्हाला ज्या प्रकारची वर्तणूक हवी आहे ते करायला भाग पाडाल. तुम्ही त्याच्यासाठी प्रेरणा निर्माण कराल; त्याला गती द्याल. तुम्ही त्यांना हालचाल करायला भाग पाडल्यामुळे त्यांना स्वत:मध्ये ताकद निर्माण झाल्यासारखे वाटेल.

तुम्ही जर कॉर्पोरेट जगताचा एक भाग असाल तर नक्कीच तुम्हाला असे शारीरिक व मानसिक पातळीवर पिडलेले किमान तीन-चार कर्मचारी माहिती

असतील. तुम्ही जर आणखी थोडा विचार केलात तर तुम्ही नक्कीच त्यांची नावे सांगू शकाल. ते कोणत्या पातळीवरचे आहेत हा मूलभूत मुद्दा नाही. त्यांची पातळी कोणतीही असू दे, पण त्यांचे व्यक्तिमत्त्व 'बर्नआउट'च्याच साच्यात बसते. त्यांच्या सर्व आशा मावळल्या आहेत. त्यांच्या सर्व हालचाली यांत्रिक झाल्या आहेत. ते अगदी नि:सत्त्व झाले आहेत.

तुमच्या कामाच्या ठिकाणी उपस्थित असलेल्या तुमच्या माहितीतील काही लोकांचा आपण विचार करू. आता एक प्रयोग करून पाहा. जवळीक साधण्यासंदर्भातला आणि लोककौशल्ये संपादन करण्याचाच हा प्रयोग नव्हे, तर त्यापेक्षाही अधिक काहीतरी आहे. तुम्ही एक चांगली व्यक्ती आहात किंवा नाही हे तपासून पाहण्याचा हा प्रयोग आहे.

दोन-तीन लोकांमधील अशा काही चांगल्या गोष्टी शोधून काढा ज्या त्यांच्यातील साहस जागवतील, त्यांना प्रेरित करतील आणि मुख्यत: आशादायी असतील. ते आत्ता या क्षणाला काय करत आहेत ते लक्षात घ्या आणि त्यांच्याबद्दल काहीतरी चांगले बोला. हे फक्त एकदा करून थांबू नका, तर अनेकदा करा. असा आधार तुम्हाला दर तासाला, दर दिवसाला किंवा दर आठवड्याला देण्याची गरज नाही; पण महिन्यातून किमान तीनदा तरी द्या आणि मग त्याचे परिणाम काय होतात याची काळजीपूर्वक नोंद करा. तुमच्या असे लक्षात येईल की प्रोत्साहनामुळे किती आमूलाग्र बदल होतात. डेल कार्नेगींनी नेमके हेच केले. सगळ्यात महत्त्वाची गोष्ट ही की, लोककौशल्य संपादन केल्यामुळे प्रत्येकावर अत्यंत सकारात्मक परिणाम झालेला दिसून येतो. फक्त हृद्य नातेसंबंध निर्माण करण्यापेक्षाही ते अधिक महत्त्वाचे आहे आणि 'यश' या शब्दाचा खरा अर्थ तुम्हाला तेव्हाच समजेल.

तुमच्या मनालाच प्रश्न विचारा

दुसऱ्या व्यक्तीबरोबर हृद्य संबंध प्रस्थापित करणे, मग ती व्यक्ती संवाद साधण्यास कितीही अवघड असली तरीही, ते एखादे कठीण गणित सोडवण्यासारखेच असते. थोडेसे नियोजन आणि दूरदृष्टता असली तर काम अधिक सोपे होते. जेव्हा तुम्हाला तुमच्या आयुष्यात येणाऱ्या व्यक्तींबरोबर जवळीक निर्माण करायची असेल तेव्हा तुमच्या मनाला हे पुढील प्रश्न विचारा.

तुम्हाला काय साध्य करायचे आहे? तुम्हाला नेमके काय हवे आहे याबाबत तुमच्या मनात संभ्रम नको; मग हे कोणत्याही बाबतीत असू दे, म्हणजे इतरांशी जवळीक साधण्याचा मुद्दा असो वा तुमच्या व्यवसायाबाबतचे नियोजन असो. तुमची त्याबद्दलची रूपरेषा काय आहे, याविषयीचे सुस्पष्ट विचार तुमच्या मनात असणे महत्त्वाचे असते; आणि त्याहीपेक्षा महत्त्वाचे म्हणजे त्याप्रमाणे त्यावर आधारित

सकारात्मक कृतीचा आराखडा तयार पाहिजे. सहसा काय होते की, आपल्याला काय प्राप्त करायचे आहे त्यापेक्षा आपल्याला काय टाळायचे आहे यावरच लोक अधिक लक्ष केंद्रित करतात. लोककौशल्याची एक महत्त्वाची गुरुकिल्ली हीच की आपल्याला नकोशा वाटणाऱ्या परिस्थितीतून पळ काढण्यात ऊर्जा घालवण्यापेक्षा आपण निश्चित केलेल्या आपल्या ध्येयमार्गावरून पुढे जाणे. आपल्याला नेमके कोठे पोहोचायचे आहे हे आपल्याला ठाऊक पाहिजे; कारण हे सर्वस्वी तुमचे उद्दिष्ट आणि तुमचे ध्येय आहे. तुम्हाला काय नको आहे यापेक्षा तुम्हाला काय हवे आहे हे अधिक महत्त्वाचे आहे. या सूचना पाळून तुम्हाला हवे असलेले परिणाम तुम्ही सकारात्मक शब्दांत निश्चित करा. असे कधीही म्हणू नका की मला नऊ ते पाच ऑफिस असणारी नोकरी नको. त्यापेक्षा त्यांनी अधिक सकारात्मक आणि पुढाकार घेणारा शब्दप्रयोग करून म्हणावे की, 'मला असे काम हवे की जेथे मीच माझा मालक असेन आणि मी माझ्या मर्जीने काम करेन.'

तुम्ही तुमच्या प्रगतीचा आलेख कसा मांडाल? 'बदल' हीच एक गोष्ट या जगात निश्चित आहे. शारीरिकदृष्ट्या, भावनिकदृष्ट्या आणि अगदी आध्यात्मिकदृष्ट्या प्रत्येक मिनिटाला गोष्टी बदलत असतात. जे काही तुमच्या मनात ईप्सित असेल त्याकडे बघताना तुम्ही सतत हा विचार केला पाहिजे की तुमच्या कृतीमधून काय फलित तुम्हाला मिळते आहे आणि तुम्ही योग्य मार्गावर आहात की चुकीच्या? जर तुम्ही करत असलेल्या कामाचे फलित तुम्हाला मिळत नसेल तर जोपर्यंत तुम्हाला इच्छित फळ मिळत नाही तोपर्यंत तुमच्या कामाच्या पद्धतीत बदल करत राहण्याचे तारतम्य तुमच्याठायी हवे. तुमच्या संबंधात येणाऱ्या व्यक्तींशी वागताना तुम्ही तुमच्या ध्येयाप्रत जाण्यात यशस्वी होत आहात किंवा नाही हे समजण्यासाठी तुम्हाला कोणते पुरावे पाहिजेत? जर असा कोणताच स्पष्ट पुरावा नसेल तर आपल्या कष्टाचे जे फलित आहे त्याचे यश मोजण्याचा आपल्याकडे कोणता मार्ग आहे? तुमच्या ओळखीची अशी अनेक माणसे आहेत का की ज्यांना तुम्ही आपले मित्र म्हणू शकता? पूर्वी तुमच्या फोनची घंटी जितक्या वेळा वाजत होती त्यापेक्षा ती आत्ता अधिक वेळा वाजते का? आत्ता तुम्ही इतरांबरोबर अधिक काळ घालवता व एकटे कमी वेळ असता असे घडते का? हे काही निश्चित, ठळक बदल मानता येतील. हे तुमच्या प्रगतीचे खरे पुरावे आहेत, निव्वळ भावना नव्हेत.

तुम्ही तुमच्या कृतींची तुमच्या प्रगतीच्या आलेखाबरोबर कशी सांगड घालाल? जेव्हा तुम्ही तुमच्या वर्तणुकीमध्ये बदल करता तेव्हा तो बदल खूप काळजीपूर्वक केला पाहिजे. तुमच्या कृतीची आणि त्याच्या परिणामांची संपूर्ण जबाबदारी तुम्हीच स्वीकारली पाहिजे. परिस्थितीत सुधारणा होण्यासाठी तुम्ही दुसऱ्या कोणावरच अवलंबून राहू शकत नाही. तुम्ही फक्त काय करू शकता तर तुमचे स्वत:चे विचार

आणि वर्तणूक बदलू शकता. या तुमच्या कृतीला कोणता प्रतिसाद मिळतो याकडे बारकाईने लक्ष द्या. हे परिणामच तुम्हाला दाखवून देतील की इतरांच्या वर्तणुकीतसुद्धा बदल झाला आहे.

तुम्ही ताबडतोब सुरुवात कशी कराल? एकदा तुम्हाला कोणता परिणाम हवा आहे याची खात्री झाली की तुम्ही तुमच्या ध्येयाकडे जाण्यास प्रवृत्त व्हाल. जर तुमच्या असे लक्षात आले की तुमच्या सध्याच्या वर्तणुकीचा फारसा उपयोग होत नाही, त्याने परस्परसंबंध सुधारत नाहीत, तर तुम्हाला अन्य काही मार्गांचा वापर करावा लागेल. याशिवाय तुम्ही बदलांना आणि तडजोडींना सतत तयार असले पाहिजे. तुम्ही तुमच्या ध्येयाच्या जवळ पोहोचल्याचे पुरावे जोपर्यंत तुमच्या कृतीतून हाती येत नाहीत तोपर्यंत कृती करताना तुमचा एकच मंत्र असला पाहिजे की, 'आत्ता करा... ताबडतोब करा.'

परिणामी जे घडायचे ते घडणार! तुमच्यातील आणि समोरच्या व्यक्तीमधील संवादामध्ये मुख्य दोन घटक असतात. पहिला घटक हा की तुमच्या संवादाचा हेतू! दुसरा अधिक महत्त्वाचा घटक म्हणजे समोरची व्यक्ती त्यामधून कोणता अर्थ काढते. काही वेळेस हे दोन्ही घटक एकच असतात, त्यामध्ये फरक नसतो. पण दुर्दैवाने नेहमीच तसे असते असे नाही.

लोक अनेकदा असे गृहीत धरतात की त्यांचे बोलून झाले की त्यांचे काम संपले. ते असे समजतात की त्यांना जो संदेश द्यायचा होता तो समोरच्यापर्यंत पोहोचला. त्यांना अशी आशा असते की समोरच्याला त्यांचे बोलणे समजले आणि त्याने ते स्वीकारले आणि जर ते तसे घडले नसेल तर ते त्या गोष्टीची जबाबदारी समोरच्या व्यक्तीवर टाकून मोकळे होतात. परंतु प्रभावी लोककौशल्याच्या भाषेत बोलायचे झाले तर संवादकर्ता या नात्याने जेव्हा तुम्ही तुमचे बोलणे संपवता तेव्हाच तुमचे खरे कार्य सुरू होते. तुम्ही स्वत:ची ही खात्री करून घेतली पाहिजे की, तुमचे शब्द समोरच्या व्यक्तीच्या फक्त कानावर पडून उपयोगी नाही तर ते त्याला समजलेसुद्धा पाहिजे. हे करण्यासाठी समोरची व्यक्ती तुमच्या बोलण्याला काय प्रतिसाद देते याकडे तुमचे बारकाईने लक्ष पाहिजे. जर समोरून तुम्हाला पाहिजे तसा प्रतिसाद आला नाही तर जोर्यंत तुमचा हेतू साध्य होत नाही तोपर्यंत तुम्हाला तुमच्या संभाषणात बदल करून पाहावे लागतील.

संभाषण साधताना गैरसमज होण्याची अनेक प्रमुख कारणे असतात. वास्तव हे आहे की प्रत्येक मनुष्यप्राण्याचा प्रत्येक ऐकलेल्या अथवा बोललेल्या शब्दांशी संबधित अनुभव वेगळा असतो. एका मनुष्याला एखाद्या शब्दाचा जो अर्थ अभिप्रेत असतो तो दुसऱ्याला कदाचित वेगळा अभिप्रेत असतो. दुसरा गैरसमजाचा स्त्रोत म्हणजे शब्दांच्या पलीकडल्या गोष्टी, जसे की स्वराची तीव्रता, चढउतार आणि

चेहेऱ्यावरील हावभाव. ज्या गोष्टी बोलल्यासुद्धा गेल्या नसतील अशांबद्दल लोक केवळ हावभावावरून आणि स्वरावरून आक्षेप घेतात.

तुमचे जग माझ्यापेक्षा वेगळे आहे, हो ना? जे चांगले संवादकर्ते असतात त्यांना याची जाणीव असते की, त्यांना त्यांच्या आयुष्यात येणारे अनुभव कदाचित इतरांना त्यांच्या आयुष्यापासून मिळणाऱ्या अनुभवांपेक्षा भिन्न असतील. वेगळ्या भाषेत सांगायचे झाले तर कोणतीच दोन माणसे तंतोतंत सारख्या जगात जगत नसतात. प्रत्येकाचे व्यक्तिमत्त्व वेगळे आणि त्यानुसार त्यांचा जगाकडे बघण्याचा दृष्टिकोन वेगळा. जग जरी कसेही दिसत असले तरी आपला प्रतिसाद हा त्या जगाला नसून तयार केलेल्या आपल्या विश्वाला असतो. हे कोणीही सांगू शकत नाही की, या अनुभवांचा संबंध फक्त बाह्यत: दिसणाऱ्या सत्याशी आहे किंवा नाही; आणि खरोखर त्यामुळे काहीच फरक पडत नाही. फरक कशाने पडतो तर आपण काय ऐकतो आणि त्याचा काय अर्थ लावतो. ज्या व्यक्तीशी बोलत आहात त्याला तुमच्या जगात नेण्यात खरे कौशल्य आहे. ही खरोखरच एखाद्या गोष्टीकडे विविध अंगांनी बघण्याची प्रक्रिया आहे. तुम्ही तुमच्या सोबत्याला शारीरिकरीत्या, मानसिकरीत्या व भावनिकरीत्या व्यापून टाकले पाहिजे.

शब्द हे आपल्या अनुभवांचे अपुरे प्रतिनिधित्व करतात. आपल्यापैकी प्रत्येकाला जगाचा अनुभव वेगळ्या प्रकारे येतो. तद्वतच, संभाषण करताना आपण वापरलेल्या शब्दांमुळे गुंतागुंत वाढते. आपण ज्या गोष्टी पाहतो, ऐकतो, जाणतो त्या लोकांपुढे मांडण्याकरता भाषा हे माध्यम आहे. इंग्रजी भाषक आपण पाहिलेल्या, ऐकलेल्या आणि अनुभवलेल्या गोष्टी व्यक्त करण्याकरता जे शब्द वापरतात त्यापेक्षा वेगळे शब्द इतर भाषक वापरतात. पाहिलेल्या, ऐकलेल्या आणि अनुभवलेल्या सारख्याच गोष्टींबाबत प्रत्येकाची मनोभूमिका किंवा जाणीव ही वेगवेगळी असते. म्हणून त्यांचे शब्दसुद्धा वेगळ्या अर्थाचे असतात. काही लोक बोलण्यामध्ये इतरांपेक्षा अधिक पटाईत असतात. अर्थात, शब्दभांडार आणि शैक्षणिक पातळीमुळे हे घडते. शिक्षणाच्या क्षमतेचा कमी-अधिकपणा, कोठल्या शाळेत शिक्षण झाले इत्यादीसारख्या गोष्टींचा परिणाम याच्या मुळाशी असतो. प्रभावी संवादकर्ता आपल्या क्षमतांचा जास्तीत जास्त वापर करून स्वत:ला व्यक्त करतात. त्यांना हेसुद्धा माहीत असते की जरी त्यांनी जास्तीत जास्त संभाषण कौशल्य वापरून अधिकाधिक सुस्पष्ट संभाषण केले तरीही गैरसमजाची शक्यता असते.

लवचीकता असणे महत्त्वाचे. वरील सर्व मुद्दे लक्षात घेता एक गोष्ट तर स्पष्ट होते की ज्या व्यक्तीच्या अंगात उच्च प्रतीची लवचीकता असते ती अत्यंत प्रभावीपणे संवाद साधू शकते. उदाहरणार्थ, जर तुमचे शब्दभांडार फारच अपुरे असले तर समोरच्यापर्यंत संदेश पोहोचवण्यासाठी तुम्हाला फार मर्यादा पडतील.

पण जर तुम्हाला अधिक शब्द माहीत असतील तर तुमच्यासमोर अनेक पर्याय उपलब्ध असतात. तुम्ही जे काही सांगण्याचा प्रयत्न करत आहात ते जर समोरच्याला समजत नसेल तर तीच गोष्ट तुम्ही वेगळ्या प्रकाराने सांगू शकता; पर्याय नसण्यापेक्षा पर्याय असणे निश्चितच चांगले. आणि कमी पर्यायांपेक्षा अधिक पर्याय असणे चांगले. शिवाय, हे केवळ तुमच्या शब्दभांडाराला लागू पडते असे नाही, तद्वतच तुमच्या भावनांच्या विविध पदरांपासून ते पार तुमच्या पेहरावापर्यंत प्रत्येक ठिकाणी हे लागू पडते. तुम्ही जी पद्धत अवलंबता ती उपयुक्त ठरत नसेल तर तुम्ही उपलब्ध साधनांच्या वापराने आपल्या वर्तणुकीत बदल करून इतर काही काम हातात घेऊ शकता.

कृती

१. तुमच्या आयुष्यात तुम्हाला भेटणाऱ्या व्यक्तींपैकी पुढील प्रत्येकी चार प्रकारच्या व्यक्तिमत्त्वांमध्ये चपखल बसणाऱ्या एकाचे नाव लिहा.

अल्ट्राड्रायव्हर (सर्वोत्तम) –

सिक्रेट एजंट (छुपे रुस्तम) –

इगर-बिव्हर (उतावीळ) –

बर्नआउट (नामोहरम) –

वरील व्यक्तींची तुम्ही कधी चिकित्सा केली का? केली असेल तर कदाचित त्यांची काही वैशिष्ट्ये तुम्ही स्वत:ला लावून पाहताना तुमचा स्वत:शी संघर्ष झाला असेल. प्रत्येकाच्या बाबतीत विचार करा आणि स्वत:शी प्रामाणिकपणे गणना करा की नेमके कोणत्या क्षणी तुम्ही कोणत्या प्रकारच्या व्यक्तिमत्त्वाशी साधर्म्य साधले. तुम्ही त्यावरून कोणता धडा घेऊन स्वत:मध्ये व तुमच्या भोवतालच्या लोकांमध्ये बदल करू शकाल?

२. तुमच्या कामाच्या ठिकाणच्या अशा लोकांची यादी करा ज्यांच्याबरोबर जवळीक साधणे तुम्हाला सहज शक्य झाले. थोडा विचार करून त्यांच्याबरोबर संवाद साधणे सोपे का गेले याची कारणे तपासून पाहा. मग अशा लोकांची यादी करा ज्यांच्याबरोबर तुमचा संघर्ष होतो. अशांबरोबर संबंध सुरळीत करण्यासाठी तुम्ही कोणती पावले उचलाल? जवळीक साधण्यासाठी सुरुवात कशी कराल?

३. शारीरिक-मानसिकरीत्या पीडित अशा एखाद्या माणसामुळे तुम्हाला कधी त्रास झाला आहे का? तुम्ही स्वत: असे पीडित होणार नाही यासाठी पूर्वकाळजी घेताना कोणत्या तीन पायऱ्या वापराल?

नोंदी

इतरांमध्ये मनापासून रुची घेणे हाच लोकांना तुमच्यात रुची वाटण्याचा सर्वोत्तम मार्ग आहे.

– डेल कार्नेगी

५

लोकांमध्ये मनापासून रुची घ्या

दुसरे आवश्यक लोककौशल्य म्हणजे 'ॲसर्टिव्ह क्युरिऑसिटी'. इतरांमध्ये रुची घेणे हे आपल्या सर्वांमध्येच जन्मजात आहे. आयझॅक सिंगर या नोबेल पारितोषिक विजेत्या लेखकाने आयुष्याचे वर्णन करताना म्हटले आहे की, आयुष्य ही एक कांदबरी आहे ज्यामध्ये काही चांगले आणि काही वाईट घडतेच. तुम्हाला काय वाटते ते ठाऊक नाही, पण कादंबरीचे प्रत्येक पुढचे पान उलटताना जशी आपली उत्सुकता चाळवली जाते तसेच हे असते. प्रत्येकालाच पुढे काय घडणार आहे याविषयी जाणून घ्यायचे असते. प्रत्येक जण जगाबद्दल जाणून घेण्यास जात्याच उत्सुक असतो. आपली ही उत्सुकता कायम टिकावी, तिचे संवर्धन करावे, तिला योग्य वळण द्यावे म्हणून जाणीवपूर्वक प्रयत्न करायचे असतात.

कार्पोरेट जगतामध्ये तर या गोष्टीचे विशेष महत्त्व आहे. आपल्या टीमची उत्सुकता चाळवली जाणे किती महत्त्वाचे आणि प्रचंड फायद्याचे असते हे कोणत्याही कंपनीच्या व्यवस्थापकाला माहीत असते. पुढील काही पानांमध्ये आपण अशा अनेक युक्त्या आणि क्लृप्त्या शोधून काढणार आहोत ज्यामुळे लोकांच्या उत्सुकतेचा, आवडीनिवडींचा आपण वापर करून घेऊ शकणार आहोत. आपली स्वत:ची उत्सुकता ताजीतवानी ठेवणे आणि त्याचा योग्य प्रकाराने वापर करणे हा यशाचा मंत्र कसा असू शकतो हे समजून घेणे महत्त्वाचे आहे.

मिशेलची गोष्ट

मिशेलच्या उदाहरणावरून आपण हे समजून घेऊ. मिशेल ही एका मल्टिनॅशनल कंपनीमधील 'इन्व्हेस्टमेंट-रिलेशन्स' विभागातील कार्यकारी अधिकारी होती. तिचे काम हे तिला आवडणारे आणि मजेशीर असेच होते जे मुख्यत: तिच्या निकोप

उत्सुकतेवरच अवलंबून होते. कंपनीमधील सर्व मोठ्या गुंतवणूकदारांच्या संपर्कात राहायचे आणि त्यांच्या अडीअडचणी, गरजा, काळज्या समजावून घ्यायच्या हेच तिच्या कामाचे स्वरूप होते.

तिच्या कंपनीच्या एकूण गुंतवणूकदारांपैकी बहुसंख्य गुंतवणूकदार हे प्रौढ वयस्कर होते ज्यांची मुख्य समस्या 'एकाकीपण' हीच होती. आयुष्याच्या या वळणावर त्यांच्याकडे भरपूर पैसा होता, परंतु त्याशिवाय त्यांच्या आयुष्यात दुसरे काहीच नव्हते. जेव्हा मिशेल त्यांच्याशी संपर्क साधत असे तेव्हा त्यांना त्यांच्या गुंतवणुकींबाबत तिच्याशी बोलायचे तर असेच, परंतु तिने त्यांच्या दैनंदिन आयुष्यात रुची घ्यावी असेही त्यांना वाटे. त्यांच्याबरोबरच्या संभाषणातून पूर्वापार चालत आलेल्या व्यावसायिक फायद्या-तोट्यांबद्दलची ही गणिते नाहीत हे नक्कीच स्पष्ट दिसत असले तरी मिशेलच्या हे ताबडतोब ध्यानात आले की त्या लोकांच्या नातवंडांबद्दल अर्धा तास बोलल्याने आपण त्यांचा विश्वास आणि निष्ठा सकारात्मकरीत्या जिंकून घेऊ शकतो. त्यातूनच ती तिच्या गुंतवणूकदारांचे बोलणे जिव्हाळ्याने ऐकायला आणि त्यांच्याशी आपुलकीने बोलायला शिकली.

जेव्हा मिशेलला काही नवीन उमेदवारांना तिच्या मदतनीस पदासाठी प्रशिक्षण देण्याची संधी मिळाली तेव्हा तिने त्यांना तिला आलेल्या या नवीन अनुभवाचा व्यावसायिक क्षेत्रात लोककौशल्य म्हणून कसा फायदा करून घेता येतो हे शिकवले. मिशेलप्रमाणेच तुम्हीसुद्धा एखाद्या कंपनीचे व्यवस्थापक असू शकता. आपल्या संघाला जास्तीत जास्त कार्यक्षम करण्याची आणि लवकर प्रशिक्षित करण्याची गरज तुम्हाला असू शकते किंवा तुम्ही अशा एखाद्या टीममध्ये काम करत असाल ज्याला महत्त्वाकांक्षा आहे. तुम्ही तुमच्या उत्सुकतेला असे योग्य वळण दिले पाहिजे ज्याच्यामुळे तुम्हाला स्वत:ला व तुमच्या मालकालाही त्याचा फायदा होईल. तुम्ही प्रस्थापित व्यवस्थापक असा किंवा नवखे कामगार, तुमच्या अंगी 'निकोप उत्सुकता' असायला हवी ही मनाची अगदी अभूतपूर्ण आणि काहीशी गुंतागुंतीची चौकट असेल. याच्यामध्ये किमान दहा स्वतंत्र पण या विषयाशी संलग्न मुद्दे असतील. हे सर्व मुद्दे कृतीत उतरवून तुम्ही ताबडतोब तुमच्या निकोप उत्सुकतेच्या लोककौशल्याच्या साठ्यात भर घालू शकाल. आपण आता हे दहा मुद्दे तपशीलवार पाहू.

१) निकोप उत्सुकता जागवणे

एक भावनात्मक अनुभव! सगळ्यात प्रथम तुम्हाला हे जाणवणे गरजेचे आहे की, मनात निकोप उत्सुकता जागवणे हा एक भावनिक तसेच बौद्धिक अनुभव आहे. तुम्ही जेव्हा समोरच्या व्यक्तीशी बोलत असता तेव्हा आपल्याला मिळालेली नवीन माहिती एकमेकांबरोबर वाटून घेणे आणि नम्रपणे समोरच्याची चौकशी करणे,

माहिती विचारणे यामध्ये फरक आहे. या खास प्रकारच्या ऊर्जेचे एका शब्दात वर्णन करायचे झाले तर 'उत्कटता' किंवा 'भावनावेग' किंवा 'तीव्र इच्छा' असे म्हणता येईल. जेव्हा मी 'निकोप उत्सुकता' असे म्हणतो तेव्हा समोरच्याची फक्त माहिती गोळा करणे हे मला अभिप्रेत नसते, तर त्यामध्ये तुमचे गुंतून जाणे हे अभिप्रेत असते. समोरच्याची माहिती मिळवण्यापुरते हे मर्यादित नसते, तर ती माहिती वापरून तुम्ही एखादी गोष्ट अर्थपूर्ण, संस्मरणीय, प्रभावी कशी बनवू शकाल याच्याशी ते संबंधित असते. तुम्हाला मिळालेल्या माहितीनुसार समोरच्याची काळजी घेणे, त्याच्याविषयी खऱ्या अर्थाने कळवळा वाटणे किंवा उत्तेजित होणे आणि याच भावना तुमच्या भोवतालच्या लोकांमध्ये पसरवणे हे मला अभिप्रेत आहे.

थॉमस एडिसनने यूएस पेटंट ऑफिसमधून हजारपेक्षाही अधिक पेटंट्स कशी मिळवली असतील? ज्या इंजिनाने सर्व शोधांवर राज्य केले ते अमर्याद, अफाट उत्सुकतेतूनच जन्माला आले. एडिसन हा काही तत्त्ववेत्ता नव्हता. त्याचे संशोधन हे त्याच्या प्रचंड निरीक्षण शक्तीतून जन्मास येत होते. खऱ्या जगात गोष्टींचे कार्य कसे चालते हे पाहणे त्याला आवडे. त्याला जसे घडेल असे वाटत होते तसे घडले नाही तरी त्यात त्याला काही वैषम्य वाटत नसे. एकदा तर त्याने केलेल्या प्रयोगाचा परिणाम त्याला हवा तसा आला नाही, परंतु ते त्याने त्याचे अपयश मानले नाही. शास्त्रीय परिभाषेत त्याने त्याला 'फसलेला प्रयोग' असे संबोधले नाही. प्रत्येक प्रयोग हा यशस्वीच होता कारण त्या प्रत्येक प्रयोगामधून त्याला काहीतरी नवीन शिकायला मिळत होते. त्याच्या भाकितापेक्षा काहीतरी वेगळे घडले तर त्याला अधिकच आनंद होई. विशेष म्हणजे, आपला हा चौकसपणा एडिसन आपल्या सहकाऱ्यांपर्यंत पोहोचवत होता; अत्यंत निकोप दृष्टी ठेवून आपल्या उत्सुकतेपोटी त्याने जगाचे कल्याण केले.

२) स्वत:कडे विद्यार्थी आणि पुरवठादार या नात्याने पाहा.

अर्थात, इतरांमध्ये रुची घेणे हे प्रामाणिकपणाचे आणि त्याचबरोबर भावनाशीलतचे प्रतीक आहे. म्हणून हा जो दुसरा मुद्दा आहे तो तुम्हाला स्वत:कडे एक विद्यार्थी म्हणून आणि त्याचबरोबर दुसऱ्याला खरे ज्ञान पुरवणार म्हणून बघायला सांगतो. तुम्ही गोळा केलेल्या तुमच्या संबंधातील महत्त्वपूर्ण व्यक्तींच्या माहितीच्या बळावर तुम्ही तुमच्या क्षेत्रात सर्वोच्च पदावर पोहोचू शकता आणि अधिकाधिक वेळा नेतृत्व करू शकता. याचा अर्थ असा नव्हे की, तासन्तास तुम्ही इंटरनेटवर बसावे किंवा लायब्ररीत जावे अथवा व्यावसायिक मासिकांचा ढीग रिचवावा. निकोप उत्सुकतेला यापेक्षा अधिक वेगळे पैलू आहेत. तत्त्वज्ञान आणि प्रात्यक्षिके यांच्यामधील दरी जोडणारा हा एक पूल आहे. हे म्हणजे आपल्या उंची महालातून पायउतार होऊन

एखाद्या विशिष्ट क्षेत्रात स्वत:ला झोकून देणे आहे. ज्यांचा त्या क्षेत्रात विशेष अधिकार आहे अशा ज्ञानी लोकांशी भेटी घडवून, चर्चा करून स्वत:ला त्या क्षेत्रातील अधिकार बहाल करून घेणे आहे.

नोबेल पारितोषिक विजेते पदार्थविज्ञान शास्त्रज्ञ रिचर्ड फाइनमन यांना आधुनिक एडिसन म्हटले तर वावगे ठरणार नाही. फाइनमनचे कार्य काहीशा प्रसिद्धीच्या झोतात नसलेल्या म्हणजे क्वान्टम मेकॅनिक्स आणि कॉस्मॉलॉजी (अवकाश) या क्षेत्रांशी निगडित होते. एकदा तो असे म्हणाला की, एखादी व्यक्ती ही खरोखर ज्ञानी आहे किंवा ती ज्ञानी असल्याचे भासवत आहे हे समजण्याचा एक उत्तम मार्ग आहे आणि तो म्हणजे 'मला माहीत नाही' हे वाक्य ही व्यक्ती किती वेळा उच्चारते ते पाहणे. जर एखाद्या व्यक्तीकडे सर्वच प्रश्नांची उत्तरे असतील किंवा कुठल्याच विषयाच्या संदर्भात कुठलाच मुद्दा असा नाही जो त्या व्यक्तीच्या आकलनाच्या पलीकडे आहे, तर लक्षात घ्या की ती व्यक्ती दांभिक आहे. उलटपक्षी, संपूर्ण ज्ञान असूनही जेव्हा ती व्यक्ती मान्य करते की, 'मला या संदर्भात संपूर्ण ज्ञान नाही' तेव्हा ती त्याच्या अधिकाराची आणि आत्मविश्वासाची खूण समजावी. या गृहीतकाला अनुसरूनच फाइनमनने एक महत्त्वाचे संशोधन केले, जे निकोप दृष्टीने इतरांमध्ये रुची घेणारे लोक आहेत त्यांना लागू होते. जेव्हा हे लोक आपखुशीने कबूल करतात की, 'मला माहीत नाही' त्या वेळी त्यांच्या मनात तीव्र तळमळ असते की 'मी हे नक्की शोधून काढीन.' अशी विधायक उत्सुकता अंगी असणाऱ्या लोकांना आव्हाने स्वीकारणे आवडते आणि ते इतरांसमोरसुद्धा आव्हाने उभी करतात. त्यांना सत्य जाणून घेणे आवडते आणि त्यांना हे माहीत असते की त्यांना अजून संपूर्ण यश मिळालेले नाही. त्यांना हेसुद्धा माहिती असते की त्यांना त्या विषयाचे संपूर्ण ज्ञान कधीच होणार नाही आणि तरीही ते त्याबद्दल खूश असतात.

३) एकमेकांचे म्हणणे लक्षपूर्वक ऐकून घेणे

आत्ता यानंतर आपण तिसऱ्या मुद्द्याकडे वळू या ज्याचा संबंध ॲसर्टिव्ह क्युरिऑसिटीच्या परस्परसंबंधांवर प्रक्रिया करणाऱ्या घटकांशी असतो. हे घटक म्हणजे ऐकणे, प्रश्न विचारणे, प्रतिसाद देणे आणि स्मृती जागवणे जे प्रत्येक मानवाच्या संदर्भात वैशिष्ट्यपूर्ण असते. हे म्हणजे लोकांना प्रतिसाद देण्यास आणि जे निसर्गत:च शांत आहेत त्यांच्यात थोडी चहलपहल निर्माण होण्यास चालना देणारे असते. हे म्हणजे लोकांच्या मर्यादांचा आदर करून आणि त्यांच्याशी सदैव व्यावसायिकरीत्या वागूनही त्यांच्यातील गुणांचा शोध घेणारे असते.

जेव्हा लोक तुमच्याशी बोलत असतात तेव्हा तुम्ही त्यांचे बोलणे संपूर्णपणे लक्ष देऊन ऐकता का? की त्यांच्या दिसण्यामुळे, बोलण्यामुळे किंवा इतरही काही

तपशिलामुळे तुमचे लक्ष विचलित होते? तुमचे ऐकणे हे केवळ तो कधी एकदा बोलायचा थांबतो व मी कधी एकदाची बोलायला सुरुवात करतो या प्रकारचे आहे का? किंवा हे असे कौशल्य आहे का की जे तुम्हाला प्रामाणिकपणे विकसित करायचे आहे? खरोखर ही आश्चर्यजनक गोष्ट आहे की तुमचे बोलणे मन:पूर्वक ऐकणारे अगदी दुर्मीळ असतात. तेव्हा अशांपैकी एक बनून तुम्ही सच्चे कौशल्यपूर्ण संवादकर्ते म्हणून मोठी मजल गाठू शकता.

जेव्हा एखादी व्यक्ती असे काहीतरी बोलते ज्याच्याशी तुम्ही असहमत आहात तेव्हा तुमची प्रतिक्रिया काय असते? असे काही विशिष्ट विषय किंवा अशा काही विशिष्ट व्यक्ती आहेत का की ते विषय काढले किंवा त्या व्यक्ती भेटल्या की ताबडतोब तुम्हाला अस्वस्थ वाटू लागते? वास्तव हे आहे की आपण सगळेच गरम डोक्याचे असतो, पण पुन्हा मला हेच सांगायचे आहे की, तुम्ही नियंत्रणात राहणे आणि जबाबदारी स्वीकारणे हा जनकौशल्याचा महत्त्वाचा पैलू आहे. जेव्हा एखादी व्यक्ती भलतेच काहीतरी बोलून जाते तेव्हा निश्चितच त्यात त्याची अनभिज्ञता दिसून येते. परंतु सर्व जगाला शहाणे करून सोडणे किंवा माहिती करून देणे ही तुमची जबाबदारी नाही. तुमची जबाबदारी एवढीच आहे की, तुम्ही अगदी शांतपणे, मनावर ताबा ठेवून सौम्यपणे, कौशल्याने एखाद्या शब्दात त्याला प्रतिसाद देणे.

डेल कार्नेगींच्या सर्वाधिक लोकप्रिय आणि प्रसिद्ध पुस्तकाचे शीर्षक आहे, 'हाउ टु विन फ्रेन्ड्स ॲन्ड इन्फ्लुअन्स पीपल.' संपूर्ण जगाला माहीत असलेल्या या शीर्षकाचे साधेपण हे त्याच्या अनेक बलस्थानांपैकी एक आहे. परंतु हे शीर्षक खऱ्या अर्थाने समजून घेण्यासाठी आपल्याला त्यातील एका शब्दाचा बारकाईने अभ्यास करायला हवा. आश्चर्याची गोष्ट ही की तो शब्द आहे 'ॲन्ड'. सर्वसाधारण संभाषणामध्ये 'ॲन्ड' हा शब्द दोन वाक्यांना किंवा शब्दांना जोडणारे एक उभयान्वयी अव्यय आहे खरे तर, परंतु या शीर्षकामध्ये त्याला एक वेगळेच महत्त्वाचे स्थान आहे. डेल कार्नेगींच्या या पुस्तकातील 'ॲन्ड' या शब्दाचा खरा अर्थ आहे 'इन ऑर्डर टु' (हेतू). या शीर्षकांच्या दोन भागांचे फक्त अस्तित्वच एकत्र आहे असे नाही, तर त्यापैकी एक भाग दुसऱ्या भागाला अधिक समृद्ध करतो आहे. मैत्री करणे आणि लोकांवर प्रभाव पाडणे एवढ्यापुरतेच हे मर्यादित नाही. इतरांशी केलेली मैत्री तुम्हाला लोकांवर प्रभाव पाडण्याची ताकद देते. अगदी कमीत कमी शब्दांत सांगायचे झाले तर इतरांकडून मिळवलेले प्रेम तुमचा आदर वाढवते. हे काही रॉकेट सायन्स नव्हे! हे खूप साधे आहे. अर्थात, म्हणून सोपे आहे असे नाही, पण गुंतागुंतीचे नक्कीच नाही.

तुम्ही मन:पूवर्क श्रवण करताना समोरच्या बरोबरच्या तुमच्या वचनबद्धतेचा एक भाग हा आहे की त्या संभाषणामधील नकारात्मक वक्तव्यांकडे दुर्लक्ष करायचे,

पण आपल्यापैकी बरेच लोक ही चूक करतात. अगदी सोप्या शब्दांत सांगायचे तर टीका करू नका, दोष दाखवू नका किंवा तक्रारही करू नका. बस्स! कारण जाणू इच्छिता आहात का? बरे, तुम्हीच सांगा इतर लोकांच्या तक्रारी ऐकायला तुम्हाला मजा वाटते का? एखाद्याने एखाद्या व्यक्तीचा निषेध केला तर तुम्हाला त्यांच्याबद्दल आदर वाटेल का? जर एखाद्याबद्दल एखाद्याने टीकेचे रकानेच्या रकाने वाचून दाखवले तर तुम्ही त्या माणसाच्या सकारात्मक प्रभावाखाली कधी येऊ शकाल का? मला असे वाटते की, या सर्व प्रश्नांची उत्तरे तुमची तुम्हीच समजवून घेऊ शकता.

इतरांवर टीका करण्याऐवजी किंवा त्यांच्याविषयी तक्रारी करण्याऐवजी तुमच्या मनात कौतुकाची, कृतज्ञतेची भावना आणा आणि इतर लोकांमध्ये मनापासून रुची घ्या. ओढूनताणून सकारात्मकता आणू नका, तर ती तुमचा स्थायिभाव होऊ द्या, स्वरुचीचा भाव जागवा. पुन्हा एकदा स्वत:शी विचार करा. तुम्हाला आता तुमच्या सभोवतीच्या सकारात्मक असलेल्या आणि तुमचे कौतुक वाटणाऱ्या लोकांमध्ये कसे वाटते आहे? तुम्हाला मित्र म्हणून हव्याशा वाटणाऱ्या या व्यक्ती असतील कदाचित! डेल कार्नेगींनी सांगितल्याप्रमाणे मित्रांचाच आपल्यावर प्रभाव असतो. सहसा जी माणसे सततच नकारात्मक वागतात, बोलतात त्यांना आपण शक्यतो विसरायचा प्रयत्न करतो, पण जी खरोखर सकारात्मक माणसे असतात ती संस्मरणीय तर असतातच, शिवाय अविस्मरणीयदेखील असतात.

कौतुक, कृतज्ञता, आशावाद आणि आणखी काही सकारात्मक भावना व्यक्त करण्याचा सगळ्यात उत्तम मार्ग कोणता? मी पुन्हा एकदा सांगेन की, दिसण्यामुळे तुमचे बोलणे, ऐकणे सारे झाकोळले जाते. तेव्हा चेहेऱ्यावर हसू दिसू द्या. किती साधी गोष्ट आहे ही. हसण्याच्या फायद्यांचा ऊहापोह आपण आत्ता नक्कीच करणार नाही आहोत. आपण आधीदेखील पाहिले आहे की, संशोधनातून हे सिद्ध झाले आहे की हसण्याने चेहेऱ्याचे स्नायू शिथिल होतात – मेंदूतील काही विशिष्ट न्यूरोकेमिकल्सच्या उत्पत्तीस चालना मिळते ज्याचा संबंध आनंद आणि स्वआदर या भावनांशी असतो. थोडक्यात काय तर शारीरिक शास्त्राच्या दृष्टिकोनातून हसणे तुमच्यासाठी चांगले असते.

आणि खळखळून हसणे तर गालातल्या गालात हसण्यापेक्षा कितीतरी अधिक चांगले असते. नॉर्मन कझिन्सने एका अत्यंत लोकप्रिय पुस्तकात लिहिले होते की, त्याच्या गंभीर दुखण्यामध्ये उपाय म्हणून तो कॉमेडी फिल्म्स पाहत असे. त्यानंतर त्याने खळखळून हसण्याचे शारीरिक व भावनिक पातळीवर कोणते परिणाम होतात याविषयी बराच अभ्यास केला गेला. एका मजेशीर अभ्यासाने तर आपण आयुष्याच्या वेगवेगळ्या टप्प्यावर वेगवेगळ्या प्रमाणात हसतो असा निष्कर्ष दिला आहे.

वयाच्या तिसऱ्या वर्षी आपण भरपूर हसतो, अगदी दिवसातून शंभर वेळेला. त्यानंतर मात्र हळूहळू आपल्या हसण्याचे प्रमाण वर्षानुवर्षे कमी होत जाते. पण मग कधीतरी काहीतरी छानसे घडते. काही माणसे अधिक हसू लागतात तर काही मात्र हसण्याला कायमचा पूर्णविराम देतात.

याचा काही अंशी दोष आपल्या शरीरवंशशास्त्राचासुद्धा असू शकतो. परंतु लक्षात ठेवा, आपल्या व्यक्तिमत्त्वाचा एक आवश्यक पैलू म्हणून आपण शंभर टक्के जबाबदारी घेतली पाहिजे. वाढत्या वयाला अनुसरून आपली दुर्मुखता वाढणे स्वाभाविक आहे. पण याचा अर्थ असा नाही की आपण तसे होण्यास परवानगी द्यावी. हेसुद्धा नैसर्गिक आहे की आपण शारीरिकदृष्ट्या दुबळे होणार, आपले वजन वाढणार; पण लाखो लोक असे आहेत की ज्यांनी ही प्रक्रिया थांबवण्यास प्राधान्य दिले आहे. अगदी तशाच पद्धतीने जसे तुम्ही तुमचे शरीर निरोगी राहावे म्हणून सतर्क असता तसेच तुम्ही तुमच्या भावना सकारात्मक ठेवण्यासाठी स्वत:शी वचनबद्ध राहा. 'वचनबद्धता' ही एक गुरुकिल्ली आहे. ती आपली आपण फिरत नाही; ते कुलूप सहजपणे उघडत नाही. त्यासाठी तुम्हाला स्वत:ला प्रयत्न करावे लागतात.

पुन्हा एकदा मला हेच सांगायचे आहे की, हे फारसे काही कठीण नसते. फक्त तुम्ही योग्य वेळेला योग्य प्रश्न विचारणे आणि त्याची येणारी उत्तरे ऐकण्यात रुची घेणे महत्त्वाचे. 'अरे वा! काहीतरी रंजक दिसते आहे! मी काय मदत करू शकेन?' किंवा 'मी काहीतरी नवीन करण्याचा विचार करत आहे, मला तुमचे मत हवे आहे.' कामगारांना जर व्यवस्थापकाने त्यांचे मत विचारले तर त्याच्याइतके प्रेरणा देणारे त्यांच्यासाठी दुसरे काहीच नसते. परंतु कॉर्पोरेट जगतामध्ये असे किती वेळा घडते? निकोप उत्सुकता म्हणजे केवळ समस्यांवर उत्तरे शोधणे नव्हे, तर लोक खरोखर काय विचार करत आहेत हे शोधायला हवे. तुम्ही जर हे शोधून काढले तर अनेक समस्या सहजी गायब होतील आणि समस्या उद्भवण्याचेच प्रमाण घटेल. अगदी आश्चर्य वाटण्याजोगेच आहे हे सारे!

४) परस्परसंबंध कोणत्याही निश्चित कार्यसूचीशिवाय प्रस्थापित करणे

निकोप उत्सुकता ही कोणत्याही निश्चित न केलेल्या मुद्द्यांशिवाय खेळीमेळीचे नातेसंबंध प्रस्थापित करण्याविषयी असते. इतर लोकांच्या आवडीनिवडींशी स्वत:च्या आवडीनिवडी जमवून घेताना लवचीक राहणे आणि समोरच्या व्यक्तीचा दृष्टिकोनसुद्धा तुमच्या दृष्टिकोनाइतकाच योग्य आहे हे आत्मविश्वासपूर्वक कबूल करणे हा निकोप उत्सुकतेचाच एक पैलू आहे. काही वेळेस एखाद्या मीटिंगमधून किंवा फोनकॉलमधून तुम्हाला जे हवे त्याच्या निम्मेच काम पार पडूनही जी माहिती

मिळाली त्याबद्दल आनंद व्यक्त करणे असाही त्यातून अर्थ निघतो. हे म्हणजे एखादा चौकस प्रश्नकर्ता आणि संयमी शिक्षक यांच्यातील समन्वयाला चालना देणे असते, जणू तुमच्या स्वत:च्या उत्सुकतेची सांगड समोरच्या व्यक्तीच्या गरजा जाणून घेण्याशी घालण्याजोगे असते.

अनेक क्षेत्रांमध्ये असे जाणवते की डेल कार्नेगी हे त्यांच्या काळाच्या फार पुढे होते. समोरच्या व्यक्तीच्या इच्छा आणि गरजा समजून घेणे आणि त्याने शब्दांत व्यक्त केलेल्या किंवा त्याच्या अव्यक्त भावनांमधून जे सूचित होते त्याकडे लक्ष देणे फार महत्त्वाचे आहे. याबद्दल ते नेहमीच ठाम होते. डेल कार्नेगींचा द्रष्टेपणा लक्षात येण्याकरता हे एवढे एक उदाहरण पुरेसे आहे. समोरच्या व्यक्तीच्या मागण्या जाणून घेण्यासाठी उत्सुक असणे आणि त्या इच्छा-आकांक्षांच्या साहाय्याने त्यांच्याशी मैत्री करण्याची संधी मिळवणे महत्त्वाचे. वास्तव हे आहे की, जोपर्यंत तुम्ही त्यांना विचारणार नाही तोपर्यंत बहुतांशी लोक त्यांना खरे काय हवे आहे ते सांगणार नाहीत. आपल्यापैकी किती लोक हे विचारण्याचे कष्ट घेतात? यामध्ये खूप मोठा विरोधाभास आहे. समोरची व्यक्ती कोणत्या काळजीत आहे हे जाणून घेण्याची तुमची मनापासून इच्छा असली तर ते जाणून घेण्याचा उत्तम उपाय हाच की तुमचे स्वत:चे अनुभव तिच्याबरोबर वाटून घ्या. असे करताना तुम्ही हे लक्षात ठेवणे गरजेचे आहे की तुम्ही फक्त समोरच्याला बोलते करण्यासाठी ही माहिती सांगत आहात. तुम्ही तुमच्या गोष्टीत इतकेही रंगून जाऊ नका की समोरच्याला बोलण्यासाठी तोंड उघडायचीसुद्धा संधी मिळणार नाही.

समोरच्याने तुमच्यावर विश्वास ठेवावा म्हणून अणि समोरच्याची तुम्हाला माहिती मिळावी म्हणून तुमची स्वत:ची गोष्ट त्याच्याबरोबर वाटून घेताना तुम्हाला तुमच्या मनात काही मुद्दे लक्षात ठेवावे लागतील. त्यातील पहिला मुद्दा म्हणजे संभाषणाची सुरुवात नेहमीच मैत्रीपूर्ण आणि समजावणाच्या सुरात करावी. जर तुम्ही निरीक्षकाच्या भूमिकेत असाल तर लोक साहजिकच तुमच्याशी मनमोकळेपणे बोलायला कचरतात, हे लक्षात ठेवणे महत्त्वाचे आहे. सहसा याबद्दल सुस्पष्टपणे बोलणे सर्वांत चांगले. सुरुवातीलाच हे स्पष्ट करा की तुमच्यातील संभाषणाची कोठेही नोंद केली जाणार नाही किंवा तुमच्या वैयक्तिक माहितीतला एखादा भाग कोणाबरोबरही वाटून घेतला जाणार नाही. हे सर्व खऱ्या अर्थाने समोरच्या माणसाच्या दृष्टिकोनातून बघणे असते. नंतर अशी खात्री करून घ्या की तुम्ही त्यांच्यासोबत जी माहिती वाटून घेतली ती नाट्यमयरीत्या व त्यांना आवडेल अशा पद्धतीने त्यांच्यापर्यंत पोहोचवली गेली आहे. तेसुद्धा तीच गोष्ट करण्यास प्रेरित होतील. उदाहरणार्थ, असे म्हणणे फारसे उत्तेजक नाही की 'एक दिवस माझा स्वत:चा व्यवसाय असेल,' त्याऐवजी 'मी नेहमीच माझ्या स्वत:च्या

दुकानाचे स्वप्न पाहत आले आहे की जेथे अतिशय सुंदर कपडे असतील.' या दुसऱ्या वाक्यामध्ये निश्चित प्रकारच्या व्यवसायाचे नियोजन दिसते. हे म्हणजे तुमचे स्वप्न इतरांबरोबर वाटून घेणे आहे; आणि जेव्हा तुम्ही तुमचे स्वप्न वाटून घेता तेव्हा ज्या व्यक्तीबरोबर ते वाटून घेता त्यालासुद्धा स्वत:चे स्वप्न सांगण्याचे बळ येते. जेव्हा तुम्ही निकोप उत्सुकता असणारे व्यवस्थापक असता तेव्हा नेमके हेच तर तुम्हाला हवे असते.

लोकांना बोलते करण्यासाठी आणि त्यांच्याकडून माहिती काढून घेण्यासाठी असे अनेक प्रश्न आहेत जे तुम्ही लोकांना विचारू शकता. आपण पाहिल्याप्रमाणे संभाषणाची केलेली चांगली सुरुवात कदाचित तुमच्याबद्दल माहिती उलगडून दाखवणारी असली तरी अंत:स्थ हेतू हा समोरच्या व्यक्तीने काय-काय गृहीत धरले आहे आणि काय स्वीकारले आहे हे समजून घेणेच असतो. नमुन्यादाखल काही प्रश्न दिले आहेत ज्यामुळे आपला हा हेतू साध्य होऊ शकतो. शक्यता अशी आहे की, तुमच्या ऑफिसमधील व्यवस्थापक, निरीक्षक यांनी असे प्रश्न कधीच विचारले नसतील. जरी एखाद्याला ते प्रश्न विचारावेसे वाटले असतील तरी कदाचित ते फार व्यक्तिगत वाटतात किंवा व्यावसायिक वाटत नाहीत म्हणून त्यांनी ते विचारले नसतील. परंतु सकारात्मक उत्सुकतेच्या दृष्टिकोनातून वातावरणनिर्मितीसाठी ते फार महत्त्वाचे ठरते. तुम्ही जर हे प्रश्न वाचले तर तुमच्या लक्षात येईल की, लोकांना त्यांच्या स्वत:बद्दलच अधिक जाणून घेण्याच्या दृष्टीने हे किती उपयुक्त आहेत आणि त्यांनी स्वत:सुद्धा हा सकारात्मक उत्सुकतेचा मंत्र जपणे फायदेशीर आहे. अर्थात, तीच गोष्ट करण्यासाठी हे लोक तुम्हालाही उपयुक्त ठरणार आहेत.

- तुमच्या या आडनावामागे कोणता इतिहास आहे?
- तुमचे कुटुंब मूळचे कुठले?
- तुझ्या नावाचा अर्थ काय किंवा त्याची फोड कशी करायची?
- तुम्ही कोठे राहता? तुम्हाला तिथे राहणे आवडते का?
- तुम्ही तुमच्या कुटुंबाबरोबर कोणकोणत्या गोष्टींचा आस्वाद घेता?
- तुम्ही तुमच्या कंपनीमध्ये जे काम करता त्यातील कोणते काम तुम्हाला आवडते आणि कोणते आवडत नाही?
- तुमची या संस्थेत सुरुवात कशी झाली?
- तुम्हाला कोणत्या ठिकाणी सहलीला जायला आवडेल?
- मागच्या सुटीत तुम्ही कोठे गेला होता? त्याबद्दल तुमचे काय मत आहे?
- तुम्हाला कोणते खेळ आवडतात?

- तुमचे छंद कोणते?
- फावल्या वेळात तुम्हाला काय करायला आवडते?
- आपल्या कंपनीमध्ये अधिक चांगले बदल घडवून आणण्यासाठी तुम्ही कोणत्या गोष्टी सुचवाल?
- जर तुमच्याकडे जादूची कांडी असती आणि आज तुम्हाला एक बदल घडवून आणायचा असता तर तो कोणता?
- पुढच्या वर्षी तुम्हाला काय शिकायला आवडेल? आणि पुढच्या आठवड्यात काय शिकायला आवडेल? आणि आज?
- अशा कोणत्या अडचणी आहेत ज्याच्यावर तुम्हाला मात करायला आवडेल?
- तुमच्या क्षेत्रात शिरू पाहणाऱ्या नवोदित टीनएजर्सना तुम्ही कोणता सल्ला द्याल.

तुम्ही जेव्हा अशा प्रकारचे खूप पर्याय उपलब्ध असणारे प्रश्न विचाराल तेव्हा तुम्ही तुमची उत्सुकता चाळवत असाल. त्याच्या जोडीलाच अधिक चांगले श्रवणकौशल्यसुद्धा शिकून घ्या. तुम्ही सकारात्मक उत्सुकतेचे जणू प्रात्यक्षिकच लोकांना द्याल आणि त्यांना उद्युक्त कराल. बघा पटत आहे का...

५) तुमच्या वैयक्तिक गोष्टी नाट्यमयरीत्या सादर करा

सकारात्मक, निकोप उत्सुकतेविषयीचा पाचवा मुद्दा हा तुमच्या स्वत:च्या वैयक्तिक शैलीवर अधिक भर देतो. तुम्ही तुमच्या आशा आणि स्वप्न इतरांबरोबर वाटून घेतल्यामुळे किती विधायक गोष्टी घडून येतात हे तुम्ही पाहिले. आता तुम्हाला तेच अधिक नाट्यमयरीत्या सादर करायचे आहे. तुमच्या गोष्टी तुम्हाला आता अधिक हृदयद्रावक आणि त्यांच्या भावनांना स्पर्श करणाऱ्या पद्धतीने सांगाव्या लागतील, जणूकाही तुम्ही त्यांच्या कानात एखादे महत्त्वाचे गुपित सांगत आहात. याचे महत्त्व स्पष्टच आहे. जर तुम्ही स्वत:च एखाद्या गोष्टीबद्दल उत्सुक नसाल तर त्याबद्दल तुम्ही दुसऱ्याच्या मनात उत्सुकता कशी निर्माण करू शकाल? बरेचदा आपण असे पाहतो की, मीटिंग्जमध्ये किंवा प्रेझेन्टेशन देताना वक्ता स्वत:ची प्रतिमा अशी रंगवण्याचा प्रयत्न करतो की जणूकाही त्याच्याकडे सर्वच प्रश्नांची उत्तरे आहेत. अशा वेळेस त्याने श्रोत्यांना प्रश्न विचारले तरीसुद्धा त्यामध्ये स्वयंस्फूर्ती किंवा नाट्य याचा अभाव असतो.

आपण हे जरा नीट समजून घेऊ. आपल्याला खूप जास्त समजते असे समजणारा माणूस आपल्या सान्निध्यात असला की आपला वेळ छान जातो (कदाचित काही वेळेस त्याला खरेच जास्त समजतेसुद्धा). त्याउलट जेव्हा व्यवस्थापक

मोकळेपणाने हे सांगतात की, त्यांनासुद्धा काही गोष्टी शिकायच्या आहेत आणि त्यांच्या मनातली उत्सुकता अजूनही ताजीतवानी आणि शाबूत आहे तेव्हा त्यांचे नेतृत्व खूप प्रेरणादायी असते. सकारात्मक उत्सुकता असलेली व्यक्ती ही एखाद्या ऑर्केस्ट्रॉच्या लीडरसारखी असते. मी जे म्हणतो त्याची तुम्हाला प्रचिती येईल; ते असे की, वाद्यवृंदातील प्रत्येक वादकाला त्यांनी आता कोणत्या विशिष्ट क्षणी कोणते सूर वाजवायचे एवढेच फक्त सांगायचे नाही, तर त्या क्षणाला वाद्यातून त्यांनी जे सूर काढले ते जणू पहिल्यांदाच काढले आहेत असे त्यांना भासवत उत्तेजन द्यायचे असते. जेव्हा तुम्हाला सकारात्मक पद्धतीने उत्सुकता कशी वापरायची हे कळेल तेव्हा समोरच्या प्रत्येक व्यक्तीकडून तुम्हाला सर्वोत्तमच मिळेल आणि त्यामध्ये तुमचाही समावेश असेल.

६) विनोद

विनोद हा सकारात्मक उत्सुकतेचा सहावा घटक आहे आणि आपण नुकतीच ज्या वैयक्तिक शैलीबद्दल चर्चा केली त्या शैलीचाच हा एक भाग आहे. आपण असेही म्हटले की, ज्यांच्या अंगी सकारात्मक उत्सुकता असते ते आपले एखाद्या विषयीचे अज्ञान उघडपणे व्यक्त करतात. परिणामी ते स्वत:ला नाकारणारी विनोदबुद्धी स्वत:मध्ये विकसित करतात. विनोद आणि औत्सुक्य हे एकमेकांच्या सान्निध्यात राहू शकतात कारण या दोन्ही गोष्टी आश्चर्य आणि अनपेक्षितता यावर अवलंबून असतात. केवळ एखाद्या व्यक्तीमध्ये सकारात्मक औत्सुक्य आहे म्हणून तो विनोद करू शकत नाही, तर विनोदबुद्धी हा एक नैसर्गिक पैलू आहे. पण व्यावहारिक भाषेत सांगायचे झाले तर विनोदामुळे काहीतरी नवीन शिकण्यासारखे किंवा लक्षपूर्वक ऐकावे असे वातावरण तयार होतेच असे नाही.

विनोद हा विषय संपवण्यापूर्वी हे लक्षात घेऊ या की, सर्व लोककौशल्यांपैकी विनोदशैली हे सगळ्यात कौतुकास्पद असे कौशल्य आहे. हे कौशल्य संपादन करणे आणि त्याच्यावर प्रभुत्व मिळवणे फार अवघड आहे. त्यामागे एक साधे कारण आहे की, या कौशल्यामध्ये शिकण्यासारखे काय आहे असे बहुतांश लोकांना वाटते. याउलट अनेक लोकांना असे वाटते की, मजेशीर कसे बोलावे हे त्यांना आधीपासून माहीत आहे किंवा निदान विनोदी माणसांना किंवा विनोदी परिस्थितीला दाद कशी द्यावी हे तरी त्यांना नक्कीच समजते. फारच कमी लोक हे कबूल करतील की त्यांची विनोदबुद्धी तितकीशी उच्च प्रतीची नाही. तरीसुद्धा तुम्हाला असे किती लोक माहिती आहेत की ज्यांच्यात तुम्हाला हसवण्याची क्षमता आहे? बरे आता आपण असे पाहू की तुमच्यामध्ये इतरांना हसवण्याचे कौशल्य आहे का, या प्रश्नाचे उत्तर प्रामाणिकपणे देण्यासाठी धारिष्ट्याची गरज आहे. तुम्हाला एवढे जरी जाणवले

की तुमची विनोदबुद्धी तुम्हाला वाटते तेवढी तल्लख नाही, तरी सुधारणेला वाव आहे. पुन्हा समस्येचे उत्तर प्रमाणिकपणामध्येच आहे. डेल कार्नेगींच्या प्रशिक्षण वर्गामध्ये एकदा एका गृहस्थानी भाग घेतला होता आणि त्यांनी विनोदासंबंधातली ही चर्चा ऐकली. त्यांनी ते खूप मनाला लावून घेतले. अर्थातच आपण विनोदी असावे अशी त्यांची इच्छा होती, परंतु त्यांची वास्तवाला सामोरे जाण्याचीही तयारी होती. म्हणून पुढच्या क्लासच्या वेळी ते उभे राहिले आणि अतिशय दु:खी स्वरात आपल्या मनीचे शल्य त्यांनी उघडे केले. ते म्हणाले, ''मी विनोदी माणूस नाही. खरेच सांगतो मी विनोदी नाही.'' आणि सगळा वर्ग खदखदून हसला.

७) इतरांनी काय शिकायला हवे ते ओळखणे

सकारात्मक उत्सुकता याचा अर्थ फक्त इतरांना काय शिकावेसे वाटते एवढाच नसून, इतरांनी काय शिकणे गरजेचे आहे हे ओळखणे असा आहे. याचा अर्थ असाही आहे की त्यांनी आपल्या उत्सुकतेमध्ये तीव्रता आणून पुढे व्हावे आणि शिकून घ्यावे. हे कार्य पार पाडण्याच्या अनेक पद्धती आहेत. एखाद्याला इंटरनेटवर तुम्ही एखादा लेख पाठवू शकता किंवा एखाद्याच्या टेबलवर एखादे मासिक ठेवू शकता, परंतु त्या व्यक्तीने काय करावे हे तुम्ही त्याला सुचावायचे नसते. जर तुम्ही निरीक्षकाच्या भूमिकेत असाल तर खासकरून तुम्ही हे पथ्य पाळणे जरुरीचे आहे. जरा आठवा, आपल्या लहानपणी शाळेतली प्रत्येक क्रमिक पुस्तके वाचणे किती अवघड होते? आपल्यावर अशा प्रकारे काही वाचण्याची सक्ती करण्यापेक्षा आपण आवडीने, मनापासून काही वाचणे हे खरे शिक्षण!

हे एक असे क्षेत्र आहे जेथे 'रिव्हर्स सायकॉलॉजी' (आपल्याला समोरच्याने जे करावेसे वाटते त्याच्या उलट करावयास सांगणे.) अधिक प्रभावी होऊ शकते. जेव्हा तुम्ही एखाद्याला एखादे पुस्तक किंवा लेख वाचायला देता तेव्हा उघड-उघड, स्पष्टपणे त्याला हे सांगावे की त्या पुस्तकातून किंवा लेखातून त्याने काही प्रेरणा घ्यावी व त्याप्रमाणे वागावे असा तुमचा मुळीच हेतू नाही. खरोखर या मुद्द्यावर अधिक जोर द्या. तुम्ही त्याच्याशी अशा काहीशा शब्दांत बोलू शकता की, ''जर तुला थोडासा विचार करायला वेळ असेल तर हा लेख तुला उपयुक्त वाटू शकतो; खरेच सांगतो मला फार उपयुक्त वाटला.'' फक्त एवढेच म्हणून तो विषय तेथेच सोडून द्या. समोरच्या व्यक्तीच्या मनात उत्सुकता जागवायची असेल तर तुम्हाला तुमची ध्येये, तुमचे हेतू सोडून द्यावे लागतात; फक्त तुम्ही जे बोलणार आहात ते खंबीरपणे बोलावे आणि हा खंबीरपणा स्वत:मध्येसुद्धा बाणवावा. नाहीतर तुम्ही ही जी काही क्लृप्ती वापरणार आहात ती तितकीशी उठावदार होणार नाही; ही क्लृप्ती प्रभावी लोककौशल्यांत सामान्यपणे वापरली जात नाही.

८) संस्थेकडून आधार देऊन बळकटी देणे

कंपनीतील संस्कृती सकारात्मक उत्सुकतेला संपूर्णपणे आधार देणारी अशी असायला हवी. याचा अर्थ असा की अर्थातच तुमचे नेतृत्व बळकट आणि दूरवरचा विचार करणारे असायला तर हवेच पण ते सार्शून जाणारे हवे. त्यामध्ये कंपनीतील साधनसंपत्तीचा, सेवकवर्गाचा, आर्थिक भांडवलाचा आधार असायला हवा. एकमेकांशी असलेल्या संबंधांचे संवर्धन करायचे म्हणजे अगदी कंपनीच्या सीईओपासून ते मेलरूमपर्यंत संस्थेतील सगळ्यांनीच सहभागी व्हायला हवे; आणि ते फक्त लिखित अक्षरांमधून आणि उच्चारलेल्या शब्दांमधूनच प्रतिबिंबित होईल असे नव्हे, तर त्याहीपेक्षा अधिक महत्त्वाचे म्हणजे कृतीमधून प्रतिबिंबित झाले पाहिजे. तुम्ही अगदी खंबीरपणे औत्सुक्य दर्शवणारे व्यवस्थापक असालही, पण तरीही तुमच्या संघामधील प्रामाणिक औत्सुक्याला अधिक प्रोत्साहन देण्याचा प्रयत्न तुम्ही केला पाहिजे; जर कंपनीतील आवश्यक प्रस्थापित वातावरणामध्ये तुमचा आवाज दुर्बळ ठरला तर तुमचा कंपनीमधील प्रभाव हा फारच मर्यादित ठरणार आहे.

म्हणून कंपनीत जी माणसे अनपेक्षित प्रश्न विचारतात किंवा आश्चर्यकारक उत्तरे घेऊन येतात त्यांना कशा पद्धतीने प्रतिसाद दिला जातो त्याकडे बारकाईने लक्ष ठेवा. अशा प्रकारच्या उत्सुकतेचे शमन करण्यासाठी तुमच्याकडे कोणती व्यवस्था आहे किंवा जर एखाद्याने काही बक्षीसपात्र प्रश्न विचारला किंवा उत्तर दिले तर तुम्ही त्याला कोणते बक्षीस देणार आहात? दोन व्यक्तींमधील किंवा दोन लहान गटांमधील संबंधांचे संवर्धन या दृष्टिकोनातून आपण लोककौशल्याकडे बघायला हवे. पण काही वेळेस अशा काही गोष्टी असतात ज्या स्थूलमानाने अशा पद्धतीने कराव्या लागतात की ज्यामुळे वैयक्तिक संभाषण अधिक प्रभावी ठरेल.

९) ज्येष्ठ व्यवस्थापनाने प्रशिक्षण द्यावे

हा नववा मुद्दा आपल्या आधीच्या मुद्द्याचे खऱ्या अर्थाने समथर्न करतो. आपल्या संघातील सभासदांना ज्येष्ठ व्यवस्थापकांनी सकारात्मक उत्सुकतेच्या बाबतीत प्रोत्साहित करायला पाहिजे. अशा गुरू-शिष्याच्या नात्यामधून व्यवस्थापक हे स्पष्टपणे पाहू शकतील की त्यांच्या संघाची दृष्टी कशा प्रकारे विस्तारित होत आहे. या अंतर्दृष्टीमुळे व्यवस्थापक एखाद्या कामगाराचा आलेख बनवताना, त्याला बढती देताना किंवा बक्षीस देताना 'औत्सुक्य' हा मुद्दा अवश्य बघतील. जर त्यांच्यात ही सकारात्मक उत्सुकता नसेल तर प्रशिक्षणाच्या दरम्यान आणि प्रगतिपुस्तकातदेखील त्याचा उल्लेख जरूर करावा. याचा अर्थ असा नव्हे की लौकिकदृष्ट्या कंपनीमध्ये 'सकारात्मकता विभाग' उघडावा. तथापि कामगारवर्गाला नवीन-नवीन कल्पना

लढवता याव्यात आणि त्यांना एक नवीन दृष्टिकोन मिळावा म्हणून वेळ आणि प्रोत्साहन द्यावे.

हे किती प्रभावी असते याचे एक उत्तम ऐतिहासिक उदाहरण म्हणजे 'लॉकहिड मार्टिन एअरक्राफ्ट कार्पोरेशन'च्या स्कंक वर्क्स या शाखेत घडलेला हा किस्सा. समस्या सोडवण्यासाठी नवनवीन कल्पना शोधायच्या आणि अगदी नावीन्यपूर्ण दृष्टिकोन समस्येप्रति ठेवायचा या उद्देशासाठी असलेला हा कंपनीचा अनधिकृत विभाग जवळपास पन्नास वर्षांपासून कार्यरत होता. हवाईदलाच्या क्षेत्राच्या इतिहासात त्यांनी अनेक नवीन विचार मांडले. या संपूर्ण कार्यप्रणालीचे यश कशावर अवलंबून होते तर फक्त सकारात्मक उत्सुकतेचे महत्त्व आणि ज्येष्ठ व कनिष्ठ कामगारांनी या ताणतणाव विरहित, कोणतीही संरचना नसलेल्या विभागात एकत्रितपणे काम करणे. उदाहरणार्थ, मिलिटरीच्या विमानांसाठी आवश्यक असलेले गुप्त तंत्रज्ञान वापरून 'स्कंक वर्क्स' डिझाइन बनवत असे. तेथील इंजिनिअर्सच्या हाती असे काही गणिती ज्ञान लागले होते जे खरे तर रशियन लोकांनी भौतिकशास्त्रामध्ये प्रथम प्रकाशित केले होते, परंतु जे काळाच्या ओघात दुर्लक्षित झाले होते. त्याच्याच साहाय्याने या इंजिनिअर्सनी नवीन तंत्रज्ञान विकसित केले होते. आश्चर्य म्हणजे, जरी त्या रशियन लेखकाने खूप आग्रहपूर्वक विनवले होते तरी रशियन मिलिटरीतील नोकरशहांनी या तत्त्वांचा कधीच वापर केला नाही. हे गुप्त तंत्रज्ञान वापरून बनवलेल्या विमानाची प्रथम चाचणी केली गेली ती गोष्ट तर फारच विस्मयजनक आहे. वटवाघळांनी व्यापलेल्या एका अंधाऱ्या, गुप्त ठिकाणी हे विमान दडवण्यात आले होते. त्या वटवाघळांना त्या विमानाच्या अस्तित्वाची जाणीवदेखील झाली नाही. अंधारात ते त्या विमानावर जाऊन धडकले, तेव्हा त्या इंजिनीअर्सची खात्री झाली की त्यांनी बनवलेले डिझाइन यशस्वी ठरणार! कोणीतरी ही कल्पना करू शकेल का की संशोधन आणि विकसनसंबंधीच्या पांरपरिक पुस्तकामध्ये ही वटवाघळांच्या साहाय्याने चाचणी घेण्याची युक्ती असू शकेल? यासाठी कसली गरज होती तर कंपनीच्या नीतिनियमात न बसणाऱ्या बाह्य गोष्टींच्या साहाय्याने सकारात्मक उत्सुकतेशी असलेली वचनबद्धता! सत्य हे होते की कित्येक वर्षांपर्यंत स्कंक वर्क्सच्या या विभागाच्या अस्तित्वाची दखल ना लॉकहिड मार्टिनने घेतली, ना यामधून बाहेर पडणाऱ्या विमानांची यूएस गव्हर्नमेंटने!

१०) मौजमजेचे वातावरण निर्माण करा

सकारात्मक उत्सुकतेविषयीचा हा मुद्दा शेवटचा असला तरी सगळ्यात महत्त्वाचा आहे. सकारात्मक उत्सुकता ही मौजमजेची असायला हवी आणि त्याची फळे अव्याहत आणि नैसर्गिकरीत्या मिळायला हवी. एखाद्या नवीन विषयाची माहिती

मिळवताना तुमच्या मनात खळबळ असायला हवी किंवा तुम्ही हे बघायला हवे की तुम्ही सहकामगारांमध्ये किंवा मित्रांच्या मनात ती खळबळ निर्माण करत आहात की नाही? ज्या व्यवस्थापकांच्या अंगी सकारात्मक उत्सुकता असते ते केवळ पैशाच्या लोभाने हे करत नाहीत. उत्सुकता हा त्यांच्या व्यक्तिमत्त्वाचाच एक भाग असतो; आणि जे खरोखर दुसऱ्यांबद्दल जाणून घेण्यास उत्सुक असतात ते त्याशिवाय वेगळा विचार करूच शकत नाहीत. फार कशाला, आपण 'गुगल' कंपनीचेच उदाहरण घेऊ. गुगल कंपनीमधील कामगारांना चौकस असण्यासाठी, नवनवीन शोध लावण्यासाठी आणि मौजमजेने काम करण्यासाठी प्रोत्साहित केले जाते. परिणाम तुम्ही पाहताच आहात की गुगल कंपनीने किती अतुलनीय यश मिळवले आहे आणि त्यांचे कामगार किती आनंदी तसेच निष्ठावान आहेत.

सकारात्मक उत्सुकतेची ताकद किती अधिक आहे याच्यावर प्रकाशझोत टाकण्याचा आणखी एक मार्ग असा की, उत्सुकतेच्या विरुद्ध अर्थाच्या 'कंटाळवाणा' या शब्दाचा आपण विचार करू. 'कंटाळा' ही भावना लहान मुलांमध्ये फारच क्वचित आढळते. तुमची सर्जनशीलता किंवा तुमची विध्वंसक वृत्ती यावरच तुमची ऊर्जा दबून राहते किंवा उफाळते. काही वेळेस एखादा कंटाळवाणा विषय वर्गात शिकवत असताना जी भावना येते तशीच काहीशी ही भावना असते. शिक्षणाचा असा अनुभव आणि आयुष्य जगण्याची ही पद्धत चुकीची आहे. आयुष्य हे एखाद्या पुस्तकाप्रमाणे असते आणि ते पुस्तक तुम्हाला शेवटच्या पानापर्यंत वाचण्याची गरज नसते, अशी आपण या प्रकरणाची सुरुवात केली होती. ते कदाचित खरेही असेल, पण तुम्ही अशी व्यक्ती आहात का की ज्याला वाचल्या जाणाऱ्या या विषयामध्ये मनापासून रुची आहे, की तुम्ही अशी व्यक्ती आहात जिला शेवटच्या पानापर्यंत पोहोचेस्तोवर काय घडेल याची भीती वाटते? त्या प्रश्नाचे उत्तर देणे हेच सकारात्मक उत्सुकतेचे उदाहरण आहे. या प्रश्नाचे उत्तर देण्यासाठी तुमच्याकडे एक वैचारिक पातळी लागते; शिवाय तुम्ही इतरांनासुद्धा विचार करण्यास प्रवृत्त करता.

आत्तापर्यंत या प्रकरणामध्ये आपण ज्या दहा मुद्द्यांचा विचार केला त्याचा तुम्हाला निश्चितपणे उपयोग होईल. परंतु या विषयावरचे आपले विवेचन अजून संपलेले नाही. आपण सहाव्या प्रकरणामध्ये हीच चर्चा पुढे चालू ठेवू.

कृती

१. एका फुटपट्टीवर १ ते १० आकडे आहेत. तुम्ही करत असलेल्या कामाबद्दल आणि तुम्ही ज्यांच्याबरोबर काम करता त्यांच्याबद्दल तुम्हाला किती सकारात्मक उत्सुकता आहे त्याचे मोजमापः –

१ २ ३ ४ ५ ६ ७ ८ ९ १०

फार थोडी थोडी जरा जास्त खूप जास्त

२. तुम्ही जेव्हा सकारात्मक उत्सुकता दर्शवाल तेव्हा तुमच्यामध्ये लवचीकता अणि इतरांच्या गरजांमध्ये रुची घेण्याची वृत्ती बळावेल. काही वेळेस इतरांच्या गरजांवर आपले लक्ष केंद्रित करण्याच्या इच्छेचे संवर्धन केल्यास आपल्यामध्येही वचनबद्धता निर्माण होते. पुढच्या आठवड्यात दररोज असा एखादा माणूस निवडा ज्यांच्या गरजांकडे तुमचे लक्ष असेल. हा गृहपाठ करून तुम्हाला कोणती अंतर्दृष्टी प्राप्त झाली याची नोंद ठेवा.

३. तुमच्या नोकरवर्गाला प्रोत्साहन देण्यात आणि त्यांच्याबद्दल जाणून घेण्यात तुम्ही कृतिशील राहा. तुमच्या संघाबद्दल तुम्ही जे जाणून घेतले त्याबाबत संपूर्ण वर्षाचा तपशील लिहा. त्यामध्ये त्यांच्या प्रगतीचा आलेख आणि त्यांच्या इच्छा-आकांक्षा, त्यांच्या आवडी यांचा समावेश करा आणि त्याप्रमाणे आवश्यक ती पावले उचला.

४. मौजमजेची निर्मिती आणि उत्तम विनोदबद्धी हे दोन महत्त्वाचे गुण सकारात्मक उत्सुकता विकसित करण्यास आवश्यक असतात. त्यांच्यामुळे तुमच्यामध्ये चैतन्य येते आणि तुमचे दैनंदिन व्यवहार अधिक चांगले होतात. तुमच्या कामाच्या ठिकाणी तुम्हाला मजा येते का? तुम्ही भरपूर हसता का? तुमचा दिवस अधिक आनंदी आणि हसत जाईल याची काळजी घ्या. तुम्ही काय करता याची नोंद ठेवा आणि तुमच्या अशा वचनबद्धतेला मिळणाऱ्या प्रतिसादात काय फरक पडला याकडे लक्ष द्या.

नोंदी

सळसळणाऱ्या उत्साहाच्या ताकदीचे मोल कमी समजू नका

– डेल कार्नेगी

६

व्यावसायिक सकारात्मक उत्सुकता जास्तीत जास्त वाढवणे

तुम्ही पाचव्या प्रकरणामध्ये जे शिकलात त्याच्यावरच आधारित असलेल्या या प्रकरणामध्ये तुम्ही हे पाहाल की सकारात्मक उत्सुकतेचे अनेक फायदे असतात; तुमच्या स्वत:च्या अंगी असलेले वैशिष्ट्य म्हणून आणि तुम्ही तुमच्या संघातील लोकांच्या अंगी विकसित करू शकाल असा गुण म्हणूनही. आपण यापूर्वीही अशा काही लोककौशल्यांबद्दल चर्चा केली जी तुम्हाला तुमच्या ध्येयापर्यंत पोहोचवतात. आता या प्रकरणाच्या सुरुवातीलाच आपण आपल्या ध्येयावरील आपले लक्ष अधिक तीव्र करू. एखाद्या कॉर्पोरेट जगतामधील कंपनीचे तुम्ही व्यवस्थापक आहात असे समजून तुम्ही तुमच्या सकारात्मक उत्सुकतेचा कंपनीच्या भल्यासाठी जास्तीत जास्त उपयोग करून घ्यायचा आहे. आता आपण ज्या चार मुद्द्यांचा सविस्तर विचार करणार आहोत त्याकडे काळजीपूर्वक लक्ष द्या. या चार आवश्यक गोष्टी 'अत्यावश्यक' या सदरात मोडतात. या चार घटकांमुळे अल्पसंतुष्ट आणि जेता संघ यांच्या संस्कृतीमधील फरक प्रकर्षाने जाणवतो.

सकारात्मक उत्सुकतेचे चार आवश्यक घटक

१) भेटीगाठीतील सातत्य

सकारात्मक उत्सुकता ही व्यवस्थापक आणि कामगारवर्ग यांच्या नातेसंबंधांतील काही महत्त्वाच्या बाबींवर अवलंबून असते. वारंवार भेटीगाठी हा त्यापैकी सर्वांत महत्त्वाचा पण सर्वांत सरल असा घटक आहे. सकारात्मक उत्सुकतेसाठी आपल्या संघातील सभासदांबरोबर वरचेवर आमनेसामने भेटीगाठी होण्याची गरज असते. खरे तर दररोज एकमेकांच्या संपर्कात राहणे गरजेचे असते. अशा प्रकारच्या संबंधांमुळे

कोणत्या क्षणाला कोणाचे कौतुक करायला हवे आणि कोणाला मदत करायला हवी हे तुमच्या लक्षात येईल. याच्यामुळे तुमची तुमच्या सहकाऱ्याप्रति असलेली वचनबद्धता दिसेल. तुमच्या संघातील सभासद त्यामुळे प्रेरित होतील व ते तुम्हाला काय देऊ शकतात याचा विचार करतील.

अशा प्रकारचे व्यक्तिगत संबंध विकसित व्हावे म्हणून तुम्ही दर आठवड्याला वैयक्तिक भेटी घेतल्या पाहिजेत, तसेच एकेका गटाला एकत्र आणून त्यांच्यामध्ये संभाषण घडवून आणले पाहिजे. औपचारिक ओळख ते अनौपचारिक संभाषण यासाठी संधी उपलब्ध करून दिली पाहिजे. त्यासाठी योग्य वेळ म्हणजे आठवड्याचा पहिला दिवस. शक्य झाल्यास आठवड्यातून एकदा संघातील सर्व सदस्यांनी स्वखुशीने आपल्या कामाच्या वेळेआधी वीस ते तीस मिनिटे येऊन आपल्या सहकाऱ्यांच्या कामाच्या बाबतीतील अथवा आयुष्यातील घडामोडी समजून घ्याव्या. प्रत्येकानेच यामध्ये भाग घेतला तर हे लाभदायक ठरेल. कुण्या एकट्यादुकट्याच्या प्रयत्नापेक्षा संपूर्ण संघ एकत्रितपणे जेव्हा प्रयत्न करतो तेव्हा सकारात्मक उत्सुकता विशेष फलदायी होते. इतर सर्व लोककौशल्यांप्रमाणेच उत्सुकता ही सहकारी तत्त्वांवर आणि एक सामाजिक अनुभव म्हणून राबवली गेली पाहिजे. त्यामध्ये एकटेपणाला आणि स्पर्धेला जागा असता कामा नये.

या अनौपचारिक भेटीगाठी यशस्वी ठराव्या म्हणून सर्वांच्या संमतीने बोलण्यासाठी फार व्यापक अथवा अगदी त्रोटक नसलेला एखादा विषय निवडावा. विषय ठरलेला नसेल तर सगळेच सदस्य एकमेकांकडे नुसतेच पाहत बसतील. कुणीही आपणहून चर्चेला सुरुवात करणार नाही. अशा वेळी तुमच्यासारख्या कोणाची तरी, म्हणजे व्यवस्थापकाची किंवा संघातील एखाद्या ज्येष्ठाची गरज भासेल. पण असे घडले तर ती भेट फारच औपचारिक होईल, कारण हे तुमच्यावर नेतृत्व सोपवतील आणि स्वत: अनुयायी होतील. त्यांचे विचार एकमेकांपर्यंत पोहोचणार नाहीत. त्याच्या उलट जर मीटिंगचा पूर्वनियोजित विषय फारच त्रोटक असेल तर लोकांच्या मनात जी खळबळ चालली आहे ही त्यांना शब्दांत मांडण्याची संधी मिळणार नाही. त्यांना असे वाटेल की त्यांचे स्वत:चे प्रश्न या विषयापेक्षा फार भिन्न आहेत. म्हणून ते गप्पच बसून राहतील. संघातील सर्व सदस्यांमध्ये विचारांची देवाणघेवाण घडवून आणण्यासाठी विषय निवडायचा तोच मुळी त्यांच्यामध्ये चर्चा घडवून आणून त्यांच्यातील सकारात्मक उत्सुकता जागृत करून कृतीत आणण्याकरता. इथे व्यक्तिगत समस्यापूर्ती अपेक्षित नाहीतच.

अशा प्रकारे संघ स्थापन केल्यास संभाषणाद्वारे सकारात्मक उत्सुकता सहज निर्माण होऊ शकते. संघातील सदस्य आपले प्रश्न, आपली अंतर्दृष्टी आणि समस्येवरील उपाय विकसित करतात व इतरांबरोबर वाटून घेतात. इतर लोक कसा

विचार करतात आणि त्याचबरोबर आपली विचारप्रणाली कशा प्रकारे कार्य करते हे जाणून घेण्याची ही एक उत्तम संधी असते. त्या चौकटीच्या अनुषंगाने इथे प्रभावी 'ग्रूप डिस्कशन'साठी काही विशिष्ट मार्गदर्शक तत्त्वे दिली आहेत. त्याचप्रमाणे ही तत्त्वे आणि जबाबदाऱ्या या सर्व सदस्यांना पटल्या व रुचल्या पाहिजेत आणि मान्य झाल्या पाहिजेत.

सगळ्यात महत्त्वाची गोष्ट म्हणजे प्रत्येक सदस्याला वेळेचे बंधन काटेकोरपणे पाळावेच लागेल. शिवाय, या प्रकारे एकत्र येणे हे एकमेकांच्या उखाळ्या-पाखाळ्या काढण्यासाठी नसून खेळीमेळीच्या वातावरणामध्ये चर्चा करण्यासाठी आहे, मतामतांतील फरक जाणून घेण्यासाठी आहे हे लक्षात घ्यावे लागेल. त्याचप्रमाणे मतभेद हे स्वीकारार्ह व आवश्यक आहेत हे जाणून घ्यावे लागेल. व्यक्तिगत टीकेला मात्र वाव देता कामा नये.

संघाची ध्येये, मीटिंग्जची संख्या, प्रगतीचे मोजमाप अशासारख्या प्राथमिक बाबी पहिल्या मीटिंगमध्ये निश्चित केल्या पाहिजेत. समजा संघर्ष झालाच तर तो मिटवण्यासाठी काय करायला हवे हेदेखील याच वेळेस ठरवून घ्यावे. प्रत्येक बैठकीमध्ये, दर वेळी नवीन व्यक्तीला जर चर्चेचे नेतृत्व करायला संधी दिली तर ते अधिक उपयुक्त ठरेल. त्या संघाला अधिक मनमोकळे बोलता येईल, तरीसुद्धा एक ज्येष्ठ व्यवस्थापक म्हणून दर आठवड्याला तुम्ही तुमची भूमिका योग्य पद्धतीने निभावली पाहिजे. तुम्ही तुमच्या संघाला चांगले ओळखता आणि त्यामुळेच कोणती गोष्ट अधिक फायदेशीर आहे हे तुम्ही ठरवू शकता.

आता अशा प्रकारची मीटिंग कशी चालेल याचे आपण एक उदाहरण घेऊ. आपण असे गृहीत धरू की, या आठवड्याचा विषय आहे 'कॉर्पोरेट जगतातील संभाषण'. त्या दिवशीच्या त्या चर्चेचे नेतृत्व करणारी व्यक्ती असा प्रश्न विचारून सुरुवात करेल की, आपल्यापैकी कोणाला आपल्या कामाच्या संदर्भात प्रभावीपणे संभाषण करण्यामध्ये अडथळे येतात का? जर कोणीच काही प्रतिसाद दिला नाही तर तो नेता त्याचे किंवा तिचे स्वत:चे अनुभव कथन करेल. सकारात्मक उत्सुकतेचे हेच तर मूलभूत साधन आहे आणि साहजिकच दुसऱ्याचा अनुभव ऐकून लोक स्वत:चा अनुभव सांगण्यासाठी पुढे येतात.

संभाषणाच्या मुद्द्यावर सर्वसामान्यपणे एक विषय चर्चिला जातो आणि तो म्हणजे संभाषण शैलीची वेगवेगळी वळणे किंवा प्रकार जी व्यक्तिपरत्वे भिन्न असतात. उदाहरणार्थ, एखादी व्यक्ती बोलण्यापेक्षा आपल्याला जे म्हणायचे ते लिहून दाखवणे अधिक पसंत करेल, तर दुसऱ्या एखाद्या व्यक्तीला फोनवरून संभाषण करणे अधिक बरे वाटेल. तर तिसऱ्या व्यक्तीला स्वत: भेटून सांगितल्याशिवाय बरे वाटणार नाही. जेव्हा व्यवस्थापक त्यापैकी एखादीच शैली वापरायचे ठरवेल

तेव्हा शैलीतील हा फरक त्रासदायक ठरेल, कारण संघातील इतर काही जण त्याऐवजी दुसऱ्या शैलीबरोबर परिचित असतील.

तुमच्यासारख्या व्यवस्थापकासाठी आठवड्याचा शेवटचा दिवस हा संघातील एखाद्या सदस्याला बाजूला घेऊन 'सारे ठीक चालले आहे ना?' असे विचारून तपासून पाहण्यासाठी चांगला असेल. प्रत्येकाला वैयक्तिकरीत्या प्रश्न विचारण्याची ही संधी असते अणि कामगारसुद्धा त्यांच्या मनात जे चालले आहे त्याबद्दल तुम्हाला प्रश्न विचारण्यासाठी प्रोत्साहित केले जातात. सकारात्मक उत्सुकतेची सुरुवातच यामुळे होते की जे तुम्हाला माहिती नाही ते जाणून घेणे आणि ती माहिती मिळवण्यासाठी पावले उचलणे.

तुम्हाला आणि तुमच्या संघाच्या सभासदांना प्रत्येकाच्या वैयक्तिक जबाबदाऱ्यांची त्याचबरोबर कंपनीमध्ये एकूणच काय घडते आहे याची इत्थंभूत माहिती असायला हवी. संघाच्या सदस्यांच्या खासगीपणावर अतिक्रमण न करता सर्व सदस्य आपापली कामे करतात की नाही ते पाहण्यासाठी तुम्ही ठरावीक वेळा ठरवून घ्यायला पाहिजेत. वडिलकीच्या नात्याने त्यांना शिकवणे, आधार देणे आणि सकारात्मक औत्सुक्य दाखवणे हा तुमचा हेतू हवा. त्यांच्यावर हेरगिरी करणे नाही! संघातील सदस्यांना हवी ती मदत देण्याची ही चांगली संधी आहे. त्याच वेळी आपल्या कामकाजाबद्दल, तिथल्या वातावरणाबद्दल सूचना करण्याच्या दृष्टीने कर्मचाऱ्यांसाठीदेखील सुसंधी आहे.

२) वेळेचे सुनियोजन

आपण पाहिले की संघाच्या मीटिंग्जचे वेळापत्रक आखणे आणि व्यवस्थापक म्हणून संघाच्या प्रत्येक सदस्याला स्वतंत्रपणे वेळ देणे खूप महत्त्वाचे असते. अशा प्रकारे कर्मचारी-संबंध सुरळीत करण्याचा प्रयत्न करत असताना वेळेचे व्यवस्थापन या संकल्पनेचा ढोबळमानाने विचार करणे गरजेचे ठरेल. तुम्ही एक सकारात्मक उत्सुकता असणारे मॅनेजर आहात. अशा वेळी सर्वांत महत्त्वाचा प्रश्न तुम्ही हा विचारायला हवा की, 'तुम्हाला किती वेळ हवा आहे?' या प्रश्नाला आपण असेही शीर्षक देऊ शकतो, 'टाइम ऑन टास्क' किंवा 'कुटिल प्रश्नासाठी वेळ'. आणि मग कामाच्या बाबतीतील प्रत्येक चर्चेच्या वेळी असा खास वेळ दिला जावा. वेळेचा सदुपयोग करायला शिकणे ही मॅनेजर आणि संघसदस्य दोघांसाठीही तातडीची गरज आहे. वास्तव हे आहे की वेळेचे प्रभावी व्यवस्थापन शिकण्यासाठी लोकांना शिक्षकाची गरज लागते. वेळेचा खऱ्या अर्थाने सदुपयोग करणे याचाच अर्थ अधिक उत्पादन. कंपनी आणि तिचा मॅनेजर वेळेचे सुनियोजन निश्चितपणे करून कर्मचाऱ्यांकडून जास्तीत जास्त चांगले काम करवून घेऊ शकतात.

वेळेच्या व्यवस्थापनाच्या बाबतीत 'अधिकाची अपेक्षा करा आणि तुम्हाला अधिक मिळेल.' हा जणू मुख्य नियम आहे. प्रत्येकानेच महत्त्वाकांक्षा धरणे खूप महत्त्वाचे असते, खासकरून कार्पोरेट जगतातील प्रस्थापित ब्रीदवाक्यानुसार, 'वेळेची उपलब्धता असली की कामाची व्याप्तीदेखील वाढते.' संघातील सदस्यांनी दिलेल्या ठरावीक वेळेच्या चौकटीमध्ये काम पूर्ण करण्याची अपेक्षा बाळगण्यातच स्वयंपूर्णतेची बीजे आहेत, खासकरून जेव्हा तुमच्या मनात स्वत:बद्दलसुद्धा अशीच महत्त्वाकांक्षा असते.

प्रत्येक कामाच्या दिवशी संघातील सदस्यांनी त्या दिवसाचा त्यांचा वेळ कसा व्यतीत केला याचे रेकॉर्ड ठेवले तर वेळेच्या प्रभावी व्यवस्थापनाबाबतचे ते पुरेसे प्रभावी साधन ठरेल. अर्थात, तुम्ही कर्मचाऱ्यांना हे करायला सांगाल तेव्हा तुमची स्वत:चीसुद्धा खात्री हवी की याचा संबंध फक्त आणि फक्त सकारात्मक उत्सुकतेसाठीच आहे. कर्मचारी प्रत्येक सेकंदाला काय करत आहेत अशी आगंतुक तपासणी करण्यासाठी हे रेकॉर्ड वापरू नये. त्यांचीसुद्धा ही खात्री पटू द्या की तुम्ही हे जे रेकॉर्ड ठेवत आहात ते फक्त गोष्टी कशा घडत आहेत या सकारात्मक उत्सुकतेच्या पोटीच. याची फळे नक्कीच आश्चर्यजनक आणि तुम्हाला आवडणारी अशीच असतील.

वेळापत्रक बनवणे

उदाहरणार्थ, जॉन हा लॉस एंजेलिसमधील एका फिल्म एडिटिंग आणि निर्मितीपश्चात सोयी पुरवणाऱ्या कंपनीचा मालक आहे. त्याच्या पदरी एडिटर्सचा एक मोठा ताफाच आहे जे हॉलिवूडमधील सिनेमांची त्याचबरोबर आणखी काही शॉर्ट-फिल्म्सची कामे सांभाळतात. बरेचसे काम हे रात्रीतूनच केले जाते; आणि रात्रपाळीचे कर्मचारी कितीही अनुभवी असले तरीसुद्धा पहाटे तीन-चार वाजता त्यांची कार्यक्षमता कमी होते. जॉनला त्याच्या या रात्र-कर्मचाऱ्यांच्या वेळेचे रेकॉर्ड ठेवून त्यांना कामाच्या चांगल्या सवयी लावायच्या होत्या. हा बदल त्याला नाट्यमयरीत्या घडवायचा होता; कारण फक्त हुकूम सोडणे हे किती धोकादायक आहे याची त्याला जाणीव होती.

म्हणूनच हा विषय हाताळण्यासाठी आज्ञा सोडण्याऐवजी त्याने एक नवीन युक्ती योजली. त्याने खेळसाहित्याच्या दुकानातून काही स्वस्तातली स्टॉपवॉचेस आणली व संघात वाटली. मग त्याने आपल्या संघाला बोलावून सांगितले की, त्या वीकेन्डला दूरदर्शनवर व्यावसायिक फुटबॉल मॅच आहे, त्यांना पाहायला आवडेल का? त्याने त्याच्या संघावर एक खास कामगिरी अशी सोपवली की, त्या सदस्यांनी या गोष्टीचे रेकॉर्ड ठेवायचे की संपूर्ण मॅचमध्ये प्रत्यक्ष फुटबॉल किती वेळ खेळला

गेला व जाहिरातींमध्ये किती वेळ गेला. सर्व एडिटर्सनी उत्साहाने आपल्यावर सोपवलेली कामगिरी पार पाडली. त्यांच्या रेकॉर्डनुसार तीन तासांच्या चित्रणामध्ये प्रत्यक्ष खेळ जेमतेम साडेसात मिनिटे दाखवला गेला.

या माहितीच्या आधारे जॉनला हाच प्रयोग त्यांच्या एडिटिंगच्या कामी करून बघता येईल हे सुचवणे फार सोपे गेले. एडिटर्स या सगळ्या गोष्टीकडे एक खेळ म्हणूनच पाहत होते. त्यांनाही ते पाहण्याची उत्सुकता होती की त्यांच्या आठ तासांच्या ड्युटीमध्ये ते प्रत्यक्ष काम किती करतात. पण जेव्हा या तासांच्या हिशेबाचे रेकॉर्ड पूर्ण झाले तेव्हा प्रत्येकाच्याच लक्षात आले की परिस्थिती गंभीर होती. हाती आलेला निकाल फुटबॉल मॅचच्या निकालाइतका चकित करणारा नव्हता, तरीसुद्धा त्यांना उपलब्ध असणाऱ्या वेळेचा ते सर्वोत्तम वापर करत नव्हते हे त्यांचेच त्यांना जाणवले. अशा प्रकारे जॉनने सकारात्मक उत्सुकतेचा स्वअभ्यास सहकाऱ्यांकडून करून घेतला. त्यावरून त्या सर्वांच्याच लक्षात आले की त्यांनी स्वत:ला बदलणे आवश्यक आहे. जॉनने सर्जनशील लोककौशल्य वापरून अशा प्रकारे शिकवण दिली की कर्मचाऱ्यांच्या मनात कोणतीच कटुता आली नाही.

वेगवेगळे लोक विविध पद्धतींनी काम करतात हे वेळापत्रकावरून लक्षात येते. तुम्ही जेव्हा वेळेच्या नियोजनाबद्दल बोलाल तेव्हा तुमच्या बोलण्यातून हे प्रतिबिंबित व्हायला हवे की तुम्हाला या वास्तवाची जाणीव आहे. म्हणजे तुम्ही प्रत्येकाकडून स्वतंत्रपणे अपेक्षा ठेवू शकाल. हुशार तत्त्ववेत्ते काही वेळेस कॉन्फरन्स रूममध्ये ग्राहकांबरोबर समोरासमोर चर्चा करताना निष्प्रभ वाटतात. अनुभवसंपन्न संघसदस्यांना अनेकदा अहवाललेखन, सादरीकरण अशा गोष्टी जमत नाहीत. आपल्याला नेमकी कोणत्या क्षेत्रात गती आहे आणि त्याचा जास्तीत जास्त उपयोग कसा करून घेतला पाहिजे हे समजण्याची संधी लोकांना मिळायला हवी. तरच एखादी गोष्ट नैसर्गिकरीत्या करणे जमत नसेल तरी ती करण्यासाठी काळाच्या ओघात ते प्रवृत्त होतील.

३) व्यवस्थापनाकडून मदत मिळवा

तुमच्या संघाबद्दल सकारात्मक उत्सुकता दाखवणे ही व्यवस्थापक म्हणून तुमची प्राथमिक जबाबदारी पाहिजे. त्यांची कौशल्ये सुधारण्यासाठी आणि वाढवण्यासाठी तुम्ही प्रयत्नशील असले पाहिजे. परंतु त्यासाठी तुम्हाला भरपूर मदतीची गरज आहे आणि त्यासाठी तुम्ही पात्र आहात. प्रामुख्याने उच्च पातळीवरच्या व्यवस्थापनाकडे चौकसपणा आणि यश मिळवण्यासाठी जे अनुकूल वातावरण लागते ते निर्माण करण्याची ताकद असते. तुमच्या वरिष्ठांना तुम्ही व्यवस्थापकाच्या भूमिकेतून हे स्पष्ट सांगितले पाहिजे.

जेव्हा हे असे उत्तेजक, सकारात्मक उत्सुकता असलेले वातावरण आस्तित्वात

येऊ लागते तेव्हा व्यवस्थापक आणि उच्च अधिकारी स्वत:ला फक्त बॉस न समजता शिक्षक समजू लागतात. या वातावरणाची खास वैशिष्ट्ये कोणती? व्यवस्थापकांसाठी आणि संघातील सदस्यांसाठी पुरेशी साधनसामग्रीची व्यवस्था यामध्ये असते जेणेकरून ते आत्मपरीक्षण करू शकतील आणि परस्परांशी नातेसंबंध प्रस्थापित करू शकतील. व्यवस्थापकांना जरूर ती मदत मिळते आणि नवीन कल्पना विकसित करण्यासाठी तसेच दृष्टिकोन बनवण्यासाठी पुरेसा वेळसुद्धा मिळतो. तरीसुद्धा या सगळ्यात सर्वांत महत्त्वाचा घटक कोणता तर प्रबळ हेतू! आपली ध्येये निश्चित करणे ही तर फार मूलभूत गोष्ट आहे. हे संस्थेच्या एकसंध अस्तित्वासाठी आणि त्यानंतर प्रत्येक संघसदस्यासाठी फार महत्त्वाचे आहे. ध्येय निश्चित करण्याचा विषय हा इतका महत्त्वाचा आहे की, आपण नक्कीच काही क्षण याच्यावर विचार करण्यासाठी घालवले पाहिजेत; ध्येयनिश्चिती म्हणजे खऱ्या अर्थाने सकारात्मक उत्सुकता व्यक्त करणे आहे हे समजून घेतले पाहिजे.

४) ध्येयनिश्चिती

बोलताना प्रश्नांपासूनच सुरुवात करणे हे केव्हाही चांगले. 'तुला काय करायला आवडते?' 'तुला कशात रुची आहे?' 'तुला नेमके कशाबद्दल भरभरून वाटते?' हे प्रश्न तुम्ही स्वत:ला तर विचाराच, पण तुमच्या संघातील सदस्यांना पण विचारा. सुरुवातीला तरी या प्रश्नांची उत्तरे त्यांच्या कामाशी संबंधितच असायला हवीत असे काही नाही याची त्यांना खात्री द्या.

नंतर मात्र तुम्हाला असे विचारावेसे वाटेल की संघसदस्यांच्या या आवडीनिवडी, हे छंद यांचा कामाच्या ठिकाणी काही उपयोग करून घेता येऊ शकतो का? तुमच्या आवडीनिवडीचा कंपनीच्या फायद्यासाठी कितपत उपयोग होऊ शकतो? ज्यामुळे तुमचे स्वत:चे करिअरसुद्धा अधिक उज्ज्वल होऊ शकेल? अर्थातच, तुमच्याइतकी बुद्धिमत्ता असलेले इतरही लोक कंपनीमध्ये आहेत, तुम्ही एकटेच नाही आहात याची जाणीव ठेवा. मग तुम्ही इतरांपेक्षा वेगळे कसे होऊ शकता, इतरांपेक्षा अधिक चांगले कसे होऊ शकता, तुम्ही जर कॉर्पोरेट जगतातील वातावरणाचा बारकाईने अभ्यास केला तर तुम्हाला काय दिसते, तुम्ही त्यापैकी कोणत्या साच्यात बसता, तुम्हाला कोणती संधी मिळू शकेल, हे सगळे फार अवघड प्रश्न आहेत आणि सकारात्मक उत्सुकता असलेले लोक आपल्या ध्येयांच्या पूर्तीसाठी हे प्रश्न नक्कीच विचारतील.

जेव्हा तुम्ही तुमच्या ध्येयाचा विचार करता तेव्हा इतरही असे अनेक प्रश्न आहेत जे तुम्ही विचारायला हवे. आपण एका मिनिटापूर्वी ज्याबद्दल बोलत होतो त्या वेळेच्या मुद्द्यांशी त्याचा संबंध आहे. तुमची ध्येये कोणती हे समजण्यासाठी

तुम्हाला किती वेळ लागेल? त्या काळातील तुमची प्रगती तुम्ही कशी मोजाल?

एकदा तुमची कौशल्ये, तुमची बुद्धिमत्ता तुम्हाला उमगली की त्याचा वापर तुम्ही तुमच्या ध्येयांसाठी कराल आणि त्यांना विशिष्ट काळाच्या चौकटीत बसवाल; तरीही काही प्रश्न विचारण्याचे बाकी राहतेच. तुमचे मित्र आणि तुमचे सहकारी यांच्याशीसुद्धा सल्लामसलत करा. तुमच्या ध्येयांविषयी त्यांचे काय मत आहे? ही तुमच्यासाठीसुद्धा एक संधी आहे की तुम्ही त्यांना त्यांच्या ध्येयांविषयी आणि आकांक्षांविषयी विचारू शकाल.

जेव्हा तुम्ही तुमच्या ध्येयांविषयी विचार करता तेव्हा व्यक्तिश: तुम्हाला स्वत:ला किंवा तुमच्या संघाला असे जाणवते का की तुमचे हेतू साध्य करणे हे खूप अवघड आहे. जर ते अवघड नाहीत असे वाटत असेल तर त्या ध्येयांचा पाठपुरावा करणे तेवढेसे फलदायी आहे का? खरे सांगायचे तर ध्येये ही कठीणप्रायच असायला हवीत. तुमच्या इच्छाशक्तीची कसोटी घेणारी ती असायला हवीत. तुमच्या मनोनिग्रहापुढचे ते आव्हान असायला हवे. जेव्हा असे घडेल तेव्हा तुम्ही तुमचे प्रयत्न दुपटीने वाढवाल की आश्रय घेण्यासाठी पळत सुटाल?

तरीसुद्धा शेवटी एक फार अवघड प्रश्न उरतोच; जो तुम्ही स्वत:ला विचारलाच पाहिजे, 'तुमची ही ध्येये तुमच्या अहंमान्यतेतून योजली आहेत की दुसऱ्या एखाद्या उदात्त हेतूने तुम्ही प्रेरित झाला आहात? तुमची ध्येये ही वरवरची किंवा उथळ आहेत की ती खरोखर तुमच्या आयुष्यासाठी आणि कामासाठी फायदेशीर आहेत? 'सुधारणा' हीच कल्पना येथे चपखल बसेल. जेव्हा तुमचे स्वप्न सत्यात उतरेल तेव्हा तुमचे आयुष्य पूर्वीपेक्षा अधिक चांगले असेल. याचा अर्थ असा नव्हे की तुम्हाला खूप लठ्ठ पगार मिळेल. हे तर कोणीच नाकबूल करणार नाही की लठ्ठ पगार हा महत्त्वाचा आहे. पण अशाही काही अदृश्य गोष्टी आहेत ज्या तुमची ध्येयपूर्ती झाल्यानंतर तुमचे आयुष्य अधिक समृद्ध बनवतील. या अदृश्य गोष्टी कोणत्या? त्या तुम्ही कशा ओळखाल? आणि तुमची उद्दिष्टे पूर्ण करण्यासाठी तुम्ही त्याचा वापर कसा कराल? तुम्ही आता जेथे आहात तेथून तुम्हाला जेथे जाण्याची इच्छा किंवा गरज आहे तेथपर्यंत त्या तुम्हाला कशा नेऊन ठेवतील?

ध्येयपूर्ती

आपल्या ध्येयांबद्दल विचार करण्यात आणि ध्येयनिश्चिती करण्यात वेळ घालवणे हे वैयक्तिक विकासासंबंधीच्या पुस्तकात किंवा व्यवस्थापकीय प्रशिक्षणाच्या कोर्समध्ये विस्तृतपणे चर्चिले जाते. मात्र क्वचितच त्याचा संबंध खंबीरपणाशी किंवा चौकसपणाशी जोडला जातो. वास्तविक ध्येयनिश्चितीचे अधिक महत्त्व हे त्यासंबंधीची चर्चा किती तार्किक पद्धतीने केली जाते यालाच जाते. लोक विचारतात, 'तुझी ध्येये कोणती?'

आणि जो कोणी मोठ्ठी यादी बनवेल त्याचेच कौतुक होते असे दिसते, पण खरे तर हा मुद्दाच नाही. आपल्या ध्येयांची यादी बनवणे हे निव्वळ मजेखातरसुद्धा असू शकते. पण खरे तर उगाच आपल्याला हव्या असणाऱ्या अशा गोष्टींची यादी बनवणे की जेथपर्यंत आपण कधीच पोहोचू शकणार नाही, यामध्ये काही मतलब नाही; त्याऐवजी लोकांनी खरे तर विचारायला पाहिजे की, "तुझ्या ध्येयापर्यंत पोहोचण्यासाठी किती कष्ट झेलायची तुझी तयारी आहे?" त्याला आपण सकारात्मक उत्सुकता म्हणू शकतो.

खूप लोक असे आहेत की ज्यांना ध्येयनिश्चिती म्हणजे आपल्या मनपसंत सहलीवर गेल्यासारखे वाटते; परंतु इच्छित स्थळी पोहोचण्यासाठी हातात नकाशाच नाही. तुम्हाला सहलीला कोठे जायचे हे माहीत असणे ही एक गोष्ट झाली, परंतु तुम्हाला उत्तरेकडे जायचे की दक्षिणेकडे हे नक्की ठाऊक असणे गरजेचे असते. नकाशे सहसा कागदावर असतात, परंतु हल्ली ते कॉम्प्युटरच्या स्क्रीनवर, जीपीएस किंवा तुमच्या सेलफोनवरसुद्धा उपलब्ध असतात. तुमची ध्येये कागदावर उतरवण्याचे महत्त्वाचे काम तुम्ही जेव्हा कराल तेव्हा या सगळ्या माध्यमांचा तुम्ही जरूर उपयोग करून घ्या. ते तुम्ही तुमच्या एखाद्या डायरीमध्ये अनौपचारिक नोंद म्हणून करू नका, तर तो काळजीपूर्वक बनवलेला सुसंघटित कृतिआराखडा असायला हवा. तुम्ही स्वत: हे करून बघा आणि तुमच्या संघसदस्यांनासुद्धा असेच करण्यास प्रोत्साहित करा.

तुमच्या ध्येयांचा तुमच्या मूल्यांशी समन्वय

जेव्हा तुम्ही तुमच्या ध्येयाबद्दल लिहाल तेव्हा तुम्हाला नेमके तेच अपेक्षित आहे याची खात्री करून घ्या. मनाशी पुन्हा एकदा तपासून पाहा की हे ध्येय केवळ उदात्त वाटते किंवा हेच ध्येय असणे आपले कर्तव्य आहे या भूमिकेतून तर तुम्ही हे लिहीत नाही आहात ना? जेव्हा तुम्ही तुमच्या ध्येयाची निश्चिती कराल तेव्हा ते तुमच्या मूल्यांना शोभणारे असावे हे लक्षात घ्या. यदाकदाचित जर तुम्हाला अजून तुमची मूल्येच कोणती हे ठाऊक नसेल तर सकारात्मक उत्सुकता दाखवून, मनाला प्रश्न विचारून ती जाणून घेण्यासाठी हीच योग्य वेळ आहे. तुमच्या संघातील सदस्यांबरोबरसुद्धा असेच वागा. जेव्हा तुम्ही तुमच्या संघसदस्यांना त्यांची ध्येये कागदावर लिहिण्यासाठी प्रेरित कराल तेव्हा त्यांना ते कशावर विश्वास ठेवतात त्याबद्दल विचारा आणि ते या निर्णयाला का आले ते विचारा. अशा प्रकारे ध्येयनिश्चिती हे एक प्रभावी लोककौशल्य होऊ शकते.

उदाहरणार्थ, जर तुमच्या संघातील एखाद्या सदस्याने असे सांगितले की, तिचा किंवा त्याचा पगार दुप्पट किंवा तिप्पट व्हावा. तर अगदी मोठ्या मनाने तिला किंवा

त्याला शुभेच्छा द्या आणि त्यांच्या महत्त्वाकांक्षेचे कौतुक करा. नंतर त्यांना असे विचारा की त्यांच्या या ध्येयाप्रत पोहोचण्यासाठी कितपत कष्ट करण्याची त्यांची तयारी आहे. त्यासाठी शनिवार-रविवारसुद्धा कामावर येण्याची तयारी आहे का?

एखादे नवीन प्रेझेन्टेशन द्यायचे आहे किंवा स्वतंत्रपणे एखादा संशोधनाचा प्रोजेक्ट करायचा आहे? कदाचित ऑफिसमध्ये हा जास्तीचा वेळ घालवणे हे त्यांच्या कुटुंबाबरोबर जास्तीत जास्त वेळ घालवण्याच्या दुसऱ्या ध्येयाच्या विरुद्ध असेल.

आणखी एक चांगली कल्पना अशी की, तुम्ही तुमच्या आयुष्यातील सहा वेगवेगळ्या क्षेत्रांमधील तुमच्या ध्येयांबद्दल मनाला प्रश्न विचारा. ही सहा क्षेत्रे अशी : १) तुमचा व्यवसाय २) तुमचे कुटुंब ३) तुमचे अर्थकारण ४) तुमचे शारीरिक आरोग्य ५) तुमचे शिक्षण आणि ६) तुमचा आध्यात्मिक दृष्टिकोन. प्रत्येक क्षेत्रातील तुमचे विचार जर सुस्पष्ट असतील तर तुम्ही एक परिपूर्ण व्यक्ती आहात. तुमच्या लक्षात येईल की, इतर लोकांबरोबर वागण्याची तुमची कौशल्येसुद्धा अधिक बळकट झाली आहेत.

तुमची ध्येये सकारात्मक पद्धतीने मांडा

तुमची ध्येये नकारात्मक पद्धतीने लिहिण्याऐवजी नेहमी सकारात्मक पद्धतीने लिहा. तुम्ही स्वत: तर हे कराच शिवाय, इतरांनाही असेच करण्यास प्रवृत्त करा. तुम्हाला काय पाहिजे याचा विचार करा; तुम्हाला काय नको आहे याचा विचार करू नका. आपली ध्येये शब्दांमध्ये कागदावर उतरवण्याचे एक कारण असे की, त्यायोगे आपण आपल्या अंतर्मनाने पाळाव्यात अशा सूचनाच लिहून ठेवतो. आपले अंतर्मन अत्यंत कार्यक्षम असते, पण त्याचबरोबर त्याला मर्यादासुद्धा असतात. विचार आणि वास्तव यामधील फरक ते समजू शकत नाही; त्याचबरोबर चूक आणि बरोबर याचा निवाडाही ते करू शकत नाहीत. दिलेल्या सूचनांचे पालन करणे हेच त्याचे काम. तुम्ही जेवढ्या सकारात्मक सूचना द्याल तेवढे सकारात्मक परिणाम तुम्हाला दिसतील. व्यक्तिविकासाच्या जवळपास सर्वच विचारप्रणालींचे हे मूलभूत तत्त्व आहे, त्यामध्ये अगदी लोककौशल्याच्या विकासाचासुद्धा समावेश होतो. खात्री करून घ्या, तुमच्या अंतर्मनाकडे जेवढे लक्ष द्यायला पाहिजे तेवढे तुम्ही देत आहात ना?

ध्येयांबद्दल सविस्तर लिहा

अगदी म्हणूनच कागदावर आपली ध्येये लिहून ठेवताना शक्य तेवढी सविस्तर तपशिलासहित लिहा. जर तुमची ध्येये तुमच्याच मनात धूसर असतील तर तुम्ही

स्वतःच्या मनाला काही प्रश्न खोदून विचारण्याची गरज आहे. 'मला माझ्या कंपनीमध्ये माझ्यावर अधिक जबाबदाऱ्या सोपवलेल्या हव्या आहेत' असे म्हणण्यापेक्षा असे लिहा की, 'येत्या पाच वर्षांत मला ह्यूमन रिसोर्सेसचे डायरेक्टर व्हायचे आहे, तरच मी आमच्या कर्मचाऱ्यांची संख्या वाढवून त्यांच्यात विविधता आणू शकेन.' पुन्हा एकदा तुम्ही तुमच्या अंतर्मनाला तपशीलवार सूचना देत आहात. तुम्ही जेवढी अधिक माहिती तुमच्या अंतर्मनाला द्याल तेवढे सुस्पष्ट परिणाम तुम्हाला दिसून येतील. घडणारे परिणाम जेवढे बिनचूक किंवा तंतोतंत बरोबर, तेवढे अंतर्मन अधिक कार्यक्षम होत जाईल. या अर्थाने मन हे एखाद्या कंपनीसारखेच असते. एखादी कृती कार्यक्षमतेने करायची झाल्यास त्याच्यासमोर चांगला बिझिनेस प्लॅन असावा लागतो. तुमच्या ध्येयांची यादी ही तुमच्या मनासाठी केवळ असा बिझिनेस असते ज्यामध्ये त्याला गुंतवणूक करायची असते आणि काम पार पाडायचे असते. जे ध्येय तुम्हाला साध्य करायचे असेल ते ध्येय जेव्हा तुम्ही डोळे बंद करून मनश्चक्षूंसमोर आणाल तेव्हा तुमचे हृदय आणि तुमचा आत्मासुद्धा ते पाहू शकेल.

येत्या बारा महिन्यांमध्ये तुम्ही जास्तीत जास्त किती पैसे कमवू शकाल असे तुम्हाला वाटते? तो आकडा लिहा. जेव्हा तुम्ही असा विचार करायला सुरुवात कराल तेव्हा पुष्कळ मोठे-मोठे आकडे तुमच्या मनात डोकावून जातील की जे खरे तर तुमच्यासाठी दुरापास्त आहेत. तुम्ही कदाचित असा विचार कराल की, 'मी एक लाख किंवा दोन लाख डॉलर्स कमवू शकेन.' पण त्या विचारांनीसुद्धा तुमच्या मनात भय दाटून येईल म्हणून तुम्ही काहीच लिहिणार नाही.

यावरून तुम्हाला काय समजले? जर तो मोठा आकडा लिहायलासुद्धा तुम्ही इतके घाबरलात तर प्रत्यक्षात तसे घडवताना तुम्ही किती घाबराल? तुमची नाखुशी आणि तुम्हाला येणारी अडचण हे दर्शवतात की, तुमच्या मनात शिरलेले हे आकडे वरवर पाहाता तुम्हाला अपरिचित वाटत असले तरी त्यात काहीतरी तथ्य आहे. जरी ते आकडे या क्षणाला प्राप्त परिस्थितीशी विसंगत असले तरी भौतिकदृष्ट्या त्यांनी सुसंगत असणे जरुरी नाही. तुमचे विचार हीच तर खरी सुरुवात असते. कोणत्याही भव्यदिव्य गोष्टीची सुरुवात ही भौतिक परिस्थितीवर अधारित नसते. जेव्हा आकाशात पहिले विमान उडाले तेव्हा ते नॉर्थ कॅरोलिनातील किटी हॉकच्या आकाशात होते की राइट बंधूंच्या मनात होते?

काल्पनिक टीकाकारावर विजय मिळवणे

लोकांना जेव्हा त्यांचे निश्चित ध्येय विचारले जाते, विशेषतः जेव्हा लिहायला सांगितले जाते तेव्हा खरी समस्या ही असते की त्यांना त्यांच्या मनातल्या काल्पनिक टीकाकाराबरोबरच लढा द्यावा लागतो. आपल्याला खरे तर आधी सांगितलेलेसुद्धा

असते की हे फक्त आपल्या स्वत:साठीच आहे, कोणालाही तुमचे हे गुपित सांगितले जाणार नाही. तरीसुद्धा आपला त्यावर विश्वास बसत नाही. जास्तीत जास्त लोकांच्या मानगुटीवर हा काल्पनिक टीकाकार बसलेलाच असतो. ती काल्पनिक व्यक्ती त्यांनी लिहिलेला आकडा बघते आणि त्यांना वेडावून दाखवत म्हणते, "काय वेड-बिड लागले का? असे शेकडो जन्म घेतलेस तरी तुला एवढे पैसे मिळणार नाहीत." अशा प्रकारे आपण त्या काल्पनिक व्यक्तीला आपल्यासाठी निर्णय घ्यायची परवानगी देतो. आपल्याला अशी जाणीवही नसते की ही केवळ आपली अभिव्यक्ती आहे, एक मिलियन डॉलर किंवा पन्नास मिलियन डॉलर लिहिण्याचा आपल्या मनाला होणारा मोह ही आपल्या कल्पनाशक्तीची भरारी असू शकते. जरी ही नकारात्मक भावना असली तरी तुम्ही त्यावर विश्वास ठेवायला तयार असता, असे का?

या काल्पनिक टीकाकाराला तुमच्यावर मर्यादा घालणारे निर्णय तुमच्यावतीने घेऊ देऊ नका. सावध राहा, या काल्पनिक टीकाकाराला सत्यात कोठेच थारा नाही, मग तो तुमच्या स्वप्नात तरी कसा असेल? महत्त्वाची गोष्ट हीच की तुमचा विश्वास कशावर आहे किंवा त्याहीपेक्षा तुम्हाला कशावर विश्वास ठेवावासा वाटतो. या काल्पनिक टीकाकाराला 'वास्तवा'चा प्रतिनिधी म्हणून स्वीकारण्यापेक्षा तुमचे लक्ष तुमच्या इच्छा-आकांक्षांवर केंद्रित करा.

आपली मते या बाबतीत अगदी स्पष्ट आहेत. जेव्हा तुमचा अगदी तुमच्या स्वप्नांमध्ये जरी असा विश्वास असेल की 'हे शक्य आहे' तर ते ध्येय नक्कीच प्रयत्न करण्याच्या लायकीचे असते. फक्त त्याची गुणवत्ता हीच की अगदी प्राथमिक पातळीवर तरी 'ते शक्य आहे' असा तुमचा विश्वास असला पाहिजे. इतर कोणीही हे गंभीरपणे घेतले नाही तरी तुम्ही मात्र त्याच्याकडे गांभीर्यानेच पाहिले पाहिजे. नंतर लोककौशल्यांमध्ये पारंगत होण्यासाठी तुमच्या आवतीभोवती असलेल्या प्रत्येकामध्ये हा विश्वास निर्माण करण्याची ताकद तुमच्यामध्ये असायला हवी. तुमच्या मनात असलेली गोष्ट इतरांच्या मनात उतरवणे हीच खरी संभाषणाची व्याख्या आहे.

पुढच्या प्रकरणामध्ये आपण योग्य प्रश्न विचारण्यापासून सर्वोत्तम उत्तरे मिळवण्याकडे जाणार आहोत. आपण आपले लक्ष आता सकारात्मक उत्सुकतेकडून सकारात्मक संभाषणाकडे वळवणार आहोत.

कृती

१. भेटीगाठीतील सातत्य हीच तुमच्या आणि संघाच्या यशाची गुरुकिल्ली आहे. तुम्ही तुमच्या सहकाऱ्याबरोबर आणि तुमच्या वरिष्ठांबरोबर दर आठवड्याला मीटिंग्ज घेता का? जर घेत नसाल तर तसे करण्यासाठी थोडा वेळ काढा.

कदाचित ज्यांनी चुका केल्या आहेत त्यांच्यासाठी मेमो बनवणे, पुढील मीटिंग्जच्या तारखा तसेच वेळा ठरवणे आणि त्यांनी काय करावे असे तुम्हाला वाटते हे त्यांच्यापर्यंत पोहोचवणे इत्यादी कामे तुम्ही त्यायोगे पार पाडू शकता.

२. आपल्याही नकळत आपल्यापैकी बरेच जण अधिक नकारात्मक असतात. आपण आपला खूप वेळ आणि ऊर्जा आपल्याला काय हवे आहे हे सांगण्याऐवजी आपल्याला काय नको आहे ते सांगण्यात वाया घालवतो. तुमच्या आयुष्यात काय नको आहे हे तुम्ही दिवसभरात कितीदा म्हणता याची एक दिवस नोंद करा. तुम्ही तक्रारीचे जे शब्द उच्चारता आणि मनातल्या मनात किती वेळा चरफडता त्याचीही नोंद ठेवा. एकदा तुम्ही स्वत:ला ही सवय लावून घेतलीत की मग त्याच्या उलट म्हणजे तुम्हाला काय हवे आहे त्याचीही नोंद ठेवा. तुम्ही या स्वअभ्यासाचा सराव करत असताना आयुष्यात कोणत्या बदलांना सामोरे गेलात ते लिहा.

३. एक मोठा कागद घ्या आणि स्वत:च्या मनाला मोठ्यात मोठी इच्छा धरण्यास परवानगी द्या. तुमच्या स्वप्नांना भरारी द्या आणि तुमच्या मेंदूतील या वादळाला थांबवू नका. ज्या कल्पना सुचतील त्या लिहा. आणि मग त्या कल्पनांमधूनच ध्येयाची निश्चिती करा, त्या ध्येयपूर्तीसाठी तुम्ही कोणती पावले उचलणार आहात ते ठरवा, रूपरेषा आखा आणि कोणता इच्छित परिणाम दिसेल त्याची नोंद करा. शेवटी, दररोज पाच मिनिटे असे सुमारे एकवीस दिवस (कमीत कमी) डोळे मिटून अशी कल्पना करा की तुमच्या ध्येयाची पूर्ती होते आहे. अनुभव घ्या आणि त्या अनुभवाची मजा चाखण्यास स्वत:ला पूर्ण परवानगी द्या.

नोंदी

कोणताही मूर्ख माणूस टीका करू शकतो, निषेध करू शकतो आणि तक्रार करू शकतो– अधिकतर मूर्ख माणसे तेच करतात.

– डेल कार्नेगी

७

उत्सुकतेकडून सामंजस्याकडे

आपण अशा समाजात राहातो जेथे संभाषण कौशल्याला फार महत्त्व आहे. ही कौशल्ये स्वत:ला कशा प्रकारे व्यक्त करतात हे समजण्याइतपत आपण अत्यानुधिक झालो आहोत. आपल्याला अशी माणसे आवडतात जी स्वत:ला चांगल्या प्रकारे व्यक्त करू शकतात; पण आता आपल्याला हेसुद्धा समजले आहे की स्वत:ला व्यक्त करण्याचे अनेक प्रकार आहेत. रोनाल्ड रिगन हे आत्तापर्यंत सर्वश्रेष्ठ संवादकर्ता म्हणून प्रसिद्ध होते, परंतु आता प्रेसिडेंट बराक ओबामा हेसुद्धा उत्तम संवादकर्ते समजले जातात, ज्यांची शैली रिगनपेक्षा किंवा इतर कोणाहीपेक्षा अगदी वेगळी आहे.

या माहितीच्या आधारे सर्वसामान्यपणे अशा निष्कर्षाला येणे शक्य आहे का की सुसंवाद म्हणजे नक्की काय? हो आणि नाहीसुद्धा. प्रभावी संवाद साधण्याची निश्चितच काही प्रस्थापित तत्त्वे आहेत, पण ही तत्त्वे वापरण्याचे अनंत मार्ग आहेत. खरे सांगायचे तर जितकी माणसे आहेत तितकेच ही तत्त्वे वापरण्याचे मार्ग आहेत. व्यक्ती तितक्या प्रकृती!

जर तुम्ही राजकारणात असाल किंवा एखाद्या जबाबदारीच्या पदावर असाल तर तुम्हाला हे नक्कीच माहीत असेल की जसे तुमच्या कामाच्या तांत्रिक किंवा इतर प्रशासकीय बाबींबद्दल तुम्हाला ज्ञान असणे आवश्यक आहे, तद्वतच लोकांशी कसे वागावे हे समजणेसुद्धा आवश्यक आहे. प्रभावी व्यवस्थापक हे काही अंशी कर्मचारी आणि काही अंशी मुत्सद्दी असतात. त्यांना हे समजते की, इतरांबरोबर काम करण्यासाठी काही विशिष्ट संवेदनांची गरज असते आणि डेल कार्नेगी सांगतात त्याप्रमाणे, 'लोकांशी वागताना कायम हे लक्षात ठेवावे की त्यांना तर्कज्ञान तर आहेच, शिवाय भावनादेखील आहेत. ते पूर्वग्रहदूषित असू शकतात. त्याचप्रमाणे

गर्व व अभिमान त्यांच्या ठायी असू शकतो.

कामाच्या ठिकाणी संभाषणाबद्दलचे काही मुख्य नियम मी तुम्हाला इथे सांगतो. त्यांच्यावर खऱ्या अर्थाने प्रभुत्व मिळवण्यासाठी तुम्ही ते तुमच्या अंगवळणी पाडून घ्यायला पाहिजे आणि ते तुमच्या व्यक्तिमत्त्वाचा भागच झाले पाहिजे. ही प्रक्रिया तुम्ही खोटेपणाने राबवली तर तुम्हाला फारसे यश मिळणार नाही.

लोकांना त्यांच्या पहिल्या नावाने हाक मारा : कोणत्याही माणसाला त्याचे स्वत:चे नाव हा कानांवर पडणारा सर्वांत मधुर शब्द वाटतो. जेव्हा तुम्ही त्या व्यक्तीचे नाव घेऊन तिच्याशी बोलता तेव्हा तिला मिळणारा संदेश हा व्यक्तिगत वाटतो आणि तो तिचा स्वत:चा होऊन जातो. त्यामधून असासुद्धा संदेश जातो की तुम्ही तिची काळजी घेता आणि ती व्यक्ती तुम्हाला संस्मरणीय वाटते. हे एक असे बेमालूम नाट्य वठवणारे हत्यार आहे ज्यामुळे लोकांच्या स्वत:भोवतीच्या संरक्षक भिंती गळून पडतात आणि प्रेमाचा बंध निर्माण होतो. तुमच्या वाक्यांना नावांच्या साहाय्याने मुलायम बनवा आणि त्यांना प्रश्न विचारा, 'स्टीव्ह, तुझा आजचा दिवस कसा गेला?'

तुम्ही चुकलात तर कबूल करा : कदाचित तुम्हाला असे वाटेल की आता आपल्या हातून चूक झाली आहे, तर आपण तोंड लपवायला पाहिजे. पण तसे करण्याची गरज नाही. कामाच्या ठिकाणी तुमच्या हातून चूक घडलेली असताना जर ती तुम्ही मोकळ्या मनाने स्वीकारलीत तर ती तुमची सगळ्यात मोठी सन्माननीय कृती समजली जाते; कारण फारच थोडे लोक तसे करतात. आपला अहम् थोडा बाजूला ठेवण्यास शिका आणि कबूल करा की तुम्ही परिपूर्ण नाही आहात. परंतु आपल्या या चुकीवर जास्त तीव्र प्रतिक्रिया देऊ नका. 'अरेरे! माझी संधी हुकली' असे म्हणत राहणे, संपूर्ण ऑफिसला सारखे ई-मेल पाठवणे किंवा भावनातिरेकाने मीटिंगमध्ये माफी मागत सुटणे, असे प्रकार टाळा. 'मी चूक केली आहे हे मला कळून चुकले आहे,' इतके पुरेसे आहे.

लोकांना क्षुद्र समजू नका : काही लोक 'कंट्रोल फ्रीक्स' असतात. ते सतत दुसऱ्यावर सत्ता गाजवू पाहतात; आणि त्यांचा असा समज असतो की त्यांच्याशिवाय दुसरे कोणीच ते काम इतक्या चांगल्या पद्धतीने करू शकणार नाही. तुम्ही अशा लोकांपैकी एक होऊ नका. इतरांच्या क्षमतांवरसुद्धा विश्वास टाका. खरे तर, ते काम ते जास्तीत जास्त चांगले करतील असा विश्वास त्यांना बोलून दाखवा. पण म्हणजे तुम्ही त्यांच्याकडून अवास्तव अपेक्षा करत आहात असे नाही. समोरच्या माणसावर तुम्ही जेव्हा विश्वास टाकता तेव्हा तो जास्तीत जास्त चांगले काम करण्यास प्रवृत्त होतो आणि निराश होत नाही. त्याचबरोबर जे लोक नवीन कामात अजून वाकबगार झाले नाहीत त्यांच्याशी थोडे सबुरीने घ्या.

प्रामाणिकपणे रुची दाखवा : तुम्हाला भेटणाऱ्या प्रत्येकाकडेच त्याच्या आवडीनिवडींचा आणि अनुभवांचा खजिना असतो. तुमच्या आवतीभोवती असलेल्या अशा लोकांचा जरा शोधा घ्या; जरी तुम्हाला असे वाटत असले की त्यांच्यात आणि तुमच्यात काहीच सामाईक नाही तरीही! जर तुमच्या एखाद्या सहकाऱ्याने म्हटले की त्याला कॉम्प्युटरवरच्या खेळाच्या स्पर्धा आवडतात तर त्याबद्दल त्याला अधिक माहिती विचारा. त्याला त्याच्या या आवडीमागची कारणे विचारा. जेव्हा तुम्हाला त्याच्याबद्दल प्रामाणिकपणे काही जाणून घ्यायचे असेल तेव्हा फक्त तुम्हालाच काही नवीन शिकायला मिळेल असे नाही, तर तुम्हाला ही जी काही नवीन माहिती मिळाली आहे ती आठवण्यासाठीसुद्धा तुम्हाला थोडे कष्ट घ्यावे लागतील. लोकांना तुम्ही त्यांना लक्षात ठेवलेले आवडते.

स्तुतिसुमने उधळा : 'काम छान झाले' एवढेच फक्त म्हणू नका. समोरच्याचे कौतुक करताना विशिष्ट शब्दांत करा आणि त्याला हे कळू द्या की, त्या माणसाने प्रत्यक्षात जे काही केले आहे त्याची तुम्हाला पूर्ण जाणीव आहे. उदाहरणार्थ, 'माईक, त्या दिवशी मीटिंगला तू एक छान वळण दिलेस, खासकरून जेव्हा सगळे पेंगुळले होते तेव्हा!' हे एक चांगले उदाहरण आहे. त्याच वेळी तुम्ही हळुवारपणे टीकासुद्धा करू शकता. जेव्हा सहकाऱ्यांना प्रशिक्षण देणे गरजेचे आहे किंवा विधायक प्रतिसाद द्यायचा असेल तेव्हा तो अतिशय कुशलतेने आणि मुत्सद्दीपणाने द्या. याविषयी अधिक आपण याच प्रकरणात पुढे बोलणार आहोत.

दिलेला शब्द पाळा : जर तुम्ही मनापासून एखाद्या गोष्टीचा पाठपुरावा करणार नसाल तर विनाकारण तुम्ही ते करणार आहात अशी वल्गना करू नका; तुमची विश्वासार्हता त्यामुळे कमी होते. जर तुम्ही दिलेली वचने मागे घेतलीत तर एखाद्या अवघड कामावर नेमणूक करताना तुमच्यावर कोणी विश्वास टाकणार नाही; आणि तुम्ही फार प्रगती करू शकणार नाही.

कृतज्ञता व्यक्त करा : जर एखाद्याने तुमच्यावर कृपा केली किंवा तुमच्यासाठी विशेष परिश्रम घेऊन तुमचे काम करून दिले तर तुम्ही त्यांनी केलेल्या प्रयत्नांची जाणीव ठेवत आहात याची त्यांना खात्री करून द्या. तुम्ही काही अपोआपच त्याच्या कृपेस पात्र होणार नाही आणि कोणीच तुम्हाला सतत झेलत राहणार नाही. जर तुमच्यावर कोणी उपकार केले असतील तर त्या व्यक्तीचे आभार माना आणि त्या बदल्यात तुम्हीही त्याच्यासाठी काहीतरी करण्याची तयारी दाखवा.

कनवाळू व्हा : असे कधीही गृहीत धरू नका की लोक तुमच्या बोलण्याचा शब्दशः अर्थ घेतील. काही लोक तुमच्या बोलण्याचा, प्रत्येक शब्दाचा कीस काढतील आणि तुम्ही त्यांच्यावर वैयक्तिकरीत्या उघड-उघड टीका केली आहे असे म्हणतील. अशा लोकांना तुम्ही बदलू शकत नाही, परंतु जेव्हा तुम्ही अशा

लोकांच्या भोवती असता तेव्हा तुम्ही तुमच्या वाक्यांची रचना काळजीपूर्वक करा. शब्द जपून वापरा. बोलण्यापूर्वी पुन्हा विचार करा आणि स्वत:ची खात्री करून घ्या की तुम्ही जे बोलता हे द्व्यर्थी तर नाहीना? आणि संभ्रमित करणारे तर नाही जेणेकरून लोक त्यातून गैर अर्थ काढतील?

इतरांचा दृष्टिकोन जाणून घेण्याचा प्रयत्न करा; त्यामुळे तुम्ही गैरसमज टाळू शकाल. तुम्हाला असे वाटेल, नव्हे तुमची अशी ठाम खात्री असेल की तुमचेच बरोबर आहे, पण लक्षात घ्या की इतरांनासुद्धा त्यांच्या कल्पना आणि त्यांचे विचार बरोबरच आहेत असे वाटते. तुम्ही त्यांच्या मतांचा आदर करायला पाहिजे आणि हे पाहिले पाहिजे की त्यांना असे का वाटते किंवा त्यांची अशी मते का तयार झाली आहेत. त्यांच्याशी वाद घालत बसण्यापेक्षा ते या मताला का आले याबद्दल इतरांना विचारा. तुम्ही त्यांच्याशी सहमत व्हायला पाहिजे असे नाही, पण तुम्ही एवढे तर नक्कीच म्हणू शकता की, 'मला समजते आहे, तू या मताला का आला आहेस?'

स्वत:च्या कोशातून बाहेर या : तुमच्या नेहमीच्या कामाच्या स्वरूपातून बाहेर पडून थोडे इकडेतिकडे बघा व कधीतरी इतरांना विचारा की तुम्ही त्यांना त्यांच्या कामात काही मदत करू शकता का? समोरची व्यक्ती आपल्याकडे कधी मदत मागायला येईल याची वाट पाहू नका. 'तुम्हाला तिकडे काही मदत हवी आहे का?' केवळ एवढे विचारण्याचासुद्धा दुहेरी परिणाम होतो. पहिला असा की, तुम्ही इतरांनाही त्या कामासाठी त्यांचे सर्वस्व देण्यास प्रोत्साहित करता आणि कामाच्या ठिकाणचे वातावरण अधिक सकारात्मक बनवता. दुसरे असे की, भविष्यामध्ये तुमच्यावरसुद्धा कोणी असे उपकार करण्याची शक्यता वाढते; कारण दयाळूपण हे बूमरँगसारखे असते, ते नेहमी तुमच्याकडे परत येते.

नम्र व्हा : तुमच्या सहकाऱ्यांवर आणि वरिष्ठांवर छाप पाडण्याचे तुम्ही उघड-उघड प्रयत्न कराल तर त्याचे दुष्परिणाम दिसून येतील. कोणालाच तुम्ही तुमच्या बुद्धिमत्तेचे आणि कार्यक्षमतेचे प्रदर्शन केलेले आवडणार नाही. तुम्हाला तुमचे यश खुलवून सांगण्याची गरज वाटत असेल किंवा ते इतरांच्या नजरेत भरावे म्हणून तुम्ही धडपडत असाल तर तुम्हाला थोडा संयम बाळगण्याची गरज आहे. तुम्ही तुमचे यश लोकांवर थोपावण्यापेक्षा त्यांना ते हळूहळू उलगडू दिले तर नक्कीच तुमच्या पराक्रमाला प्रामाणिकपणे पसंती मिळेल; आणि तुम्ही तुमच्या यशाचा फारसा गाजावाजा केला नाहीत तर तुमच्या नम्रतेमुळे लोक तुमच्याकडे अधिक आदराने बघतील.

इतरांना लज्जित न होऊ देण्यास मदत करा : प्रत्येक जणच चुका करतो. एकदा आठवा बरे की तुमच्या बाबतीत तुमचे भांडे फुटण्याचा असा लाजिरवाणा प्रसंग कधी आला होता? त्या वेळी तुमचीसुद्धा हीच इच्छा होती ना की कोणीतरी

पुढे व्हावे व वातावरणातील ताणतणाव कमी करावा. मग तुम्हीसुद्धा इतरांच्या बाबतीत हेच का करत नाही? चुका करणाऱ्याला हसू नका, तर त्याच्या पाठीवर थाप मारून, गळ्याभोवती हात घालून त्याला बरोबर घेऊन हसा व म्हणा, 'जाऊ दे, झाले ते बरेच झाले.' त्याला आणि इतरांनासुद्धा असे आश्वासित करा की हा काही जगाचा अंत नव्हे; जर फारसे काही घडलेच नाही तर विनाकारण तुम्हीच त्या चुकीकडे इतरांचे लक्ष न वेधता गप्प बसा.

प्रथमदर्शनी छाप पाडणे महत्त्वाचे

जर आपण अशा काही परिस्थितीचा विचार केला की जेथे नि:संशयपणे तुमचे संभाषण कौशल्यच फार महत्त्वाचे ठरते तर काही विशिष्ट प्रसंग आपल्या मनात येतात. उदाहरणार्थ, जेव्हा तुमची कोणाबरोबर तरी पहिली भेट असते, साहजिकच त्यांचे तुमच्याबद्दल चांगले मत व्हावे हीच तुमची इच्छा असते. तुमची तुमच्या कंपनीमध्ये वेगळ्या पदावर नियुक्ती झाली आहे का? कदाचित तुम्ही तुमची आधीची नोकरी सोडून दुसऱ्या जागी नोकरीवर जाणार आहात आणि संपूर्णपणे नवीन वातावरणात, नवीन लोकांमध्ये मिसळणार आहात; किंवा तुम्हाला अशा एखाद्या सामाजिक कार्यासाठी आमंत्रित केले आहे आणि तुम्हाला तुमची ओळख काही प्रतिष्ठित लोकांना करून द्यायची आहे. प्रसंग कुठलाही असो, जर तुम्हाला योग्य मार्गावर राहायचे असेल तर तुमची प्रथमदर्शनी छाप पडणे महत्त्वाचे असते.

नवीन झाडू तुमच्याच हाती

एखाद्या नवीन कामाच्या ठिकाणी तुमचे बस्तान बसवताना तुम्हाला सहसा तुमची कंपनीतल्या प्रत्येकाशी स्वतंत्रपणे आणि एकत्रितपणे संघाशी स्वत:ची ओळख करून देण्याची संधी मिळते. प्रत्येकाला स्वतंत्रपणे आणि अनौपचारिकपणे संघात भेटणे ही खरोखर चांगली कल्पना आहे.

तुम्ही जर नव्यानेच व्यवस्थापक पदाची सूत्रे हातात घेतली असतील तर सावधानता बाळगा; कारण तुम्ही ज्यांच्यावर अधिकार गाजवणार असाल त्यांना हा बदल अस्वस्थ, अस्थिर करणारा वाटू शकतो. त्यांच्या मनात हा संशय असतो की आत्तापर्यंत ते ज्या पद्धतीने काम करत होते ती पद्धत तुम्ही पूर्णच बदलून टाकाल – आणि कदाचित त्यांची भीती खरीसुद्धा ठरू शकते. एखाद्या परक्या इसमाने तुमच्या घरात यावे आणि लगेच फर्निचर इकडचे तिकडे हालवून नवीन बैठकव्यवस्था तयार करावी तसेच काहीसे होते. हे खरे की तुम्ही कायदेशीररीत्या तेथील अधिकारी आहात, पण हे अधिकार वापरण्याचे योग्य, अयोग्य, बरोबर आणि चुकीचे मार्ग आहेत.

तुम्ही नवीन पदाची सूत्रे हातात घ्याल तेव्हा सुरुवातीलाच मनमोकळेपणाने हे सांगा की, तुम्हाला तुमच्या सहकाऱ्यांकडून सूचना आलेल्या व मतप्रदर्शन झालेले आवडेल. आत्तापर्यंत तुमच्या सहकाऱ्यांना, तुमच्या संघाला विक्रीकौशल्याबाबत किंवा इतरही घडामोडींबाबत कोणते प्रशिक्षण दिले गेले, ते शोधणे ही एक चांगली कल्पना आहे. तुमच्या संघाला काय-काय माहिती आहे व ते काय-काय करू शकतात हे एकदा तुम्हाला समजले की तुम्ही अधिक आत्मविश्वासाने व समजुतीने त्या मार्गावरून पुढे जाण्यास सज्ज होता.

हे तर कोणालाही समजते की कोणताही नवीन व्यवस्थापक किंवा नेता आला की त्याची आपला स्वतःचा ठसा सोडून जाण्याची इच्छा असते. परंतु प्रत्यक्षात कामकाज कसे चालत आले आहे हे जाणून न घेता सगळी सूत्रे हातात घेऊन काही बदल करून पाहिले तर तुमचे प्रथमदर्शनी मत अतिशय वाईट होईल. तुम्हाला ही संधी एकदाच मिळेल. म्हणूनच कामाच्या पद्धतीमध्ये कोणतेही बदल करण्यापूर्वी, तुम्ही येण्याअगोदर कंपनीचे कामकाज कसे चालू होते हे पाहणे तुम्हाला भरपूर लाभांश देऊन जाईल. लोकांना समजून घ्या आणि ते कसे काम करतात ते पाहा. कदाचित तुम्ही ज्या गोष्टींचा कधी विचारसुद्धा केला नसेल इतक्या भन्नाट कल्पना त्यांच्याकडे असतील.

नवीन कंपनीतील नवीन लोकांना जाणून घेण्यात पुरेसा वेळ खर्च केल्यानंतर आता तुम्ही तुमच्या स्वतःच्या इच्छा-अपेक्षांचा पाठपुरावा करून तुमचा संघ तुमच्या सूचनांप्रमाणे काम करतो की नाही ते पाहा. लक्षात ठेवा की तुम्ही अशा एखाद्या व्यक्तीच्या हातातून सूत्रे घेतली आहेत ज्याची नेतृत्वाची शैली तुमच्यापेक्षा पूर्णतः भिन्न होती. तुमच्या कार्यप्रणालीला कमीत कमी विरोध होईल यासाठी शक्य ते करणे हे तुमच्या अधिक फायद्याचे ठरेल. म्हणून तुमच्या प्रथमदर्शनी मताबद्दल सजगता बाळगा. ती संधी तुम्हाला पुन्हा मिळणार नाही.

विधायक फीडबॅक देण्याच्या दृष्टीने मी तुम्हाला काही युक्त्या सुचवतो :

- ***'केव्हा' या प्रश्नाचे उत्तर –*** प्रभावी फीडबॅक हा वेळ, जागा आणि परिस्थिती या गोष्टींशी निगडित असतो. तुम्हाला नेमके काय म्हणायचे आहे त्याची पूर्वतयारी करा; त्यामध्ये विशिष्ट मुद्द्यांचा समावेश करा. अर्थात, तुम्हाला जे म्हणायचे आहे त्याची तंतोतंत रूपरेषा त्यात हवी. फीडबॅक दिला जाणार आहे याची आगाऊ सूचना द्या म्हणजे सगळे जण तयारीत राहातील. कोणालाही धक्का बसणार नाही.
- ***'कोठे' या प्रश्नाचे उत्तर –*** शक्य असल्यास तुमचा फीडबॅक खासगीत द्या.

- ***'काय' या प्रश्नाचे उत्तर*** – तुमच्या फीडबॅकमधील मजकूर आणि तो ज्या पद्धतीने दिला गेला आहे ती पद्धत, हे दोन घटक अतिशय परिणामकारक आहेत. शक्यतोवर, फीडबॅक हा 'विधायक' आणि 'नेमका' असावा. एका वेळी एकाच समस्येवर लक्ष केंद्रित करायला हवे. प्रामाणिकपणे दिलेला विधायक फीडबॅक हा सुस्पष्ट, हेतुवर्धक आणि वैशिष्ट्यपूर्ण असतो. सर्वसाधारण अभिप्राय देणे टाळा. कौशल्यांवर आणि सदस्यांच्या आवाक्यात असणाऱ्या कार्यप्रणालींवर अधिक लक्ष केंद्रित करा. टीकाटिप्पणी करण्यापेक्षा संकीर्णतेवर भर द्या. 'नेहमीच' किंवा 'कधीच नाही' असे टोकाचे शब्द वापरणे टाळा. नकारात्मक फीडबॅक देणे सोपे नसते, परंतु टीका आणि स्तुती यांचा बेमालूम मिलाफ नेहमीच तुमच्या फीडबॅकला प्रभावशाली बनवेल.
- ***'कोण' या प्रश्नाचे उत्तर द्या*** – संघातील प्रत्येक सदस्याला स्वतंत्र फीडबॅक द्यावा. संघसदस्याला त्यावर फीडबॅक देण्याची संधी दिली जावी. सुसंवाद हा कधीच एकतर्फी नसतो. जर लोकांना स्वतःचा बचाव करण्याची गरज भासली किंवा त्यांच्या कृतीचे स्पष्टीकरण करण्याची गरज भासली तर निश्चितच त्यांना तसे करण्याची परवानगी द्या; आणि नंतर व्यवस्थापक आणि सदस्य असे सर्वांनी मिळून समस्येवर तोडगा काढा.
- ***फीडबॅक कसा मागावा आणि उत्तरादाखल फीडबॅक कसा द्यावा हे जाणून घ्या*** – प्रामाणिकपणे मागितलेला आणि प्रामाणिकपणे दिलेला फीडबॅक हीच उत्तम संभाषण कौशल्याची गुरुकिल्ली आहे. सी-आर-सी (C-R-C) ही अत्यंत उपयुक्त पद्धत आहे. कमेन्ड (स्तुती करणे), रेकमेंड (सुचवणे), कमेन्ड (प्रशंसा करणे) अशी ती पद्धत आहे. सुरुवातीला संघसदस्यांना तुम्ही शुभेच्छा द्यायच्या, त्यांची स्तुती करायची; त्यानतंर त्यांना सुधारणेसाठी काही सूचना द्यायच्या आणि नंतर विषय संपवताना पुन्हा त्यांची प्रशंसा करायची. या प्रत्येक पायरीवरचे पथ्य हे की तुमच्या ठायी सहसंवेदना आणि प्रामाणिकपणा जाणवला पाहिजे.

व्यक्ती-व्यक्तींमधील संवादाबाबत विचार करताना लक्षात घ्या की तुमचा विश्वास, तुमची मते ही तुम्हाला जरी खरी अथवा बरोबर वाटत असली तरी ती व्यक्तिसापेक्ष असतात. तुम्हाला जे निरुपयोगी, अयोग्य अथवा काही वेळेस अरुचीपूर्णसुद्धा वाटेल ते कदाचित समोरच्या व्यक्तीच्या दृष्टिकोनातून पूर्णपणे स्वीकारार्ह किंवा आवडीचे असू शकेल. म्हणूनच पदार्थ फुगवण्यासाठी जसे त्याच्यामध्ये यीस्ट घालतात तसेच तुम्ही संघसदस्यांची मनापासून स्तुती करताना

अशा काही गोष्टींचा समावेश करणे महत्त्वाचे असते. लक्षात ठेवा, बोलणाऱ्याच्या दृष्टिकोनाचा प्रभाव ऐकणाऱ्याच्या दृष्टिकोनावर पडतो आणि त्याचाच परिणाम त्या दोघांच्याही कृतीतून दिसून येतो.

आपली मते सुस्पष्टपणे मांडा

तुम्ही जर एखाद्या सभेला एवढ्यात उपस्थित राहिला असाल किंवा नाटक वा गाण्याच्या कार्यक्रमाला गेले असाल तर तुम्ही अनुभवले असेल की पहिला वक्ता बोलायला सुरू करण्यापूर्वी तुम्हाला तुमचे सेलफोन बंद करण्याची सूचना मिळते. प्रेक्षकांना त्यांचे फोन बंद करण्याऐवजी त्यांचे फोन मोठ्या आवाजावर सुरूच ठेवण्यास सांगितले तर काय होईल? निश्चितच सभागृहात दर मिनिटाला लोकांच्या ऐकण्यात व वक्त्याच्या बोलण्यात अडथळा निर्माण होईल. एका वेळी अनेक लोक बोलत सुटतील.

जेव्हा तुम्ही दुसऱ्या एखाद्या व्यक्तीशी समोरासमोर संवाद साधत असता तेव्हाही काहीसे असेच घडत असते. तुम्हाला ऐकू येत नसला तरी त्या व्यक्तीचा मानसिक सेलफोन दर मिनिटाला कित्येकदा वाजत असतो. कित्येक वेळा ती समोरची व्यक्ती त्या कॉलला उत्तर देत असते, त्या व्यक्तीचा आपल्या अंतर्मनाशी संवाद चालू असतो. तुम्हाला ते समजतसुद्धा नाही, कारण तुमचे बोलणे चालूच असते. तुम्हीसुद्धा अगदी हीच गोष्ट करत असता. तुम्ही तुमच्या समोर बसलेल्या व्यक्तीचे बोलणे लक्षपूर्वक ऐकत आहात असे दिसते खरे, पण प्रत्यक्षात मात्र तुम्ही दुसऱ्याच कोणाचे तरी ऐकत असता.

मानवी मन एका क्षणात काही ठरावीक प्रमाणातच माहिती मिळवू शकते, तीही एका किंवा दुसऱ्या स्वरूपात– डोळ्यांनी पाहिलेले दृश्य असेल किंवा कानांनी ऐकलेला आवाज असेल किंवा मनासमोर येणाऱ्या प्रतिमा असतील. दिवसातून प्रत्येक सेकंदाला हे संदेश ज्ञानेंद्रियांपर्यंत पोहोचत असतात. इतक्या प्रचंड कोलाहलात कोणाचे संपूर्ण लक्ष वेधून घेण्यासाठी तुमचा संवाद सुस्पष्ट, थेट आणि मुद्द्याला धरून असावा लागतो. असा संवाद कसा साधायचा त्याचे काही मार्गदर्शक मुद्दे :

तुम्हाला हवा तेवढा वेळ घ्या – प्रत्येक व्यक्ती ही वेगळी असते; तरीही सर्वसामान्यपणे सर्व लोक सारखेच असतात हे चकित करणारे आहे. आपल्यापैकी प्रत्येक जण स्वतंत्र आहे तरी एका ठरावीक साच्यातला आहे, ज्याची इतरांशी तुलना करता अनेक साम्ये आहेत तरीही काहीतरी वेगळेपण आहे. प्रभावीपणे संवाद साधण्यासाठी पहिली महत्त्वाची गरज ही आहे की समोरच्या व्यक्तीबरोबर तुमच्या स्वभावातल्या कोणत्या गोष्टी जुळतात आणि कोणत्या बाबतीत तुम्ही त्याच्यापासून

भिन्न आहात, हे जाणून घेणे. पण हे समजण्यासाठी थोडा वेळ जावा लागतो. खूप लोक असे आहेत की ते अगदी सहजपणे असे गृहीत धरतात की, समोरच्या व्यक्तीबद्दल त्यांना जेवढी माहिती असणे गरजेचे आहे तेवढी त्यांना आहे; आणि ते लगेच बोलायला सुरुवात करतात. नव्याने ओळख झालेल्या व्यक्तीला तुम्हाला काही महत्त्वाचे सांगायचे असेल– मग ती व्यक्ती कंपनीत नुकतीच कॉन्ट्रॅक्ट बेसिसवर रुजू झाली असेल किंवा तो तुमच्या मुलीच्या सॉकर टीमचा प्रशिक्षक असेल– तरी असे कधीच गृहीत धरू नका की तुम्हाला त्या व्यक्तीबद्दल जरूर त्या सर्व गोष्टी माहिती आहेत. तुम्ही जेव्हा नेतृत्वाच्या भूमिकेत असता, म्हणजे विभागप्रमुख किंवा विक्री-व्यवस्थापक, तेव्हा तर अजिबातच असे करू नका.

तुमच्या गरजांबद्दल स्पष्टपणे बोला– हे व्यावसायिक आणि वैयक्तिक अशा दोन्ही बाबतीतल्या संभाषणासाठी महत्त्वाचे असते. तुम्ही बोलताना आक्रमक होऊ नका, पण खंबीरपणे, स्पष्टपणे बोला. मात्र त्यात बोटचेपेपणा नको. उदाहरणार्थ, तुम्हाला तुमचा पगार वाढवून हवा आहे. तुमची ही विनंती अशी आहे की येथे संवादाचे काही नाजूक मुद्दे उपस्थित होण्याची शक्यता आहे, जे तुम्हाला अतिशय कौशल्याने हाताळावे लागतील. हे काही असे नाही की एखाद्या दिवशी तुम्ही सरळ उठाल आणि तुमच्या वरिष्ठांच्या चेंबरमध्ये जाल आणि तुम्हाला अधिक पैशांची कशी गरज आहे ते सरधोपटपणे सांगाल. हे सांगण्यासाठी तुमचे वागणे अतिशय विनम्र आणि नियोजनपूर्ण असायला हवे. लक्षात घ्या की वरिष्ठांकडे जाऊन प्रत्यक्ष विनंती करण्यापूर्वी नेहमीच काही 'आठवडे', कधी कधी तर काही 'महिने' त्याचा 'सराव' करावा लागेल.

कागदावरच्या नोंदी– जेव्हा तुम्ही तुमची बाजू वरिष्ठांकडे मांडाल तेव्हा तुम्ही तुमच्या मालकासाठी जे काम केले त्या प्रत्येकाची कागदी नोंद ठेवण्यापासून सुरुवात कराल; मग ते क्षुल्लक घरगुती काम असू दे अथवा मोठे काम असू दे. जर तुम्ही चलाख असाल तर तुम्ही नोकरीच्या पहिल्या दिवसापासूनच 'जॉब लॉग' जवळ बाळगले असेल. तुमच्या नोकरीच्या दरम्यान तुम्ही मिळवलेले घवघवीत यशाचे टप्पे तुमच्या पगारवाढीला पोषक असणार आहेत. कागदोपत्री नोंदींची तुम्हाला मदत होणार आहे. याद्वारे तुम्ही तुमच्या मालकाला त्याने त्याच्या मालाच्या किमती वाढवाव्या हे सुचवता, शिवाय त्याने असे का करावे याचे न्याय्य, सबळ कारणच त्याला पुरवता.

तुम्ही स्वतःच स्वत:चे वकील होऊन न्यायाधीश आणि ज्युरी यांच्यासमोर युक्तिवाद लढवा. असे समजा की तुमच्या अशिलाची केस तुम्हाला जिंकूनच द्यायची आहे. या हेतूनेच तुमची बाजू गांभीर्याने मांडली नाही तर तुमचा मालकही तुमची विनंती गंभीरपणाने घेणार नाही. म्हणून जास्तीत जास्त प्रयत्न करा,

त्यासाठी वेळ द्या आणि त्याने तुमच्या कागदपत्रांची छाननी केली तर ती परिपूर्ण असू द्या. कोणत्याही क्षुल्लक गोष्टीकडे दुर्लक्ष करू नका. गेल्या वर्षी तुम्ही कंपनीला अशी काही सूचना दिली होती का ज्यामुळे कंपनीचे हजारो डॉलर्स वाचले होते? मग काही चिंताच नाही, पण हेसुद्धा विसरू नका की ख्रिसमस पार्टीच्या दिवशी तुम्ही 'सान्ताक्लॉज'सारखे आला होतात. योग्य वेळी या मुद्द्याचा आवर्जून उल्लेख करा.

स्वतःच्या पगारवाढीच्या संदर्भातील विनंती बळकट करण्यासाठी कितीही कागदी पुरावे दिले तरी तुम्ही तुमची बाजू कशा पद्धतीने मांडता तेसुद्धा महत्त्वाचे आहे. त्यासाठी तुमच्या बोलण्यात सुस्पष्टता हवी आणि डोके शांत हवे. तुमच्या पगारवाढीच्या विनंतीला कोणते उत्तर मिळेल ते सांगता येणार नाही, तरीही आपली प्रतिष्ठा सोडू नका आणि आपला व्यावसायिक आत्मगौरव कायम राखा. जर तुमची विनंती रास्त असेल तर तुमच्या योग्यतेप्रमाणे तुम्हाला मिळेल, आत्ता लगेच किंवा काही दिवसांनी, पण मिळेल हे खरे!

जेव्हा वैयक्तिक चर्चेतून काही गोष्टी घडतात तेव्हा कागदपत्रे, प्रामाणिकपणा आणि प्रत्यक्ष थेट संभाषण या गोष्टी यापेक्षा कमी महत्त्वाच्या ठरतात. खूप लोकांना त्यांच्या नातेसंबंधांच्या भूतकाळाविषयी ऐकायला आवडत नाही. दोन वर्षांपूर्वीच्या 'थँक्सगिव्हिंग डे'ला कोण काय म्हणाले ते आठवणे त्यांना आवडत नाही किंवा समुद्राच्या किनारी सूर्यास्ताच्या वेळी त्यांनी कोणते वचन दिले तेही त्यांना आठवायला आवडत नाही. त्यापेक्षा वर्तमानकाळावर आणि भविष्यकाळावर आपले लक्ष केंद्रित करणे त्यांना आवडते. पण एक गोष्ट मात्र खरी की तुम्ही कोणाशी बोलत आहात किंवा कोणत्या हेतूने बोलत आहात हे महत्त्वाचे नाही, तर तुमच्या मनाशी तुम्ही तुमच्या गरजा कोणत्या ते ओळखले पाहिजे आणि त्या तुम्हाला स्वच्छपणे स्पष्ट शब्दांत मांडता आल्या पाहिजेत. जरी तुमच्या मागण्या पूर्ण झाल्या नाहीत तरी एक समाधान असते की तुम्ही शक्यतोवर सर्व प्रयत्न केलेत. तुमच्या मागण्या नाकारल्या जाणारच नाहीत हीदेखील शक्यता आहेच ना!

संघर्ष मिटवण्यासाठी त्यांना पृष्ठभागावर आणा

आपल्यापैकी बहुसंख्य लोक संघर्षांना सामोरे जायचे शिक्षण जन्मजात घेऊन येत नाहीत. हे ज्ञान मिळवायला बराच सराव व्हावा लागतो आणि हा सराव वेदनादायी असतो. संघर्ष निवारणाची पहिली पायरी म्हणजे आपले सर्व पत्ते उघड करणे. तुमच्या कंपनीतील इतर कर्मचारी किंवा अगदी तुमचा जोडीदारसुद्धा तुमच्याकडे पाहून आग ओकत असेल. ही मनातली भडास ओठावर आली की मग आपण त्याला कसे सामोरे जायचे?

शांत राहा – खूप काहीतरी उलटसुलट बोलून तोंडाची वाफ दवडण्याचा मोह तुम्हालादेखील होईल. आपली सत्ता वापरायची इच्छा होईल, पण एकदा का तुम्ही रागावलात की तुम्ही तुमच्या ध्येयापासून विचलित व्हाल आणि मग शब्दाला शब्द वाढून तुम्ही ऐन रणांगणात उतराल. सकारात्मक परिणाम दिसण्याची शक्यता पार मावळेल. जर तुम्हाला हा संघर्ष प्रभावीपणे हाताळायचा असेल तर तुम्ही पूर्णपणे विधायक असायला हवे.

संवादाला प्रोत्साहन द्या – शांतता चांगलीच असते, परंतु जेव्हा संघर्ष चालू असतो तेव्हा शांततेमुळे गोष्टी पुढे सरकू शकत नाहीत. शब्दांद्वारे संवादाला चालना देणे आवश्यक असते आणि समोरच्याचे तत्परतेने ऐकून घेणे हाच संवाद साधण्याचा सगळयात उत्तम मार्ग आहे.

जेते-जेते परिणामांवर लक्ष केंद्रित करा – जेव्हा संघर्षापासूनच सुरुवात होईल तेव्हा स्वाभाविकत: कोणीतरी जिंकणार, कोणीतरी हरणार. या टप्प्यावर प्रश्न असा असेल की कोण श्रेष्ठ ठरेल किंवा कोण जिंकेल. दोघांनीही जिंकावे हा पर्याय सर्वच गटांना पसंत पडेल कारण मग कोणालाच हरल्याची भावना सतावणार नाही. मुळात लोकांना पटले पाहिजे की असा काही पर्याय उपलब्ध असू शकतो आणि तो प्राप्त होऊ शकतो. त्या विश्वासातूनच हा पर्याय खरोखरच अस्तित्वात येऊ शकतो. म्हणूनच मी तुम्हाला सांगतो की जर तुम्हाला तुमच्या कंपनीतील उत्पादनक्षमता वाढवायची असेल, त्यासाठी पोषक वातावरण करायचे असेल तर तुमच्या संघाला प्रोत्साहित करा. त्यांच्या कामगिरीची ध्येये निश्चित करा. त्याचबरोबर त्यांना प्रभावी बक्षिसे जाहीर करा. या सगळ्यामुळे तुम्ही तुमच्या कंपनीत असे चांगले वातावरण निर्माण कराल व अशी संस्कृती रुजवाल ज्यामुळे तुम्ही सर्वोत्त्कृष्ट आहात हे दाखवून द्याल. तुम्ही या सगळयाच गोष्टी एकत्रितपणे राबवल्या तर तुमच्या संघाची क्षितिजे विस्तारतील आणि त्याची ध्येये उत्तुंग होतील आणि हीच खरी 'जेते-जेते परिस्थिती' (विन-विन सिच्युएशन) आहे तुमच्यासाठी, त्यांच्यासाठी आणि तुमच्या संस्थेसाठीसुद्धा.

नियमावली करणे – एक-दुसऱ्याबरोबर सतत वादविवाद घातले जात असतील तर कामकाजाचे काही नियम जाहीर करणे महत्त्वाचे असते किंवा वादग्रस्त मुद्दे कसे सोडवायचे यासाठी सर्वांना संमत असलेले करार करणे गरजेचे असते. हे नियम कोणा एकाने अगदी तुम्हीसुद्धा लादण्यापेक्षा सर्वानुमते संमत केलेले असावे.

प्रतिसाद द्या प्रतिक्रिया नको – जेव्हा कोणीतरी त्याचा राग तुमच्यावर काढतो तेव्हा संयम ढळू न देता शांत राहण्याचे आव्हान तुमच्यासमोर असते. प्रतिक्षिप्त क्रिया म्हणून लगेच तुम्ही बचावात्मक पवित्रा घेऊ नका. समोरच्या व्यक्तीला त्याची चिंता आणि त्याचा राग पूर्णपणे व्यक्त करण्याची संधी द्या. तुम्ही जेव्हा कोणतीही

प्रतिक्रिया न देता थांबता तेव्हा तुम्हाला अनोखी ताकद प्राप्त होते कारण जी व्यक्ती रागावते तिचेच नेहमी अधिक नुकसान होते. माणसांच्या परस्परांमधील नातेसंबंधांत तुम्ही आपणहून रागाला बळी पडता. जर तुम्ही या खेळात भाग घेण्याचे नाकारलेत तर तुम्ही आपोआपच जिंकता. म्हणून न घाबरता, स्वत:ला दोषी न मानता धाडसाने सत्याला सामोरे जा कारण सत्यच तुम्हाला मुक्त करेल.

कौतुक : एक गुप्तशस्त्र

कार्पोरेट जगतामध्ये उघड-उघड कोणाचे कौतुक करणे हे फार दुर्मीळ चित्र दिसते कारण बहुतांशी लोकांना ते कसे करायचे हेच माहीत नसते. दुसऱ्याला खूश करणे किंवा स्वत:ला सिद्ध करणे या दृष्टीने स्तुती नक्कीच दुबळी आहे. परंतु शहाणपणाने आणि छुपेपणाने मनापासून, विशिष्ट शब्दांत आणि सहानुभूतीपूर्वक केलेली प्रशंसा अक्षरश: चमत्कार घडवू शकते.

वास्तव हे आहे की, मानवी संभाषण कौशल्यात योग्य ठिकाणी दिलेल्या शुभेच्छांइतके ताकदवान दुसरे काहीच नाही; परंतु या सहजप्राप्य गोष्टीचा कसा फायदा करून घ्यायचा हे फारच थोड्या लोकांना समजते. स्तुती करण्याचा एक महत्त्वाचा नियम असा की ती मनापासून केलेली असावी, विशिष्ट शब्दांत आणि सहानुभूतीपूर्वक असावी. याचा अर्थ असा की, त्यामध्ये चाटुगिरीचा, त्या व्यक्तीकडून काही वैयक्तिक फायदा उकळण्याचा हेतू नसावा. समोरच्या व्यक्तीला न जाणवलेल्या तिच्यातील काही वैशिष्ट्यांची जाणीव तुम्हाला होणे असाही एक अर्थ इथे आहे. तुम्ही केलेले कौतुक हे केवळ ओठातून नसून पोटातून आहे हे समोरच्याला कळण्याच्या दृष्टीने पुढील पावले उचला.

नेमक्या शब्दांत शुभेच्छा द्या : कोणत्या गोष्टी लोकांना उदास बनवतात इकडे लक्ष द्या आणि त्यांच्याशी त्या संबंधात अशा शब्दांत बोला की त्यांचे नैराश्य निघून जाईल आणि त्यांना हलकेफुलके वाटेल. व्यावसायिक नेतृत्व करणाऱ्यासाठी आपल्या हाताखालील लोकांच्या समूहाला एकत्रितपणे प्रोत्साहन देणे, त्यांच्यासमोर आव्हाने ठेवणे हे असू शकेल. आपल्या सहकाऱ्यांसाठी तो किंवा ती ऑफिसचे नीतिनियम कसे उत्कृष्ट रीतीने पाळतात व अद्ययावत माहिती ठेवतात हे असू शकेल. लेखकासाठी तो शब्दांचा वापर किती योग्य पद्धतीने करतो हे असू शकेल. समोरच्या व्यक्तीचा आत्मविश्वास कोठे खचतो याकडे तुमचे लक्ष असले पाहिजे, त्यानुसार शक्य तितक्या सहजपणे तुम्ही त्याच्या क्षमता वाढवायच्या आहेत.

प्रशंसा करण्याची वेळ : समोरच्या व्यक्तीचे कौतुक करणे आणि त्याच्याबद्दल प्रशंसा दर्शवणे हे सहसा ती व्यक्ती एखादे कौतुकपात्र काम करेल तेव्हाच ताबडतोब केल्यास सगळ्यात जास्त प्रभावशाली ठरते. याचे कारण असे की, ती

व्यक्ती अशी काही असामान्य गोष्ट करते तेव्हा लगेचच ती काहीशी उदास होते आणि तिचे कान कौतुकाचे हे दोन शब्द ऐकण्यासाठी आतुर झालेले असतात की तिने जे केले ते चांगलेच केले. पण जर मध्ये खूप वेळ गेला तर ती व्यक्ती काहीशी स्थिर आणि शांत होते. किंवा मग तिची स्वत:चीच खात्री होते की आपण खरोखरच कौतुकास्पद गोष्ट केली आहे आणि आता आपल्याला कोणाच्याही प्रशंसेची गरज नाही. योग्य काळ-वेळ असे आपण म्हणतो तेव्हा त्या व्यक्तीच्या मन:स्थितीचासुद्धा विचार करायला हवा. तुमचा एखादा सहकारी काही कारणाने एकदम थंडावला असताना तुम्ही योग्य शब्दांत, मनापासून दिलेल्या शुभेच्छा त्याला उभारी द्यायचे काम करतात आणि त्याचे काम कसे महत्त्वाचे आहे याची जाणीवही करून देतात.

प्रशंसा व्यावसायिकच असावी : व्यावसायिक जगात तुमच्या शुभेच्छा या फक्त तुमच्या प्रशंसनीय कामगिरीपुरत्याच मर्यादित असाव्यात कारण त्या व्यक्तीचा संबंध फक्त ऑफिसपुरताच असतो. त्याने ई-मेलवर एखादा चांगला विनोद पाठवला म्हणून त्याची प्रशंसा करणे हे फाजीलपणाचे ठरेल.

तुमच्या वरिष्ठांची प्रशंसा काळजीपूर्वक करा : तुमच्या व्यवस्थापकाला शुभेच्छा देणे हे खरोखर कौशल्याचे काम आहे. सर्वसाधारणपणे आपल्या बॉसची उघड-उघड प्रशंसा करण्याऐवजी ती थोडी आडपडद्याने करणेच अधिक चांगले. तुमच्या बॉसची प्रशंसा तुम्ही इतरांजवळ करा. तुम्ही तुमच्या ऑफिसमध्ये चालणाऱ्या अनौपचारिक गप्पांचासुद्धा फायदा करून घेऊ शकता. ऑफिसमध्ये इतरांजवळ तुमच्या बॉसबद्दल खूप आदरयुक्त शब्दांत बोला. इतरांना सांगा की अशा बॉसबरोबर काम करायला किती मजा येते. (अर्थात, हे जर खरे असेल तरच सांगा, अन्यथा नको.) असे काही विश्वासार्ह खबरे असतात जे तुमचे शब्द जसेच्या तसे बॉसपर्यंत पोहोचवतात. आपल्या व्यवस्थापकाला शुभेच्छा देण्याचा खरा कौशल्यपूर्ण मार्ग कोणता तर त्याला नेमकी कशात रुची आहे ते शोधून काढणे आणि त्याला सतत त्या विषयावर चर्चा करण्यात गुंतवणे. कमी लोकांची अशी अपेक्षा असते की इतरांनी स्वरुचीपूर्ण जगावे. म्हणून तुम्ही जर हे लक्षात ठेवून इतरांशी वागलात तर ते निश्चितच प्रशंसनीय ठरते.

शुभेच्छा किमती असाव्यात : प्लॅटिनम एवढे महाग का आहे? याचे कारण असे की ते दुर्मीळ आहे. तुमच्या शुभेच्छासुद्धा परिणामकारक असायला हव्यात असे वाटत असेल तर त्या दुर्मीळ असाव्यात; ऊठसूट कोणाची स्तुती करत सुटू नये, कारण मग लोकांना तुमच्या शब्दांतला फोलपणा लक्षात येईल आणि त्यांना त्याबद्दल काहीच वाटणार नाही. कारण त्यांना ते अपेक्षितच असेल. शुभेच्छा या प्रामाणिकपणे दिल्या गेल्या असतील तरच त्या परिणामकारक ठरू शकतात. तुम्ही स्वत:बद्दल अशी ख्याती निर्माण करायला हवी की तुम्ही कौशल्यपूर्णरीत्या प्रामाणिक

आहात. जर तुमच्याकडून येणारा माहितीचा स्रोत हा विश्वासार्ह असेल तर तुमच्या शुभेच्छा फार परिणामकारक होतात.

जेव्हा नातेसंबंध निष्फळ ठरतात तेव्हा त्यात बदल करा

या प्रकरणाचा शेवट करताना आपण या वस्तुस्थितीचाही विचार करू की, काही वेळेस तुमचे एखाद्या व्यक्तीबरोबरचे नातेसंबंध इतके कलुषित होतात की त्या नातेसंबंधाशी फारकत घेण्यावाचून गत्यंतर नसते. परंतु इतके पराकोटीचे पाऊल उचलण्यापूर्वी आपण थोड्याशा तडजोडी करून ही कटुता कमी करू शकतो. जर आता पुढची मीटिंग कशी होईल या काळजीत तुम्ही असाल तर तुम्ही नेहमीप्रमाणे बॉसच्या ऑफिसमध्ये किंवा कॉन्फरन्स रूममध्ये न भेटता एखाद्या तिसऱ्याच ठिकाणी भेटलात तर फरक पडेल. काही वेळेस दुपारच्या जेवणानंतर घ्यावयाची मीटिंग थेट दुसऱ्या दिवशी सकाळी घेतली तर फायद्याची ठरते. सकाळी मेंदू तरतरीत असतो. तसेच बोलताना तुम्ही जेवढे खंबीरपणाने व सकारात्मक बोलाल तेवढा तुमचा मुद्दा वरिष्ठांपर्यंत चांगल्या रीतीने पोहोचेल. काही वेळेस मीटिंगला तुम्ही इतरही काही लोकांना बरोबर घेऊन गेलात तर ते तुम्हाला तुमच्या वरिष्ठांचा दृष्टिकोन किंवा कृती समजावून सांगतील आणि या सगळ्यातच अपयश आले तर आणखीही उपाय आहेत.

कृती

डेल कार्नेगींच्या 'हाउ टु विन फ्रेन्ड्स' या पुस्तकातील अनेक तत्त्वे थेट संभाषण कौशल्याशी जाऊन भिडतात. खाली काही तत्त्वे दिली आहेत जी व्यक्तिशः तुमच्यासमोरील सगळ्यात मोठी आव्हाने असू शकतील. जे तत्त्व ताबडतोब तुम्ही आचरणात आणण्यास तयार आहात त्याभोवती खूण करा. त्यापासून काय फायदा झाला त्याची नोंद करा.

१. वादविवाद जिंकण्यासाठी – तो टाळावा.
२. समोरच्या व्यक्तीच्या मतांबद्दल आदर दाखवावा. त्याचे किंवा तिचे चूक आहे हे कधीही सांगायला जाऊ नये.
३. जर तुमची चूक झाली तर ती तत्काळ सौहार्दपूर्वक कबूल करा.
४. मैत्रीपूर्ण सुरुवात करा. समोरचा माणूस ताबडतोब 'हो'च म्हणेल असे बोला.
५. समोरच्या व्यक्तीला अधिक बोलू द्या.
६. समोरच्या व्यक्तीला असे वाटू द्या की ही कल्पना त्याच्याच डोक्यातून आली आहे.

७. कोणत्याही गोष्टीकडे समोरच्या व्यक्तीच्या नजरेतून पाहण्याचा प्रामाणिक प्रयत्न करा.
८. इतरांच्या इच्छा-आकांक्षांचा, कल्पनांचा सहानुभूतीपूर्वक विचार करा.
९. उदात्त हेतू बाळगण्यास लोकांना उद्युक्त करा.
१०. तुमच्या कल्पना अधिक नाट्यमय बनवा.
११. हळुवारपणे बोला.
१२. आपल्या देहबोलीचे भान राखा.
१३. ज्या व्यक्तीशी बोलत आहात तिच्या नजरेत नजर मिसळा. योग्य ठिकाणी हसा.
१४. समोरच्या व्यक्तीबरोबर योग्य शारीरिक अंतर राखा.
१५. पाठीचा कणा तत्पर आणि किंचितसा पुढे झुकलेला ठेवा.
१६. दुसऱ्याच्या बोलण्यात अडथळा आणू नका.
१७. वादविवाद अटळ असतील तरी असे वाटून घेऊ नका की तुम्ही विनाअट माघार घेत आहात. नेहमी समोरच्या व्यक्तीला सन्माननीय माघार घेण्यास संधी द्या.

नोंदी

लोक आपल्याबद्दल काय म्हणत असतील याची चिंता करण्यापेक्षा तुमचे कौतुक करतील असे काही तरी लोकोत्तर करण्यासाठी वेळेचा वापर करा.

– डेल कार्नेगी

८

शिष्टाचार: लोककौशल्याच्या महामार्गावरील नियम

या प्रकरणामध्ये आपण एटिकेट्स म्हणजेच, एकाच व्यवसायातील लोकांचे परस्परांशी वागण्याचे संकेत याबद्दल विचार करणार आहोत. मॅनर्स म्हणजे शिष्टाचार हा त्याच अर्थाचा लोककौशल्यांसाठी वापरलेला संक्षिप्त शब्द आहे असे म्हटल्यास वावगे होणार नाही. 'त्यांनी तुमच्याशी जसे वागावे असे तुम्हाला वाटते तसे आधी तुम्ही त्यांच्याशी वागावे,' ही क्रिया-प्रतिक्रियांवर आधारित प्रणाली म्हणजे एटिकेट्स होय. आणि आजच्या शहरी वातावरणामध्ये तर हे शिष्टाचार फार महत्त्वाचे ठरतात. मोठ्या शहरात राहणे चांगलेच असते, परंतु अशा शहरांमधले वागण्या-बोलण्याचे अलिखित नीतिनियम शिकून घेण्यासाठी वेळ लागतो आणि त्यांचे काळजीपूर्वक निरीक्षण करावे लागते. गावाकडे कसे, तुम्ही नम्र आणि आदरयुक्त वागलात तर समोरची माणसेसुद्धा तुमच्याशी तशीच वागतात. तथापि शहरात मात्र तुम्ही शहरी पद्धती शिकून घेऊन त्याप्रमाणे वागला नाहीत तर लोक तुमच्याकडे तिरस्कारयुक्त नजरेने पाहतात.

या प्रकरणामध्ये आपण असे काही प्रस्थापित मुद्दे पाहणार आहोत जे सद्य:स्थितीतील सभ्यतेच्या शिष्टाचाराबद्दलचे उपयुक्त ज्ञान देतात. त्यापैकी काही मुद्दे तुम्हाला चकित करून सोडतील. तुम्हाला या गोष्टीची कल्पनासुद्धा नसेल की रोजच्या रोज आपल्या आयुष्यात घडणारे संभाषण किंवा साधे कॉफीसाठी बाहेर जाणे या गोष्टीसुद्धा या नियमावलीप्रमाणेच घडाव्या लागतात. पण या प्रकरणाच्या शेवटी मात्र तुम्ही या कठीण ड्रायव्हिंग टेस्टमध्ये उत्तीर्ण होणार आहात आणि तुम्हाला लायसेन्स (परवाना)सुद्धा मिळणार आहे. फक्त कोणती पथ्ये पाळायची याकडे काळजीपूर्वक लक्ष द्या.

संभाषणाचे शिष्टाचार

'संभाषण साधताना कोणत्या गोष्टी चांगल्या, कोणत्या वाईट' असा प्रश्न विचारल्यास त्याचे उत्तर असे येईल, 'त्यात चांगले, वाईट काय असणार? सगळेच चांगले.' लक्षात घ्या, आपण मित्र-मैत्रिणींबरोबरचा किंवा कुटुंबातील व्यक्तींबद्दलचा संवाद याबाबत बोलतो तेव्हा हे सारे ठीक असते. परंतु कामाच्या ठिकाणी आपल्या सहकाऱ्यांबरोबर किंवा इतर कर्मचाऱ्यांसमवेत संवाद साधताना काळजी घ्यावी लागते.

अनौपचारिक, व्यवसायबाह्य संभाषणातला सुरक्षित, निरुपद्रवी विषय कोणता, तर ज्यामुळे वादावादी होणार नाही किंवा कोणाच्या भावना दुखावल्या जाणार नाहीत असा. व्यवसाय-धंद्यातील लोकांनी एकमेकांशी बोलताना खेळ, राजकारण, ताज्या घडामोडी, वैयक्तिक पार्श्वभूमी आणि अर्थात काम या विषयांवर बोलावे. जर तुम्ही धंदा करत असाल तर तुमच्या कामाबद्दल बोलणे हे नक्कीच लाभदायक असेल. तरीसुद्धा त्या गप्पा ताजेतवाने करणाऱ्या असाव्यात म्हणून त्यामध्ये इतरही विषय अधूनमधून डोकवायला हवेत. जर तुम्ही तुमच्या ऑफिसबद्दल, नोकरीबद्दल बोलत असाल तर आपल्या वरिष्ठांची किंवा सहकाऱ्यांची निंदानालस्ती न करण्याची काळजी घ्या. त्यांच्याबद्दल सांगण्यासारखे जे काही चांगले असेल तेवढेच सांगा.

वैयक्तिक संभाषणाप्रमाणेच व्यावसायिक गप्पाष्टकेसुद्धा ओघवती असली पाहिजेत; तरच खेळीमेळीचे वातावरण राहते. कदाचित तुम्हाला जास्त बोलायला आवडत असेल, तुम्ही समाजप्रिय असाल ही एक चांगलीच गोष्ट आहे; परंतु तुम्हाला फारसे न ओळखणाऱ्या व्यक्तीबरोबर जर तुम्ही असाल तर व्यावसायिक स्तरावर तुमच्याबरोबर बोलणे त्याला त्रासदायक वाटू शकते. एवढेच नाही, तर त्यामुळे परिस्थिती बिकट होऊ शकते. अशा माणसांबद्दल काय बोलावे जे संभाषणाची सर्व सूत्रे आपल्याच हाती घेतात, जणूकाही एकपात्री नाटक! आणि त्यांना त्याची जाणीवही नसते! हे म्हणजे जणू दुर्गंधी असलेल्या श्वासासारखे असते, ज्याबद्दल तुमचा प्रिय मित्रही तुम्हाला सांगणे टाळतो.

तुम्हाला हा लोकापवाद टाळायचा असेल तर तुम्ही तुमचे बोलणे मर्यादित करू शकता, अव्याहतपणे तेच-तेच बोलणे थांबवू शकता. तुम्हाला जर कोणी प्रश्न विचारलाच तर तुमचे उत्तर साठ सेकंदापेक्षा अधिक मोठे होऊ देऊ नका. पण उगाचच काहीतरी पुटपुटू नका. आपले संभाषण ओघवते ठेवणे हे आपले ध्येय आहे. आपल्याला मित्रांमधील तत्परतेला प्रोत्साहित करायचे आहे. टेलिफोनवरील संभाषणात तर उत्तरे देण्यातील तुमची तत्परता अधिक प्रकर्षाने दिसणे फार महत्त्वाचे असते, कारण तुमच्याशी बोलणाऱ्या व्यक्तीला तुम्ही पाहू शकत नाही.

त्यामुळे समोरची व्यक्ती आपले बोलणे कितपत लक्षपूर्वक ऐकते आहे हे समजण्याचे परिमाण आपल्याकडे नसते. जेव्हा समोरची व्यक्ती बोलत असते व तुम्ही ऐकत असता तेव्हा त्या समोरच्या व्यक्तीचे बोलणे संपल्याशिवाय घाईघाईने तोंड उघडू नका आणि त्यांच्या वतीने तुम्ही त्यांचे बोलणे पूर्ण करू नका. जेव्हा तुमची बोलण्याची पाळी येईल तेव्हाच बोला. तुम्ही जर असे वागलात तर तेसुद्धा असेच सौजन्य दाखवतील अशी आशा तुम्ही करू शकता.

तुमच्या संभाषणातील सवंगड्याला तुम्ही जितके आदराने वागवाल तेवढ्याच आदराने तुमच्या ऑफिसमधील सहकाऱ्यांनादेखील वागवा. हे आपसूक येईल कारण ते तुमच्या अंगवळणी पडलेले असेल. याच्यामध्ये तुमचे सवंगडी, कामाच्या ठिकाणचे मित्र, फोनवर संभाषण करणारे तुमचे मदतनीस या सर्वांचा समावेश होतो. तुम्ही कामाच्या ठिकाणी सर्वांना जो आदर बहाल कराल त्याच्या परिणामस्वरूप तुमचा प्रामाणिकपणा, तळमळ सर्वांच्याच नजरेत भरेल; यामागचे आणखी एक व्यवहार्य कारणसुद्धा आहे. तुम्ही ज्याच्याबरोबर इतके नम्रपणाने बोलाल ती व्यक्ती तुमचा कॉल रीडायरेक्ट करेल, कारण व्यवसाय भरभराटीला नेऊ शकणारी अशी सकारात्मक व्यक्ती म्हणून तुमच्याकडे पाहिले जाईल आणि सीनिअर मॅनेजरपर्यंत पोहोचणे तुम्हाला शक्य होईल.

काळजीपूर्वक ऐका

लक्षपूर्वक ऐकून घेण्यासाठी सरावाची गरज असते, कारण प्रत्येकाला बोलावेसे वाटते; हे म्हणजे जणू ट्रॅफिक सिग्नलशी थांबण्यासारखे असते किंवा इन्कम टॅक्स भरण्यासारखे असते. लक्षपूर्वक ऐकण्याची क्रिया अशी नाही की जी मूळ अंत:प्रवृत्तीने तुम्हाला करावीशी वाटेल. पण तुम्ही अशा निर्णयाला याल की अंतिम भल्यासाठी हे आवश्यक आहे. एखाद्या क्रिकेट खेळाचे समालोचन करणाऱ्यासारखे किंवा एखादा लाइव्ह शो सादर करणाऱ्या अँकरइतके बोलण्याचे टाळू शकलो तर आपण उत्तम श्रोता नक्कीच होऊ. तुमच्या ऐकून घेण्यामध्येसुद्धा तुम्हाला व्यावसायिकता आणता येते. तुम्ही ज्या व्यक्तीशी बोलत आहात त्याचे बोलणे लक्षपूर्वक ऐकण्यामुळे त्या व्यक्तीला समजून घेण्यासाठी आणि तुमच्यामध्ये दृढ बंध निर्माण होण्यासाठी तुम्हाला मदत होईल. त्याचे पर्यावसान तुमच्या दरम्यान असलेले व्यावसायिक नातेसंबंध अधिक खेळीमेळीचे होण्यास मदत होईल. खूप बोलण्याची तुमची ऊर्मी दाबून, समोरच्याचा आदर बाळगून त्याचे म्हणणे तुम्ही लक्षपूर्वक ऐकले तर तुमचेच शब्द योग्य वेळेस अधिक ठामपणे व सुस्पष्टपणे बाहेर पडतील आणि योग्य परिणाम साधतील. लक्षपूर्वक ऐकण्याच्या या मूलभूत कृतीच्या एक पाऊल पुढे टाकून समोरच्या व्यक्तीला तुम्ही त्याचे म्हणणे लक्षपूर्वक ऐकून घेत आहात

हे समजू द्या– यालाच ॲक्टिव्ह लिसनिंग किंवा सक्रिय श्रवण असे म्हणतात. जर तुम्ही त्या व्यक्तीशी समोरासमोर बोलत असाल तर तुम्ही देहबोली, नजरानजर व मान हलवणे यांच्या साहाय्यानेसुद्धा तिच्या बोलण्याला प्रतिसाद देऊ शकता. शक्यतो मोजक्या शब्दांत मतप्रदर्शन करून तिच्या मुद्द्यांना प्रतिसाद द्या, तुमचे समर्थन दर्शवा आणि तिचे म्हणणे तुम्हाला समजते आहे असे दाखवा. जी व्यक्ती बोलते आहे तिच्याकडे तुमचे किती लक्ष आहे आणि तुम्हाला ते किती समजते आहे याची जाणीव त्या व्यक्तीला करून देण्याचा हा एक मार्ग आहे हे लक्षात घ्या.

तुम्ही ज्या व्यक्तीशी बोलत आहात ती व्यक्तीच मुळात फारशी बोलत नसेल तर लक्षपूर्वक ऐकणे हे मोठे कठीण होऊन बसते. अशा वेळी नक्कीच नम्रपणे तुम्ही तेथून काढता पाय घेऊ शकता किंवा आपली भावनिक असमर्थता व्यक्त करून तुमच्या वेळेचा अधिक अपव्यय टाळू शकता; पण सहसा लोकांना बोलून मोकळे होणे आवडते. तुम्ही त्यांना वरवरचे प्रश्न विचारून आणि त्यांच्या उत्तरांच्या साहाय्याने शिडी चढत तुम्हाला हव्या त्या विषयावर आणण्यासाठी प्रोत्साहित करू शकता आणि त्यांच्याकडून तुम्हाला हवा असलेला तपशील मिळवू शकता. काही वेळेस तर हे इतके सहज असू शकते की तुम्ही तुमच्या कंपनीतील प्रमोशन डायरेक्टरला असे म्हणू शकता, 'प्रमोशनच्या म्हणजेच जाहिरातीच्या या क्षेत्रात मी नवीन आहे. हे क्षेत्र किती रंजक आहे याचा मला अंदाज आहे आणि त्यासंदर्भात नवनवीन बाबी जाणून घ्यायला मला नक्की आवडेल.' जेव्हा तुम्ही असे सांगाल तेव्हा त्यांनासुद्धा मोकळे वाटेल. तुमच्याशी चर्चा करताना त्यांना आत्मविश्वास वाटेल आणि ते तुमच्याशी खुलून बोलू लागतील. तुमचे ऐकण्याचे कौशल्य विकसित झाले की तुम्हाला नव्या वाटा गवसतात.

संभाषण शिष्टाचारातील चुका

तुम्ही लोकांशी ज्या पद्धतीने वागता त्यामुळे एक तर दीर्घकाळसाठी तुमची विश्वासार्हता प्रस्थापित होते किंवा क्षणार्धात ती नष्ट होऊ शकते. विसंगत विषय, ऑफिसमधील कुचाळक्या, दुसऱ्याच्या बोलण्यात अडथळे आणणे आणि आवाज चढवून बोलणे या बाबी संभाषणाच्या दृष्टीने सर्वाधिक घातक आहेत.

जर तुमचा बॉस किंवा तुमचे अशील तुमच्यावर कधी रागावले तर ते तुम्हाला मुद्दामच बळीचा बकरा करत आहेत असे तुम्हाला वाटेल. तुम्ही त्यांचे बोलणे खोडून काढू लागलात किंवा आवाज चढवून बोलू लागलात तर परिस्थिती अधिकच बिकट करून ठेवाल. आपल्या सहकाऱ्यांच्या अंगावर ओरडणे आणि त्यांना थांबवणे हे कधीही योग्य ठरत नाही. संभाषणाची सुरुवात करतानाच मोठ्याने ओरडून ऑफिसभर आपला आवाज दुमदुमवणे हे इतरांचेही चित्त विचलित करणारे

असते, शरमिंदे करणारे असते. तुमच्या या आरडाओरडीने इतरांच्या चालू संभाषणामध्ये खंड पडतो. अशा प्रकारे साऱ्यांना आपल्या स्वत:च्या संभाषणात भाग घ्यायला लावण्यावरून आपली अधीरता आणि इतरांचा अनादार करण्याची वृत्ती स्पष्ट होते.

संभाषण शिष्टाचाराविषयी काही सूचना

तुमच्या संभाषणाची ध्येये छोटीच असू द्या आणि त्याच्या मर्यादा ओलांडू नका. समोरच्या व्यक्तीला साधे-साधे प्रश्न विचारणे आणि तिने दिलेली उत्तरे लक्षपूर्वक ऐकणे यामुळे बोलणारा आणि ऐकणारा हे एका समान पातळीवर येतात; आणि अनावश्यक गोष्टींपासून स्वत:ला दूर ठेवतात. तुमचे व्यक्तिगत आयुष्य दूर ठेवा आणि कुचाळक्यांमध्ये सहभागी होऊ नका. इतरांबद्दल वाईट बोलण्याऐवजी त्यांच्याबद्दल आदरयुक्त, सन्मानार्थ बोला. तेसुद्धा तुमच्याबद्दल असेच बोलत असतील तर त्यांचे आभार माना. त्यासाठी तुम्हाला कधीच पश्चात्ताप करावा लागणार नाही.

एकदा का वितंडवाद झाला की मग होणारी हानी पुन्हा भरून येत नाही. म्हणून जेव्हा तुम्ही एखाद्या कटकट्या अशिलाबरोबर किंवा व्यवस्थापकाबरोबर चर्चा करता तेव्हा अधिक कार्यरत होऊन समस्या सोडवण्यावर लक्ष केंद्रित करा. त्यांच्या बोलण्यात अडथळे आणून किंवा त्यांच्यावर आरडाओरड करून उपयोग नाही; त्यांचे पुरते ऐकून घ्या आणि चूक-बरोबर ठरवण्याचा अट्टाहास करू नका. त्यांचा मुख्य मुद्दा काय आहे हे समजून घ्या आणि शांतपणे त्यांच्या समस्येवर उपाय सांगा. आज ते ज्या परिस्थितीत आहेत त्या परिस्थितीत तुम्ही असतात तर अस्वस्थ झाला असतात. तुम्हीच विचार करा त्या वेळी लोकांनी आपल्याला कसे वागवावे असे वाटले असते? जेव्हा तुमच्या सहकाऱ्याबरोबर संभाषण सुरू कराल तेव्हा तुमच्यात सहसंवेदना असू द्या. तुम्ही स्वत: उठून त्यांच्याकडे जाण्याचा प्रयत्न करा आणि जर ते दुसऱ्या कामात गर्क असतील तर त्यांच्यासाठी निरोप ठेवा.

नियमावलींचे पालन

व्यावसायिक सत्तेबरोबरच व्यावसायिक जबाबदाऱ्यासुद्धा येतात. तुमच्या नोकरी-धंद्यात तुम्ही उत्तम कार्यक्षमता दाखवणे हे गरजेचेच असते. परंतु सतत व्यावसायिक शिष्टाचार पाळणे तेवढेच अवघड असते. तुमची एखादी चूक तुम्हाला गाशा गुंडाळायला भाग पाडू शकते. व्यावसायिक स्तरावर पाळावयाच्या शिष्टाचारांची यादी सातत्याने वाढत जात असते. अनेकदा आपण त्या शिष्टाचारांची दखल घ्यायला कमी पडू शकतो. तरीही असे काही शिष्टाचार आहेत जे पाळण्यात आपण चुकलो तर जगाच्या पाठीवर आपण कुठेही असलो तरी इतरांकडून त्याबद्दल निषेध व्यक्त केला जाईल. ते शिष्टाचार कोणते याबद्दल मी थोडक्यात कल्पना देतो आणि

त्याच वेळेत कशा प्रकारची वर्तणूक ठेवल्यामुळे तुम्ही सुरक्षित राहू शकाल तेही सांगतो.

निंदा करणे, वैयक्तिक जीवनात डोकावणे, सेलफोनवरून निष्कारण गप्पा मारत राहणे या बाबी सर्वाधिक गैर आहेत. (तसेही शिष्टाचारांचे उल्लंघन हे कोठेच चांगले नसते, पण तरीही कामाच्या ठिकाणी ते अधिक नुकसान पोहोचवते जेथे लोक तुम्हाला नियमितपणे जवळून पाहू शकतात.)

आपला मुद्दा सिद्ध करण्यासाठी अपशब्दांचा वापर करू नका. त्यामुळे तुमची विश्वासार्हता कमी होईल आणि तुम्ही अगदीच बालिश दिसाल. अपशब्दांबरोबर एखाद्या सहकाऱ्याला अगदी खेटून उभे राहणे किंवा त्याच्या अंगचटीला जाणे हेसुद्धा शहाणपणाचे नाही. कामाची जागा ही तुमच्या शारीरिक जवळीकतेचे प्रदर्शन करण्यासाठी नसते.

जरी ऑफिसमध्ये एकमेकांशी सतत बोलून संपर्कात राहण्यास उत्तेजन दिले जात असले तरी त्यामध्ये तुमच्या सेलफोनचा समावेश नाही. एखाद्या मीटिंगमध्ये अचानक येणारा फोन किंवा जेवताना आलेला फोन सगळ्यांच्याच भुवया उंच करतो, खासकरून जेव्हा तुम्ही मोठमोठ्याने बोलत असता. खूप मोठ्या आवाजात वाजणारी रिंगटोनसुद्धा स्वागतार्ह नाही.

वाईट शब्दांत बोलण्यापेक्षा विनोदी पद्धतीने बोला ज्यामुळे तुमच्याकडे सगळ्यांचे लक्ष जाईल आणि तुम्ही घेतलेल्या कष्टाला सगळ्यांकडून पसंती मिळेल. जेव्हा तुम्ही विनोद करत असता अथवा कोणाशी गप्पा मारत असता तेव्हा तुमच्यात पंधरा इंचाचे आदरयुक्त अंतर ठेवा, सतत हसत राहा आणि तुम्ही त्यांचा आदर करत आहात याची पावती त्यांच्यापर्यंत पोहोचू द्या.

सेलफोनवरील तुमचे बोलणे तुम्ही कॉलर आयडी स्क्रीनिंग वापरून तसेच आणि व्हॉइसमेल वापरूनसुद्धा कमी करू शकता, कारण बरेचसे कॉल्स तर निरर्थकच असतात. कामाला सुरुवात करण्यापूर्वीच त्या दिवशी अपेक्षित महत्त्वाचे फोन कोणाचे आहेत हे आठवून त्यांना फोन करा. मीटिंगमध्ये शक्यतो फोनला उत्तर देऊ नका आणि जर तो फोन खूप महत्त्वाचा असेल तर अगदी हळू आवाजात बोला. तुमचा फोन कामाच्या ठिकाणी टेबलवर किंवा जेवणाच्या टेबलवर इतरांना खुपेल अशा ठिकाणी ठेवू नका.

आर्थिक शिष्टाचार

धंदा-व्यवसाय म्हणजे फक्त पैसा, हो ना? खरे तर हे तसे नाही. धंदा म्हणजे पैशांपेक्षा आणखी बरेच काही असते. तो माणसांबद्दल असतो आणि पैसा हा तुम्ही ज्या लोकांबरोबर काम करता त्यांच्याबरोबर तुमचे नातेसंबंध प्रस्थापित करण्याचे

महत्त्वाचे साधन असतो. खरे सांगायचे तर कामाच्या ठिकाणी वैयक्तिक पैशांचा मुद्दा नेहमीच डोके वर काढत असतो आणि तो कौशल्याने कसा हाताळायचा हे समजले तर तुम्हाला ते खूप लाभदायक होऊ शकते. आर्थिक मुद्द्यांवर फक्त वैचारिक संकल्पनांचा ऊहापोह करण्यापेक्षा आपल्या वास्तव जीवनाशी संबंधित खऱ्याखुऱ्या परिस्थितीत हे आर्थिक शिष्टाचार कसे लागू पडतात ते पाहू. यापैकी काही उदाहरणे ही संपूर्णपणे कामाशी संबंधित आहेत, तर काही नाहीत; काही तर या दोन्हीमधला फरक दाखवणारी आहेत. पण तरीसुद्धा पैसा हा पैसाच असतो आणि म्हणून त्याची तजवीज करणे हे केव्हाही चांगले.

१) कोणीतरी तुम्हाला एखाद्या सुंदर रेस्टॉरंटमध्ये जेवायला घेऊन जाते. परंतु जेवणानंतर फारच थोडे पैसे वेटरला टीप म्हणून देते. तुम्हाला वेटरकडून चांगली सर्व्हिस मिळाली नव्हती, पण खूप वाईटही नव्हती. अशा वेळी त्या बडीशेपेच्या बशीत तुम्ही आणखी पैसे टाकाल का?

हे तुम्ही कोणाबरोबर रेस्टॉरंटमध्ये गेलात त्यावर अवलंबून असेल. जर तुमचा यजमान हा तुमचा जवळचा मित्र किंवा नातेवाईक असेल तर तुम्ही असे म्हणू शकता, 'जर मी आणखी काही पैसे या बशीत टाकले तर तू रागावणार तर नाहीस ना?' पण ज्या व्यक्तीला तुम्ही फारसे ओळखत नाही अशी व्यक्ती तुमची यजमान असेल तर विसरून जा. कारण तुम्ही कृतघ्न किंवा टीकाखोर पाहुणे आहात असा शिक्का तुमच्यावर मारला जाईल.

२) तुमचा सहकारी कोणाच्या तरी छोट्या मुलाच्या वाढदिवसाच्या भेटीसाठी पैसे गोळा करत आहे. तुम्ही कंपनीमध्ये नवीन आहात; आणि खरोखरच ज्याच्या मुलाचा वाढदिवस आहे त्याला तुम्ही ओळखतही नाही आहात. अशा वेळी वरिष्ठ अधिकाऱ्यांइतकेच पैसे तुम्ही वर्गणी म्हणून देणार का?

मुळीच नाही; तुम्हाला जेवढे शक्य असतील तेवढेच रुपये तुम्ही वर्गणी म्हणून द्या. तेवढे पुरेसे आहे. ऑफिसमध्ये असे नाना प्रकारचे समारंभ सतत चालू असतात त्यामुळे या अशा वर्गण्यांचा अनावश्यक भार सोसावा लागतो; एक उपाय असा की, तुम्ही असा नियम करू शकता की एका ठरावीक महिन्यापासून सर्वांच्या संमतीने प्रत्येकाने ठरावीक रक्कम काढायची आणि एकत्रितरीत्या जो निधी जमेल त्यामधून पार्ट्यांसाठी आणि भेटींसाठी पुढच्या वर्षीपासून पैसे वापरायचे. सतत पुन:पुन्हा पैसे गोळा करणेही नको आणि त्याचा ताणतणावही नको.

३) तुमची मुलगी सततच तुमच्याकडे हट्ट करते की तिच्या शाळेतील पुस्तक-मेळ्यासाठी किंवा इतर दानधर्मासाठी तुम्ही शाळेला पैसे द्यावे. तुम्ही तुमच्या मुलांना शाळेच्या अशा कामांसाठी डबा आणि पावती पुस्तक घेऊन नातेवाइकांकडे जाण्यास मज्जाव करता. आता हे चक्र तुम्ही कसे थांबवाल?

'नाही' असे स्पष्ट सांगा; तुम्ही तुमच्या मुलीचे सर्वोत्तम ग्राहक बनला आहात. ती तुमच्याकडून अधिक फायदा करून घेणे का थांबवेल? पुढच्या वेळेस जेव्हा ती तुमच्याकडे पैसे मागेल तेव्हा तिला हे समजू द्या की तुम्ही खर्चात काटछाट केली आहे. तिला सांगा, 'डॅनियल, या सामाजिक कार्यात भाग घेणे मला नक्की आवडेल, पण तुला हे समजायला हवे की या वर्षी मी फक्त एकाच ठिकाणी मदत करणार आहे.' आपण इतरांना मदत करणे आणि इतरांसाठी एटीएम मशीन बनणे या दोन्हीमध्ये फरक आहे, हे आपण लक्षात घेतले पाहिजे.

४) तुम्ही अशा ठिकाणी राहता जेथे रस्त्याचा शेवट आहे आणि तेथेच मोठा गवती पट्टा आहे. तुमच्या शेजाऱ्यांनी संपूर्ण उन्हाळ्यात आळीपाळीने गवत कापले. आता काही लोकांना (ज्यामध्ये तुम्हीही समाविष्ट आहात) वाटते आहे की माळ्याला पैसे देऊन गवत कापून घ्यावे; परंतु काही जणांना ते मुळीच पटलेले नाही, कारण माळ्याची पैशाची अपेक्षा जास्त आहे. आता काय करायचे?

जोपर्यंत तुमच्या सर्व शेजाऱ्यांची एकत्रितपणे सभा होऊन जास्तीत जास्त लोकांचे काय मत आहे हे समजत नाही तोपर्यंत विरोधकांना पैसे देण्यासाठी तुम्ही जोरजबरदस्ती करू शकत नाही. त्याऐवजी सन्मानपूर्वक प्रत्येकाचा निर्णय विचारा आणि तो स्वीकारा. नंतर कोणत्या आठवड्यांमध्ये गवत कापण्यासाठी माळ्याला सांगायचे आणि कोणत्या आठवड्यात पैस न देऊ इच्छिणाऱ्या रहिवाशांनी विनामोबदला गवत कापायचे ते ठरवा.

५) तुमच्या विभागप्रमुखांची एकसष्टी आहे; म्हणून तुम्ही आणि इतर तीन कनिष्ठ सहकारी वर्गणी गोळा करत आहात. सर्वांनी समान वर्गणी द्यावी का? तुम्ही त्यांच्यात वरिष्ठ आहात आणि तुमचा पगारसुद्धा जास्त आहे, अशा वेळी वर्गणीचा अधिक भार तुम्ही उचलावा का?

विभागप्रमुखांसाठी जी भेटवस्तू आणली आहे तिची किंमत चौघांमध्ये विभागली जावी. हे आकडे इतकेपण मोठे नसावेत की ज्यामुळे कोणाचे फार भयंकर नुकसान होईल आणि कदाचित कोणा एखाद्या सहकाऱ्याला तेवढी वर्गणी त्याला परवडणारी

नाही असे सुचवणे, हे त्याच्यासाठी अपमानास्पद असू शकेल.

फोनवरील शिष्टाचार

बहुसंख्य समालोचकांच्या असे लक्षात आले आहे की, बऱ्याचशा व्यवसाय-धंद्यात केवळ फोनवरून व्यवस्थितरीत्या संवाद न साधला गेल्यामुळे तोटा सहन करावा लागतो. टेलिफोन किंवा दूरध्वनी हे फारच अनिश्चित माध्यम आहे. त्यामागची काही कारणे उघडच आहेत. तुम्ही जेव्हा फोनवर कोणाशी बोलत असता तेव्हा समोरची व्यक्ती काय करते आहे हे तुम्हाला माहिती नसते; आणि तरीही तुमची खात्री असते की त्याचे किंवा तिचे संपूर्ण लक्ष तुमच्याकडे आहे. वास्तविक तुम्हाला हेसुद्धा माहिती नसते की त्या खोलीत आणखी कोण-कोण आहे. म्हणून दूरध्वनीवरील संभाषणाच्या बाबतीतले महत्त्व आणि धोका या दोन्हीबाबत सजगता बाळगा. खालील मार्गदर्शक तत्त्वे तुम्हाला उपयोगी पडतील.

नेहमी एखाद्याचा फोन आल्यास त्याला चोवीस तासांच्या आत उत्तर द्या. हा तुमचा नियम तुम्हाला येणाऱ्या सर्वच कॉल्ससाठी लागू असायला हवा, परंतु विशेषकरून व्यावसायिक स्तरावर तो आवर्जून पाळला जावा. फोनकर्त्याने विचारलेल्या प्रश्नाचे उत्तर तुमच्याकडे नसले तरी त्याला फोन करून हे स्पष्ट करा की तुम्ही त्याने विचारलेल्या माहितीचा शोध घेत आहात. नाहीतर ती माहिती कोठून मिळवायची याबद्दलचे मार्गदर्शन करा.

तुम्ही बाहेर जाणार असाल किंवा कामाच्या ठिकाणी जाणार नसाल तर कोणाला तरी फोनजवळ ठेवा जेणेकरून ते फोन उचलू शकतील. किंवा कमीत कमी आन्सरिंग मशिन तरी लावलेले असू द्या, जे तुम्ही ऑफिसमध्ये केव्हा परत येणार ते सांगेल आणि तुमच्याकडून फोनचे उत्तर ते कधीपर्यंत अपेक्षित करू शकतात ते कळवेल.

जेव्हा तुम्ही दुसऱ्याला फोन करता आणि समोरून रिसेप्शनिस्ट किंवा सेक्रेटरी फोन उचलते तेव्हा स्वत:ची ओळख सांगा आणि तुमच्या फोनचे प्रयोजन सांगा. त्यायोगे तुम्ही नक्कीच पाहिजे त्या व्यक्तीपर्यंत किंवा पाहिजे त्या विभागापर्यंत पोहोचू शकाल. तुम्हाला अपेक्षित व्यक्ती समोरून प्रतिसाद देऊन तुम्हाला हवी ती माहिती देईल आणि अधिक कार्यतत्परतेने तुम्हाला ती मदत करू शकेल.

जेव्हा तुम्हाला एखाद्याचा फोन येतो तेव्हा तुम्ही आपल्या विभागाचे नाव सांगून स्वत:ची ओळख द्या. स्वरात थोडा उत्साह, किमानपक्षी नम्रता तरी जाणवू द्या. जरी तुमच्या कामात व्यत्यय आलेला असेल तरी समोरच्या व्यक्तीला त्याची कल्पना नसते.

तुमची व्हॉइस मेल सिस्टिम योग्य पद्धतीने काम करते का? ‘मेल बॉक्स भरला

आहे' असा संदेश तर तुमची व्हॉइस मेल सिस्टिम देत नाही ना? त्यांना पाहिजे त्या विभागापर्यंत पोहोचवते आहे ना? कधी कधी फक्त रिंग होत राहते, या गोष्टी जाणीवपूर्वक तपासून पाहा. तांत्रिक समस्यांकडे लक्ष द्या. एखाद्या उद्धट माणसाइतकेच व्यवस्थित काम न करणारे मशीनसुद्धा स्वीकारार्ह नसते.

टेलिमार्केटर्सना तुम्ही उत्तरे दिलीच पाहिजेत असे काही नाही. कोणीतरी काहीतरी खपवण्याचा प्रयत्न करत असेल तर तुम्हाला त्यात रुची नाही असे स्पष्ट सांगून आपला फार वेळ न दवडता फोन ठेवून द्या. तथापि तुम्हाला काळजीपूर्वक वागले पाहिजे. तुम्हाला एखाद्या इन्शुरन्स कंपनीकडून किंवा एखाद्या दूरवरच्या कंपनीतूनही फोन येऊ शकतो ज्यांना तुम्हाला सल्लागार म्हणून नेमायचे असू शकते. खात्री करा, त्या फोनकॉलचे नक्की स्वरूप समजून घेतल्याशिवाय फोन ठेवू नका. तुमच्या संभाषणाला वैयक्तिक स्पर्श असू द्या! आपण आपल्या वाहनांशी ज्या भूमिकेतून वागतो त्याच भूमिकेतून आपण फोनसारख्या इलेक्ट्रॉनिक माध्यमांकडे बघतो. त्यामुळेच जोरात बोलणे, खेकसणे, उद्धटपणा करणे अशा गोष्टी आपल्याकडून अनाहूतपणे घडू शकतात. मात्र हे अयोग्य आहे. उलटपक्षी, आधुनिक तंत्रज्ञानावर आधारित अशा वस्तूंचा सुयोग्य वापर करणे तुमच्या हातात आहे, हे लक्षात घ्या.

रेस्टॉरंटमधील शिष्टाचार

मित्रांबरोबर किंवा सहकाऱ्यांबरोबर एकत्रितपणे रेस्टॉरंटमध्ये जेवायला जाणे हा एक आनंददायी सामाजिक अनुभव असतो. पण त्याचबरोबर काही आर्थिक मुद्दे उपस्थित होतात त्याला समर्थपणे हाताळायचे असते. काही वेळेस आपल्या खिशात कमी पैसे असतात आणि हॉटेलमधल्या पदार्थांचे दर प्रचंड असतात त्यामुळे त्या खर्चाकडे दुर्लक्ष करून चालत नाही. प्रत्येक वेळेस आपणच पैसे देण्याचा आव आणणे किंवा येणाऱ्या बिलाकडे पूर्णतया दुर्लक्ष करणे या दोन्ही गोष्टी टाळा.

तुम्ही पार्टी देणार आहात का? – रेस्टॉरंटमध्ये खायला जायचे असल्यास तुम्हीच पैसे भरले पाहिजेत असे आवश्यक नाही. तुम्ही मित्रमंडळींना सुचवू शकता की 'आपण सर्वांनी बाहेर हॉटेलमध्ये भेटू या का?' तुम्ही सर्वांना खिलवणार असाल तर स्पष्ट सांगा की, 'आज माझ्याकडून जेवण आहे, तुम्ही आलात तर मला खूप आवडेल.' तुम्ही जेव्हा लेखी निमंत्रण देता तेव्हा हे अध्याहृत असते की तुम्हीच पैसे भरणार आहात.

घासाघीस करू नका – तुम्ही जेव्हा अनेक लोकांबरोबर जेवायला जाता तेव्हा हे लक्षात घेतले पाहिजे की, पैशापैशाचा हिशेब करण्याऐवजी बिल एकत्रितपणे विभागले जाईल. हे सगळ्यांसाठीच सोयीचे जाईल म्हणून त्याप्रमाणे नियोजन करा. पण जर तुम्हाला असे वाटत असेल की तुम्ही फक्त सॅलड मागवणार आहात,

कॉकटेल वगैरे काहीच मागवणार नाही तर मग ऑर्डर देण्यापूर्वीच तुम्हाला स्वतंत्र बिल हवे आहे अशी मागणी करा. (बहुतेक रेस्टॉरंट्स ते देतात) किंवा जेव्हा पार्ट्यांचे बेत आखले जातात तेव्हा म्हणा, "मला यायला आवडले असते, परंतु या महिन्यात माझी आर्थिक तंगी चालू आहे. जर मी माझे स्वतंत्र बिल मागवले तर तुमची काही हरकत आहे का?" त्यामुळे तुम्हाला वाजवीपेक्षा जास्त बिल भरावे लागणार नाही आणि ही चर्चा डायनिंग टेबलवरसुद्धा घडणार नाही.

वेटरला टीप देणे टाळू नका – जर तुमचा अनुभव असा असेल की तुम्हाला काही खूप चांगली सेवा मिळाली नाही तर बिलाच्या दहा टक्के रक्कम टीप म्हणून द्या. उद्धट वागणूक मिळाली असल्यास आठ टक्के टीप देऊनही भागेल. पण काहीच टीप न देता निघून जाणे हे फारच क्रूरपणाचे ठरेल आणि शिवाय, असा संभ्रमसुद्धा निर्माण होईल– वेटरला वाटेल तुम्ही टीप देण्याचे विसरलात. कधी कधी वेटरची सर्व्हिस चांगली असूनही, मुळातच तुमची ऑर्डर प्रत्यक्ष तयार व्हायला वाजवीपेक्षा जास्त वेळ लागू शकतो. अशा वेळेस वेटरची चूक नसते हे लक्षात घ्या. मात्र तुमचा असंतोष व्यक्त करण्यासाठी बाहेर पडेपर्यंत वाट पाहू नका. तुम्ही जर वेटरशी वेळेवर संवाद साधू शकलात तर त्यालाही सकारात्मक बदल करणे शक्य होते.

बारटेंडरला टीप – साधारणत: एक डॉलरची टीप तरी बारटेंडरला द्यावी. मात्र तुम्हाला फारच भंगार सेवा मिळाली असेल तर मात्र तुम्ही याहूनही कमी टीप दिलीत तरी चालेल. बाहेर खाणे तुम्हाला परवडू शकते तर टीप देणेही परवडू शकते. हो ना? शिवाय, बारटेंडर्स आणि वेटर तुमच्या टीपवर अवलंबून असतात याकडे काणाडोळा करू नका.

जेवणापूर्वीची टीप – आपले कोट सांभाळणारे वेटर्स किंवा वॅलेट पार्किंगसाठी गाडी घेऊन जाणारे हॉटेलचे कर्मचारी यांना हॉटेलमध्ये जातानाच टीप द्या. तुमच्या उत्पन्नाची सांगड तुम्हाला सेवा देणाऱ्यांशी घालू नका.

लेडीज फर्स्ट – स्त्री-पुरुष एकत्रितपणे हॉटेलमध्ये जातात तेव्हा स्त्रियांना नेहमी त्यांची जागा निवडण्याचे प्राधान्य द्यावे. पुरुषाने त्यांना आधी बसण्याविषयी सुचवावे, त्या बसू लागल्यावरच पुरुषांनी बसावे. त्याचप्रमाणे स्त्रियांनी प्रथम ऑर्डर द्यावी. अनेक वेटर्स स्वत:हूनच स्त्रियांची ऑर्डर आधी घेतात. पण ती त्यांनी तशी घेतली नाही तर तेथील पुरुषांनी आपल्या मैत्रिणींना जेवण निवडीचा प्रथम हक्क द्यावा. जरी स्त्रीदाक्षिण्याचा जमाना आता संपला असला तरी सन्मानाने वागवले जावे ही पूर्वीच्या काळातली स्त्रियांची इच्छा आजसुद्धा जागृत आहे.

नियंत्रणाचा मंत्र जपा – रेस्टॉरंटमध्ये तुमच्या सेलफोनवर मोठमोठ्याने बोलू नका. जर तुम्हाला फोनवर बोलणे गरजेचेच असेल तर फक्त प्रश्नाचे उत्तर द्या

आणि फोनकर्त्याला सांगा की तुम्ही त्याला नंतर उशिरा फोन कराल; खरे तर फोन बंद ठेवणे किंवा व्हायब्रेटवर ठेवणे किंवा सायलेंट मोडवर ठेवणे अधिक चांगले. हे लक्षात घ्या की तुम्ही ज्या लोकांबरोबर आहात ते तुमच्या सेलफोनपेक्षा महत्त्वाचे आहेत. सिनेमा थिएटरमध्ये, संगीत जलशात, खेळाडूंना खेळताना किंवा अशा कोणत्याही ठिकाणी जेथे फोनवर बोलणे इतरांना त्रासदायक वाटेल तेथे फोन बंद केला पाहिजे.

वेळ पुढे पुढे सरत जाते – हॉटेलमधील वेटर असो की कॅशियर, तीही माणसेच आहेत तुमच्या-माझ्यासारखी. त्यांच्याबरोबर बोलताना स्वरात भावना आणि चेहेऱ्यावर भाव ठेवून बोललात तर त्यांनाही बरे वाटेल. हे लोक तिथे नोकरी करतात पण म्हणून ते तुमचे नोकर होत नाहीत, हे लक्षात घ्या. अर्थात, तुमच्या व्यतिरिक्त इतरांनाकडेही लक्ष देण्याचे काम त्यांना आहे, हे लक्षात ठेवा आणि त्यांना बोलण्यात गुंतवण्याचे टाळा.

शिष्टाचार, थोडक्यात असे की

बरीचशी वर्तणूक जी अनादरणीय, असभ्य किंवा उद्धटपणाची वाटते ती निर्हेतुक असते. चांगल्या शिष्टाचारांची सवय लावून घेतली तर अशी वर्तणूक टाळणे शक्य होते. अनेक परिस्थितींमध्ये तुम्हाला पुन्हा संधी मिळणे अशक्य आणि अव्यवहार्यसुद्धा असते. अशा वेळेस शिष्टाचाराचे मूलभूत ज्ञान आणि सवय असणे उपयुक्त ठरते.

कोणत्याही प्रकारची परिस्थिती असली तरी आपल्या आवतीभोवतीच्या लोकांशी विचारपूर्वक वागणे आणि सभ्यतेची कास न सोडणे या अतिशय महत्त्वाच्या गोष्टी आहेत. लोकांच्या भावना जाणून घेतानाच स्वत:च्या विचारांशी प्रामाणिक राहा, मात्र थोडा मुत्सद्दीपणा अंगी बाणा. कुठल्याही वादाकडे बघताना व्यक्तिसापेक्ष न बनता परिस्थितीनुरूप वागा. तुमच्याकडून कुणी दुखावले गेले तर जरूर माफी मागा. अगदी लहानपणापासून आपण शिष्टाचाराचे मूलभूत नियम जाणता-अजाणता अंगीकारलेले असतात. आपल्या कसोटीच्या क्षणी ते नियम आठवणे कदाचित आपल्याला जमणारदेखील नाही. पण एरवी त्या नियमांच्या अनुषंगाने आपण वागतो तर आपले वागणे योग्य ठरते.

या विचारप्रणालीबरोबरच आपण प्रौढांमधील ज्या गुणांचे सगळ्यात जास्त कौतुक करतो तीच गुणवैशिष्ट्ये आपण आपल्या मुलांमध्ये रुजवण्यासाठी धडपड करतो. तुमचा जोडीदार, तुमची मुले किंवा अगदी तुमच्या आजी-आजोबांसमोर तुमचे वागणे आक्षेपार्ह नसेल तर तुमची पद्धत योग्य आहे असे म्हणायला हरकत नाही. तसेही, तार स्वरांत बोलणे, अर्वाच्च भाषा वापरणे, अपमानकारक शब्द वापरणे, इतरांच्या बोलण्यात खंड पाडणे या गोष्टी आवर्जून टाळाव्यात. व्यवसायामध्ये

कदाचित तुमच्या वाट्याला येणारा वेळ हा तुमच्या अपेक्षेइतका नसेलही, परंतु तुम्ही किती बोलता यापेक्षा तुम्ही काय बोलता हे महत्त्वाचे असेल. कारण त्या 'काय' मागे तुमची विश्वासार्हता आणि योग्यता उभी असेल.

लोकांशी ममत्वाने वागा

कामाच्या ठिकाणी तुमच्या आवतीभोवती असलेल्या लोकांशी बोला, त्यांना भेटा; त्यांच्या कंपनीतील पदावरून किंवा त्यांना दिल्या जाणाऱ्या मानावरून त्यांच्यात भेदभाव करू नका. तुम्हाला, एखादा कायदेशीर कागद बनवून हवा असतो किंवा प्रेझेंटेशनसाठी कॉन्फरन्स रूम सज्ज करून हवी असते तेव्हा अनेकांचा हातभार तुम्हाला लागतो, हे लक्षात घ्या. मदत करणाऱ्या त्या सगळ्यांचे आवर्जून आभार माना.

ऑफिसमध्ये वेळेच्या आधी निश्चयपूर्वक दहा ते पंधरा मिनिटे लवकर पोहोचा; आणि तुमच्या आसपास काम करणाऱ्या लोकांशी प्रेमाने बोला. जेव्हा तुम्ही वेगळ्या ठिकाणी जाल तेव्हा कॉफी पिताना मुद्दाम रेंगाळा आणि इतर उमेदवारांशीसुद्धा ओळख करून घ्या. एखाद्या सामाजिक समारंभामध्ये त्या प्रसंगाचाच उपयोग करून घेऊन इतरांबरोबर ओळख करून घ्या. ते या समारंभाला कसे आले, यजमानाबरोबर त्यांचा काय परिचय याची माहीत करून घ्या किंवा जेवण कसे वाटले ते विचारा. तुमच्या आवडीनिवडी, तुमचे छंद, तुमची मुले, तुमचे पाळीव प्राणी याचा उपयोग फक्त लोकांना बोलते करण्यासाठी करा. जास्तीत जास्त लोकांची माहिती लक्षात ठेवा. नंतर ही माहिती विचारपूर्वक वापरा. लोकांच्या वाढदिवसाला शुभेच्छापत्रे किंवा पत्रे पाठवा; त्यांच्या बढतीप्रसंगी किंवा इतर काही शुभप्रसंगी त्यांचे अभिनंदन करा. लग्नप्रसंगी किंवा साखरपुड्याच्या प्रसंगी फुले पाठवा. एखाद्या प्रियजनाचा अथवा कुटुंबातील सदस्याचा मृत्यू झाल्यास फुले पाठवा. कदाचित तुम्ही विसरून जाल, पण तुमची सहृदयता लोकांच्या लक्षात राहील.

कृती

तुम्ही तुमच्या कृतींमधून, शब्दांमधून किंवा दृष्टिकोनातून कोणते संदेश पाठवता? खालीलपैकी कोणत्या गोष्टी तुम्ही आतापर्यंत केल्या आहेत ते स्वत:ला विचारून पाहा.

१. कंपनीच्या कामाच्या वेळात व्यक्तिगत व्यवसाय केला.
२. कंपनीची साधने वैयक्तिक कामासाठी वापरली.
३. तुम्ही आजारी नसतानाही आजारी आहे असा फोन केला.
४. नकारात्मक कुचाळक्या करण्यात किंवा एखाद्याबद्दल अफवा पसरवण्यात

सहभागी झालात.

५. एखाद्याने तुम्हाला विश्वासाने सांगितलेल्या खासगी गोष्टीचा बभ्रा केला.
६. कंपनीच्या नियमांचा जाणूनबुजून भंग केला.
७. एखादी गोष्ट करण्याचे वचन देऊनही त्या गोष्टीचा पाठपुरावा केला नाही.
८. इतरांना हवी असलेली माहिती स्वत:कडे राखून ठेवली.
९. टाइमशीट, इनव्हॉईस, आर्थिक हिशेब यांबाबत अप्रामाणिक राहिलात.
१०. विक्री कौशल्याच्या बाबतीतही हातचे राखून वागलात.
११. अयोग्य भेटी किंवा बक्षिशी स्वीकारल्यात.
१२. इतरांच्या वाटची शाबासकी किंवा कौतुक स्वत: घेतलेत किंवा स्वीकारलेत.
१३. चुकीचा कधीही स्वीकार केला नाही किंवा ती दुरुस्तपण केली नाही. किंवा जाणूनबुजून दुसऱ्याला चूक करू देऊन त्याला अडचणीत टाकले.

तुम्ही कसे आहात किंवा तुमचे व्यक्तिमत्त्व कसे आहे हे तुमच्या या आणि अशा अनेक छोट्या-छोट्या गोष्टींवरून दिसून येते. जेव्हा ही बाब शिष्टाचाराची असते तेव्हा प्रत्येक गोष्टच महत्त्वाची असते – विशेषत: 'छोट्या-छोट्या गोष्टी'. तुम्ही यामध्ये कोणकोणते बदल करून गोष्टी सुधारू शकता आणि नंतर त्याचा पाठपुरावा तुमच्या कामाच्या ठिकाणी किंवा नातेसंबंधांमध्ये तत्परतेने करू शकता याच्या नोंदी तुमच्या कृतिआराखड्यात करा.

नोंदी

त्यांच्या मतांना मान्यता देणे आणि आपण किती महत्त्वाचे आहोत या त्यांच्या भावनेला धक्का न पोहोचू देणे हाच इतरांशी मैत्री करण्याचा आणि त्यांच्यावर प्रभाव पाडण्याचा खात्रीशीर मार्ग आहे.

– डेल कार्नेगी

९

मन वळवणे : एक लोककौशल्य

कल्पना करा की तुम्ही कोणत्याही माणसाला तुमच्या मर्जीप्रमाणे वागायला लावू शकता! प्रत्यक्षात हे काही फार अवघड काम नाही. काही लोक आपले संपूर्ण आयुष्य इतरांचे मन वळवण्याच्या कलेवर प्रभुत्व मिळवण्यासाठी खर्ची घालतात; पण खरे सांगायचे तर या कौशल्याचे मूलभूत मार्ग फार सरधोपट आणि सोपे आहेत.

दुसऱ्याचे 'मन वळवणे' हे फार वैशिष्ट्यपूर्ण लोककौशल्य आहे. मूलत: याचा अर्थ एवढाच की लोकांना धाकदपटशा न दाखवता किंवा त्यांच्यावर बळजबरी न करता त्यांना वश करून घेणे. हे म्हणजे तुमच्या वादविवादाच्या मुद्द्यांशी त्यांना सहमत करून घेऊन तो त्यांचाच विचार म्हणून त्यांनी स्वीकरणे होय.

गरज ओळखा

तुम्हाला स्वत:लाच एखाद्या गोष्टीची तीव्र निकड वाटत नाही, तेव्हा समोरच्याने तुमच्यावर विश्वास ठेवावा असा प्रयत्न करणे निरुपयोगी ठरते. जर तुम्हाला एखादी गोष्ट हवी आहे– जसे की आधार, पैसे, मान्यता, परंतु जर ते तुम्ही स्पष्ट शब्दांत सांगितले नाही तर काय उपयोग? तुम्हाला शब्द आणि कृती यातून समोरच्याला दाखवून दिले पाहिजे आणि उत्साहाने, पुराव्यानिशी आणि तातडीने ते पटवून दिले पाहिजे.

तुमचा प्रेक्षकवर्ग वश करून घेण्यासाठी त्यांना आत्ता जरी एखाद्या गोष्टीची गरज वाटत नसली तरी ती त्यांच्यासाठी किती गरजेची आहे याची खात्री पटवली पाहिजे. उदाहरणार्थ, एखादा उपक्रम तुम्ही नव्याने सुरू करणे गरजेचे आहे. आज, आत्ता, ताबडतोब तो सुरू केलात तरच तुम्हाला घवघवीत यश मिळेल.

आपल्या श्रोत्यांचे मन वळवण्यासाठी काही वक्ते खूप शब्दबंबाळ बोलतात. राजकारणी तर इतिहासातील संहारक युद्धांचा आणि लोकशाही वाचवण्यासाठी केल्या गेलेल्या क्रांतींबद्दल बोलतात. जाहिरातदार त्यांच्या उत्पादनांचा उल्लेख नेहमी 'ऑल नॅचरल' असा करतात. त्याचा अर्थ काय? आणि हे खरे कसे काय असू शकेल? लोकांचे मन वळवण्याच्या नादात जेव्हा असा शब्दच्छल केला जातो तेव्हा त्या शब्दांचा प्रतीत होणारा अर्थ दुय्यम होतो.

जरी 'पार्टनर' या व्याख्येत बसत नसले तरीसुद्धा वॉरन बफेट त्यांच्या गुंतवणूकदारांचा उल्लेख नेहमी पार्टनर्स असाच करतात. अशा प्रकारे गुंतवणूकदारांच्या मनात बंधुभावाची आणि मैत्रीची भावना उद्दीपित करता येते हे त्यांना ठाऊक आहे. शिवाय, त्याकरता काही खर्चपण लागत नाही. ही अतिशय सोपी आणि प्रभावशाली युक्ती आहे; कारण लोकांमध्ये रुची घेतली, त्यांच्याबद्दल आदर व्यक्त केला आणि प्रेम दाखवले की ते सहमत होतात. समोरच्याचे मन वळवण्याचा असाच अजून एक सोपा मार्ग म्हणजे ऐकणाऱ्याला समजेल आणि जाणवेल अशा शब्दांत बोलायचे आणि त्याला नावाने हाक मारायची. कोणाला प्रथम भेटण्याइतकेच हेसुद्धा सोपे आहे. जर तुम्हाला समोरच्या व्यक्तीचे नाव माहिती असले आणि ते तुमच्या लक्षात राहिले तर तुम्ही समोरच्यावर अधिक चांगली छाप पाडू शकता. यामुळे समोरच्याची खात्री होते की खरोखरच ते जे काही आहेत त्यांच्याकडे तुम्ही लक्ष पुरवत आहात. साहजिकच तुम्ही जेव्हा लोकांची नावे लक्षात ठेवता तेव्हा त्यांना ते कोणीतरी खास आहेत असे वाटते.

जेव्हा तुम्हाला हे समजायला सुरुवात होईल तेव्हा तुम्ही लोकांचे मन वळवणे या लोककौशल्यात पारंगत होऊ लागाल. या लोककौशल्याचे तीन घटक विशेष प्रभावशाली आहेत.

अधिकार – कोणाही श्रोत्याची माफक इच्छा असते की तो ऐकणार असलेला वक्ता आपल्या विषयातील तज्ज्ञ / अधिकारी असावा. शिवाय, तुमचा हा अधिकार वैध आहे याच्याबद्दल त्यांना खात्री वाटायला हवी असते. अशा वेळेस तुमची पार्श्वभूमी आणि विशिष्ट विषयातील तुमचा अधिकार, त्यांना अवगत करून देणे ही तुमची जबाबदारी आहे. किंवा सर्वांना परिचित असलेल्या तज्ज्ञाशी तुमची नाळ कशी जोडली गेलेली आहे हे त्यांच्यापर्यंत पोहोचवणे गरजेचे असते.

भावना – फक्त वास्तवावरच जग चालते असा चुकीचा समज बहुधा सर्वसामान्यपणे करून घेतला जातो. जरी आकड्यांना त्यांचे स्वत:चे आस्तित्व आहे आणि त्यांचे महत्त्व दुर्लक्षून चालणार नाही तरीही खासकरून व्यावसायिक जगतामध्ये भावनांना आव्हान करणे हे तितकेच प्रभावी असते. काही रुपकांचा वापर करून किंवा समोरच्या व्यक्तीच्या साहसाला आव्हान देऊन त्यांचा भावनिक प्रतिसाद मिळवणे

हीच यशाची गुरुकिल्ली आहे.

कार्यकारणभाव – श्रोत्यांवर प्रभाव पाडण्यासाठी आत्तापर्यंत ज्या गोष्टींच्या सत्यतेसंबंधी किंवा आर्थिक बाबींसंबंधी पडताळणी झाली नसेल असे प्रश्न विचारून त्यामागची कारणे शोधून काढण्याचे आव्हान श्रोत्यांपुढे ठेवायचे. व्यवसाय- धंद्याच्या जगतात लोकांचे मत वळवण्याचा हा प्रकार सगळ्यात उत्तम मानला जातो. भावनांच्या सान्निध्यात राहून तर्कशास्त्र आणि कार्यकारणभाव यांच्या जोरावर तुम्ही तुमचा त्या विषयातला अधिकार श्रोत्यांच्या मनावर ठसवू शकता. अर्थात, त्यासाठी तुम्ही अभ्यास करून, उत्तम तयारीने रणांगणात उतरले पाहिजे.

मन वळवणे – पायरी पायरीने

'तर्कशुद्ध पद्धतीने हळूहळू प्रगतिपथावर जाणारी प्रक्रिया' म्हणजे मन वळवणे असे म्हणता येईल. यामुळे तुमची बाजू स्पष्टपणे किंवा हिरिरीने मांडण्याची गरज कमी होते. परंतु या मन वळवण्याला सुरुवात करण्यापूर्वी, आपला श्रोतृवर्ग कोण आहे आणि त्यांना जे काही वाटते आहे ते का वाटते आहे हे तुम्ही पूर्णतया समजावून घेतले पाहिजे. यामुळे तुम्हाला मुख्यत: दोन प्रकारचे अंतर्ज्ञान मिळेल. एक तर श्रोत्यांची सहसंवेदना जाणवून घेऊन त्यांच्याबरोबर मानवी नात्यातून संबंध प्रस्थापित कराल. दुसरे असे की, तुमची जी मते आहेत ती तशी का आहेत याबद्दल तुम्ही तुमच्या श्रोत्यांची खात्री व्यवस्थितरीत्या पटवू शकाल. याचा फायदा तुमच्याप्रमाणेच सर्वांना होणार आहे.

विश्वास निर्माण करा – जे कोणी आपले मतपरिवर्तन करायला बघेल त्याच्याकडे लोक त्रासिक नजरेने पाहतात. हे आपसूकच होते. म्हणूनच तुमचा हेतू अत्यंत प्रामाणिक आणि चांगला आहे असा विश्वास लोकांच्या मनात निर्माण करणे सगळ्यात महत्त्वाचे आहे. त्यांनी तुमचे का ऐकून घ्यावे याची काही कारणे त्यांना सांगा. तुम्ही त्यांच्याशी काय बोलणार आहात याची तुमच्याकडे आखणी पाहिजे आणि तुम्हाला तसे का वाटते याचे योग्य स्पष्टीकरणही तुमच्याकडे हवे.

तुम्ही आणि ते यांच्यातील साधर्म्य – काय चांगले आणि काय वाईट याबद्दलच्या बहुतांश लोकांच्या कल्पना किंवा विचार, मतप्रवाह सारखेच असतात. तुमच्या श्रोतृवर्गाला हे पटवून द्या की तुमची मूल्ये, तुमच्या कल्पना या त्यांच्या जागी ठेवून तुम्ही त्यांचे विचार, त्यांच्या काळज्या समजून घेणे गरजेचे आहे. त्यांच्या भावनांचा सहानुभूतीपूर्वक विचार करा.

तुमच्या माहितीची जडणघडण – कोणतीही मन वळवणारी चर्चा – मग ते भाषण असो, निबंध असो अथवा विक्रीक्षेत्र असो त्याची जडणघडण, बांधणी स्पष्ट हवी. भाषणाच्या बाबतीत यशस्वी बांधणी ही पुनरावृत्ती आणि क्षेत्रव्यूहरचना या

संदर्भातील असते. लोकांनी तुमचे लक्षपूर्वक का ऐकून घ्यावे याची यादी करताना तुमचे सर्वांत जास्त प्रभावी मुद्दे अखेरीस राखून ठेवा. श्रोत्यांच्या मनावरील तुमची पकड अधिक काळ टिकण्यासाठी त्यांचा उपयोग होऊ शकतो.

दोन्ही बाजू दाखवा – तुमच्या मुद्द्यांची साधकबाधक चर्चा करा. त्यांची उलटसुलट बाजू दाखवल्यामुळे तुम्ही न्याय्य आणि तर्कशुद्ध विचारांचे आहात हे दिसेल. मात्र आपले समर्थन करणाऱ्या मुद्द्यांवर युक्तीने अधिक जोर द्यायचा आहे. त्याउलट आपल्या विरोधी मुद्द्यांचा पुसटसा उल्लेख करायचा आहे. आपल्या विरोधातील मुद्देसुद्धा तितकेसे वाईट का नाहीत याचे स्पष्टीकरण करा. तरीही होणारे लाभ हे त्रुटींच्या तुलनेत किती अधिक आहेत ते स्पष्ट करा. आपल्या विरोधी मुद्द्यांबद्दल खोटे बोलू नका, कारण जेव्हा लोकांना तुमची ही लबाडी समजून येईल तेव्हा ते तुमच्यावर रागावतील आणि मग ते पुन्हा कधीही तुमच्यावर विश्वास ठेवणार नाहीत.

स्वरुचीला आव्हान करा – तुम्ही जेव्हा तुमचे विचार लोकांच्या गळी उतरवण्याचा प्रयत्न करता तेव्हा त्यांच्या ओठांवर आला नाही तरी त्यांच्या मनात एक प्रश्न कायम असतो की त्यांना यापासून काय फायदा? म्हणून आधी तुमच्या श्रोत्यांच्या गरजा काय आहेत ते समजून घ्या आणि त्या तुम्हाला समजल्यानंतर त्यांना बिनदिक्कतपणे सांगा की त्यांना काय हवे आहे ते तुम्हाला माहीत आहे आणि तुमची कार्यप्रणाली नक्कीच त्यांना समाधान देईल.

अधिकाराला आव्हान – याआधीही सांगितल्याप्रमाणे कोणत्याही व्यक्तीला त्या त्या क्षेत्रातल्या पारंगत व्यक्ती आवडतात. तज्ज्ञ माणसाकडून सल्ला घेणे प्रत्येकालाच आवडते. जेव्हा त्या क्षेत्रातील तज्ज्ञ त्या संबंधात काही सांगतो तेव्हा ते खरेच असणार. म्हणून तज्ज्ञ मंडळींचे विचार तुमच्या भाषणात समाविष्ट करा.

श्रोत्यांच्या निदर्शनास आणून द्या की तुमच्या कल्पना किंवा त्यामधील काही अंश तज्ज्ञ मंडळींनीसुद्धा कसे मान्य केले आहेत.

एकवाक्यता निर्माण करा – बहुतांशी लोकांचे डोळे इतरांच्या कार्याने दिपतात. तुम्हाला जे साधायचे आहे ते अनेकांना मान्य आहे, हे तुम्हाला त्यांच्यापर्यंत पोहोचवायचे आहे. तुमच्या कल्पना इतर ठिकाणी कशा यशस्वी झाल्या, त्याची काही उदाहरणे द्या किंवा इतर लोकांनी त्या गोष्टींची मजा कशी चाखली याच्या गमती सांगा. याउलट तुम्ही असेही सांगू शकता की बहुतांश लोक जे करत आहेत ते कसे व का चुकीचे आहे. तुमची कल्पना गळी उतरवा.

योग्य वेळी विनंती करा – योग्य वेळ निवडण्याचे सहावे स्पर्शेंद्रिय तुमच्यामध्ये विकसित करा. लोक जेव्हा अधिक ताणतणावात असतील तेव्हा लोकांकडे आपल्या नवीन कल्पना घेऊन भेटायला जाऊ नका. लोकांच्या मन:स्थितीचा अंदाज

घेऊन तुम्हाला प्रतिसाद देण्यास ते किती उत्सुक आहेत ते पाहा. अशी वेळ निवडा जेव्हा त्यांचा आत्मविश्वास जागा असेल आणि नीतिधैर्य उंचावलेले असेल. इतरांना सुरक्षित आणि आत्मआश्वासित वाटू देणे हे तुमचे कर्तव्य आहे.

आद्यप्रवर्तक व्हा – अर्थशास्त्राचा हा एक साधा नियम आहे. ज्या गोष्टीची कमतरता असते तिची किंमत अधिक असते. तुम्ही स्वत:ला किंवा तुमच्या कल्पनांना जगावेगळ्या किंवा दुर्मीळ बनवा; बघा, लोक त्या लक्षपूर्वक ऐकतील. यासाठी एक तर तुम्ही त्यांना काही प्रात्यक्षिके दाखवू शकता किंवा तुम्ही जे काही देऊ करत आहात ते स्वीकारायला अनेक जण कसे तयार आहेत हे निदर्शनास आणून देऊ शकता.

रुचीपूर्ण बोला – तुम्ही अडखळत किंवा एकसुरी बोललात तर लोक तुमच्यासमोर क्षणभरही टिकणार नाहीत. तुमच्या कल्पनांनी तुम्ही स्वत: किती प्रभावित आहात हे लोकांपर्यंत पोहोचले पाहिजे. तुमच्या सांगण्या-बोलण्यात उत्साह असला पाहिजे. त्याचप्रमाणे तुमचे सांगणे वैशिष्ट्यपूर्ण असले पाहिजे. ऐकणाऱ्यांच्या पंचेंद्रियांना ते सुखकारक असले पाहिजे. तुम्ही जर ऑडिओ-व्हिडिओच्या साहाय्याने प्रेझेंटेशन दिलेत तर तेदेखील अधिक परिणामकारक ठरेल. लक्षात घ्या की तुमच्या वक्तृत्वपूर्ण शैलीइतकाच प्रभाव सादरीकरणाद्वारे साधला जातो.

तार्किक सुसंगती ठेवा – आपण समजूतदार आहोत असा स्वत:बद्दल विचार करणे लोकांना आवडते; म्हणून त्यांच्या समंजसपणालाच आव्हान करा. व्यावसायिक जगतात तर्कशास्त्राला फार महत्त्व आहे; तुमचे विचार तर्कशुद्ध असले पाहिजेत व ते सुसंगत स्वरूपात मांडले गेले पाहिजेत. 'जर---तर' अशा प्रकारची वाक्यरचना अधिक चांगली; म्हणजे असे की, 'तू जर हे केलेस तर चांगल्या गोष्टी नक्कीच घडतील.'

मुत्सद्दीपणाने वागा – तुम्हाला जसे लोकांनी वागवावे अशी तुमची अपेक्षा असते तसे तुम्ही श्रोत्यांशी वागले पाहिजे. योग्य स्वरात बोला. खूप ओरडून किंवा अगदी मवाळ बोलणे टाळा. त्याहीपेक्षा अधिक महत्त्वाचे म्हणजे श्रोत्यांनी तुमच्यापेक्षा वेगळा विचार केला म्हणून त्यांना मूर्खात काढू नका. तुम्हाला लोकांना कार्यकारणभाव समजून सांगायचा आहे; त्यांच्याशी वादविवाद करायचा नाही. जरी तुम्ही त्यांच्याशी वादविवादात जिंकलात तरी ते तुमचा रागरागच करतील. तुम्ही जर त्यांच्याशी आदराने वागलात तर तुम्हालाही त्यांच्याकडून आदर मिळेल.

नम्र व्हा – अहंमन्यतेने पछाडलेली व्यक्ती कोणालाच आवडत नाही. जरी तुमचा विश्वास असेल की तुमची कल्पना अधिक चांगली आहे तरी जर ती तुम्ही उद्धटपणे मांडायला लागलात तर लोक तुमचे ऐकणार नाहीत. शिवाय, तुम्हीही असे गृहीत धरू नका की तुम्ही ताबडतोब लोकांना तुमचे मुद्दे पटवून देऊ शकाल. वास्तववादी व्हा आणि स्वीकारा की लोक तुमच्याकडे तोंड फिरवून निघून जाण्याचीही

शक्यता आहे.

मन वळवणे हे शिलकीत राहू द्या – असे म्हणतात की मन वळवणे हे एखाद्या सेव्हिंग्ज अकाउन्टसारखे असते; जितके तुम्ही कमी वापराल तितका तुमचा फायदा अधिक. मन वळवण्याची ताकद चांगल्या प्रकारे कशी वापरायची ते शिकून घ्या आणि योग्य वेळेला कशी वापरायची तेसुद्धा महत्त्वाचे. अधिक वेळ देऊन आणि अधिक सराव करून तुम्ही कोणत्याही ठिकाणच्या लोकांच्या निर्णयावर सकारात्मक प्रभाव टाकू शकाल.

मन वळवणारी विक्रीकौशल्ये

लोकांच्या दैनंदिन जीवनातील प्रत्येक क्षेत्रामध्ये त्यांच्यावर अनेक विक्रीकौशल्यांचा सतत मारा होत असतो. उदाहरणार्थ, ते सकाळच्या वेळी रेडिओ ऐकत असतील किंवा ब्रेकफास्ट घेताना दूरदर्शन पाहत असतील तर अनेक जाहिराती कार्यक्रमांच्या मधून मधून डोकावून त्यांच्या कानांवर आणि डोळ्यांवर आदळत असतात. लोक जेव्हा कामावर निघतात तेव्हा गाडी चालवताना रस्त्यावरचे मोठे-मोठे होर्डिंग्ज आणि इतर बसेसवरील रंगवलेल्या जाहिराती त्यांना विशिष्ट उत्पादनाबद्दल विचार करायला भाग पाडतात. कामाच्या ठिकाणी तुमचे सहकारी तुम्हाला 'बोर्नव्हिटा' कसा चांगला आहे किंवा ब्रिटानियाचा गव्हाचा ब्रेड तब्येतीला कसा उत्तम आहे हे पटवून देण्याचा चंग बांधतात. तुमचा बॉस तुम्हाला सूचना देतो की, कामगारांनी थोडेसे अधिक चांगले प्रयत्न केले तर या वर्षाखेरचा बोनस पूर्वीपेक्षा अधिक असेल. तुमच्या आवडीच्या रेस्टॉरंटमध्ये तुम्ही जेवायला जाता तेव्हा मेन्यूकार्डवर तोंडाला पाणी सुटेल अशा महागड्या पदार्थांची रसिली चित्रे असतात आणि त्यांचे वर्णन मनाला मोहित करणाऱ्या भाषेत असे काही केलेले असते की त्या पदार्थांची ऑर्डर देण्यापासून तुम्ही स्वत:ला अडवू शकत नाही.

तुम्हाला आकर्षून घेण्याचे तंत्र सगळीकडेच वापरले जाते आणि ते प्रभावीसुद्धा असते. जेव्हा तुमच्यासाठी जास्तीत जास्त आरोग्यदायी अन्न कोणते हे तुमच्या लक्षात आणून दिले जाते तेव्हा ते तुमच्यासाठी उपयुक्त असू शकते. पण त्याचबरोबर हे तंत्र जेव्हा पौगंडावस्थेतील मुलींना दुसऱ्याची नजर चाळवणारे कपडे घालण्यास प्रवृत्त करते किंवा सिगारेट, बिअर घेण्यास मुलांचे मन वळवते तेव्हा ते तितकेच हानिकारक असते. ग्राहकांना आकर्षून घेणाऱ्या क्लृप्त्यांबद्दल आपण जेवढे अधिक जागरूक होऊ तेवढे आपल्याला नको असलेल्या आणि अनावश्यक वस्तू विकत घेणे कसे टाळायचे याचे अधिकाधिक ज्ञान आपल्याला होईल. विक्रीची कौशल्ये खालील तत्त्वांनुसार राबवली जातात.

- ग्राहकाचे चित्त आकर्षून घ्यायचे.
- ग्राहकाची गरज, समस्या किंवा तीव्र इच्छा जाणायची किंवा त्याच्या मनात ती निर्माण करायची.
- ग्राहकांना आणखी वेगळे उपाय सुचवायचे.
- विक्री बंद करायची.

आपण प्रथम या चार पायऱ्यांचा विचार करू. विक्री क्षेत्रातील विक्रेत्याने कामात गर्क असलेल्या, विरोध करणाऱ्या, सहानुभूतिशून्य ग्राहकाचे आपल्याकडे लक्ष कसे वेधून घ्यावे? काळजी करू नका, त्यावर डझनभर तरी उपाय आहेत. वर दिलेल्यापैकी कोणत्याही पायरीवर या मार्गांचा वापर करावा. तुम्हाला अधिक चांगली कल्पना येण्यासाठी ग्राहकाचे मन वळवून लक्ष वेधून घेण्यासाठी पुढील सर्वसाधारण युक्त्या उपयोगी पडू शकतात.

तुम्हाला याची गरज आहे : नेमकी समस्या काय आहे ते जाणून घेऊन उपाय सुचवला जातो. काही वेळेस लाचलुचपतीसारखा व्यापक विषय राजकारण्यांकडून मांडला जातो व या शब्दांत उपाय सुचवला जातो की, 'या देशाचे नागरिक म्हणून तुम्हाला तुमच्या सरकारी नेत्यांकडून प्रामाणिकपणा अपेक्षित आहे. जॉन डो हे एकमेव प्रामाणिक नेते आहेत.'

तुम्ही पात्र आहात : मर्यादा, उणीव किंवा दरी भरून काढण्याची क्षमता विक्रेत्याकडे असावी लागते. एक उदाहरण द्यायचे तर, 'खरे तर मौजमजेसाठी वेळ मिळण्यास तुम्ही पात्र आहात. मी तुम्हाला वीकेन्ड सहलीसाठी परवडणारे एक पॅकेज देऊ करतो.'

तुम्हाला हे हवेच : कुशल विक्रेता ग्राहकाचे मन वळवण्यासाठी त्याच्या मनात तीव्र इच्छा जागृत करतो आणि ती इच्छा पूर्ण करण्याचा मार्गसुद्धा सांगतो. 'चॉकलेट खाण्याची इच्छा झाली ना? हे बघा. हे अत्यंत रुचकर, बदामयुक्त, डार्क चॉकलेट खाऊन पाहा.' एक चॉकलेट नमुन्यादाखल खाल्ल्यानंतर ती व्यक्ती आणखी चॉकलेट्स विकत घेण्यास उद्युक्त होते; अशा वेळी खरे तर ही चॉकलेट्स त्याच्या वाणसामानाच्या यादीत नसतात आणि त्याच्या आर्थिक आवाक्यातलीसुद्धा नसतात.

नमुन्यादाखल : जेव्हा विक्रेता तुम्हाला नमुन्यादाखल एखादी गोष्ट जसे की एखादे पेन, पुस्तक, अन्नपदार्थ इत्यादी देतो तेव्हा त्याला अशी आशा असते की, आता त्या उत्पादनाबद्दल तुमच्या मनात रुची निर्माण होईल आणि तुम्ही ग्राहक होण्याची शक्यता वाढेल.

प्रत्येक जणच तुमच्यावर अवलंबून आहे : मन वळवण्याचे हे तंत्र अनेक ठिकाणी वापरले जाते. उदाहरणार्थ, एखाद्याला निरोगी राहण्यासाठी उत्पादने घेण्याबाबत

पटवणे जेणेकरून त्याची प्रकृती चांगली राहील आणि हे तो व त्याचे कुटुंब यांच्या भल्यासाठी आहे. किंवा 'तुमचे मत देशाच्या विकासासाठी अमूल्य आहे' असे सांगून उमेदवाराला मतदानास राजी करणे.

सोनेरी संधी : अनेक विक्रेते हे मन वळवण्याचे तंत्र वापरतात व असा युक्तिवाद करतात की, हे विशिष्ट उत्पादन मर्यादित काळासाठीच उपलब्ध आहे. उदाहरणार्थ, गाडीचे त्यामानाने नवीन असलेले एखादे मॉडेल जर कित्येक महिन्यांपासून पडून राहिले असेल तर विक्रेता सांगतो की, 'कंपनीने फक्त आत्तापुरती त्याची किंमत तीस हजार रुपयांनी कमी केली आहे; संधीचा जरूर फायदा घ्या.'

गुणवत्ता बघा, संख्या नको : जेव्हा एखादे महागडे उत्पादन बाजारात येते तेव्हा विक्रेत्याला त्याच्या अधिक किमतीबद्दल चिंता असतेच. तेव्हा तो म्हणतो, उत्तम दर्जाचा माल महाग असला तरी अधिक वैशिष्ट्यपूर्ण असतो.

दुसऱ्यांना मदत करा : या युक्तीमागची विचारसरणी अशी की, एखाद्या विशिष्ट उत्पादनाला, कल्पनेला किंवा एखाद्या व्यक्तीला मान्यता दिल्याने खरे तर अर्थकारणाला, समाजाला किंवा एखाद्या व्यक्तीला मदत होते. उदाहरणार्थ, अमेरिकेत बनवलेल्या गाडीच्या इंधनाचा खर्च जरी जास्त होत असला तरी अमेरिकी अर्थकारणाला मदत म्हणून तीच गाडी वापरणे हे इतर परदेशी बनावटीच्या गाड्या वापरण्यापेक्षा इष्टच नव्हे का?

फायद्यांची यादी : मन वळवणारा विक्रेता आपल्या उत्पादनापासून मिळणाऱ्या फायद्यांची यादी भेटीच्या दरम्यान पुन:पुन्हा ऐकवतो, मग भले जाहिरातीतून असो अथवा वैयक्तिकरीत्या विक्री करण्यातून असो. कोणतीही नकारात्मकता किंवा किंमत यांचा उल्लेख टाळून केवळ सकारात्मकतेवर भर दिला जातो.

जेते-जेते : एखाद्या व्यक्तीकडून एखादे काम करून घ्यायचे याचा अर्थ त्या दोन्ही व्यक्तींनी काम करण्यासाठी पुढे आले पाहिजे. उदाहरणार्थ, जर एखाद्या ग्राहकाने सवलतीच्या दरातले, भुकेल्या चित्रकाराने रंगवलेले चित्र विकत घेतले तर; ग्राहकाला उत्तम चित्र मिळते आणि त्या चित्रकारालाही पैसे मिळतात. शिवाय त्याची ख्याती होते. हीच ती विन्-विन् सिच्युएशन, म्हणजेच 'तुझेही भले आणि माझेही भले'.

हे किंवा ते : एक तर हे करा किंवा ते सोसा अशा प्रकारची तत्त्वप्रणाली ग्राहकांवर निर्णय घेण्याचा दबाब टाकते आणि आपल्या समोरील पर्याय कमी करते. 'एक तर या उमेदवाराला मत द्या किंवा लाचलुचपतीला कायमच सामोरे जा.'

भीतिदायक युक्त्या : या प्रकाराने भयभयीत मनोवस्था निर्माण होते; वक्ता जे करायला सुचवतो आहे ते केले नाही तर त्याचे पर्यवसान हरणे, नुकसान किंवा विनाश यामध्ये होते.

गाजावाजा करणे : मन वळवणारी व्यक्ती मनावर असे बिंबवायचा प्रयत्न

करेल की अत्यंत हुशार आणि लोकप्रिय व्यक्ती त्यांचे उत्पादन वापरतात किंवा त्यांच्याकडून कल्पना विकत घेतात. याचा गर्भितार्थ हा की जे वापरत नाहीत ते त्याच्या विरुद्ध प्रकारचे लोक आहेत (हुशार आणि लोकप्रिय नसलेले).

मन वळवण्याच्या या कौशल्यांचे मूल्यमापन करताना ती कौशल्ये कामाच्या ठिकाणी कशा प्रकारे अमलात आणायची हे समजून घेणे गरजेचे आहे. जर ते उत्पादन किंवा त्या कल्पना श्रेष्ठ असतील तर ग्राहक म्हणून तुमची त्याच्या उत्कृष्टतेबद्दल खात्री पटायला हवी. त्या उत्पादनाच्या दोषांवर पांघरूण घालून आणि गुण फुगवून सांगून तुमचे मत बनायला नको. विचारी ग्राहक नक्कीच त्या उत्पादनाच्या गुण-दोषांबद्दल विचार करेल आणि मत बनवेल; आणि विशिष्ट दृष्टिकोनातून तर्कशुद्धपणे त्याकडे बघेल.

मन वळवण्याची कौशल्ये वेगवेगळ्या प्रकारची असतात. म्हणूनच खूप घाईघाईने खरेदी करणे टाळणे अधिक चांगले किंवा जेथे आपल्याला वास्तवतेबाबत चाचपडायला होत असेल किंवा जेथे वर नमूद केलेल्या मन वळवण्याच्या युक्त्या तार्किकतेला निराळा रंग देऊन बुद्धीचा मार्ग बंद करत असतील तेथे एखाद्या मुद्द्याविषयी घाईने संमती प्रदर्शित करणे अयोग्यच आहे.

देहबोली - शब्दांविना मन वळवणे

आपण सर्वच जण जगामध्ये शब्दांविना संदेश पाठवत असतो. त्यासाठी आपण जी भाषा वापरतो त्यामध्ये खात्रीशीर आणि सहज वाचता येण्याजोग्या हालचालींचा आणि हावभावांचा समावेश असतो. देहबोली – शब्दांपलीकडले संभाषण आपल्या खोलवरच्या भावना व्यक्त करते; आणि काही वेळेस तर त्या भावना आपण जे शब्द वापरतो त्यांच्याशी पूर्णपणे विसंगत असतात. चेहेऱ्यावरील हावभाव, दंड, पाय आणि हात यांची स्थिती, आपली बसण्याची, उभे राहण्याची, बोलण्याची पद्धत हे सगळे आपला प्रामाणिकपणा किंवा लबाडी, आपली समोरच्याबद्दल असणारी काळजी, प्रेम किंवा अलिप्तपणा हे कोणताही आडपडदा न ठेवता दर्शवत असते. थोडक्यात सांगायचे तर ती फार महत्त्वाची माहिती असते.

देहबोलीद्वारा केलेले संभाषण काही वेळेस सर्वसामान्य असते, पण काही वेळेस तर तो बुद्धिबळाचा डाव असतो. आपल्या मित्र-मैत्रिणीला खास हेतूने भेटायला जाणे किंवा बॉससमोर उभे राहणे यामध्ये फरक आहे. देहबोलीच्या पद्धती शिकून घेणे प्रचंड फायदेशीर ठरते. लोकांना मनापासून काय वाटते आहे, जे, ते कोणत्या ना कोणत्या कारणासाठी शब्दांमधून व्यक्त करत नाहीत ते तुम्ही समजून घेऊ शकाल. बरेचदा असे घडते की, ज्या गोष्टी शब्दांद्वारे बोलल्या जात नाहीत त्या प्रचंड अंतर्ज्ञानाचा स्रोत होऊ शकतात, फक्त त्या कौशल्याने समजून घ्याव्या लागतात.

याशिवाय असे काही शब्दांपलीकडले हे संकेत समजून घेतल्याने तुमचे तुमच्या शरीरावर नियंत्रण राहते. त्यामुळेच तुम्हाला ज्या गोष्टी टाळायच्या अथवा दडवायच्या आहेत त्या तुम्ही अनाहूतपणे देहबोलीतून व्यक्त करत नाही. उलटपक्षी, तुम्हाला अनुकूल असेच विचार तुमच्या देहबोलीतून जाणीवपूर्वक व्यक्त केले जातात.

शोधनिबंध असे सांगतात की, प्रत्यक्ष समोरासमोर उभे राहून संभाषण साधताना समोरच्या व्यक्तीला, उच्चारलेल्या शब्दांमुळे सात टक्के, आवाजाच्या चढउतारांमुळे अडतीस टक्के आणि देहबोलीद्वारे पंचावन्न टक्के अर्थ समजतो. थोडक्यात म्हणजे, ऐकणारा शब्दांच्या स्वराला किंवा देहबोलीला अधिक चांगला प्रतिसाद देऊ शकतो – प्रत्यक्ष जे शब्द वापरले त्याला नाही. जो एलिन डिमिट्रिअस नावाची एक ज्युरी-सल्लागार असे म्हणते की, 'एखाद्या साक्षीदाराचा आत्मविश्वास तुम्ही कशावरून जोखता?' असे ज्युरींना विचारले असता ते म्हणतात की, इतर कुठल्याही बाबींपेक्षा साक्षीदाराच्या देहबोलीवरून आम्ही तो जोखतो? याचाच अर्थ असा की लोक 'नजरेने' ऐकत असतात.

तुमची देहबोली तुमच्याविषयी काय सांगते? तुम्ही एखादे प्रेझेंटेशन करता किंवा एखादी विक्रीसंबंधीची मीटिंग घेता तेव्हा तुम्ही अधिकारवाणीने, आत्मविश्वासाने आणि विश्वासार्हतेने भारलेले असता की तुमच्या देहबोलीतून तुम्हाला वाटणारी भीती, अविश्वसनीयता आणि तुम्ही त्या गावचेच नाहीत जणू असा संदेश लोकांपर्यंत जातो? सगळ्यात महत्त्वाचे म्हणजे, तुम्ही तुमचे भाषाकौशल्य उत्तम प्रकारे कसे विकसित कराल?

खरे सांगायचे तर सर्वसामान्य चुका टाळून त्याऐवजी अधिक आत्मविश्वासपूर्ण हालचाली करून तुम्ही ही किमया साधू शकता. इथे मी तुम्हाला देहबोली बाबतीत घडणाऱ्या सात सर्वसामान्य समस्यांबद्दल सांगणार आहे, ज्यामुळे तुमच्या श्रोत्यांवर तुमची छाप पडू शकत नाही. त्या चुकांना तुमच्यापासून दूर ठेवण्यासाठी स्वत:ला प्रशिक्षित केल्यावर तुमच्या लक्षात येईल की हे साधे-साधे बदल किती सकारात्मक परिणाम घडवून आणतात. या काही बाबी लक्षात घेणे गरजेचे आहे.

नजर टाळणे – तुमच्या आत्मविश्वासाची उणीव यातून जाणवते. शिवाय, तुमची उद्विग्नता कळते. तुमची पुरेशी तयारी नाही हेदेखील जाणवते. तुम्ही जेव्हा कोणाशी संभाषण करता तेव्हा सुमारे नव्वद टक्केवेळा तरी ऐकणाऱ्याच्या डोळ्यांत डोळे घालून पाहिले पाहिजे. जेव्हा औपचारिक प्रेझेंटेशन असेल तेव्हा खूप लोक लिहून आणलेल्या गोष्टी, पॉवरपॉइन्ट स्लाइड्स किंवा त्यांच्यासमोरील टेबलकडे पन:पुन्हा नजर वळवतात. बहुतांश वक्त्यांना ताबडतोब ही सवय बदलणे शक्य नाही, यात आश्चर्य वाटण्याजोगे काही नाही. ते जेव्हा त्यांचाच व्हिडिओ पाहतील तेव्हा त्यांच्या हे लक्षात येईल. जे सत्ताधीश व्यावसायिक असतात, प्रबळ उद्योगपती

असतात ते त्यांच्या श्रोत्यांपर्यंत जेव्हा एखादा संदेश पोहोचवतात तेव्हा त्यांच्या डोळ्यांत डोळे घालून बघतात. ऐकणाऱ्याच्या डोळ्यांत डोळे घालून बोलणे हाच देहबोलीचा सर्वांत महत्त्वाचा घटक आहे. या विषयावर आपण याच प्रकरणात आणखीही बोलणार आहोत.

चुकीची शारीरिक ढब – खाली मान घालून बसण्याने असा अर्थ निघतो की तुमच्यामध्ये आत्मविश्वासाची आणि अधिकारवाणीची कमतरता आहे. जेव्हा तुम्ही ताठ मानेने सरळ उभे राहाता तेव्हा तुम्ही तुमचे पाय खांद्याच्या सरळ रेषेत ठेवून किंचित पुढे वाकायचे असते. तुमचे खांदेही किंचितसे पुढे ओढा – आता तुम्ही अधिक उत्साही दिसाल. पाठीचा कणा व डोके एका सरळ रेषेत ठेवा. एखाद्या टेबलचा किंवा तत्सम गोष्टीचा आधार घेऊन त्यावर रेलू नका.

अस्वस्थ हालचाली किंवा ताठरपणा – पुढेमागे रेलणे किंवा अंग, डोके खाजवणे अशा हालचालींमुळे तुम्ही निराश, स्वत:बद्दल खात्री नसलेले किंवा तयारीनिशी नसलेले असे दिसता. म्हणून या अशा अस्वस्थ हालचाली थांबवा; त्याउलट अगदी पुतळ्यासारखेसुद्धा उभे राहू नका. थोडेसे इकडेतिकडे, आजूबाजूला फिरा; पण जी हालचाल कराल ती पूर्णत: हेत्वर्थक असू द्या. हेतूपूर्ण केलेल्या हालचाली संभाषणात स्वीकारार्ह तर असतातच, शिवाय त्यांचे उत्तम स्वागत होते.

बावळट वाटणारे हावभाव – हावभाव चांगलेच असतात, परंतु त्यांचा अतिरेक नको. संशोधकांनी असे सांगितले आहे की हावभावांमुळे गुंतागुंतीचे विचार प्रतिवर्तित होतात. हावभावांमुळे ऐकणाऱ्याला तुमच्या अंगी असलेला आत्मविश्वास, तुमचे नियंत्रण आणि तुमची लायकी समजते. पण ज्या क्षणाला तुम्ही कोणाचीतरी नक्कल करून हातवारे करायला लागता तेव्हा तुम्ही काहीतरी शक्कल लढवत आहात, धूर्त राजकारण्यासारखा नाटकीपणा करत आहात असे दिसते. तुमच्या शब्दांशी विसंगत असे हावभाव कधीही करू नका. हे म्हणजे वेगळ्याच ऑडिओच्या साथीने वेगळीच व्हिडिओ क्लिप बघितल्यासारखे होईल.

महत्त्वाचा मुद्दा हा की, तुम्ही तुमच्या शरीराचा वापर तुमच्या शब्दांना अधिक उठावदार बनवणारे संभाषणाचे साधन म्हणून करणार आहात. तुमची प्रभावी देहबोली तुम्हाला, तुमच्या संबंधांना अधिक उत्साहित करणार आहे. मग तो तुमचा पहिलावहिला इंटरव्ह्यू असो की मैत्रिणीला पहिल्यांदा भेटणे असो किंवा खरेदीचा एखादा मोठा व्यवहार असो.

वर सांगितल्याप्रमाणे नजरेत नजर मिळवणे हा देहबोलीचा सर्वांत महत्त्वाचा घटक आहे आणि म्हणून या प्रकरणाचा उर्वरित भाग आपण त्याबद्दलच्या गैरसमजांवर खर्च करणार आहोत.

माझ्या डोळ्यांत बघ

नजरेला नजर मिळवणे हा शब्दांविना संभाषण साधण्याचा फार महत्त्वाचा प्रकार फक्त मानवी संस्कृतीमध्येच नाही, तर प्राण्यांच्या जगतातही परिचित आहे. प्राण्यांच्या राज्यात थेटपणे डोळ्यांत डोळे घालणे हे समोरच्याला आव्हान देण्याची किंवा आक्रमक पवित्रा घेण्याची खूण असते. उदारणार्थ, कुत्र्यांच्या चाव्यामुळे होणाऱ्या रोगांचे निवारण केंद्र असे सांगते की, अनोळखी कुत्र्याच्या डोळ्यांत डोळे घालणे केव्हाही टाळा. कुत्र्याच्या नजरेत नजर मिसळल्यास समोरची व्यक्ती आपल्या अंगावर धावून येणार या कल्पनेने कुत्रा आक्रमक पवित्रा घेतो. हेच निरीक्षण अस्वलांच्या आणि आपल्या आदिमानवांच्या बाबतीत करण्यात आले होते.

संभाषण चालू असताना तुम्ही जर नजरेत नजर घालून बोललात तर समोरच्याचे हेच मत होते की तुम्ही मैत्रपूर्ण आहात आणि तुम्ही समोरच्याचे बोलणे काळजीपूर्वक ऐकत आहात. तथापि, काही संस्कृतींमध्ये मात्र अजूनही नजरेत नजर मिळवणे हे उद्धटपणाचे आणि भांडखोरपणाचे लक्षण मानले जाते. तुम्ही नजरेत नजर मिळवून समोरच्याला जो संदेश देत आहात तो समजून घेतला गेला की कोणत्याही वातावरणात संवाद सुधारण्यास मदत होते.

नजरेत नजर मिसळणे आणि टक लावून पाहणे यामधील फरक समजून घेणे महत्त्वाचे ठरेल. नजरेत नजर मिसळणे यामधून असा संदेश जातो की, तुम्ही आत्मविश्वासपूर्ण तसेच शांत आहात आणि समोरची व्यक्ती जे बोलणार आहे त्यामध्ये तुम्हाला रुची आहे; याउलट टक लावून पाहणे हे उद्धटपणाचे आणि धमकी देणारेसुद्धा आहे. नजरेत नजर मिसळणे आणि टक लावून पाहणे यामधील फरक समजून घेऊन तुम्ही इतरांशी संवाद साधण्याचे तुमचे आधुनिक कौशल्य अधिक वाढवू शकता.

क्षणाचीही विश्रांती न घेता, समोरच्याकडे थेट सतत पाहणे म्हणजे टक लावून पाहणे होय. आपल्यापैकी अनेकांनी त्यांच्या लहानपणी डोळे मिटू न देता एकमेकांकडे बघत राहण्याचा खेळ मित्रांबरोबर खेळला असेल आणि ते किती त्रासदायक होते हेदेखील आपल्याला आठवत असेल. या स्पर्धेमध्ये स्पर्धक स्वत:ची पापणीसुद्धा लवू देत नाहीत; त्यामुळे डोळे दुखतात, त्यामधून पाणी येते. संपूर्ण जग मात्र टक लावून पाहण्याचा अर्थ पापणीसुद्धा लवू न देणे असा घेत नाही, तर टक लावून पाहणे म्हणजे सतत समोरच्याच्या डोळ्यांत डोळे घालून पाहणे. या वर्तणुकीमुळे समोरच्या माणसाला अस्वस्थ वाटते; जणूकाही त्याच्या स्वातंत्र्यावर कोणी आक्रमण केले आहे.

सर्वसामान्यपणे, आपण जेव्हा नजरेला नजर मिळवतो तेव्हा आपण समोरच्याच्या डोळ्यांत काही क्षणांसाठी बघतो आणि नजर फिरवतो. बोलणारी व्यक्ती ऐकणाऱ्याला

समजले का हे पाहण्यासाठी त्याच्या डोळ्यांत डोकावते आणि ऐकणारासुद्धा त्याला समजते आहे याची ग्वाही बोलणाऱ्याच्या डोळ्यांत डोळे घालून देतो. संभाषणादरम्यान या प्रक्रियेचे चक्र दर काही सेकंदांनी चालूच असते.

अमेरिकेमध्ये जर एकमेकांशी नजर चुकवली तर असा संदेश जातो की तुम्ही अस्वस्थ आहात; कदाचित तुम्हाला काहीतरी लपवायचे आहे. लोक तुम्हाला उद्धट, मैत्रीपूर्ण न वागणारे आणि उद्दामसुद्धा समजण्याची शक्यता असते. जेव्हा जशी परिस्थिती असेल त्याला अनुसरून तुम्ही कधी पड खायची आणि कधी आपली सत्ता गाजवायची ते ठरवायचे असते. सहसा जेव्हा एखादी व्यक्ती बोलत असताना नजरेला नजर देत नाही तेव्हा त्याचा अर्थ ती दबून वागणारी असते. त्याउलट प्रश्न विचारल्यावर जेव्हा ती व्यक्ती डोळ्यांत डोळे घालणे हेतुपूर्वक टाळते तेव्हा त्या व्यक्तीचा तुम्हाला फसवण्याचा उद्देश असतो.

सतत डोळ्यांत डोळे घालणे किंवा क्वचित नजर मिळवणे या दोन्हीतील समतोल साधणे फार नाजूक असते. खेळीमेळीच्या वातावरणात एकमेकांच्या नजरेत नजर मिसळणे किंवा एखाद्या छोट्या गटातील संभाषण हे काही अंशी त्या गटामध्ये एकमेकांच्या एकमेकांशी असलेल्या नात्यावर अवलंबून असते. जर संभाषणात भाग घेणाऱ्या व्यक्ती एकमेकांशी परिचित असतील किंवा भावनिकदृष्ट्या एकमेकांशी जोडलेल्या असतील तर त्यांची नजरानजर खूप अधिक वेळा होईल. जर त्या गटातील सदस्य स्वभावत:च लाजाळू असतील तर त्यांच्यात कमी वेळा नजरानजर होईल. तुम्ही जर नवीन गटात असाल आणि नजरेत नजर मिळवावी किंवा नाही याबद्दल संभ्रमित होऊन परिणामकारकरीत्या नजर मिळवू शकत नसाल तर इतर सदस्य आरशात दिसत असल्याची कल्पना करा.

आरशात पाहणे हे मानसोपचाराचे तंत्र कोणाबरोबरही संवाद साधताना उपयोगी पडते. आरशात पाहताना तुम्ही कोणाच्यातरी वागणुकीचे बारकाईने निरीक्षण करून स्वत:ची वागणूक त्याप्रमाणे करून साधर्म्य साधण्याचा प्रयत्न करत असता. म्हणून गटातील सदस्य आळीपाळीने एकमेकांकडे आणि हातातल्या प्रोजेक्टकडे पाहत असतील तर तुम्हीसुद्धा तसेच करण्याचा प्रयत्न करा. तुमच्या मनातील संभ्रम कमी करण्यासाठी तुम्ही त्यातल्या फक्त एकाच सदस्याची निवड करू शकता. साधारणत: गटाचा पुढारी / नेताच आरशात प्रतिमा पाहण्यासाठी योग्य असतो.

ज्या ठिकाणी जाहीर भाषण आयोजित केलेले असेल तेथे तर श्रोत्यांच्या डोळ्यांत डोळे घालून बोलण्यासाठी विशेष काळजी घ्यावी लागते. तुम्ही ते अशा पद्धतीने साधले पाहिजे की जमावातील प्रत्येकालाच तुम्ही त्यांच्याशी बोलत आहात असे वाटले पाहिजे; संपूर्ण जमाव त्यामध्ये रंगून गेला पाहिजे.

हे साध्य करण्यासाठी तुमची नजर सर्व हॉलभर फिरू द्या. जेव्हा तुम्ही

व्यासपीठावर उभे राहाल तेव्हा टप्प्याटप्प्याने मान वळवत राहा. नजरेच्या आवाक्यातील गटावर नजर स्थिर करत असतानाच साधारणत: मध्यभागी असलेल्या व्यक्तीच्या नजरेस तुमची नजर क्षणभर भिडवा. मग हलकेच मान थोडी वळवून पुढच्या गटात मध्यभागी असलेल्या व्यक्तीकडे पाहा. अशा प्रकारे संपूर्ण हॉलमध्ये नजर फिरवून झाल्यावर परत पुढचा फेरा करताना दुसरी व्यक्ती निवडा. अशामुळे तुम्ही हॉलमधील प्रत्येकाशी संपर्क साधल्यागत होईल. पूर्वीचे जाहीर भाषणाचे तंत्र असे होते की, तुमची स्थिर नजर श्रोत्यांच्या डोक्यावरून न्यायची ती थेट हॉलच्या मागच्या भिंतीवर स्थिर करायची. परंतु या तंत्राच्या परिणामस्वरूप तुमचे डोळे एखाद्या ठिकाणी खिळलेले राहायचे, त्यामुळे मधल्या विभागातील लोकांना वाटायचे की तुम्ही त्यांच्याकडे रोखून बघत आहात आणि दोन्ही बाजूच्या लोकांना आपल्याकडे दुर्लक्ष होत आहे असे वाटायचे.

नजरानजर हा देहबोलीचा एक फार महत्त्वाचा भाग आहे आणि ते नि:शब्द संभाषण आहे. अमेरिकेत आणि इतरही अनेक देशांमध्ये नोकरीसाठीच्या मुलाखतीच्या वेळी नजरेत नजर मिळवणे हे फार महत्त्वाचे असते; तसेच ते एखाद्या मित्राला किंवा मैत्रिणीला डेटिंगसाठी विचारतानाही असते आणि इतर मानवी व्यवहारांसाठीसुद्धा असते. तुम्ही जर स्वभावत:च लाजाळू असाल तर तुम्हाला नजरानजर साधण्यात अडचण येईल. सरावाने तुम्ही तुमचे नजरानजर करण्याचे कौशल्य वाढवू शकता; त्यासाठी थोडे कष्ट घ्यावे लागतील, परंतु उत्तम पद्धतीने नजरेत नजर मिळवण्यासाठी घेतलेले कष्ट तुम्हाला चांगले फळ देऊन जातील.

कृती

१. सुरुवातीला जी कृती करण्याच्या किंवा वस्तू विकत घेण्याच्या विरुद्ध तुम्ही होतात ती करण्याकरता / घेण्याकरता तुमचे मन वळवले गेले होते अशा एखाद्या परिस्थितीचा विचार करून पाहा. तुमचे मन कशामुळे बदलू शकले बरे?

२. तुम्हाला तुमच्या एखाद्या सहकाऱ्याचे किंवा मित्राचे मन वळवायचे आहे. त्यामध्ये त्या व्यक्तीचा काय फायदा होणार आहे, हे त्याला कसे पटवाल? या प्रकरणात आपण चर्चा केलेले मुद्दे तुम्ही अमलात कसे आणाल? सारे झाल्यावर शेवटी एक आढावा घ्या आणि त्यातून काय शिकलात ते समजून घ्या. त्याचप्रमाणे पुढच्या वेळेस अधिक चांगला परिणाम साधण्यासाठी स्वत:मध्ये काय बदल करता येतील त्याचीही नोंद घ्या.

नोंदी

आजचा दिवस जगा – फक्त आजचाच दिवस खरा. 'आजच्या दिवसात तुम्हाला जेवढे अधिक चांगले करता येईल तेवढे करा. कशामध्ये तरी रुची घ्या. स्वत:ला आंतरबाह्य ढवळून काढा. एखादा छंद लावून घ्या. उत्साहाचे वारे तुमच्यामधून सळसळून वाहू द्या.

– डेल कार्नेगी

१०

मोठ्या कौशल्याने प्रश्न विचारणे

प्रश्नोत्तरे कशी असावीत यांच्या नियमांमध्ये सातत्याने बदल होत असतो. साधारण वीस वर्षांपूर्वी मुलाखतीतील ज्या प्रश्नोत्तरांवर तुम्ही सहज तरून गेला होतात ती प्रश्नोत्तरे आज केवळ कालबाह्यच झाली नाहीत, तर एकमेकांना कोर्टात खेचण्याला कारणही ठरू शकतात. आजही प्रश्न कसे विचारावेत हे महत्त्वाचे जनकौशल्य आहेच, मात्र त्याला आता संवेदनशील, नैतिक आणि कायदेशीर पदर जोडले गेले आहेत. या प्रकरणामध्ये आपण या बाबतीत झालेले बदल आणि न बदलेल्या काही गोष्टी समजून घेणार आहोत. तसेच सद्य:स्थितीचा अधिकाधिक चांगला उपयोग कसा करता येईल हेसुद्धा पाहणार आहोत.

गार्बेज इन, गार्बेज आउट

हे सुप्रसिद्ध तत्त्व सुरुवातीला फक्त संगणक प्रणालीतील कामांशी संबंधित होते. तुम्ही जर चुकीची माहिती संगणकाला पुरवलीत तर तुम्हाला चुकीचीच माहिती मिळणार. परंतु हे तत्त्व आता सर्वत्रच विस्तृतपणे वापरण्यात येते. व्यक्ती-व्यक्तींमधील संबंध कोणत्या प्रकारचे आहेत हे विचारात न घेता तुम्ही मागितलेल्या माहितीनुसारच तुम्हाला माहिती मिळते. संगणकाप्रमाणेच मानवी नातेसंबंधांच्या बाबतीतसुद्धा हे असेच आहे. तुम्ही जर चुकीचे प्रश्न विचारलेत तर उत्तरेसुद्धा चुकीचीच येतील; तुम्हाला अपेक्षित असणारे उत्तर तर तुम्हाला नक्कीच मिळणार नाही. ही बाब अतिशय महत्त्वाची आहे. योग्य प्रश्न विचारणे हे प्रभावी संवादाच्या आणि माहिती देण्याघेण्याच्या हृदयस्थानी असते. परंतु एखाद्या विशिष्ट परिस्थितीमध्ये

'योग्य प्रश्न' विचारणे म्हणजे नेमके काय? तुम्ही हा प्रश्न इतर कोणाला विचारण्याऐवजी स्वत:च्या मनालाच विचारलात तर त्याचे उत्तर मिळेल. मात्र, आजचा योग्य प्रश्न हा केवळ उद्याच नाहीतर अगदी दहा मिनिटांनीसुद्धा अयोग्य ठरतो. म्हणून प्रश्न विचारणे हे अत्यंत अत्याधुनिक असे लोककौशल्य आहे; मग ते नोकरी मिळवताना घेण्यात येणाऱ्या मुलाखतीच्या बाबतीत असो अथवा तुमचा षोडशवर्षीय मुला-मुलींबरोबर संवाद साधताना असो.

एखाद्या विशिष्ट प्रसंगी योग्य प्रश्न विचारण्याचे कौशल्य शिकून घेण्याने तुम्ही तुमच्या संवादकौशल्याची श्रेणी अधिक चांगली करता. निदान लोकांच्या रोषाला तरी तुम्ही कारणीभूत होत नाही – जे बहुधा चुकीचे प्रश्न विचारल्यामुळे घडते. पण जरी ही केवळ सुरुवात आहे. कौशल्यपूर्ण प्रश्न विचारण्याने तुम्हाला अधिक चांगली माहिती मिळेल आणि तुम्ही तुमच्या आयुष्यात भेटणाऱ्या लोकांना अधिक चांगल्या प्रकारे जाणू शकाल. तुमचे त्यांच्याबरोबरचे नातेसंबंध दृढ होतील, तुम्ही तुमच्या जबाबदाऱ्या अधिक प्रभावीपणे निभावू शकाल आणि इतरांनाही तसे करण्यास मदत करू शकाल.

इथे प्रश्न विचारण्यासंबंधीची सर्वसामान्य तंत्रे दिली आहेत आणि ती कुठे वापरावीत (आणि कुठे वापरू नये) ते सांगितले आहे.

लघुत्तरी आणि दीर्घोत्तरी प्रश्न

लघुत्तरी प्रश्न म्हणजे असा की ज्याचे उत्तर अगदी एका शब्दात आणि त्रोटकपणे देता येते. 'तुला तहान लागली आहे का?' या प्रश्नाचे उत्तर 'हो' किंवा 'नाही' अशा एका शब्दात देता येते. 'तुम्ही कोठे राहता?' या प्रश्नाचे उत्तर त्या-त्या परिस्थितीवर अवलंबून असते. म्हणजे प्रश्नाचे उत्तर हे एखाद्या गावाचे नाव किंवा रस्त्याचे नाव किंवा पत्ता असू शकते.

दीर्घोत्तरी प्रश्नांची उत्तरे जरा लांबलचक आणि मोठी असतात. या प्रश्नांची सुरुवात सहसा 'काय', 'का' किंवा 'कसे'ने होते. दीर्घोत्तरी प्रश्न हे अधिक महिती जाणून घेण्यासाठी किंवा मत वा भावना जाणून घेण्यासाठी विचारले जातात. सहसा हे प्रश्न विचारताना त्यांना व्यापक दृष्टिकोन देऊन तुम्हाला उत्तरासाठी आमंत्रण दिले जाते जसे की, 'सांग बरे मला तू...?' किंवा 'मला जरा हे वर्णन करून सविस्तर सांग...'

आणखी काही उदाहरणे – 'मीटिंगमध्ये त्या दिवशी काय घडले?', 'तुम्ही तशी प्रतिक्रिया का दिली?', 'तुमची सुटी कशी गेली?', 'पुढे काय झाले ते मला सांग', 'त्या अपघाताचे अधिक सविस्तरपणे वर्णन कर.'

दीर्घोतरी प्रश्न हे संवाद लांबवून अधिक विकसित करण्यासाठी चांगले असतात; एखाद्या विशिष्ट परिस्थितीची सखोल माहिती मिळवण्यासाठी आणि

एखाद्याची मते किंवा भावना जाणून घेण्यासाठी उपयुक्त असतात. लघुत्तरी प्रश्न हे वास्तव माहिती सांगतात अथवा एखादी बाब अनिश्चित असेल तर थोडक्यात नकारात्मकता दर्शवून विषय संपवतात; पण तरीही हे दोन्ही प्रकारचे प्रश्न जर चुकीच्या वेळी विचारले गेले किंवा चुकीच्या पद्धतीने विचारले गेले तर अधिक काही चांगले घडण्यापेक्षा व्यक्ती-व्यक्तींमधील परस्परसंबंधांना इजा पोहोचवतात.

फनल क्वेश्चन्स (प्रश्नांची सुयोग्य निवड)

लघुत्तरी व दीर्घोत्तरी असे दोन्ही प्रकारचे प्रश्न हुशारीने वापरून योग्य उत्तरे मिळवता येतात. सुरुवातीला वर्णनात्मक प्रश्न विचारून नेमकी जी माहिती हवी आहे त्या अनुषंगाने प्रश्नांचा रोख ठेवला पाहिजे. उदाहरणार्थ, कल्पना करा की एखादा पोलीस अधिकारी रस्त्यात घडलेल्या मारामारीच्या प्रसंगाबद्दल साक्षीदारांना प्रश्न विचारत आहे. त्या वेळी त्यांच्यामध्ये जो संवाद होईल तो असा :-

"मारामारीत किती जणांनी भाग घेतला होता?"

"जवळपास दहा जणांनी."

"ते सगळे प्रौढ होते की लहान?"

"बहुतांशी सगळे पौगंडावस्थेतील होते."

"त्यांची वये साधारणपणे काय होती?"

"बहुधा चौदा ते पंधरा वयोगटातील असावेत."

"त्यांच्यापैकी कोणी काही विशिष्ट पेहराव केला होता का?"

"हो; त्यांच्यापैकी काहींनी बेसबॉल खेळाच्या लाल टोप्या घातल्या होत्या."

"तुम्हाला आठवते का की त्या टोप्यांवर एखादे विशिष्ट चिन्ह किंवा लोगो होता?"

"हं, खरे तर मला आठवते की त्या टोप्यांवर एक मोठ्या आकारातला 'Z' होता."

अशा प्रकारचे कौशल्य वापरून तो अधिकारी त्या साक्षीदाराला प्रसंगाचे पुनरवलोकन करायला लावतो आणि हळूहळू सर्व बारीकसारीक तपशील गोळा करतो. जर त्या अधिकाऱ्याने सरळसोट एकच दीर्घोत्तरी प्रश्न विचारला असता की, "तुम्ही जो प्रसंग पाहिला त्याचे तपशील मला सांगू शकता का?" तर त्या अधिकाऱ्याला ही माहिती मिळण्याची सुतराम शक्यता नव्हती.

या तंत्रालाच 'फनल क्वेश्चनिंग'चे तंत्र म्हणतात. हे तंत्र सुरुवातीला लघुत्तरी प्रश्न वापरून अवलंबले जाते. जेव्हा समोरची व्यक्ती चाळणीतून पुढे पुढे सरकत जाते तेव्हा प्रश्न अधिक अधिक नेमके होत जातात.

एखाद्या विशिष्ट घटनेची माहिती अधिक तपशीलवार मिळवण्यासाठी फनल

क्वेश्चनिंग फार उपयुक्त ठरते. ज्या व्यक्तीला प्रश्न विचारले जातात त्याच्या मनात भरवसा आणि आत्मविश्वास निर्माण करण्याचे काम हे तंत्र करते.

प्रोबिंग क्वेश्चन्स (पाळेमुळे खणून काढणारे प्रश्न)

अधिक तपशीलवार माहिती शोधून काढण्याच्या आणखी काही युक्त्या दिल्या आहेत. काही वेळेस तुम्ही आधी केलेल्या विधानाच्या पुष्ट्यर्थ एखादे उदाहरण मागण्याइतके ते सोपे असते किंवा तुम्हाला सुस्पष्ट समजावे म्हणून तुम्ही अधिक माहिती मागू शकता; जसे की, 'तुला हा अहवाल कधी हवा आहे? आणि मी माझा अंतिम निर्णय सांगेन तत्पूर्वी तुम्हाला कच्चा मसुदा बघायचा आहे का?' किंवा 'तुम्हाला हे कसे कळले की हा नवीन डेटाबेस विक्री-अधिकाऱ्यांसाठी काहीच उपयोगाचा नाही.'

सर्वसामान्यपणे बोलायचे झाले तर 'प्रोबिंग क्वेश्चन्स' हे स्पष्टीकरण मिळवण्यासाठी आणि पूर्वी केलेली विधाने अथवा कृती याबद्दल अधिक चांगल्या पद्धतीने जाणून घेण्यासाठी आणि लोक जेव्हा तुमच्यापासून काहीतरी लपवून ठेवण्याचा प्रयत्न करतात तेव्हा अधिक माहिती मिळवण्यासाठी उपयोगी पडतात.

'प्रोबिंग क्वेश्चन्स' या तंत्रामध्ये आता अधिक सुधारणा झाली आहे. त्या प्रणालीला 'फाइव्ह व्हाय मेथड' असे म्हणतात, जी १९७०च्या दशकामध्ये टोयोटा कॉर्पोरेशनने त्यांच्या अंतर्गत व्यवहारासाठी निर्माण केली होती. या प्रणालीचा मुख्य पाया 'व्हाय' – म्हणजे 'का' हा प्रश्न विचारायचा आणि घटना पुढे पुढे नेत राहायची. 'का' या प्रश्नाला जे उत्तर येईल त्या उत्तराला पुन्हा 'का' हा प्रश्न विचारायचा. ही प्रणाली शेवटचे उत्तर काय येईल यावर लक्ष केंद्रित करते आणि मग पुन्हा मागे जाऊन मूळ कारण शोधून काढण्यासाठी पुन्हा 'का' हा प्रश्न विचारत राहते. उदाहरणार्थ :

- आपले अशील खूश का नाहीत? – कारण आपण ज्या दिवशी माल पोहोचवू असे सांगितले होते त्या दिवशी माल पोहोचवला नाही.
- आपण ठरल्याप्रमाणे ठरल्या दिवशी माल का पोहोचवू शकलो नाही? – कारण आपण अंदाज वर्तवल्यापेक्षा ते काम खूप जास्त वेळ चालले.
- काम संपवायला इतका वेळ का लागला? – कारण त्या कामातील गुंतागुंतीच्या वायरिंगसाठी लागणारा वेळ आम्ही कमी पकडला होता.
- आपल्याला त्या कामातील अवघडपणाची पुरेशी कल्पना का आली नाही? – कारण आपण त्यासाठी लागणाऱ्या वेळेचे मोजमाप खूप घाईघाईने करून चुकीचा अंदाज वर्तवला आणि प्रत्येक पायरीवर स्वतंत्रपणे काम पूर्ण

होण्यास वेगवेगळा वेळ लागू शकेल हे लक्षातच आले नाही.

- इतक्या घाईने अंदाजे उत्तर आपण आपल्या अशिलाला का दिले? – कारण मुळातच आपले प्रकल्प मागे पडले होते. आपल्याला आपले वेळापत्रक भरून काढण्याची आणि आपली वैशिष्ट्यपूर्ण पद्धत पुन्हा राबवण्याची गरज होती.

अशा प्रकारे 'फाइव्ह व्हाय'ची युक्ती खूप सोपी आहे. अनेक समस्यांमध्ये ती अगदी सहजपणे, कमी वेळात वापरता येऊ शकते.

सूचक प्रश्न

या प्रश्नांमागचा हेतू हा असतो की लोकांना तुमच्या बाजूने वश करून घेऊन त्यांना तुमच्याप्रमाणे विचार करायला लावायचे. हे अनेक मार्गांनी करता येते.

गृहीतके मांडून – 'तुझा हा प्रकल्प आणखी किती काळ चालणार आहे असे तुला वाटते?' इथे हे गृहीत धरले आहे की हा प्रकल्प ठरलेल्या वेळी पूर्ण होणार नाही.

स्वत:चे वैयक्तिक मत नोंदवून सहमत करून घेणे – 'ती खूप कार्यक्षम आहे. तुला नाही का असे वाटत?' किंवा 'आणखी एखादा आठवडा वाट पाहणे ठीक राहील, तुला नाही का असे वाटत?'

प्रतिक्षिप्त होकारार्थी प्रतिसाद मिळेल अशा पद्धतीने प्रश्न विचारणे – 'आपण ही किंमत सगळे मिळून मान्य करू या ना?' या प्रश्नाचे उत्तर सकारात्मक मिळण्याची शक्यता 'तुला ही किंमत मान्य आहे की नाही?' या प्रश्नाच्या उत्तराच्या सकारात्मकतेपेक्षा नक्कीच अधिक आहे. त्यामध्येही अधिक सुधारणा करून प्रश्न अधिक वैयक्तिक करण्यासाठी : 'मी पुढे होऊन ही किंमत मान्य केली तर तुला आवडेल का?' हे 'मी मान्य करू का?' यापेक्षा अधिक चांगले.

सूचक प्रश्न हे लघुत्तरी असतात. तुम्हाला हवे ते उत्तर मिळवण्यासाठी ते फार उत्तम असतात आणि त्याचबरोबर उत्तर देणाऱ्या व्यक्तीला असे वाटते की तो स्वच्छेनेच हे उत्तर देतो आहे. या सूचक प्रश्न विचारण्यामागे एक धोका असा आहे की हे प्रश्न काही वेळेस लबाडपणाचे किंवा अप्रामाणिक वाटू शकतात. पूर्वीच्या काळी अशा प्रश्नांचा गैरवापर दबावाखाली असलेल्या विक्रेत्यांकडून किंवा गैरमार्गाने जाणाऱ्या कलाकारांकडूनही होत असे. जेव्हा तुम्हाला असे जाणवते की तुम्हाला बरेच सूचक प्रश्न विचारले जात आहेत तेव्हा सावध व्हा; किंवा तुम्ही स्वत:च समोरच्याला असे सूचक प्रश्न विचारा.

अलंकारिक प्रश्न

खरे सांगायचे तर हे प्रश्न नव्हेतच; कारण या प्रश्नांना उत्तराची अपेक्षा नसते. ती

सर्वसाधारण विधाने असतात, फक्त प्रश्नार्थक वाक्यात रचलेली असतात. उदाहरणार्थ, 'आजचा दिवस खूप सुंदर आहे नाही?', 'तुला नाताळचा सण आवडत नाही?'

अलंकारिक प्रश्न समोरच्याला गुंतवून ठेवण्याचा एक मार्ग आहे. लोककौशल्याच्या दृष्टिकोनातून विचार करायचा झाल्यास हे प्रश्न म्हणजे समोरच्याकडून जवळ जवळ आपोआप संमती मिळवण्याचा एक मार्ग आहे. एकदा का ही संमती मिळाली की मग प्रश्नकर्ता तीच ताकद आणि तेच सातत्य वापरून पुढे काही सवलती मिळवतो. उदाहरणार्थ, अलंकारिक प्रश्नाच्या मदतीने केलेला पुढचा प्रश्न हा अलंकारिक नसू शकतो; म्हणजे असे की, 'या नवीन गाडीचा रंग फार चांगल्या पद्धतीने लावलेला आहे ना? प्रकाशात या गाडीचा रंग ज्या पद्धतीने चकाकतो ते तुला आवडत नाही का? अशी दिसणारी गाडी तुला स्वत:साठी घेणे आवडणार नाही का?'

प्रश्न विचारण्याची तंत्रे वापरा

या सगळ्या तंत्रांपैकी कोणते ना कोणते तंत्र वा सगळीच तंत्रे घरी किंवा कामाच्या ठिकाणी कधी ना कधी वापरली असणार. परंतु आता योग्य परिस्थितीत जाणीवपूर्वक प्रश्न विचारण्याचे योग्य तंत्र वापरून तुम्ही तुम्हाला हवी असलेली माहिती, प्रतिसाद आणि परिणाम मिळवू शकता; मग लोककौशल्य यापेक्षा वेगळे ते काय असणार?

पुढील गोष्टी मिळवण्यासाठी प्रश्न हे प्रभावी साधन आहे

शिक्षण – लघुत्तरी अथवा दीर्घोत्तरी प्रश्न विचारा; पाळेमुळे खणून काढणारे प्रश्न विचारून ज्ञान मिळवा.

नातेसंबंध जपण्यासाठी – लोकांना सहसा तुम्ही काय करता असे विचारले किंवा एखाद्या गोष्टीवर त्यांचे मत विचारले तर ते सकारात्मक प्रतिसाद देतात. तुम्ही जर सकारात्मकरीत्या विचारले, 'इथल्या कामाबद्दल तुला सगळ्यात कोणती गोष्ट आवडते ते सांग बरे मला'– तर तुम्ही त्या व्यक्तीबरोबर मनमोकळेपणाने गप्पा मारून तुमच्यात निखळ नाते तयार करू शकता.

व्यवस्थापन – अलंकारिक आणि सूचक प्रश्नसुद्धा फार उपयुक्त ठरतात. या प्रश्नांमुळे तुम्ही लोकांना आत्मपरीक्षण करण्यास आणि एखादी तुम्ही सुचवलेली कृती करण्यास उद्युक्त करता. जसे की, 'तू पुढे आणखी थोडे शिक्षण घेतलेस तर खूप चांगले नाही का होणार?'

गैरसमज टाळणे – जेव्हा आपल्याला काही स्पष्टीकरणे हवी असतील, अधिक सुस्पष्ट माहिती हवी असेल, खासकरून जेव्हा त्याचे काही निश्चित परिणाम होण्याची शक्यता असेल तेव्हा अवश्य प्रोबिंग क्वेश्चन्सचा वापर करावा.

मात्र, घाईघाईने कोणत्याही निर्णयाला येऊ नका.

संघर्ष मिटवा – एखाद्या रागावलेल्या ग्राहकाला किंवा सहकाऱ्याला 'फनल क्वेश्चन्स' विचारून तुम्ही शांत करू शकता. असे प्रश्न विचारून त्यांना नेमक्या कोणत्या गोष्टीचा राग आला आहे ते विचारून घ्या आणि सर्व सविस्तर तपशील मिळवा. त्यामुळे त्यांच्या रागाच्या भावनांपासून ते परावृत्त होतीलच, शिवाय तुम्हालाही त्यांचे मर्म जाणून घेण्यास मदत होईल. तुमच्या ग्राहकांना ते जिंकले आहेत असे समाधान वाटू दिले तरी तेवढे पुरेसे होते आणि मग त्यांच्या रागाचा मागमूसही उरत नाही.

लोकांचे मन वळवा – कोणालाच उपदेश केलेला आवडत नाही, परंतु त्यांना दीर्घोतरी प्रश्न विचारून हळूहळू बोलते केले तर तुमच्या दृष्टिकोनामागची कारणे त्यांना समजत जातील. उदाहरणार्थ, 'सगळ्या विक्री-अधिकाऱ्यांचे लॅपटॉप्स अपग्रेड करण्यासाठी सर्वांना इकडे बोलावण्याबाबत तुझे काय मत आहे?'

कौशल्यपूर्ण प्रश्न विचारणे – यासाठी मुख्यत: दिलेली उत्तरे काळजीपूर्वक ऐकण्याची तुमची तयारी पाहिजे, तरच लोकांना त्यांच्या उत्तरातून नक्की काय म्हणायचे आहे ते तुम्हाला समजेल. तुम्ही ज्या व्यक्तीला प्रश्न विचारत आहात त्या व्यक्तीला प्रतिसाद देण्यासाठी तुम्ही त्याला पुरेसा वेळ देत आहात याची खात्री करून घ्या. त्यांचे उत्तर देण्यासाठी त्यांना विचार करण्याची गरज भासेल. परंतु त्यांच्या गप्प राहण्याचा अर्थ त्यांना काहीच मतप्रदर्शन करायचे नाही असा घेऊ नका. संयम हेसुद्धा लोककौशल्यच आहे!

कृती

१. तुम्हाला ज्या कोणत्या व्यक्तीबरोबर नातेसंबंध दृढ करायचे असतील त्या व्यक्तीचा विचार करा. त्यांच्याशी जवळीक साधण्याच्या हेतूने त्यांना पाच प्रश्न विचारा, त्यांची नोंद करा आणि त्यांची मूल्ये आणि त्यांची रुची याबद्दल अधिक जाणून घ्या.

२. तुम्ही नोकरी मिळवण्यासाठी नजीकच्या भविष्यात एखाद्या मुलाखतीला जाणार असाल तर तुमचे पाच असे प्रश्न तयार करा जेणेकरून त्यांच्या साहाय्याने ती कंपनी किंवा कारखाना ही तुमच्यासाठी योग्य आहे की नाही हे तुम्हाला ठरवता येईल.

नोंदी

बोलणे म्हणजे जणू एखाद्या योजनाबद्ध हेतूने प्रेरित होऊन केलेली समुद्रावरची सफर आहे. जी व्यक्ती कोठे जायचे हे ठरवत नाही ती सहसा तेथेच जाऊन पोहोचते.

– डेल कार्नेगी

११

खंबीरपणे बोलणे

इतरांशी सुसंवाद साधता येणे हे एक अत्यावश्यक लोककौशल्य आहे, हे कालातीत सत्य आहे. पण सुसंवादामध्ये नेमक्या कोणत्या गोष्टी येतात त्यामध्ये मात्र नेहमीच काळानुरूप बदल होतात; खासकरून कॉर्पोरेट जगतात! उदाहरणार्थ, अनेक वर्षांपूर्वी व्यावसायिक जगतामध्ये फार कमी स्त्रिया होत्या. त्यामुळे संवाद हा फक्त पुरुषा-पुरुषांमध्येच होत असे. तथापि, आता मात्र कामाच्या ठिकाणच्या वेगवेगळ्या वैशिष्ट्यांमुळे असे काही अनेक नवीन मुद्दे उपस्थित होतात की व्यावसायिक जगतातील सर्वच प्रकारच्या संवादांबद्दल सजगता बाळगावी लागते. आणखी असे की, तंत्रज्ञानात सतत लागलेले नवीन शोध जसे की, ई-मेल, व्हॉइस मेल, टेक्स्ट मेसेजिंग आणि सेलफोन्स या सगळ्यांनी संवादक्षेत्रात मोठी क्रांती घडवली आहे. या तंत्रज्ञानाने तर व्यावसायिक नातेसंबंधांतील सलोखा आणि कार्यक्षमता मोठ्या प्रमाणात वाढवली आहे; पण त्याचबरोबर चुका आणि गैरसमज यांच्यातील वाढीची शक्यतासुद्धा खूप बळावली आहे. या बदलांचा आणि त्यांच्याशी संबंधित इतरही गोष्टींचा आपण या प्रकरणामध्ये आणि त्याच्या पुढच्या प्रकरणामध्ये अभ्यास करणार आहोत.

या प्रकरणामध्ये आपल्या चर्चेचा केंद्रबिंदू हा तिसऱ्या आवश्यक लोककौशल्यावर केंद्रित होईल आणि ते म्हणजे खंबीरपणाने संवाद साधणे – प्रामुख्याने बोलणे. एकमेकांशी समोरासमोर बोलताना, त्याचबरोबर मीटिंग्जमध्ये आणि प्रेझेंटेशन्सच्या वेळी वापरता येतील अशी तत्त्वे आणि औपचारिक विनंत्या आपण जाणून घेणार आहोत. बाराव्या प्रकरणामध्ये आपण 'स्पष्टपणे ऐकणे' या मुद्द्यावर अधिक भर देणार आहेत. श्रवणकला ही निश्चितच लोककौशल्यांमध्ये सर्वांत कमी महत्त्वाची

समजली जाते आणि म्हणूनच त्याबद्दल जागरूकता निर्माण करण्यासाठी स्वतंत्र प्रकरण राखून ठेवले आहे.

आपण आपल्या ध्येयपूर्तीसाठी झगडत असलेल्या कोणत्याही क्षेत्रात केवळ भाग घेणे आणि आपली लायकी सिद्ध करणे यामध्ये फार महत्त्वाचा फरक असतो. एखादी व्यक्ती इंग्रजी भाषा खूप चांगली बोलू शकत असेल, पण याचा अर्थ असा नव्हे की तो व्यावसायिकरीत्या उत्तम वक्ता असू शकेल. एखादी व्यक्ती खूप चांगली मोठी मोठी अलंकारिक वाक्ये लिहीत असली तरी त्याचा अर्थ असा नव्हे की ती स्वत:चे पुस्तक प्रकाशित करू शकेल. ही खूणगाठ मनाशी बांधून परिणामकारकरीत्या, खंबीरपणे संवाद साधण्याच्या मार्गावर उचलायचे पहिले पाऊल हे खरोखर एक कौशल्य आहे हे समजून घेणे. फक्त बोलणे किंवा फक्त लिहिणे म्हणजे संवाद साधणे नव्हे. जीवनाचे हे असे पैलू आहेत जेथे तुम्ही लक्ष देण्याची, सराव करण्याची आणि त्यामध्ये सातत्याने सुधारणा करण्याची गरज असते. विशेषत:, तुमच्या कामाच्या ठिकाणी व्यवस्थापनातील तुमच्या भूमिकेच्या यशासाठी सुसंवाद साधण्याची किती गरज आहे हे जेव्हा तुम्हाला समजते तेव्हा याचा उपयोग होतो. जेव्हा तुम्हाला जाणवेल की वरवर सर्वसाधारण वाटणारे संभाषणसुद्धा कार्पोरेट जगतात किती काळजीपूर्वक करावे लागते तेव्हा तुम्ही चकित व्हाल. बरेचदा असे घडते की बोलण्याच्या ओघात काहीतरी अनौपचारिकरीत्या सांगितले जाते आणि नंतर असे लक्षात येते की आपसांतील गैरसमजाचे तेच कारण आहे.

प्रभावी संभाषणासाठी काहीसे नियोजन आवश्यक असते

सर्वसामान्यपणे, बहुतांश व्यावसायिक बोलणे हे पूर्वनियोजित नसते, ते कमी-अधिक प्रमाणात बोलण्यातून पुढे सरकते. कुशल नेता म्हणून मैत्रीपूर्ण गप्पा आणि कार्यक्षमतेने आणि सुस्पष्टपणे एकमेकांना माहिती पुरवणे या दोन्हीमधील समतोल साधणे तुमच्यासाठी गरजेचे असते. जर तुम्ही एखाद्या विशिष्ट हेतूसाठी अधिक औपचारिक संभाषण साधू इच्छित असाल तर त्याआधी तुमच्या मनात नेमका कोणता हेतू आहे हे तुम्ही स्पष्टपणे ओळखणे गरजेचे आहे. मग प्रत्यक्षात समोरासमोर आल्यावर आपला हेतू साध्य करण्याच्या दृष्टीने तुम्हाला नियोजन करावे लागेल. हे खरे आहे की काही लोकांना आपल्या स्वत:च्या डोक्याने विचार करणे आवडते, त्यांना ते जमते कारण त्यांना त्यांच्या ध्येयाबद्दलचे संदर्भ स्पष्टपणे समजलेले असतात. मात्र आपल्यापैकी बहुतांशी लोकांना काही नियोजन करण्याची गरज असते; आणि म्हणूनच मी इथे तीन उपयुक्त मुद्दे सांगतो, त्याचा जरूर विचार करा.

पहिला असा की, तुम्ही जो संदेश देत आहात तो समोरच्या व्यक्तीला समजला आहे किंवा नाही याची खात्री करून घ्या. दुसरे असे की, तुम्हाला जे सांगितले गेले ते तुम्हाला समजले पाहिजे; जरी बोलणारी व्यक्ती तेवढी खास संभाषणकुशल नसली तरीसुद्धा. जेव्हा आपण 'ॲसर्टिव्ह लिसनिंग' या प्रकरणाचा अभ्यास करू तेव्हा या मुद्द्यांबद्दल अधिक बोलू.

तिसरे असे की, संभाषणावर तुमची पकड हवी. आवश्यक ते सर्व मुद्दे चर्चिले गेले का याची खात्री करून घ्या; आणि खासकरून त्या मुद्द्यांच्या संबंधित प्रश्न प्रभावीपणे विचारले गेले आहेत किंवा नाहीत ते पाहा. एका ठरावीक वेळेच्या चौकटीत हे सगळे घडले पाहिजे हे सांगण्याची गरज नाही.

संभाषणाची संरचना

वरील मुद्द्यांचे समाधान कशा पद्धतीने करायचे हे जाणून घेण्यासाठी आपल्याला हे पाहण्याची गरज आहे की लोक जेव्हा एकमेकांशी बोलतात तेव्हा नक्की काय घडते. तुम्हाला जाणवली असेल त्यापेक्षाही ही अधिक सर्जनशील प्रक्रिया आहे. या प्रक्रियेमध्ये फक्त काय बोलले गेले याचाच समावेश नसून बोलणाऱ्याचा हेतू, त्याच्या अंतर्मनात असलेला परंतु बोलला न गेलेला संदेश आणि टीका किंवा उपरोध हे त्या शब्दांच्या अर्थांमधून प्रतीत होतात का याचासुद्धा समावेश असतो. थोडक्यात सांगायचे तर, जेव्हा लोक एकमेकांशी संवाद साधतात तेव्हा बरेच काही घडते; वापरण्यास-समजण्यास सोपी आणि संदिग्धता नसलेली भाषा व सुस्पष्ट आवाजात घडलेला संवाद हा इतरांना तुम्हाला काय वाटते, तुमच्या भावना आणि मागण्या काय आहेत हे समजण्यास मदत करतो. तुम्ही जेव्हा तुमच्या संघातील सदस्याबरोबर एखादी समस्या सोडवण्याचा प्रयत्न करता किंवा प्रशंसा किंवा काळजी व्यक्त करता तेव्हाही ते तेवढेच महत्त्वाचे असते.

तुम्ही स्वतःला व्यक्त कसे करायचे याचे काळजीपूर्वक नियोजन करणे, हे कदाचित खूप वेळखाऊ असेल, पण नंतर भविष्यात ते किती उपयुक्त ठरले हे तुमच्या लक्षात येईल. आपसांतील गैरसमज दूर करणे, सांगितलेली एखादी बाब न समजल्यामुळे निर्माण झालेली परिस्थिती यांची उकल करणे यात प्रचंड प्रमाणात वेळ वाया जातो. त्या पार्श्वभूमीवर स्वतःला व्यक्त करण्याचे नियोजन करणे किती महत्त्वाचे आहे हे तुमच्या लक्षात येईल. शिवाय, स्वतःला सुज्ञपणे व्यक्त करण्याने तुमच्या वेळाबरोबर कंपनीचे पैसेदेखील वाचतील.

संभाषणाच्या दरम्यान तुम्ही जर लोकांचे निरीक्षण केलेत तर तुमच्या असे लक्षात यायला लागेल की, मानवी संभाषण हे असे वैशिष्ट्यपूर्ण आहे की ज्यामध्ये बऱ्याचशा गोष्टी बोलल्याच जात नाहीत. हे त्या ऐकणाऱ्यावर अवलंबून असते की

माहितीच्या स्रोतामधील रिकाम्या जागा कशा भरून काढायच्या. उदाहरणार्थ, एखादा साहाय्यक आपल्या वरिष्ठ अधिकाऱ्याला असे म्हणेल की, 'तुमची दोन वाजताची इथे आली आहे.' ज्या शब्दांमध्ये हे बोलले गेले केवळ त्यावर आपण अवलंबून राहिलो तर या विधानाचा काही अर्थच लागत नाही. हे निरर्थक वाटते. 'तुमच्या ज्या अशिलाला दोन वाजताची पूर्वनियोजित भेटीची वेळ दिली होती ती प्रतीक्षालयामध्ये हजर झाली आहे' असा त्या साहाय्यकाचा म्हणण्याचा अर्थ होता; तो त्रोटक मजकूर अर्थातच त्या वरिष्ठ अधिकाऱ्याला समजला आणि बरेचदा ही पद्धत समजुतीने राबवली पण जाते. परंतु जेव्हा काही बदल घडतात, काही संदिग्धता येते, संघर्ष होतो किंवा एखादी गोष्ट वेळेत पूर्ण करण्याचा दबाव असतो तेव्हा हे असले संक्षिप्त किंवा अध्याहृत बोलणे उपयोगी ठरत नाही. त्याची अनेक कारणे आहेत.

उदाहरणार्थ, तुम्हाला जे अभिप्रेत नव्हते ते तुमच्या श्रोत्यांनी वेगळ्याच पद्धतीने समजून घेतले किंवा तुम्ही जे काही सांगत आहात त्याचे महत्त्व त्यांना कळणार नाही. त्यांना वास्तवातला फारच थोडा भाग कळेल आणि संपूर्ण चित्र त्यांच्या नजरेसमोर उभे राहणार नाही. कोणाचाही गैरसमज करून देण्याचा तुमचा इरादा नसतानाही ते तीव्र प्रतिक्रिया देतील म्हणून तुम्ही महत्त्वाचा काही भाग वगळता. वैयक्तिक आणि व्यावसायिक स्तरावर गैरसमज होणे, होऊ देणे आणि करून घेणे घातकच आहे. आणि म्हणूनच हे तुमचे कर्तव्य आहे की तुम्ही तुमच्या श्रोत्यांसमोर अशा शब्दांत वास्तव चित्र उभे करावे जेणेकरून त्यांची गल्लत होणार नाही आणि त्यांना चुकीचे मार्गदर्शन होणार नाही.

संभाषणाची पाच साधने

संशोधन असे दाखवते की, तुमच्या संभाषणातील जोडीदार तुमच्या अनुभवाचे पुनरवलोकन आपल्या मनातल्या मनात करू शकतो. तुम्ही त्यांना जितके अधिक बारकावे सांगाल तितके त्यांच्या मनात तपशीलवार चित्र उभे राहण्याची शक्यता वाढते आणि त्यामुळे तुम्हाला जो संदेश पोहोचवण्याची इच्छा असते तो समोरच्या व्यक्तीपर्यंत जाऊन भिडण्याची शक्यता अधिक वाढते. या साधनांचा आढावा घेऊ.

साधन १– *वास्तवाला चिकटून राहा*

पहिली गोष्ट ही की, तुम्ही काय पाहिले, ऐकले किंवा अनुभवले जे तुम्हाला श्रोत्यांपर्यंत पोहोचवायचे आहे? वास्तव गोष्टीलाच चिकटून राहणे इथे अत्यंत महत्त्वाचे आहे. काय घडले किंवा काय घडले नाही? केव्हा घडले किंवा हे नेमके केव्हा घडायला हवे होते? उदाहरणार्थ, 'मला त्या फ्लोरिडाच्या नव्या अशिलाबद्दलचे

तुझे निवेदनपत्र आज सकाळी मिळाले.' किंवा 'मला ग्राहकांच्या अवलोकनाचा अहवाल अजून मिळालेला नाही, मला वाटते की आपण तो मागच्या गुरुवारी द्यायचा असे ठरवले होते.'

साधन २– *सत्य परिस्थितीमुळे तुमच्या मनात उद्‌भवणाऱ्या भावना इतरांशी वाटून घ्या*

दुसरे असे की, ज्या गोष्टी घडल्या त्यामुळे तुमच्या मनात कोणत्या भावना उद्‌भवल्या आहेत? हे तर स्पष्टच आहे की व्यावसायिक जगतामध्ये तुम्ही त्यामानाने भावनांना फारसा थारा देत नाही. तरीही एखादी गोष्ट घडली म्हणून तुम्ही खूश होऊ शकता किंवा तुम्हाला जे घडणे अपेक्षित होते ते घडले नाही म्हणून निराश होता. त्याचे असे उदाहरण देता येईल की, 'तू ही परिस्थिती फार हळुवारपणे हाताळली म्हणून मला आनंद झाला.' किंवा, 'आपण पाठवलेले आपले सामान अशा प्रकारे गहाळ झाले म्हणून आपण आपल्या ऑर्डर्स ज्या पद्धतीने पूर्ण करणार होतो, त्या पद्धतीवरचा माझा विश्वास डळमळीत झाला आहे.'

साधन ३– *तुमचा अनुभव वाटून घ्या*

तिसरे असे की, तुमच्या भावनांना अनुमोदन देणारे तुमचे समज, तुमच्या मागण्या, तुमच्या गरजा, तुमच्या आठवणी किंवा तुमचे अंदाज कोणते? पुन्हा एकदा तेच सांगायचे आहे की व्यावसायिक संभाषण हे तुमच्या मुलीच्या लग्नात पेढे वाटण्यापेक्षा वेगळे असते. परंतु नेतृत्व करताना, विविध प्रकल्पांवर काम करताना तुम्हाला आलेले अनेकांचे अनुभव भावुक न होताही इतरांशी वाटता आले पाहिजेत. जर तुमच्या कंपनीला नवीन व्हॉइसमेल सिस्टिमबरोबर समस्या येत असतील तर तुम्ही कंपनीला असे सांगू शकता की, आपण जी स्वयंचलित प्रणाली वापरली त्यामुळे कार्यक्षमता कमी होत आहे. जर आपले होऊ घातलेले अशील आपल्या मशिन्सबरोबर बोलताना तो वारंवार बंद पडतो म्हणून कंटाळले तर? त्यापेक्षा फोन घेण्यासाठी आपण रिसेप्शनिस्ट ठेवणे हे फायद्याचे होईल. इतर कुठल्याही कारणापेक्षा फोनचा असमधानकारक अनुभव या कारणामुळे आपल्या हातातून व्यवसायाच्या अनेक संधी सुटल्या आहेत हे तुम्ही सांगू शकता.

साधन ४– *तुम्हाला काय हवे ते स्पष्ट शब्दांत सांगा*

कोणती कृती, माहिती किंवा वचनबद्धता आता तुम्हाला हवी आहे? खरोखर संभाषणातला हा एक प्रमुख महत्त्वाचा धागा आहे. तुमचे संभाषण तुम्ही खरे तर याच मार्गाने पुढे न्यायला हवे आणि इथेच तुम्हाला शक्य तितके अधिक खंबीर

संवादकर्ता बनायचे आहे. तुम्हाला काय सांगायचे आहे त्याची कमी-अधिक औपचारिक प्रमाणात तुम्ही ओळख करून द्यायला हवी; ज्यामुळे श्रोत्याला असे वाटेल की आता लक्ष देऊन ऐकण्याची ही योग्य वेळ आहे. याचा उत्तम मार्ग म्हणजे एक साधेसे वाक्य, 'मी तुला एक सुचवू का?' खरे तर नेहमीच तुम्ही, 'मी एक सूचना करू का?' असे विचारलेत तर तुमच्या संघाच्या सदस्यांच्या कानांना हे सुखावेल आणि त्यांच्याकडून आपोआपच प्रतिक्षिप्त क्रिया घडेल, कारण तुम्ही त्यांना तसे करण्याची परवानगी मागितली आहे.

साधन ५– *अंतिम उद्देश लाभदायक असला पाहिजे*

शेवटी हेच सांगायचे आहे की, तुम्ही जी काही सूचना कराल त्याचा उद्देश हा लाभदायक असला पाहिजे. संभाषणात बोलण्याचा विशिष्ट क्रम असा असायला हवा, "तुम्ही आमच्या उत्पादनाची ही ऑर्डर फोनवर नोंदवली त्याबद्दल मला आनंद होत आहे. प्रत्यक्ष भेटून हे ठरवण्यापेक्षा फोनवर बोलून हे काम झाले, यामध्ये आपल्या दोघांचाही वेळ वाचला. मी एक सूचना करू का? तुमच्या अशिलाला तुम्ही स्वत: त्याच्याकडे जाणे अपेक्षित आहे, हे लक्षात आले की तुम्हीच त्यांना सुचवा, 'आपण हे फोनवरच ठरवू या का?' अर्थात, इथे हे गृहीत धरले आहे की तुमचे त्या अशिलाशी आधीपासूनचे संबंध आहेत. तुम्ही जर असे करू शकलात तर तुमची दलालीची रक्कम अधिक वाढेल कारण तुम्ही कमी वेळात अधिक विक्री करू शकाल."

ही पाच प्रकारची साधने अत्यंत प्रभावीपणे व्यावसायिक संभाषण घडवण्यास उपयुक्त ठरतात. ही अत्यंत साधी आणि तर्कशुद्ध आहेत तरीही फारच कमी लोकांना आपणहून त्याची उपयुक्तता समजते. अनेक वेळा असे घडते की व्यवस्थापक दोन नंबरच्या मुद्द्यापासून (त्यांच्यामध्ये भावना जागवण्यापासून) सुरुवात करतात आणि बरेचदा ते चुकीच्या पद्धतीने करतात. विशेषत:, भावना जेव्हा नकारात्मक असतात तेव्हा असे घडते; उदाहरणार्थ, 'असे काही घडले की मला खूप राग येतो' एका किंवा दुसऱ्या प्रकाराने हे वाक्य अक्षरश: दिवसातून हजार वेळा संपूर्ण देशातील अनेक कंपन्यांमध्ये उच्चारले जाते. पण यामधून खरोखर कोणता संदेश जातो? याच्यातून त्या व्यवस्थापकाच्या भावनांवर अधिक जोर दिला जातो; त्याउलट खरे जे नेतृत्वातले प्रवीण असतात ते आपल्या हाती असलेल्या व्यवसायसंबंधीच्या मुद्द्यावर अधिक भर देतात.

अशी ही संवादाची पाच खंबीर साधने फार प्रभावशाली आहेत, पण समोरासमोर, एकाचा दुसऱ्याशी जेव्हा संवाद साधला जातो तेव्हा फक्त तेवढेच गरजेचे असते असे नाही. तुम्ही जे बोललात ते समोरच्याला स्पष्टपणे समजले किंवा नाही याची

खात्री करून घेणे हे केव्हाही अधिक योग्य आहे. समोरच्याचा काही आक्षेप किंवा नापसंती आहे का हे मुत्सद्दीपणाने विचारणेसुद्धा चांगलेच असते. वास्तव हे आहे की असा विरोध हा बहुतांशी वेळा असतोच, परंतु जोपर्यंत तुम्ही विचारत नाही तोपर्यंत तो दिसून येत नाही.

प्रश्न विचारणे हे चांगलेच असते

बोलताना जर तुम्हाला असे जाणवले की, तुमच्या एखाद्या मुद्द्याला विरोध होणार आहे तर तत्पूर्वीच अधिक माहिती पुरवून तुमचा संदेश अधिक चांगल्या प्रकारे कसा पोहोचवला जाईल याची काळजी घ्या. त्याच पद्धतीने जेव्हा इतर लोक बोलत असतील तेव्हा तुम्ही हेतुपूर्वक त्यांना प्रश्न विचारून त्यांच्या या विचारसरणीचा संदर्भ लक्षात घ्या. जर तुम्ही काहीही प्रश्न विचारले नाहीत आणि त्यांच्याकडूनही काही प्रश्न आले नाहीत तर तुमचे संभाषण तितकेसे चांगले न होण्याची शक्यता निर्माण होते.

खरोखर हा एक फार महत्त्वाचा मुद्दा आहे. कॉर्पोरेट जगतातील शिड्या चढत वरिष्ठ अधिकारीपदाला पोहोचत असताना व्यवस्थापकांचा सहजच विश्वास बसतो की प्रत्येक जण त्यांचे कौतुक करते आणि सर्व जण त्यांच्याशी सहमत आहेत. असे असले तर फारच छान, पण कदाचित त्याच्या संघाचे सदस्य त्याच्यासमोर मनातल्या गोष्टी बोलायला घाबरत असतील. जेव्हा तुम्ही नेतृत्व करता तेव्हा असे गृहीत धरायला हवे की, लोकांना तुम्हाला काही प्रश्न विचारायचे असतील किंवा तुम्ही जे काही सांगितले असेल त्यामध्ये काही भर घालायची असेल. जर तुमच्याकडे ते त्यांचे मतप्रदर्शन करू शकले नाहीत तर तुम्हीसुद्धा लक्षात घ्यायला हवे की तुमचे संभाषण तुम्ही यशस्वी रीतीने पार पाडू शकला नाहीत. या अर्थाने खंबीरपणाने केलेली व्यावसायिक बोलणी ही 'सेल्स कॉल' (विक्री करण्यासाठी केलेला फोन) सारखी असतात. ग्राहकाच्या तक्रारी आपल्यासमोर आणल्या गेल्या नाहीत तर खरेदीदाराचा पश्चात्ताप वाढत राहतो आणि नंतर नकारात्मक परिणाम दिसून येतात. म्हणून आपल्या अहंकाराला गोंजारण्याच्या नादात स्वत:ची खात्री पटवू नका की प्रत्येक गोष्ट समजली आणि स्वीकारली गेली आहे. खरे तर 'आपले बोलणे स्वीकारले गेले नसेल' या दृष्टीने तुम्ही स्वत:च काम चालू ठेवले पाहिजे.

तुम्ही दिलेल्या संदेशाला उपस्थित झालेल्या हरकती तुमच्यापर्यंत पोहोचल्या की व्यक्ती-व्यक्तीतील प्रेरक शक्तींवर आधारित अतिशय प्रारंभिक असे तंत्र आचरणात आणले पाहिजे. थोडक्यात, आपण जे ऐकले आहे त्याचा आदर तर कराच, परंतु पुन:पुन्हा विचारून खात्री करा. आता तुम्ही विचाराल 'कसे'? सोपे आहे! 'तू जे म्हणतो आहेस ते मला कळल्याची खात्री करून घेऊ दे!' आत्ता

तुम्हाला जे सांगितले गेले आहे ते बोलून दाखवा. म्हणजे अगदी शब्दन्‌शब्द तंतोतंत बोलला गेला पाहिजे असे नाही, पण आशय तोच हवा. याचाच अर्थ असा की, तुमचे सहकारी जे काही बोलले आहेत ते तुम्ही ऐकले तर आहेच, शिवाय समजूनउमजून त्याचे मूल्यमापनदेखील तुम्ही केले आहे. उपस्थित झालेल्या हरकतीला तिथल्या तिथे सडेतोड उत्तर देण्याऐवजी जरा स्वत:ला वेळ द्या. विचारपूर्वक, योग्य, मोजके आणि चपखल उत्तर द्या. मुळात, या हरकती तुमच्यापर्यंत उघडपणे पोहोचणे आवश्यक आहे. त्याकरता तुम्हालाच प्रयत्न करावे लागतील. त्यानंतरची पायरी म्हणजे, तुम्ही त्यांचे म्हणणे समजवून घेतले असून तुम्ही त्यांच्या मतांचा आदर करत आहात हे त्यांना कळू देणे. थोडक्यात, तुमचा संदेश द्या, हरकती जाणून घेण्याकरता प्रश्न विचारा आणि शेवटी तुम्हाला समजले आहे आणि तुम्ही त्याचा आदर करत आहात, अशी स्वत:चीच खात्री करून घ्या.

विशिष्ट कल्पना लिहून काढा आणि वाटून घ्या

तुमच्या मते एखाद्या संभाषणात सर्व मुद्द्यांवर पुरेशी चर्चा झाली असेल तर तुमच्या चर्चेतून जी काही नवीन माहिती मिळेल तिची नोंद करा आणि संबंधित सर्वांना ई-मेल करा. ठरवून घेतलेल्या कॉन्फरन्स रूममधील मीटिंग्जसाठी हे उपयुक्त आहेच, पण सहजच येता-जाता ज्या चर्चा होतात, अगदी वॉटर कूलरपाशी होणाऱ्या चर्चासुद्धा यातच आल्या; त्या चर्चांच्या अनुषंगाने असा ई-मेल फार महत्त्वाची भूमिका बजावतो. अनेक वेळा, गाजावाजा न करता उत्स्फूर्तपणे काही निर्णय घेतले जातात, कल्पना राबवल्या जातात. सुरुवातीला किंचितसा वाटणारा विचार प्रभावीपणे हाताळला तर त्याची भरभराट व्हायला वेळ लागत नाही.

म्हणूनच त्या संदर्भात ई-मेल केला तर ती नोंद साऱ्यांच्याच मनावर कोरली जाते. माहिती तंत्रज्ञानाचा (आयटी) हा उत्तम उपयोग करून घेणे आहे, नाही का? ई-मेल लिहिणे, पाठवणे, साऱ्यांपर्यंत पोहोचवणे हे अगदी विनासायास झाले आहे. कदाचित हा प्रकार फारसा वैशिष्ट्यपूर्ण ठरणार नाही किंवा ठरूही शकतो म्हणा! बरे, ई-मेलचे इतरही फायदे आहेत. तुमच्या शंकांचे निरसन करून घेणे सोपे होते, म्हणजे तुम्ही सारे जे बोललात त्यातून साऱ्यांना अभिप्रेत असलेला निष्कर्ष आणि तुम्ही लिहिलेला ई-मेलरूपी गोषवारा सारखाच आहे याची खात्री तुम्हाला करता येते. शिवाय, स्वत:चे विचार उतरवताना तुम्हाला काही प्रश्न पडू शकतात. कदाचित एखादा भाग चर्चेतून सुटल्याचे तुमच्या लक्षात येऊ शकते. त्याचे निराकरण करणेदेखील सोपे होते.

संघर्ष विधायकपणे मिटवा

सुसंवादाची आपण चर्चिलेली ही सहाही तत्त्वे तुम्ही वापरली तरीसुद्धा काही वेळेस संभाषणाचे रूपांतर संघर्षात होऊ शकते. या वास्तवाचा सामना करण्यासाठी आपण पुन्हा थोडे मागे जाऊन खंबीरपणा (ॲसर्टिव्हनेस) म्हणजे नक्की काय ते पाहू. खंबीरपणा म्हणजे 'आपले म्हणणे सुस्पष्टपणे मांडणे किंवा जाहीर करणे'; आणि हेच तुमचे ध्येय असले पाहिजे. खंबीरपणा म्हणजे जिंकणे नव्हे; त्याचा अर्थ तुम्ही संभाषणात अधिक गुण मिळवणे असाही नव्हे. जरी लोकांनी तुमच्याशी वादावादी केली आणि ते तुमच्याशी बेतालपणे बोलले तरी तुम्ही खंबीरपणे शांत राहिले पाहिजे. याकरता मार्गदर्शनपर दोन पद्धती जाणून घेऊ. यात सर्वांत आधी, बोलणाऱ्या व्यक्तीची परिस्थिती तुमच्या लक्षात आली आहे हे तिच्यापर्यंत पोहोचू द्या. कदाचित त्यासाठी ऐकून घेतलेले मुद्दे तुमच्या शब्दांत थोडक्यात मांडणे हा मार्ग असू शकतो. याबद्दल आपण आधी बोललेलो आहोतच. संभाषण वादावादीचे स्वरूप घेत असेल तर 'मी हे आधीच ऐकले आहे' असे नम्रपणे म्हणणे हासुद्धा प्रतिसाद देण्याचा मार्ग आहे.

मग तुमचे स्वत:चे विचार स्पष्टपणे, ठामपणे आणि जाणीवपूर्वक मांडा, त्याच्या पुष्ट्यर्थ थोडासा पुरावादेखील द्या. तुम्ही कोर्टापुढे उभे राहून पुरावे सादर करत नाही आहात, म्हणून थोडक्याच शब्दांत फक्त तुमच्या म्हणण्याला वजन प्राप्त व्हावे इतपत पुरावा द्या. त्यानंतर स्पष्टपणे सांगा की, यापुढे काय घडणे तुम्हाला अपेक्षित आहे. संघर्ष तिथल्या तिथे खिळवून ठेवण्याऐवजी संभाषण पुढे नेण्याचा हा उत्तम मार्ग असतो.

काही वेळेस तुम्ही खूप तीव्रपणे तुमचा मुद्दा मांडल्यामुळे तुम्हाला त्याचे सकारात्मक परिणाम दिसून येतील यात शंका नाही. पण असेही काही प्रसंग घडतील की अशा वादावादीतून काहीही निष्पन्न होणार नाही, खासकरून अशा लोकांबरोबर ज्यांना काही ऐकूनच घ्यायचे नसते. काही वेळेस अशी माणसे म्हणजे तुमच्या हाताखाली काम करणारी माणसे असतील, पण बहुधा असे घडते की तुम्हाला तुमच्या वरिष्ठ व्यवस्थापनाबाबत हा अनुभव येतो. जेव्हा असे प्रसंग येतील तेव्हा तुम्ही वरिष्ठ व्यवस्थापकाशी सहमत होणे हेच इष्ट; पण तरीही तुम्ही तुमचा विरोध नोंदवायाला हवा आणि त्यामागची कारणमीमांसासुद्धा द्यायला हवी. तुम्हाला प्रामाणिकपणे असे वाटत असले की तुमचे बरोबरच आहे, तर तसे सांगा. तुमच्या संघातील इतर सदस्यांनासुद्धा हेच स्वातंत्र्य असायला हवे. आपल्यापेक्षा वेगळी असणारी मतेसुद्धा बरोबर असू शकतील यासाठी आपल्या मनाची कवाडे सताड उघडी ठेवा. जर खरोखरच दुसऱ्याच्या म्हणण्याप्रमाणे घडले तर सत्य

सन्मानपूर्वक स्वीकारा.

जेव्हा कधी तुमचा फार तीव्र प्रकारचा संघर्ष होईल तेव्हा संपूर्णपणे व्यावसायिक व्हा. तुमचा आत्मसंयम ढळू देऊ नका; जरी तुम्हाला हे दाखवावेसे वाटले की तुम्हाला संताप आला आहे तरी शांत राहा. तुम्हाला परिणाम साधण्यासाठी हेतुपूर्वक दाखवायचे असेल की तुमचा संयम संपला आहे तर जाणीवपूर्वक तसा निर्णय घ्या. पण लक्षात ठेवा, अपमानकारक बोलणी ही मूलतः प्रभावशाली नसतात. समोरच्या व्यक्तीची निर्भर्त्सना करणे हे मूळ मुद्द्यापासून दूर नेणारे असते. तुमच्या बोलण्याकडे त्यांनी लक्ष देण्याची शक्यता फार कमी असते. थोडक्यात सांगायचे तर तुम्हाला तोंडाच्या वाफा दवडल्याने समाधान वाटेल किंवा तुम्ही उत्तेजित व्हाल, पण त्यामुळे वातावरण दीर्घकाळ गढूळलेले राहील आणि मने कलुषित होतील.

कोणत्याही कारणाने अनादर हा खंबीर संभाषणाचा भाग असू नये हे कटाक्षाने पाळले गेले पाहिजे. मनुष्यस्वभाव म्हणून दुर्लक्ष न करता नीतिमत्तेचा मुद्दा समजला गेला पाहिजे. जर काही विशिष्ट शब्द संभाषणात समाविष्ट केले गेले आणि खासकरून ते रागावून उच्चारले गेले तर त्या शिव्या समजल्या जातात आणि अर्थातच, बहुतांश लोकांना हे असभ्य किंवा आक्रमकसुद्धा वाटू शकते. कोणत्याही प्रसंगात ताबडतोब प्रतिक्रिया व्यक्त करून काहीतरी बोलून नंतर खेद वाटण्यापेक्षा एक पाऊल मागे घ्या आणि प्रतिक्रिया लांबणीवर टाका.

मीटिंग्जमधील संभाषण आणि प्रेझेंटेशन

आतापर्यंत आपण एका व्यक्तीचे दुसऱ्या व्यक्तीबरोबरचे संभाषण यावर अधिक भर दिला. या प्रकरणाचा समतोल साधण्यासाठी आता आपण सांघिक संभाषणाबद्दल विचार करू जे मीटिंग्जच्या आणि प्रेझेंटेशनच्या दरम्यान घडते.

कोणत्याही कंपनीमध्ये जेव्हा एखादा प्रकल्प एखाद्या गटावर सोपवला जातो तेव्हा त्यांच्यामध्ये मीटिंग्ज होणे आणि आपल्याला मिळालेली माहिती दुसऱ्यापर्यंत पोहोचवणे हे अनिवार्य असते. अनेक स्रोतांमधून सुयोग्य स्रोतांना एकत्र आणून एका सामाईक ध्येयाप्रती साऱ्यांना चालवणे हे मीटिंग्जमुळे सहजसाध्य होते. परंतु लोकांना मीटिंग्ज आवडत नाहीत. अनेक लोकांना मीटिंग्ज या निरर्थक, कंटाळवाण्या, वेळेचा अपव्यय करणाऱ्या, मंद आणि गैरसोयीच्या वाटतात. लोकांचा हा दृष्टिकोन बदलवणे आणि तुमच्या मीटिंग्ज प्रभावशाली बनवणे हे तुमच्यातील नेत्याला आव्हान आहे. संवाद साधण्याच्या इतर वैशिष्ट्यपूर्ण प्रकारांसारखेच मीटिंग्ज आधीच आखलेल्या हव्यात. त्या चालू असताना काळजीपूर्वक, सुनियोजित दिशेने त्याचे मार्गक्रमण व्हावे आणि त्या संपल्यानंतर त्यांचे अवलोकन करून मीटिंगमध्ये

कोणत्या चांगल्या गोष्टी घडल्या आणि कोणत्या गोष्टींमध्ये सुधारणा करण्याची आवश्यकता आहे याचा आढावा घ्यावा. खरे सांगायचे तर मीटिंग म्हणजे व्यावसायिक बाबतीतील संपूर्णपणे व्यवस्थापन केलेले संभाषणच आहे असे समजायला हरकत नाही. जर तुमची ख्याती झाली की तुमच्या मीटिंग्ज निर्णयात्मक व प्रभावशाली असतात तर मग तुमच्या संघातील सदस्य अधिक सजगता दाखवतील आणि संपूर्ण तयारीनिशी मीटिंगसाठी येतील, ज्यामुळे त्यांचे म्हणणेदेखील ऐकून घेतले जाईल. त्याच वेळी तुमचे वरिष्ठसुद्धा इतक्या अवघड कामातील तुमचा वकूब ओळखून त्याची नोंद घेतील.

उपस्थित सदस्य

कोणत्याही मीटिंगमध्ये नेहमी पहिला प्रश्न हा असतो की या मीटिंगला कोणी उपस्थित राहावे? इथे कठोर शिस्त आचरणात आणा. खूप जास्त लोकांना मीटिंगमध्ये समाविष्ट केल्याने मीटिंगचा प्रभाव नष्ट होतो. जर कोणी मीटिंगमध्ये उपस्थित राहण्यासाठी आग्रह धरत असेल तर त्याची आवश्यकता नाही हे त्याला समजावून सांगा आणि नम्रपणे पण खंबीरपणे त्याला थांबवा. सर्वसाधारणपणे, मीटिंगमधून सुटका झाल्याचा आनंद साऱ्यांनाच वाटतो.

कालावधी

मीटिंग किती वेळपर्यंत चालवावी हे ठरवा. मीटिंग किती उशिरापर्यंत चालेल याचा पूर्व अंदाज करणे तसे कठीण असते; पण तरीही तुम्ही प्रयत्न केलाच पाहिजे. मीटिंगला जर वेळेचे बंधन नसेल तर ती कितीही वेळ चालू राहील, कारण जराही मोकळा वेळ मिळाला की गप्पा मारण्याची प्रवृत्ती असतेच. तुम्ही मीटिंग संपण्याची वेळ सुनिश्चित केली म्हणजे प्रत्येक जणच त्या दिवसातील आपल्या पुढील वेळाचे खात्रीपूर्वक नियोजन करू शकेल. जे सदस्य मीटिंगला उपस्थित राहणार आहेत त्या प्रत्येकाला वेळेच्या मर्यादेबद्दल पूर्वसूचना दिली पाहिजे आणि पुन्हा सुरुवातीलाच त्याबद्दलेची आठवण करून दिली पाहिजे. सहसा लोकांची अशी प्रवृत्ती असते की ते मीटिंगकडे 'निवांतपणाचा वेळ' या दृष्टिकोनातून बघतात कारण कोणत्याच एका व्यक्तीला संपूर्ण मीटिंगभर कार्यमग्न राहावे लागत नाही. 'आपल्याला ही-ही उद्दिष्टे पार पाडायची आहेत आणि आपल्या हातात इतका-इतका वेळ आहे' अशा शब्दांत वेळेच्या मर्यादेवर जोर देऊन तुम्ही त्यांचा निवांतपणाचा दृष्टिकोन बदलवू शकता. चर्चेच्या काळात जर एखादा नवीन विषय अनपेक्षितपणे उद्‌भवला तरी तुमच्या ठरलेल्या, पूर्वनियोजित मुद्द्यांनाच चिकटून राहा. तो नवीन विषय दुसऱ्या स्वतंत्र मीटिंगमध्ये हाताळा.

विषयपत्रिका (अजेंडा)

सर्व सभासदांना मीटिंगच्या विषयाबद्दल पूर्वकल्पना देणे आणि मीटिंगचा आराखडा तयार करणे हा विषयपत्रिकेचा हेतू असतो. लोकांना विषयाबद्दल विचार करण्यास पुरेसा वेळ मिळावा, त्यांच्या नवीन कल्पना समजून घ्याव्यात, मीटिंगचा कच्चा मसुदा सर्वांपर्यंत पोहोचून त्यावर त्यांचे मतप्रदर्शन घ्यावे या हेतूने विषयपत्रिकेचा कच्चा मसुदा सर्वांपर्यंत पोहोचवावा. त्यानंतर सुधारित विषयपत्रिकेची प्रत शक्य तेवढ्या लवकर सभासदांपर्यंत पोहोचवावी.

सरतेशेवटी जी विषयपत्रिका तयार होते त्यामध्ये मीटिंगच्या प्रत्येक विभागातील हेतूंबद्दल सांगितले जाते. प्रत्येक विभागाचे एक उद्दिष्ट असते. जर काही थोड्या मुद्द्यांमध्ये त्या उद्दिष्टाबद्दलची थोडक्यात चर्चा झाली नाही तर ते गुंतागुंतीचे असू शकते. मीटिंगचा हेतू नेमका असावा. त्यातून छापील विषयपत्रिकेला समर्पक शीर्षक देता यावे.

साहाय्याचा समन्वय

जेव्हा मीटिंग प्रगतिपथावर असते तेव्हा एक कुशल नेता आणि संघटक या नात्याने, खंबीरपणे तुम्ही तेथे हजर असलेल्या साहाय्यकांचा समन्वय साधला पाहिजे. मीटिंगवर तुमच्या नियंत्रणाचे प्रमाण कमी-अधिक असू शकते. तुम्ही जर मीटिंगची सुरुवात योग्य पद्धतीने केली तर ती मीटिंग विनासायास चांगली होणार, विशेषत: जेव्हा उपस्थित एकमेकांना चांगल्या प्रकारे ओळखत असतील तर! तरीसुद्धा गरजेनुसार मीटिंगची उद्दिष्टे पूर्ण करण्यासाठी पुढे पाऊल टाकण्यास तुम्ही सदैव तयार राहिले पाहिजे.

हेतू

मीटिंगच्या हेतूवरून ती कशी घ्यायची आहे हे लक्षात येऊ शकते. उदाहरणार्थ, जर उपलब्ध माहिती इतर सर्वांबरोबर वाटून घ्यायची असेल तर त्या मीटिंगची सुरुवात औपचारिक सादरीकरणाने व्हावी आणि त्यानंतर काही प्रश्न विचारावे. एखादी विशिष्ट समस्या सोडवण्यासाठी माहिती गोळा करायची असेल तर समस्या काय आहे याबद्दल अगदी थोडक्यात बोलावे आणि त्यानंतर त्याच्यावर खुली चर्चा करून सगळ्यांनाच विचारविनिमयास उद्युक्त करावे. एखाद्या विषयावर ठाम निर्णय घ्यायचा असेल तर त्या संघाला सर्व पर्यायांचे अवलोकन करू द्यावे, कोणत्या कसोट्या लावायच्या तसेच निर्णय कसा घ्यायचा हे ठरवू द्यावे आणि मगच त्यानुसार निर्णय घ्यावा. मीटिंगचे यश हे नेहमी उपस्थितांच्या आत्मविश्वासाच्या पातळीवरच अवलंबून

असते हे लक्षात घ्या. सर्व समयोचित कल्पनांचा स्वीकार करा. कोणालाही हसू नका किंवा रद्दबादल करू नका; अगदी अतिसामान्य कल्पनांकडेसुद्धा गंभीरपणे पाहा. ही सर्व मार्गदर्शक तत्त्वे खंबीर संभाषण आणि चांगली लोककौशल्ये या दृष्टिकोनातून कसोशीने पाळली गेली पाहिजेत.

एकमेकांशी बोलून संवाद साधणे आणि लोककौशल्ये या आपल्या चर्चेचा समारोप करताना मानवी यशासाठी हा मुद्दा किती मूलभूत आहे हे लक्षात ठेवणे तुम्हाला नक्कीच आवडेल. 'बेबल येथील मनोरा' ही बायबलमधील एक गोष्ट जाता जाता सांगतो. आकाशापर्यंत पोहोचेल अशी प्रतिमा बांधण्याचा त्या काळातील संस्कृतीचा प्रयत्न याबद्दल ही गोष्ट भाष्य करते. बायबल आपल्याला हे सांगते की हा प्रकल्प यशस्वी झाला. त्या मनोऱ्याचे बांधकाम वर वर जात होते, ते बांधकाम थांबण्याचे काही चिन्ह दिसत नव्हते. अर्थातच, संपूर्ण मानवजातीला आकाशामध्ये प्रवेश मिळण्याचा हा मार्ग नक्कीच नव्हता म्हणून जगत् निर्मात्याने प्रकल्पाचे काम थांबवले. त्यासाठी ना त्याने विजांचा कल्लोळ केला ना भूकंपाचे हादरे बसवले. जगत् निर्मात्याने फक्त भाषेची संकल्पना जगात मांडली. वेगवेगळ्या भाषांमुळे लोकांना एकमेकांचे म्हणणे समजून घेता आले नाही आणि 'टॉवर ऑफ बेबल'चे काम थांबले.

(बायबलमधील या कथेतून हाच बोध घेता येईल की सर्वांनी एकत्रितपणे काम केले तर कोणतीच गोष्ट अशक्य नाही; मग ते सत्कृत्य असो वा दुष्कृत्य. लोकांचा स्वर्गापर्यंत पोहोचण्याचा दुराभिमान पाहून देवही घाबरला आणि मग त्याने पृथ्वीवर अवतार घेऊन लोकांच्या तोंडी वेगळ्या भाषा घालून त्यांच्यात गैरसमज निर्माण करून त्यांची एकी संपवली.)

तुमची कंपनी म्हणजे स्वर्गापर्यंत पोहोचण्याचे माध्यम आहे असे तुम्ही समजत नसाल, पण तरीही ते सामूहिकरीत्या केलेले साहस आहे जे संपूर्णत: सुसंवादावर अवलंबून असते. जर तुम्ही आणि तुमच्या संघातील सदस्यांनी आपले विचार, आपल्या कल्पना सहेतुकपणे आणि एकमेकांना आधार देण्यासाठी वाटून घेतल्या नाहीत तर खरोखर काहीच घडू शकणार नाही. कोणत्याही कंपनीमध्ये जर सुसंवाद साधला गेला नाही तर तिचा विनाश अटळ असतो. त्याचबरोबर लोकांनी एकत्रितपणे काम केले तर अक्षरश: कोणतीही गोष्ट शक्य असते. तुम्ही तुमच्या संघातील सदस्यांशी जेव्हा जेव्हा बोलता तेव्हा तेव्हा हे लक्षात ठेवा आणि मग बघा, तुम्ही कल्पनेतही पाहिले नसेल एवढे यश तुमच्या पदरी पडेल.

कृती

१. आपण नेहमी असे गृहीत धरतो की, आपण खूप प्रभावीपणे बोलतो आणि आपली तत्त्वे इतरांना समजतात. पण नेहमीच असे घडते असे नाही. येणाऱ्या

काही आठवड्यांमध्ये तुम्ही ज्यांच्याबरोबर संवाद साधला त्यांना तो तुम्हाला अपेक्षित पद्धतीने उमजला आहे की नाही ते तपासून पाहा. याद्वारे तुमच्या संभाषण कौशल्याची तपासणी करा. त्यांना काय समजले आहे हे त्यांना शब्दांतून व्यक्त करायला सांगा. म्हणजेच तुम्हाला कळेल की तुमचे कौशल्य कितपत उपयुक्त ठरले आहे.

२. तुम्ही जेव्हा संवाद साधता तेव्हा पुढील पाचही साधने एकत्रितपणे वापरा.

साधन १ - वास्तवाला चिकटून राहा.

साधन २ - सत्य परिस्थितीमुळे तुमच्यामध्ये उद्‌भवणाऱ्या भावना इतरांशी वाटून घ्या.

साधन ३ - तुमचा अनुभव वाटून घ्या.

साधन ४ - तुम्हाला काय हवे ते स्पष्ट शब्दांत सांगा.

साधन ५ - अंतिम उद्देश लाभदायक असू द्या.

तुमचे सादरीकरण लेखी स्वरूपात लिहिण्यास वेळ घ्या. शक्यतो असेच लिहा की जे तुम्ही पुढच्या मीटिंगमध्ये वापरू शकाल. नंतर वरील पाचही साधनांवर पुन्हा एकदा नजर टाका आणि तुम्ही तुमच्या भाषणात त्यांचा अवलंब केला आहे की नाही ते पाहा. तुम्हाला त्या सादरीकरणाच्या दरम्यान लोकांच्या प्रतिसादातून काही नवीन माहिती निष्पन्न झाली असल्यास त्याची नोंद करा.

३. कामाच्या ठिकाणी विधायकपणे संघर्ष मिटवणे हे फार अवघड काम असते. पुढीलपैकी कोणत्या क्षेत्रात तुम्ही असे संघर्ष मिटवण्याचे कौशल्य वापरले आहे? दिलेल्या चौकानात X अशी खूण करा. याच्यापलीकडे जाऊन इतरही काही क्षेत्रांमध्ये हे कौशल्य दाखवण्याची गरज वाटल्यास त्याप्रमाणे तुम्ही स्वत:च स्वत:चे नियोजन करून दैनंदिन जीवनात त्याचा वापर करा.

☐ मी माझे हेतू स्पष्टपणे जाहीर करतो.

☐ माझे ध्येय संभाषण जिंकणे हे नसून संभाषणात अधिक गुण मिळवणे हे आहे.

☐ मी खंबीर व शांत राहतो.

☐ समोरच्या व्यक्तीची परिस्थिती लक्षात घेऊन काय म्हटले गेले याची मी पोचपावती देतो.

☐ मी माझा दृष्टिकोन स्पष्टपणे आणि थोडक्यात माफक पुराव्यांसह स्पष्ट करतो.

☐ पुढे काय घडायला हवे आहे हे मी स्पष्टपणे सांगतो.

☐ गरज असेल तेव्हा मी वरिष्ठ व्यवस्थापनाच्या निर्णयाशी सहमत होतो.

☐ गरज असेल तेव्हा मी निषेध व्यक्त करतो व कारणेही स्पष्ट करतो.

जो माझ्याशी असहमत आहे त्याचेही कदाचित बरोबर असू शकेल हे मी

☐ सहजपणे मान्य करतो.

☐ मी कधीही स्वत:वरचे नियंत्रण गमावत नाही; शांत राहातो.

☐ मी लोकांचा अपमान करत नाही किंवा त्यांना नावेही ठेवत नाही.

☐ कठीण प्रसंगीदेखील मी व्यावसायिकतेने वागतो.

नोंदी

मानवी मानसिकतेबद्दलचे हे एक मूलभूत सत्य आहे. इतर लोकांनी लक्ष दिल्याने आपण खूश होतो; आपण कोणीतरी खास आहोत असे आपल्याला वाटते. आपल्यामध्ये रुची घेणाऱ्या लोकांच्या आवतीभोवती वावरायला आपल्याला आवडते. आपण त्यांच्या आसपास असावे असे आपल्याला वाटते. ते आपल्यामध्ये जशी रुची दाखवतात तशीच रुची आपण त्यांच्यात दाखवून त्यांना प्रतिसाद देतो.

– डेल कार्नेगी

१२

मन:पूर्वक ऐकणे

लक्षपूर्वक ऐकणे ही एक कला आहे, कौशल्य आहे आणि त्याचबरोबर आपल्या मनाला लावलेली शिस्त आहे; त्यासाठी स्वयंनियंत्रण लागते. एक कुशल नेता म्हणून तुम्ही हे समजून घेतले पाहिजे की, ऐकण्यामध्ये काय काय समाविष्ट होते आणि मग शांत राहून आपल्या कानावर जे पडते आहे ते लक्षपूर्वक ऐकण्यासाठी आवश्यक ती तंत्रे विकसित केली पाहिजेत. स्वत:च्या गरजांकडे दुर्लक्ष करून जी व्यक्ती तुमच्याशी बोलते आहे तिच्या बोलण्यावर तुम्ही तुमचे लक्ष केंद्रित केले पाहिजे. केवळ कानावर पडते ते लक्षपूर्वक ऐकून तुम्ही त्याप्रमाणे वागता, सूचना पाळता तेव्हा ते 'मन:पूर्वक ऐकणे' होते.

लक्षपूर्वक ऐकणे हे एक आवश्यक लोककौशल्य आहे यामध्ये शंकाच नाही. शोधनिबंध असे सांगतात की, बहुतांश लोक त्यांच्या जागृत अवस्थेमधील सत्तर टक्के वेळ हा इतर लोकांबरोबर कोणत्या ना कोणत्या कृती करण्यात घालवतात आणि त्यापैकी पंचेचाळीस टक्के वेळ हा ऐकण्यात घालवतात. जर तुमच्या संपूर्ण दिवसातील जास्तीत जास्त वेळ तुम्ही एखाद्या विशिष्ट क्रियेमध्ये घालवत असाल तर तुम्ही त्या क्रियेमध्ये अकुशल असण्यापेक्षा पारंगत असणे केव्हाही चांगले नाही का? मन:पूर्वक ऐकणे म्हणजेच श्रवणकलेत प्रवीण असणे. मानवी संभाषणाद्वारे घडणाऱ्या परस्परसंबंधांमध्ये नेमके काय चालले आहे ते समजून घेणे, हेच या मार्गावरचे पहिले पाऊल आहे.

संभाषणाचे नियम पाळणे

साधर्म्य हे कधीच तंतोतंत जुळणारे नसते, पण एक साधर्म्य असे आहे की जे त्या दोन्ही गोष्टींतील सारखेपणावर नेमकेपणाने व अचूकपणाने बोट ठेवते. हे साधर्म्य आहे, मानवी संवाद आणि तुम्ही ट्रॅफिकमध्ये चालवलेली गाडी यांच्यामधले. जवळपास नेहमीच असे घडते की तुम्ही रस्त्याने जात असता तेव्हा तुमच्या आजूबाजूने अनेक गाड्या जात असतात. त्या गाड्यांमध्ये बसलेल्या लोकांना तुम्ही कधी भेटलेले नसता, परंतु जेव्हा गाडी लाल दिव्यापाशी (सिग्नलला) येते तेव्हा आता थांबायचे आहे हे सगळ्यांनाच समजते. वाहतुकीच्या नियमाप्रमाणे जी गाडी उजव्या बाजूला असते तिला आधी जाण्याचा हक्क असतो आणि अधिकतर लोक या गोष्टीचा मान राखतात. जी गाडी आपल्या उजव्या बाजूला असते तिला त्या उपमार्गातून आधी पुढे जाण्यास ते परवानगी देतात. काही वेळेस तर लोक बाजूच्या ड्रायव्हरला हात हालवून पुढे जाण्याचा इशारासुद्धा करतात आणि सहसा तो ड्रायव्हरसुद्धा त्या बदल्यात आभार प्रदर्शनादाखल हात हालवतो. अशा प्रकारे हे व्यवहार चालतात. अशा प्रकारे वाहन चालवणे सवयीचे झाल्यानंतर चालकांना वर्तणुकीचे अनेक नियम समजतात आणि ते पाळण्यासाठी ते बांधील असतात.

अर्थात, त्यालासुद्धा काही अपवाद आहेत. काही लोकांना वेगाचे वेड असते, तर काही धिम्या गतीने गाडी चालवतात. जेव्हा सिग्नलपाशी गाड्या थांबतात तेव्हा काही लोक उजव्या बाजूच्या गाड्यांना पुढे जाऊ देण्याचा अधिकार डावलतात आणि काही तर न थांबता त्या अरुंद रस्त्यावरून तशीच गाडी पुढे दामटवतात. ही वर्तणूक अत्यंत बेजबाबदारपणाची आणि धोकादायक असते आणि त्यासाठी त्यांना दंडसुद्धा भरावा लागतो. नियमभंगाची कारवाई केली जाते, काही काळासाठी लायसन्सदेखील जप्त करण्यात येतात. बेजबाबदारपणे गाडी चालवल्यामुळे अपघात होऊन जिवाला धोका होण्याची शक्यता असते, ती वेगळीच!

संभाषणाचे कार्यसुद्धा अगदी अशाच प्रकारे चालते. मात्र थांबा यासाठीची चिन्हे आणि ट्रॅफिक सिग्नल्स पेक्षा सौम्य असतात. कदाचित तुम्ही ज्या व्यक्तीशी बोलत आहात त्याला तुम्ही ओळखतही नसाल, परंतु तुमचा अनुभव तुम्हाला हेच सांगेल की, काही क्षण असे असतात की तेव्हा तुमची ऐकण्याची पाळी असते आणि अशीही वेळ येते की जेव्हा तुम्ही तोंड उघडून बोलणे गरजेचे असते. अशा थांबण्याच्या मूर्त स्वरूपातल्या जागा नसतात, परंतु त्या जाणवण्याइतपत आणि त्यांचा आदर करण्याइतपत हुशार तर तुम्ही नक्कीच झालेले असता. ज्याप्रमाणे काही रस्ते निमुळते, अरुंद, गुंतागुंतीचे आणि गर्दीचे असतात, त्याचप्रमाणे काही संभाषणांमध्ये जेव्हा अनेक लोक भाग घेतात तेव्हा प्रत्येकानेच अधिक सजगता

दाखवणे गरजेचे असते. जरी चार-पाच लोकांनी नियमांचे पालन करून एकत्रितपणे संभाषणात भाग घेतला तरीही ते संभाषण सुरळीतपणे पार पडते.

पुन्हा एकदा लक्षात घ्या की समस्या उद्‌भवतात त्या नियमांचे उल्लंघन करणाऱ्या लोकांमुळे. संभाषणामध्येसुद्धा सुसाट वेगाने शब्द फेकणारे लोक असतात. त्याचबरोबर असेही काही लोक असतात की जे इतके हळू आणि सावकाश बोलतात की त्यांचे बोलणे ऐकणे म्हणजे अडकून पडणेच असते. जणू एखादा म्हातारा शेतकरी, गावाकडील दुपदरी रस्त्यावरून त्याचा माल वाहून नेणारा ट्रक धिम्या गतीने हाकत आहे आणि आपण त्याच्यामागे अडकलेले आहोत. आणखी असे काही धोकादायक संवादकर्ते असतात जे आपल्या उद्धट आणि निर्दयी वृत्तीतून अपघात घडवून आणतात. नियमांचे उल्लंघन करणाऱ्या या व्यक्तींच्या बाबतीतली दुर्दैवाची गोष्ट अशी की त्यांना त्या रस्त्यावरून बाहेर खेचणारे ट्रॅफिक पोलीस तेथे नसतात आणि या गोष्टीचा ते पुरेपूर फायदा घेतात. संवादातील अलिखित नियमांचे उल्लंघन करणाऱ्यास कायद्याने मज्जाव करणारी कोणतीच यंत्रणा नसल्यामुळे ते बेफाम होतात.

जेव्हा तुम्ही तुमची गाडी चालवत असता तेव्हा जास्तीत जास्त जोरात, परंतु सुरक्षितपणे गाडी चालवून कमीत कमी वेळात इच्छित स्थळी पोहोचण्याचा तुम्ही प्रयत्न करण्याची शक्यता असते. खरे तर तुम्ही जाणवण्याइतकी जोरात गाडी चालवत नाही. प्रमाणित वेगमर्यादेपेक्षा ५ ते १० मैल अधिक वेगाने जाण्याचा (राज्यातील वाहतूक नियमांनुसार) प्रयत्न करत असता. जेव्हा तुम्ही कोणाबरोबर संभाषण करत असता तेव्हा काय घडते? ज्या मार्गातून ताशी ५५ मैल वेगमर्यादा आहे तेथून तुम्ही ६०च्या वेगाने जाता का? जेथे लाल सिग्नल येतो तेथे तुम्ही थांबता का? किंवा तुम्ही तुमचे वाहन फक्त थोडे हळू करून तेथून सटकता?

ज्याप्रमाणे विहित वेगमर्यादा थोडीशी ओलांडून तुम्ही गाडी चालवता त्याचप्रमाणे अशी दाट शक्यता आहे की तुम्ही ऐकण्यापेक्षा बोलण्यावर अधिक भर देता. तुम्हाला जर 'ॲसर्टिव्ह लिसनर' व्हायचे असेल तर तुम्हाला आधी तुमच्या या प्रवृत्तीकडे लक्ष दिले पाहिजे आणि मग स्वत:मध्ये योग्य तो बदल केला पाहिजे.

सहानुभूतीपूर्वक ऐकणे

आपल्या सगळ्यांनाच बोलायचे असते आणि आपली अशीही इच्छा असते की इतरांकडून आपले बोलणे लक्षपूर्वक ऐकले जावे; फक्त ऐकायचे याचा अर्थ लक्षात येतो आहे का? कानांवर शब्द पडण्यापेक्षा हे खूप वेगळे आहे. समोरच्या व्यक्तीने दिलेला संदेश खऱ्या अर्थाने समजून घेणे, त्याचबरोबर त्याची परिस्थिती, त्याच्या भावनासुद्धा समजून घेणे हे यामध्ये अभिप्रेत आहे. सहसंवेदना या शब्दाचा अर्थच

तो आहे; आणि ठामपणे लक्षपूर्वक ऐकणे या संज्ञेचा एक प्रमुख घटक सहसंवेदना हा आहे. सहसंवेदना म्हणजे एखाद्या क्षणासाठी तरी तुम्हाला इतरांच्या भावना जाणवतील अशा प्रकारे त्यांना समजावून घेणे. त्यांचे बोलणे लक्षपूर्वक ऐकताना त्यांच्यात आणि तुमच्यात द्वैत न उरावे. तुम्ही स्वत:च त्यांच्या परिस्थितीत, त्यांच्या विचारांमध्ये आणि भावनांमध्ये गुंग व्हावे. चांगले मित्र, चांगले डॉक्टर्स आणि कुशल नेते असेच करतात.

ठामपणे, लक्षपूर्वक सहानुभूतीपूर्वक केलेले श्रवण असे दर्शवते की, तुम्हाला लोकांची जाणीव आहे आणि तुम्ही त्यांना समजून घेता. जेव्हा त्यांना तुमच्याकडून असा अनुभव येतो तेव्हा साहजिकच त्यांना अधिक मोकळेपणा वाटतो. तुमच्याशी संभाषण करताना ते आत्मविश्वासपूर्वक बोलू लागतात. ते तुमच्यावर विश्वास ठेवतात. त्यांना जर असे वाटले की, तुम्ही त्यांच्याबद्दल गैरसमज करून घेतला आहे तर त्यांना हेही जाणवेल की तुमचा गैरसमज दूर करायला पाहिजे. परिणामी तुम्हाला त्यांचे बोलणे सुस्पष्टपणे आणि अचूकपणे ऐकायला मिळेल.

थोडक्यात, 'खंबीरपणाने ऐकणे' तुम्हाला तुमच्या संघातील सदस्यांबद्दल अधिक माहिती सांगते. वरवरच्या संभाषणाला भेदून लोकांच्या मनात काय चालले आहे तेथपर्यंत ते तुम्हाला घेऊन जाते. मन:पूर्वक ऐकणारा या नात्याने तुम्ही ते संभाषण एखाद्या विशिष्ट विषयाकडे वळवू शकता आणि ते औपचारिक पद्धतीने करण्याचीसुद्धा गरज नसते. बोलणाऱ्याचा तुमच्यावर विश्वास आहे, त्याला तुमच्याजवळ या विषयांवर बोलणे सुरक्षित वाटल्यामुळेच तो किंवा ती त्यांच्या खऱ्या भावना तुमच्याकडे व्यक्त करतात. तुमच्या बाबतीतली ही काही फक्त व्यावसायिक क्लृप्ती नव्हे, तर काळजीपोटी केलेली ही प्रामाणिकपणाची वर्तणूक आहे.

ऐकण्याची कला साध्य करण्यासाठी सुरुवातीला थोडेसे प्रयत्न करावे लागतील. पण या कलेमुळे तुमचे व्यावसायिक संभाषण अधिक सोपे झाले आहे हे लवकरच तुमच्या लक्षात येईल. व्यावसायिक जगातातील परस्परसंबंधांमधील वागण्या-बोलण्यात जो एक अधीरेपणा असतो तो यामुळे कमी होतो. चुका, नकारात्मक गृहीतके वगळली जातात कारण ज्याच्याबरोबर संभाषण होते त्याबद्दलची अधिक माहिती मिळवल्यामुळे तुम्ही आता त्याला समजून घेतलेले असते; त्यामुळे ती व्यक्ती कशी आहे ते तुम्हाला समजते. ठामपणे ऐकणे हे एक अत्यंत महत्त्वाचे लोककौशल्य आहे जे तुम्ही संपादन केले पाहिजे; फारच थोड्या लोकांमध्ये हे कौशल्य असते ही एक आश्चर्याची बाब आहे.

संभाषणातील टाळण्याजोगे अडथळे

आपण चर्चा केल्याप्रमाणे समोरच्याला मनापासून जाणून घेण्याची तुमची खरोखर

कितपत इच्छा आहे यावर 'ठामपणे ऐकणे' आधारित असते. सर्वसामान्यपणे संभाषणात येणाऱ्या अडथळ्यांवर मात करण्यावरसुद्धा ते अवलंबून असते. आपण त्यापैकी काही अडथळे कोणते ते लगेचच पाहू.

सर्वप्रथम, बोलणाऱ्याबरोबर स्वत:ची सतत तुलना करणे थांबवा. सहसा कोणी कबूल करत नाही, परंतु जेव्हा समोरची व्यक्ती बोलत असते तेव्हा आपसूकच आपल्या मनात वेगवेगळे विचार येत राहतात, 'या बोलणाऱ्या व्यक्तीपेक्षा मी अधिक स्मार्ट आहे का?' 'या माणसाने केलेल्या संघर्षापेक्षा अधिक संघर्ष मी केला आहे का?' किंवा खासकरून, 'मी या माणसाचे बोलणे थांबेपर्यंत वाट पाहू शकत नाही, नाहीतर मी माझी स्वत:ची यशोगाथा कधी सांगू? खरे तर मी आता जे काही ऐकत आहे त्यापेक्षा ती दहापटीने रोमहर्षक आहे.'

ही जी शेवटची प्रवृत्ती आहे तिच्यातच खरी गोम आहे. ही जाणीव झाली की तुमच्या कृती आणि तुम्ही करत असलेले संभाषण यामध्ये किती वेळा ही प्रवृत्ती डोकावत असते याविषयी तुमचे तुम्हालाच आश्चर्य वाटेल. 'झिग झिगलर' या प्रसिद्ध विचारवंताने या कृतीला 'प्लेइंग टॉपर' म्हणजे 'कुरघोडी करण्याची वृत्ती' असे म्हटले आहे. समोरच्याच्या कृती / उक्ती यावर कुरघोडी करून आपण त्यापेक्षा किती सरस आहे हे दाखवणे ही आंतरिक ऊर्मी असते. एखादा म्हणतो, "माझे विमान शिकागोला दोन तास लेट झाले." त्याचा शब्द खाली न पडू देता तुम्ही म्हणता, "मला डेनव्हरमध्ये तीन तास थांबावे लागले." तो म्हणतो, "माझा हात मोडला." त्यावर तुम्ही म्हणता, "माझा पाय मोडला." तो तुम्हाला सांगतो, "मी खूप मोठा मासा पकडला." त्याबरोबर तुमच्या स्मरणशक्तीला ताण देऊन तुम्ही आठवू पाहता की तुम्ही पकडलेला सर्वांत मोठा मासा किती मोठा होता बरे? निदान आपल्या मेहुण्याने पकडलेल्या मोठ्या माशाचे उदाहरण द्यावे का? या बढायांना काही अंतच नसतो. हे इतके सार्वत्रिक आहे की तुमच्या ते लगेच लक्षात येते. कुरघोडी करण्याचे तंत्र हे 'ॲसर्टिव्ह लिसनिंग'चा सर्वांत भयंकर शत्रू आहे, हे तुम्हाला सांगण्याची गरज नाही.

समोरच्याचे मन वाचणे टाळा

दुसरा महत्त्वाचा अडथळा हा की समोरचा जेव्हा बोलत असतो तेव्हा त्याचे बोलणे ऐकण्याऐवजी त्याचे मन वाचण्याच्या कृतीत स्वत:ला गुंतवणे. जर कोणीतरी म्हटले की, 'खरोखर मला इथे काम करायला आवडते' तर तुम्ही त्याचा अर्थ असा लावणार की, 'खरे तर त्याला इथे काम करायला आवडत नाही, पण आपली नोकरी सुटेल याची भीती वाटल्यामुळे तो असे म्हणतो आहे.' याला मन वाचणे म्हणतात, लक्षपूर्वक ऐकणे नव्हे. हे म्हणजे पुन्हा एकदा लोक काय म्हणतात ते

ऐकण्याऐवजी स्वत:च्या अर्थ लावण्याच्या ताकदीवर लक्ष एकाग्र करणे असते आणि निदान त्या क्षणी तरी त्यांना संशयाचा फायदा द्यावा लागतो.

लक्षपूर्वक ऐकण्याच्या मार्गातला तिसरा अडथळा असतो 'फिल्टरिंग'. तुमच्या आवडीचे काहीतरी कानावर पडताच कान टवकारणे किंवा तुम्ही ज्याच्याशी सहमत आहात तेवढाच भाग ऐकणे. अन्यथा कान बंद करून, उरलेले न ऐकणे हा त्याचा अर्थ. संभाषणाचा बहुतांशी भाग, मग तो व्यावसायिक असो वा वैयक्तिक, हा भागीदारी किंवा करार करण्यासाठी अथवा सामाईक हित जपण्यासाठी असतो. पण अशी भागीदारी किंवा हित जपले जात नसेल तर समोरच्याच्या बोलण्याला फारसे महत्त्व दिले जात नाही. त्याचप्रमाणे, ज्यामध्ये तुमचा किंचितही लाभ नाही अशा गोष्टी समोरचा बोलू लागला तर तुम्ही त्याचे बोलणे पूर्णतया कानाआड करू लागता. एखादा तुम्हाला सांगतो की तो एखाद्या अतिशय लोकप्रिय अशा कार-रेसचा शौकीन आहे आणि प्रत्येक शनिवारी तो रेसला जातो; किंवा कुणी म्हणते की त्याला बुल टेरियर जातीचा कुत्रा पाळायला आवडतो. तुम्हाला जर या दोन्हीचा शौक नसेल तर तुम्ही अशा व्यक्तीच्या कुठल्याच मतांना किंमत देणार नाही. त्याच्याशी व्यवसाय करणे तर दूरच. अशा व्यक्तीची व्यावसायिक धोरणे कदाचित अत्युत्तम असू शकतात, पण ती तुमच्यापर्यंत पोहोचणार मात्र नाहीत.

इतरही अनेक अडथळे मन:पूर्वक ऐकण्याच्या कौशल्याच्या आड येतात. खूप लोक टीकाखोर असतात. समोरच्याचे विधान पूर्ण होण्यापूर्वीच ते 'खुळचट', 'कंटाळवाणे', 'भांडकुदळ', 'अपरिपक्व' असले हिणकस शेरे मारतात. काही लोक नेहमी परिस्थितीवर तोडगा काढण्याच्या पवित्र्यात असतात. संभाषण चालू असताना ते शांतपणे 'काय करावे, बोलावे' याची आखणी करत असतात. कदाचित तुमच्या दृष्टीने प्रत्येक संभाषण हे उच्च वैचारिक पातळीवर होणारी चर्चा असेल. समोरच्याला धूळ चारणे हाच तुमचा उद्देश असेल किंवा तुम्हाला असेही वाटू शकते की व्यावसायिक बाबींच्या संदर्भात तुमचेच काय ते बरोबर आहे. अशा वेळेस इतरांचे काही ऐकून घेण्यात तुम्हाला स्वारस्य कसे वाटणार? तुम्हाला गंभीर संभाषणांची भीती वाटत असेल तर वातावरण हलकेफुलके राहावे म्हणून तुम्ही सतत विनोदांची पेरणी करत असाल. याच कारणासाठी तुम्ही समोरच्याच्या 'हो' ला 'हो' करून स्वत:च्या सुरक्षाकवचाखाली राहणे पसंत कराल.

'ठामपणे ऐकणे' या बाबतीतील हे सर्व अडथळे वाचत असताना सगळ्यांमध्ये तुम्ही कोठे बसता हे शोधण्याची उत्तम संधी तुमच्याकडे आहे. हे खरेच खूप चांगले आहे. जोपर्यंत तुम्हाला तुमच्यातील दोष समजणारच नाहीत तोपर्यंत तुम्ही तुमच्या वर्तणुकीत बदल कसा करणार?

बहुतेक सर्वच संभाषणांत अंगभूत असलेल्या या आणि इतरही काही अडथळ्यांमुळे

लोकांना चर्चेनंतर वीस मिनिटांनी, ऐकलेल्यापैकी जेमतेम पासष्ट टक्केच बोलणे आठवते. 'ॲसर्टिव्ह लिसनिंग' किंवा 'मन:पूर्वक ऐकणे' ही काही सोपी गोष्ट नसते. ते नैसर्गिकसुद्धा नसते. आपण आत्ता जे काही अडथळे पाहिले ते व्यक्ती-व्यक्तींमधील मानसिकतेच्या अतिशय नैसर्गिक भावना होत्या. समोरच्याच्या बोलण्याकडे आपले फारच थोडा वेळ लक्ष असते; नंतर ते उडते. हे प्रत्येकाबरोबर घडते, पण जे लक्षपूर्वक ऐकणारे असतात ते योग्य मार्गावर राहण्यासाठी विशेष कष्ट घेतात. बोलताना ते मधून मधून आपल्या समजुती पक्क्या करण्यासाठी प्रश्न विचारतात आणि त्यांनी जो संदेश ऐकला व त्यांना जे काही समजले ते बोलणाऱ्याला पुन्हा ऐकवून पुन्हा खात्री करून घेतात. आणि सगळ्यात महत्त्वाचे म्हणजे, ठामपणे लक्षपूर्वक ऐकणारे पूर्वग्रहदूषित होण्यापासून आणि कुणा एकाला झुकते माप देण्यापासून स्वत:ला परावृत्त करतात. तसेच आपण दिलेली मते ही पारंपरिक किंवा कोत्या मनाने तर दिली नाहीत ना आणि आपल्या अंतर्मनाशी चाललेल्या संघर्षातून बचावात्मक पवित्रा घेऊन तर दिली नाहीत ना याचे भान ॲसर्टिव्ह लिसनर ठेवतात. तुम्हीसुद्धा स्वत:ला या अडथळ्यांपासून दूर ठेवण्यासाठी मार्क ट्वेनने जे लिहिले आहे ते लक्षात ठेवा, 'जर आपण ऐकण्यापेक्षा अधिक बोलावे असे जगत् नियंत्याला अभिप्रेत असते तर त्याने आपल्याला दोन तोंडे आणि एक कान दिला असता.'

ऐकणाऱ्याचा क्षीण प्रतिसाद

जेव्हा तुम्ही समोरच्याचे बोलणे ऐकत असता तेव्हा तुम्ही त्याला प्रतिसाद दिलाच पाहिजे का? त्यामुळे तुम्ही त्या व्यक्तीला प्रोत्साहित करून अधिक माहिती मिळवू शकता. अर्थातच, अगदी वाईट श्रोतेसुद्धा कोणत्या ना कोणत्या प्रकाराने प्रतिसाद देतच असतात; प्रतिसादांचे अनेक प्रकार पाहायला मिळतात, म्हणजे अगदी उघड-उघड हमरीतुमरीवर येण्यापासून ते कनवाळूपणे समोरच्याच्या व्यथा जाणून घेण्यापर्यंत. आता या घडीला आपण त्या प्रतिसादांचा, अगदी खालपासून ते वरपर्यंत आणि अगदी लबाडपणे केलेल्या दुर्लक्षापासून ते प्रामाणिकपणे सहानुभूतीपूर्वक ऐकलेल्या व्यथांपर्यंत साऱ्यांचा धावता आढावा घेणार आहोत.

श्रवणकलेचा आलेख काढला तर त्याच्या तळाशी अशी माणसे असतात ज्यांना चालू असलेला विषय बदलावासा वाटतो. इतकेच नाही, तर ते आक्रमकपणे तसे करतातदेखील. कोणीतरी म्हणते की, "आपण शुक्रवारी कमी मीटिंग्ज ठेवू या." त्यावर ऐकणारा म्हणतो, "मित्रांनो, या फुटबॉल टीमबद्दल काय वाटते तुम्हाला?"

त्याच्या वरच्या पायरीवरच्या श्रोत्यांना वाटत असते की, 'मला जास्ती माहिती

आहे.' जेव्हा एखादा म्हणतो, "माझा संगणक पारच गेला रे!" त्यावर ते म्हणतात, "तसे नसेल; मला वेळ मिळाला तर मी त्याकडे बघेन." वर पुस्ती जोडतात की (किंवा निदान मनात विचार करतात) 'मॅन्युअलमध्ये दिलेल्या सूचना वाचायला हव्या होत्यास' किंवा 'मला वाटलेच होते, तुला ही नवीन टेक्नॉलॉजी काही समजत नाही.'

पुढची सुधारित आवृत्ती म्हणजे सतत टीकात्मक शेरे मारणे. एखादी व्यक्ती सहज बोलून जाते, 'आज दुपारी मी जरा जास्तच जेवलो' की लगेच यांचा प्रतिसाद असा असतो की, 'लठ्ठपणा हा राष्ट्रीय अवमान आहे आणि त्यामुळे तुमची आरोग्य-विम्याची किंमत वाढते ते वेगळेच!' हे उदाहरण जरा अतिरेकीच झाले तरी वस्तुस्थिती अशी आहे की समोरच्याला झोडपून काढण्याची तीव्र ऊर्मी या प्रकारच्या श्रोत्यांत असते. निदान संभाषणकाळापुरते तरी दुसऱ्याला जोखण्याची, टीका-टिप्पणी करण्याची भूमिका बाजूला ठेवणे ॲसर्टिव्ह लिसनिंगच्या दृष्टीने महत्त्वाचे आहे.

त्यानंतर येतात, उपदेश करणारे श्रोते; जो टीकेचाच, परंतु सौम्य शब्दांत नीतिमत्ता शिकवणारा प्रकार.

तुमचा एखादा मित्र सांगतो की त्याला त्याच्या मालकाला पगार वाढवून द्या असे सांगण्याची भीती वाटते. त्याचे भीती वाटणे तुम्ही लक्षात घ्यावे असे त्याला वाटत असते. त्याच्याऐवजी तुम्ही त्याला सांगता, "एक चांगले खरमरीत पत्र खरड तुझ्या मालकाला!" किंवा त्याला वरवर आश्वासित करण्याचा बहाणा करून तुम्ही त्याच्या भावनांना हलके लेखता. तुम्ही असे काहीसे म्हणता, "हे खरे आहे! प्रत्येकालाच अधिक पैसे मागण्याची भीती वाटते, पण तू मात्र नको हे असे करू!" थोडक्यात, तुम्ही असे सुचवता की 'बस् झाला हा विषय!'

पुन्हा मला हेच सांगावे असे वाटते की आपल्यापैकी बहुतेक लोक असा सहानुभूतिशून्य प्रतिसाद देण्याचा अपराध करतात. असे जर क्वचित प्रसंगी घडले तर विशेष बिघडणार नाही, पण अशा पद्धतीचा समोरच्याचे नीतिधैर्य खचवण्याचा प्रतिसाद देणे ही हळूहळू सवय होऊन बसते. विषय बदलण्याच्या किंवा उपदेश पाजण्याच्या सवयीचे आपण गुलाम होऊन बसतो. अर्थात, आपली ही वाईट सवय बदलण्यासाठी तिला दाबून टाकायची गरज नाही, तर तिच्या जागी चांगली सवय स्वत:ला लावून घेण्याची गरज आहे. आपण आता श्रवणकलेचा हा आलेख चांगल्या, सकारात्मक आणि खंबीरपणे दिल्या जाणाऱ्या प्रतिसादांनी कसा उंचावायचा ते पाहू या.

मन:पूर्वक ऐकण्याचे सकारात्मक पर्याय

या पर्यायांपैकी पहिला पर्याय म्हणजे एखाद्या माणसाच्या विचारांविषयी, भावनांविषयी किंवा परिस्थितीविषयी तुम्ही जे समज करून घेतले असतील ते आधी दुरुस्त करून घ्या. अशी शक्यता आहे की जे काही बोलले गेले किंवा सूचित केले गेले त्यापैकी तुम्ही थोडा भाग ऐकला असेल आणि त्यानुसार तुम्ही काही मते बनवली असतील. जर बोलणाऱ्याला हे समजले तर पुढे काही बोलण्यासाठी ती किंवा तो नाउमेद होतील. अशा प्रकारचे हे मर्यादित ज्ञान ही ऐकणाऱ्याकडून जाणूनबुजून झालेली चूक नसते, तर ही त्याच्या नकळतपणे घडलेली क्रिया असते. जरी तुम्हाला गरज वाटत नसली तरी समोरच्या व्यक्तीला तुम्ही विस्तारपूर्वक आणि सुस्पष्टपणे माहिती सांगण्यास प्रवृत्त करण्यासाठी स्वत:च्या मनाला बजावले पाहिजे. असा समज करून घेऊ नका की जेवढी माहिती तुम्हाला मिळायला हवी होती तेवढी तुम्ही ऐकली आहे. खरे तर आपल्याला अजून बरेच काही ऐकायचे आहे असेच समजा.

प्रतिसादाच्या या पातळीच्या पुढे जाऊनही खऱ्या अर्थाने ॲसर्टिव्ह लिसनिंग म्हणजे काय ते आपल्याला समजून घ्यायचे आहे. आता या पातळीवर तुम्ही खऱ्या अर्थाने कनवाळू श्रोता होणार आहात.

आता तुम्ही समोरच्याच्या जागेवर स्वत:ला ठेवून विचार करणार आहात. आता तुम्ही त्याच्या जागी स्वत:ला कल्पून त्याने सांगितलेल्या गोष्टींवर तुम्ही मत प्रदर्शित करणार आहात. तुम्ही लक्षपूर्वक ऐकल्यामुळे तुमचे मतप्रदर्शन अचूक आणि नेमके असणार आहे. तुम्ही जे ऐकले त्याचे रसग्रहण करणार आहात. पण ते तुमच्या स्वत:च्या शब्दांत आणि तुम्हाला सहज आणि आदरणीय वाटणाऱ्या पद्धतीने. परिणामी बोलणाऱ्याला हे समजणार आहे की तुम्ही त्याचे बोलणे मन:पूर्वक ऐकले आहे आणि तुम्हाला त्याची पर्वा आहे. याच्यावर आपण जे काही बोलतो त्यामध्ये आपले श्रवणकौशल्य प्रतिबिंबित होते.

या सगळ्यासाठी खऱ्या अर्थाने कौशल्य आणि तंत्र अवगत असावे लागते. आपण जे काही बोलणार असतो त्यात मार्दव आणणे खूप उपयुक्त असते. कारण सहानुभूतीदर्शक प्रश्न ही विधानेच असतात. जेव्हा तुम्ही विचारता, ''तू आज उदास आहेस का?'' त्या वेळी खरे तर तुम्ही म्हणत असता, ''तुझ्या मनाविरुद्ध काहीतरी झाले आहे आणि तू दु:खी आहेस हे मला दिसत आहे.'' जरी तुम्हाला खूप काळजीपोटी विचारता आले नाही तरी तुम्ही जो दृष्टिकोन ठेवला त्यामुळे बोलणाऱ्याच्या व ऐकणाऱ्याच्या संवादाचा ताळमेळ चांगला जमेल. याच कारणासाठी तुम्ही अधूनमधून चालू संभाषणाला पूरक वाक्ये बोलली पाहिजेत, जेणेकरून जे काही

बोलले गेले त्याबद्दलचे तुमचे मत बोलणाऱ्याला कळेल. जर बोलणाऱ्याला तुमच्याकडून दोन किंवा तीन मिनिटांपर्यंत कोणताच प्रतिसाद मिळाला नाही तर तो किंवा ती अशा निष्कर्षाला येईल की तुम्हाला त्यामध्ये रुची नाही किंवा तुम्ही आत्ता जे ऐकले ते तुम्हाला मान्य नाही किंवा ते तुम्हाला समजलेच नाही.

विधायक प्रतिसाद द्या

ऐकण्याच्या कलेमध्ये अनुभवी आणि पारंगत झालात की तुम्ही प्रतिसादाच्या एका संपूर्णपणे नवीन वळणावर पोहोचता. इथे खरोखर काहीतरी आश्चर्यजनक घडणार आहे. तुमच्या असेही लक्षात येईल की, लोकांना ते काय विचार करतात किंवा त्यांच्या भावना काय आहेत हे कळण्यापूर्वीच त्या तुमच्या लक्षात येतात. खरे तर तुम्ही त्यांना प्रश्न विचारून ती अंतर्दृष्टी मिळवण्यासाठी मदत करू शकता. बरेचदा ते तुमच्या अशा प्रतिसादाची प्रशंसाच करतील आणि तुम्ही जे विश्लेषण केले व जो मथितार्थ काढला त्याचा आंनदाने स्वीकार करतील. तुम्ही उत्तम श्रोते आहात, आपल्या कल्पना कोणत्या वेळी मांडायच्या याची तुम्हाला जाण आहे. तुम्ही विनाकारण घाईघाईने कोणतीच कृती करणार नाही. तुम्ही समोरच्याच्या बोलण्यातून घाईघाईने काही अर्थ काढलात तर ते फारच वैयक्तिक, टीकात्मक आणि अपरिपक्व दिसेल, म्हणून पुन्हा एकदा सांगतो की, कोणतीच ठाम मते प्रदर्शित न करता 'मला असे वाटते आहे की...' किंवा 'याच्यावरून मला जाणवते आहे की...' असे म्हणणे उपयुक्त ठरेल.

अगदी प्रामाणिकपणे सांगायचे झाले तर ॲसर्टिव्ह लिसनर्स जी अंतर्दृष्टी देतात ती फक्त उपयुक्त असते असे नव्हे, तर ती संपूर्ण आयुष्य सकारात्मकपणे बदलवते. डेल कार्नेगी हे निश्चितच अशा प्रकारचे श्रोते होते. ज्या साधनांचा त्यांनी वापर केला आणि ज्या तंत्रामध्ये ते पारंगत होते ती त्यांनी आपल्या पुस्तकांद्वारे आणि प्रशिक्षण कार्यक्रमांद्वारे संपूर्ण जगासमोर मांडली. तुम्हाला असे वाटणे साहजिकच आहे की आपण तेवढे यश आणि त्या योग्यतेचे लोककौशल्य खचितच प्राप्त करू शकणार नाही. काळजी करू नका, डेल कार्नेगींनी जे यश संपादन केले ते तुम्हीसुद्धा करू शकता. तुम्हीसुद्धा खंबीरपणे संवाद साधून उत्तम श्रोता बनू शकता.

श्रवणकलेची आणखी काही तंत्रे

या प्रकरणाची सांगता करण्यापूर्वी या विषयासंदर्भात आणखी काही मध्यवर्ती मुद्दे आपण लक्षात घेऊ. तुमचे खंबीरपणाचे संभाषण अधिक चांगले करण्यासाठी ऐकण्याची ही मूलभूत तंत्रे तुम्ही वापरू शकता.

उदाहरणार्थ, असे लक्षात घ्या की समोरची व्यक्ती जे बोलली त्याचे रसग्रहण आपल्या शब्दांत करणे हे त्या व्यक्तीचे बोलणे तुम्ही किती काळजीपूर्वक ऐकले हे दाखवून देण्याचा चांगला मार्ग आहे. तुम्हाला गोष्टी किती चांगल्या समजल्या आहेत याचबरोबर तो किंवा ती जे बोलले ते तुमच्या दृष्टीने किती महत्त्वाचे होते हेसुद्धा तुम्ही दाखवता. संभाषणामध्ये जेव्हा नैसर्गिक विश्राम येईल तेव्हा समोरची व्यक्ती जे बोलली ते तुमच्या शब्दांत थोडक्यात सांगा आणि त्यांना विचारा की तुम्हाला जे समजले तेच त्यांना सांगायचे होते ना?

तुम्हाला जे समजले नाही त्याबद्दल प्रश्न विचारा आणि स्पष्टीकरण मागा. लोकांना त्यांच्या भावनांबद्दल अधिक बोलते केल्याने ते अधिक मोकळेपणाने बोलू लागतात आणि मग अधिक चांगली अंतर्दृष्टी मिळण्यास मदत होते. तुम्ही कोणतीही प्रतिक्रिया व्यक्त करण्यापूर्वी जे बोलले गेले तेच तुम्ही ऐकले आणि तेच तुम्हाला बरोबर समजले आहे किंवा नाही याची खात्री करून घ्या. लक्षात ठेवा, तुम्ही आणि बोलणारा असे दोघेही या फिल्टरिंग प्रोसेसच्या बाबतीत अनभिज्ञ असण्याची शक्यता असू शकते. म्हणून तुम्हाला जरी त्याची गरज वाटत नसली तरीसुद्धा तुम्हाला ज्या गोष्टी समजल्या नाहीत त्याबद्दलचे स्पष्टीकरण जरूर मागा.

जेव्हा तुम्ही खंबीरपणे ऐकता तेव्हा त्याला प्रतिसादसुद्धा खंबीरपणेच द्यायला हवा. प्रतिसाद (फीडबॅक) म्हणजे काय? तर तुम्ही जे ऐकले त्यावरील तुमची प्रतिक्रिया बोलणाऱ्याला देणे. याची खात्री करून घ्या की तुम्ही जी प्रतिक्रिया दिली आहे ती नक्की जे बोलले गेले ते तुम्हाला बरोबर समजले, त्याबद्दलची आहे ना? जर तुमची प्रतिक्रिया कोणत्याही प्रकारे नकारात्मक असेल तर पुन्हा एकदा तुमचा जो समज झाला आहे तो तपासून पाहा व त्यात काही बदल करणे आवश्यक आहे का याचा विचार करा. नेहमी लक्षात ठेवा की कोणत्याही व्यावसायिक संभाषणामध्ये प्रतिक्रियेबाबतचे तीन महत्त्वाचे नियम असतात : १) प्रतिक्रिया ताबडतोब दिली गेली पाहिजे, २) ती प्रामाणिक असली पाहिजे आणि ३) जरी ती नकारात्मक अर्थाची असली तरी भावनिक पातळीवर ती आधारदायी असावी, गैरहेतूने आणि आक्रमक मार्गाने केलेली नसावी.

आपल्या देहबोलीबाबतसुद्धा सतर्क राहा. जवळपास नव्वद टक्के संभाषण हे समोरासमोरच केले जाते. वागण्यातून, उभे राहण्याच्या पद्धतीतून तुम्हाला शब्दांपलीकडेसुद्धा अधिक माहिती मिळते ज्याला तुम्ही 'सोशल डिस्टन्स' म्हणता. (समोरची व्यक्ती तुमच्यापासून किती अंतरावर उभी राहिली आणि ती तुमच्याकडे बघून बोलते की तुमची नजर टाळते.) बरेचदा तर देहबोली ही शब्दांवरसुद्धा मात करते. तुम्ही अशा पद्धतीने उभे राहा ज्यातून तुमची सहसंवेदना, मोकळेपणा व समोरच्या व्यक्तीकडे दिले गेलेले लक्ष सहज दिसून येईल. तुम्ही समोरच्याचे बोलणे

ऐकून घेता तेव्हा अधूनमधून मान डोलवा, संभाषणातून तुमची रुची दिसण्यासाठी त्याच्या नजरेत नजर मिळवा. काही लोकांना वाटते की श्रोत्याने मान डोलावली व नजरेत नजर मिसळली तर त्यांचे ऐकून घेतले जाण्यास मदत होईल; तर उलट काहींना ही देहबोली मूळ मुद्द्यापासून दूर नेणारी वाटते आणि त्यांना त्यांच्या श्रोत्याने पुतळ्यासारखे शांत बसून राहावे व दक्ष असावे असे वाटते. तुम्ही तुमच्या स्वत:च्या मनाचा कौल घ्या. बोलणाऱ्याप्रमाणेच ऐकणाऱ्याने हालचाली केल्यास बोलणारा अधिक सैलावतो. तुम्ही जे ऐकले आणि तुम्ही जे पाहिले यामध्ये तफावत आढळल्यास त्याचे स्पष्टीकरण जरूर मागा. समोरच्याच्या बोलण्यात अडथळे आणायचे, त्याला उपदेश करायचा किंवा त्याची खिल्ली उडवणारे प्रश्न विचारायचे, या सर्व ॲसर्टिव्ह लिसनिंगला खीळ घालणाऱ्या गोष्टी आहेत याची जाणीव ठेवा. मैत्रीच्या नात्यात किंवा वैयक्तिक संभाषणामध्ये बोलणाऱ्या व्यक्तीने जे सांगितले त्याच्याशी साधर्म्य सांगणाऱ्या गोष्टी सांगणे हे स्वीकारार्ह आहे. परंतु व्यावसायिक संभाषणामध्ये अशा गोष्टी नाउमेद करतात आणि बहुतांशी कुरघोडी केल्यागत वाटतात. तुम्ही जर असे काहीसे म्हटले की, 'यावरून मला आठवले की त्या काळी...' तर स्वत:ला या मोहापासून वाचवा.

प्रामाणिकपणा हीच गुरुकिल्ली

काहीही झाले तरी प्रामाणिकपणा हा सर्व प्रकारच्या मानवी संभाषणाचा अत्यंत महत्त्वाचा घटक असतो. श्रोत्यांच्या ऐकण्याच्या निरनिराळ्या पद्धती असतात आणि त्या बहुतांशी लोकांकडून स्वीकारल्या जातात. फक्त त्यांनी आपले सर्व लक्ष बोलणाऱ्याकडेच एकटवले पाहिजे. उत्तम श्रोता म्हणून प्रत्येकाच्या व्यक्तिगत अनुभवाला मान्यता द्यायला तुम्ही शिकले पाहिजे. मग तुमचा स्वत:चा विश्वास अथवा तुमच्या श्रद्धा काहीही असोत. याचा अर्थ असा नव्हे की तुम्ही प्रत्येकाशी सहमतच झाले पाहिजे. याचा अर्थ असा की तुम्ही त्यांची मते ऐकून घ्यायची, प्रतिक्रिया न देता स्वीकारायची; आणि तुम्हाला जे काही सांगितले जात आहे त्याकडे लक्ष द्यायचे. नेत्यांच्या दृष्टीने तर हे फार महत्त्वाचे लोककौशल्य आहे.

संभाषणाच्या दरम्यान समोरच्या बरोबर तुमचे विश्वासपूर्ण नातेसंबंध एकदा प्रस्थापित झाले की, तुमचा स्वत:चा अनुभव किंवा इतरांचे या बाबतीतले अनुभव यांमुळेच तुम्ही त्याच्यापेक्षा भिन्न निष्कर्षाला आला आहात असे सूतोवाच तुम्ही करू शकता. पण त्याच वेळी या गोष्टीवर जोर द्यायचा आहे की तुम्ही बोलणाऱ्याचा अनुभव आणि त्या अनुषंगाने त्याने काढलेला निष्कर्ष ऐकलेला आहे. तुम्हाला तुमची परिस्थिती अधिक पटवून द्यायची आहे किंवा खूप बारीक तपशिलात शिरायचे आहे असे नाही. जरी तुम्हाला असे तपशील विचारले गेले तरी सरळ सांगा की तो

दुसऱ्या संभाषणाचा विषय होऊ शकतो. पण आता तरी संघातील सदस्य जे सांगत आहेत तेच ऐकणे तुम्हाला आवडेल असे सांगा. बरेचदा असे घडते की, एखादा कनिष्ठ अधिकारी मॅनेजरला संभाषणात भाग घ्यायला सांगतो कारण तो कनिष्ठ अधिकारी अशा वेळेस चक्क माघार घेत असतो. त्याला किंवा तिला जे म्हणायचे आहे त्याचे सूतोवाच करणे टाळता येते. बुद्धिबळातील या खेळात वजिरासाठी जसा प्याद्याचा बळी दिला जातो तसे हे असते; म्हणून ती समोरची व्यक्ती तुमच्याशी चर्चा करायला तयार असली तरी तुम्हीच पाठ फिरवा.

संघाचा नेता आणि संघाचे सदस्य यांच्यातील नातेसंबंधात बदल आणण्याची ताकद 'ॲसर्टिव्ह लिसनिंग'मध्ये असते. जे लोक पूर्वी दुर्लक्षिले किंवा घाबरलेले असतात त्यांना प्रथमच आपण कोणीतरी महत्त्वाचे आणि इतरांपेक्षा वेगळे आहोत असे वाटू शकते.

कुणामध्ये संघर्ष निर्माण झाला असेल तर दोन्ही बाजूंकडील लोकांना, एकमेकांचे सहकारी म्हणून, किंवा मानवतेच्या दृष्टिकोनातून किंवा अगदी चांगले मित्र म्हणून समजून घेण्याची ही उत्तम संधी आहे.

सर्वसामान्यपणे आपला समाज 'ॲसर्टिव्ह लिसनिंग'ची कौशल्ये शिकवत नाही. आपण सहसा एकमेकांशी भांडून, वादावादी करून किंवा बौद्धिक वितंडवाद करून आपली मते पटवायला बघतो. त्याऐवजी समोरच्याचे बोलणे लक्षपूर्वक ऐकून, परस्परसामंजस्याने आणि आदरपूर्वक कोणत्या तरी निर्णयाला येणे आपल्याला पटत नाही. आपल्यासमोर तसा आदर्शच नसतो. आपली विचारसरणीच ही असते की, 'सर्वोत्तम कल्पनेचा स्वीकार होईल', 'उत्तम उपाय सुचवून समस्या सोडवण्यासाठी सगळ्यांचीच मते घेतली जातील.' आत्तापर्यंत न केला गेलेला विचार त्यातून समोर येईल, ही आपली धारणाच नसते. इथे हे लक्षात घेणे महत्त्वाचे आहे की, संघर्ष आणि ॲसर्टिव्ह लिसनिंग या दोन्हीही गोष्टी सत्याचाच शोध घेतात. फक्त त्यांचा मार्ग भिन्न आहे. लोककौशल्यांचा विचार करता या भांडकुदळ पवित्र्यामुळे निश्चितच कोणीतरी मागे राहते आणि भावी संघर्षाची बीजे रोवली जातात.

या दृष्टिकोनातून ॲसर्टिव्ह लिसनिंग ही फक्त शांतता निर्माण करणारी प्रक्रिया नाही, तर शांतता कायम टिकवणारी प्रक्रिया आहे. असे म्हटले आहे की,'शत्रू त्यालाच म्हणावे ज्याची गोष्ट आपण अद्यापपर्यंत ऐकलेली नाही.' जेव्हा तुम्ही एखाद्याचे म्हणणे मनापासून ऐकून घेता, त्याचे अनुभव ऐकता, त्याची भीती आणि त्याच्या महत्त्वाकांक्षा समजून घेता तेव्हा तुम्ही त्याला शत्रू न समजता, मित्रच समजता. तुम्ही त्यांच्याशी सहमत होऊ शकत नाही किंवा त्यांची परिस्थिती एकदम आपल्या विरोधातलीही असू शकते. पण तरीही तुम्ही त्याच्याकडे आपले कार्य पार पाडणारा सहकारी आणि एक महत्त्वाचा माणूस म्हणूनच बघता. जसे डेल

कार्नेगी म्हणतात :

अशा प्रकारे तुम्ही बोलण्याबरोबरच ऐकणेसुद्धा शिकून घेतले पाहिजे. जे लोक याच्याकडे केवळ फालतू उपदेश म्हणून बघतात व रद्दबातल करतात ते कोणाचे काही ऐकून घेण्यास आत्तापासूनच विरोध दर्शवू लागतात. हे ऐकणे कंटाळवाणे वाटले असले तरी त्याद्वारे मी जो संदेश तुमच्यापर्यंत पोहोचवत आहे तो मात्र महत्त्वाचा आहे. तुम्ही जर तुमच्यामध्ये ही श्रवणकला विकसित करू शकला नाहीत तर कदाचित तुम्हाला ते गुपितही ऐकता येणार नाही जे तुमच्यापर्यंत कीर्ती आणि संपत्ती खेचून आणेल.

कृती

१. दुसऱ्याचे बोलणे लक्षपूर्वक ऐकून घेण्यासाठी तुम्ही शरीराने आणि मनानेसुद्धा तेथे हजर असावे लागते आणि त्यासाठी वचनबद्धता आणि सराव यांची गरज असते. खाली जी यादी दिली आहे ते संभाषणाचे नियम आहेत. ती वाचा आणि चौकटीत X अशी खूण करा; दैनंदिन आयुष्यामध्ये ज्या गोष्टींकडे तुम्हाला अधिक लक्ष पुरवण्याची गरज आहे किंवा ज्यांचा अधिक सराव करण्याची गरज आहे त्यांच्यासमोर X मारा.

- ☐ दुसरे बोलत असताना मी त्यांना मध्येच थांबवत नाही किंवा ते बोलत असताना त्यांना डावलून मी बोलत नाही.
- ☐ इतर लोक काय बोलतात त्यावर मी माझे संपूर्ण लक्ष केंद्रित करतो.
- ☐ माझी पाळी आल्याशिवाय मी बोलत नाही.
- ☐ मी कनवाळू श्रोता आहे. इतर लोक मला जे सांगण्याचा प्रयत्न करतात ते समजून घेण्याचा मी प्रयत्न करतो.
- ☐ इतर लोक जेव्हा बोलतात तेव्हा मी त्यांना प्रोत्साहन देतो, साहाय्य करतो.
- ☐ बोलणारा बोलत असताना त्याच्याबरोबर मी स्वत:ची तुलना करत नाही.
- ☐ इतरांचे बोलणे ऐकत असताना मी त्यांचे मन जाणून घेण्याचा प्रयत्न करत नाही.
- ☐ माझ्याशी कोणी बोलल्यावर मी त्यांना विधायक प्रतिसाद देतो.
- ☐ जेव्हा इतर लोक बोलतात तेव्हा मी त्यामध्ये प्रामाणिकपणे रुची घेतो.

२. स्वआदराच्या दृष्टिकोनातून पाहता जेव्हा आपले कौतुक व्हावे, कोणी आपले ऐकून घ्यावे किंवा आपण केलेल्या चांगल्या कामाचे श्रेय आपल्याला मिळावे असे वाटत असते तेव्हा समोरच्याचे प्रभावीपणे ऐकून घेणे कठीण असते.

तुमचे ऐकून घेण्यात आले आहे, तुमचा मान ठेवला गेला आहे या तुमच्या भावनेला ठोस पुष्टी देणाऱ्या कोणत्या तीन गोष्टी तुम्ही स्वत:साठी करू शकता? कारण यामुळेच समोरच्याशी बोलत असताना तुम्ही अधिकाधिक सजग उपस्थिती देऊ शकणार आहात.

३. दिवसभरातील किमान एका संभाषणात तरी मी उत्तम श्रोता होईन असे वचन किमान एकदा तरी स्वत:ला द्या. तुमचे काम थोडा वेळ बाजूला ठेवा आणि फक्त दुसऱ्या व्यक्तीसाठी तेथे हजर राहा. नंतर हा सराव करताना तुम्हाला जी अंतर्दृष्टी मिळाली असेल तिची नोंद करा.

नोंदी

तुम्ही बक्षीस काय देता, जाणीव कशी ठेवता आणि स्तुती कशी करता ते महत्त्वाचे नाही, तर तुम्ही ते पुन:पुन्हा करायला पाहिजे हे महत्त्वाचे आहे. पैशाच्या स्वरूपात बक्षीस हे काही तितकेसे प्रभावशाली नाही; किंवा पैशाच्या स्वरूपात बक्षीसच सगळ्यात जास्त प्रभावशाली आहे असे तर अजिबात नाही. मात्र बक्षीस सर्वश्रेष्ठ असते. तुमच्या कर्मचाऱ्यांना सहभागी होण्यास प्रोत्साहित करा; आणि ते अशा प्रकारे करा ज्यामुळे लोक प्रशंसा करतील.

– डेल कार्नेगी

१३

खंबीर महत्त्वाकांक्षा

आपले चौथे लोककौशल्य, 'ठाम किंवा खंबीर महत्त्वाकांक्षा' हा विषय आपण आता हाताळणार आहोत. प्रथम दृष्टिक्षेपात या प्रकरणाचे शीर्षक तुम्हाला कदाचित अप्रस्तुत वाटेल कारण मुळातच महत्त्वाकांक्षा ही खंबीर असते; हो की नाही? तुमच्यामध्ये खंबीरपणा नसेल तर तुम्ही महत्त्वाकांक्षा कशी बाळगाल?

प्रत्यक्षात इथे आपण ज्या खंबीरपणाबद्दल बोलत आहोत, तो जन्मजात खंबीरपणा मला अभिप्रेत नाही. लक्षात घ्या, खंबीर असणे आणि आक्रमक असणे या दोन्हींमध्ये फरक आहे. एखादी महत्त्वाकांक्षी व्यक्ती ही खूप निश्चयी आणि प्रखर असू शकते, परंतु तरीही तिच्यात 'खंबीरपणा'चा अभाव असू शकतो. 'आक्रमकपणा' या शब्दाला नेहमीच इतरांच्या डोक्यावर पाय ठेवून पुढे जाण्याचा वास येतो. खंबीरपणा ही मात्र स्वयंदिग्दर्शित अंत:प्रवृत्ती असते. तुम्हाला मनापासून जे वाटते किंवा हवे असते तेच तुम्ही करता आणि खरोखरच तुमची जी लायकी असते त्याप्रमाणे तुम्हाला मिळते. तुमच्याप्रमाणेच इतरही लोकांचा यात समावेश असतो.

हे लक्षात घेऊन आपण आता स्वभावत: किंवा जन्मजात गुण म्हणून मिळालेली महत्त्वाकांक्षा आणि जाणूनबुजून परिस्थितीनुरूप अंगी बाणवलेली महत्त्वाकांक्षा यांमधील फरक बघू. जेव्हा परिस्थितीनुरूप लोक आपल्या अंगी विशिष्ट महत्त्वाकांक्षा बाणवतात तेव्हा त्यांची महत्त्वाकांक्षा हे एखादे विशिष्ट ध्येय जसे की पैसे किंवा

बक्षीस साध्य करण्याच्या हेतूने प्रेरित झालेली असते. हे बक्षीस सहसा मूर्त स्वरूपात किंवा ऐहिक उपभोग्य वस्तूच्या स्वरूपात असते. उदाहरणार्थ, कंपनीमध्ये एखाद्या नव्याने रुजू झालेल्या कर्मचाऱ्याची महत्त्वाकांक्षा एखादे विशिष्ट पद मिळवणे किंवा ठरावीक एका रकमेपर्यंत अमुक वर्षांमध्ये पगार मिळवणे अशी असते. परंतु महत्त्वाकांक्षा हा जेव्हा जन्मजात गुण किंवा स्वभाव असतो तेव्हा त्याचा लाभांश हा भावनिक स्वरूपाचा असतो. काही वेळेस तर तो आध्यात्मिकसुद्धा असतो. ही एक वैयक्तिक पराक्रमाची भावना असते किंवा आंतरिक समाधान असते ज्याला आपण स्पर्श करू शकत नाही किंवा हे पैशांमध्ये मोजता येत नाही. त्या व्यक्तीसाठी ते कंपनीकडून गाडी मिळण्यापेक्षा किंवा मोक्याच्या ठिकाणी ऑफिस मिळण्यापेक्षा किंवा अगदी रजिस्टरवरील जमाखर्चाच्या नोंदीपेक्षासुद्धा अधिक अर्थपूर्ण असते.

तुम्ही स्वत:मध्ये खंबीर आंतरिक प्रेरणा कशा प्रकारे जागवणार आहात त्याच्यावर सुरुवातीला लक्ष केंद्रित करू. आपल्या संघातील सभासदांना ही तत्त्वे कशा पद्धतीने समजवावीत किंवा त्यांच्याबरोबर याविषयी चर्चा कशी करावी हे आपण १४व्या प्रकरणात पाहू. मात्र, जेव्हा तुम्ही व्यक्तिगत किंवा तुमच्या संस्थेच्या सांघिक महत्त्वाकांक्षेविषयी बोलत असाल तेव्हा काही विशेष क्लृप्त्या शिकून आत्मसात करणे गरजेचे आहे. त्यापैकी काही तुम्हाला चकित करतील.

प्रेरणा आणि उत्तम लक्षणीय कृती किंवा सादरीकरण यांच्या बाबतीतील खूप मजेदार गोष्टींकडे लक्ष वेधून आपण सुरुवात करणार आहोत. जरी या अंतर्दृष्टी प्रयोगशाळेमध्ये बसून किंवा वैशिष्ट्यपूर्ण अभ्यासातून मिळवलेल्या असल्या तरी तुमच्या लगेचच हे लक्षात येईल की ही मिळालेली माहिती निश्चितच संपूर्ण जगाला लागू होते.

बायांगी बक्षिसे

प्रयोगशाळेत प्रयोग करताना तेथील प्राण्यांकडून अवघड काम करून घ्यायचे असेल तेव्हा त्यांना पीनटबटर किंवा तत्सम खिलवून बक्षीस दिले जाते हे तुम्हाला माहीत असेलच. त्याचप्रमाणे चांगला अभ्यास केला तर विद्यार्थ्यांना अे ग्रेड देण्याचे आमिष दाखवलेले असते; विक्रेत्यांनी जर अधिक विक्री करून दाखवली तर त्यांना अधिक कमिशन मिळते. म्हणजेच अधिक चांगली कामगिरी करून घेण्यासाठी वस्तूंच्या किंवा पैशांच्या किंवा अन्य कसल्या स्वरूपात बक्षिसे द्यावी लागतात. हे तर्कशास्त्र मानवी स्वभावाच्या नियमांवर आधारलेले आहे.

आणि हीच तर समस्या आहे. हे खूप सोपे असले तरी चुकीचे आहे.

संशोधनातील एका विकसनशील संस्थेने असे सांगितले की, परंपरागत देण्यात येणारी बक्षिसे वाटतात तेवढी लाभदायक नाहीत. चकित करणारी गोष्ट अशी की,

सामाजिक मनोविश्लेषकांनीसुद्धा आता असे मत मांडले आहे की बायांगी दिलेल्या बक्षिसांमुळे प्रत्यक्षात कर्मचाऱ्यांच्या चांगल्या कामगिरीची पातळी खालावते. बदलत्या काळाचा विचार करता असे लक्षात येते की हे बऱ्याच अंशी खरे आहे; खासकरून सर्जनशील किंवा निर्मितिक्षम विचारसरणीतून एखादे काम करावयाचे असेल अथवा नवीन वाटेने विचार करायचा असेल तर! शोधनिबंध असेही सांगतात की, एखादे बक्षीस पुढे केले की कोणत्याही कामामध्ये वाटणारी मूळ रुची कमी होऊ लागते. काम पूर्ण केल्यामुळे होणाऱ्या आनंदासाठी काम करायचे असते ही भावना खालावते. जर पैशांच्या किंवा स्तुतीच्या किंवा कामाच्या ठिकाणी बढतीच्या स्वरूपात मिळणाऱ्या बक्षिसाकरता तुम्ही काम करत असाल तर त्या कामाचे मूळ मूल्य कमी होते.

या संशोधनाचा सूचित अर्थ धक्कादायक आहे. तो असे सुचवतो की कामगिरीच्या कॉर्पोरेट वातावरणातील मूलभूत मर्यादा आणि बक्षिसे ही प्रत्यक्षात त्यांच्यातील सुधारणांसाठी तसेच सर्वोच्च साध्याच्या दृष्टीने नाउमेद करणारी ठरतात. वास्तवात बक्षिसे ज्या कारणासाठी दिली जातात त्याच्या उलट परिणाम होतो असे अनेक अभ्यास सांगतात. निष्कर्ष इथे दिले आहेत :

- जी मुले केवळ मौजमजेखातर चित्रे काढतात ती ज्या मुलांना बक्षिसाचे आमिष दाखवले जाते त्यांच्यापेक्षा अधिक उत्साहाने, ऊर्मीने आणि अंत:प्रेरणेने चित्रे काढतात.
- ज्या पौगंडावस्थेतील मुलांना 'शब्दांचे खेळ' खेळण्यासाठी बक्षिसाचे आमिष दाखवले जाते ते तो खेळ चांगल्या प्रकारे खेळू शकत नाहीत आणि त्याची मजासुद्धा लुटू शकत नाहीत. मात्र, बक्षिसांच्या आमिषाशिवाय जी मुले हा खेळ खेळतात ती त्यातून भरपूर आनंद लुटतात.
- आपल्या व्यवस्थापकाच्या अपेक्षा पूर्ण केल्याबद्दल ज्या कर्मचाऱ्यांची स्तुती केली जाते त्यांची प्रेरणा प्रत्यक्षात खालावते.

अभ्यास प्रबंधकांनी कॉलेजमध्ये जाणाऱ्या विद्यार्थ्यांच्या एका गटाला सिनेमांचे काल्पनिक कथानक तयार करायला सांगितले. त्याच गटाशी बक्षिसांच्या बाबतीत करारपत्रकसुद्धा तयार केले गेले. त्या गटाला कथानक तयार करण्यात फार अडचणी जाणवल्या. त्याच शोधनिबंधाचा भाग म्हणून आपल्या अंत:प्रेरणेने सर्जनशील लेखन करणाऱ्या काही विद्यार्थ्यांना कविता रचण्यास सांगितले. त्या गटातील विद्यार्थ्यांना विविध प्रलोभने दाखवली गेली; शिक्षक खूश होणे किंवा पदव्युत्तर शिक्षणासाठी त्यांच्या नावांना प्राधान्य देणे किंवा अत्यल्प मानधन मिळणे इत्यादी. काहींना स्वव्यक्तीकरणाचा आनंद किंवा शब्दांबरोबर खेळण्याची मौजमजा इत्यादी

मानसिक पातळीवर खूश करणारी प्रलोभने दाखवली गेली. या शोधनिबंधाचे निष्कर्ष पुरेसे सुस्पष्ट होते. बारा कवींकडून जे निकाल जाहीर झाले त्याचा परामर्श असा की, ज्या विद्यार्थ्यांनी बक्षिसाच्या आमिषाने किंवा एक काम म्हणून लेखन केले त्यांचे लिखाण कमी सर्जनशील होते. एवढेच नाही, तर त्यांची संख्यात्मक पातळीसुद्धा खालावलेली होती, हे विशेषत्वाने जाणवले. खासकरून सर्जनशील कामांमध्ये अशा प्रकारे बक्षिसांचा नकारात्मक परिणाम होतो असे जाणवले; त्याचबरोबर उच्च पातळीवरील समस्या सोडवतानासुद्धा बक्षिसांचा नकारात्मक प्रभाव दिसून येतो. निष्कर्ष हेच दाखवतात की, जितके कार्य अधिक गुंतागुंतीचे असेल तितकी दृश्य स्वरूपातील बक्षिसांमुळे त्याला अधिक हानी पोहोचते.

लोकांना प्रवृत्त करण्यासाठी अत्यंत प्रभावी आणि आवश्यक साधन हे 'पैसे'च आहे, या सर्वदूर पसरलेल्या समजाला हा शोधनिबंध आव्हान देतो. आत्तापर्यंतचा जो समज आहे की कोणत्याही ध्येयपूर्तीसाठी बक्षिसाची आवश्यकता असते, त्यालासुद्धा हा शोधनिबंध आव्हान देतो. मग या निष्कर्षामागचे तर्कशास्त्र आहे तरी काय? महत्त्वाकांक्षेला खऱ्या अर्थाने प्रेरणा कशी द्यायची याबद्दल ते आपल्याला काय सांगतात?

अनावश्यक बक्षिसे निष्फळ का ठरतात?

पहिले तर असे की, लोकांनी शक्य तेवढ्या लवकर आणि आपले लक्ष केंद्रित करून काम पूर्ण करण्यासाठी, तसेच काम करताना पत्कराव्या लागणाऱ्या काही धोक्यांसाठी बक्षिसे प्रोत्साहित करतात. तुम्ही जेव्हा असा विचार करता की हे जे कठीण काम आहे ते तुम्हाला बक्षीस मिळवण्यासाठी पूर्ण करायचे आहे तेव्हा आपसूकच तुमची सर्जनशीलता, उत्साह आणि प्रेरणा कमी होते.

दुसरे असे की, लोकांना स्वतःलाच असा अनुभव येतो की ते बक्षिसाकडून नियंत्रित केले जातात. त्यांची त्यांच्या कामावर पकड राहत नाही आणि त्यामुळे त्यांच्या कार्यक्षमतेवर, कामगिरीवर परिणाम होतो; तो इतक्या मर्यादेपर्यंत की स्वयंप्रेरणा व महत्त्वाकांक्षा कमी पडतात, कोणीतरी ढकलण्याची गरज पडते. शेवटी हे सांगायचे आहे की, तुमच्या अंतरंगातील रुची, आवड या गोष्टी दृश्य स्वरूपातील, बायांगी बक्षिसांमुळे संपुष्टात येतात. जे लोक आपल्या कामाकडे केवळ पैशाच्या दृष्टिकोनातून किंवा पसंतीच्या अथवा प्रशंसेच्या दृष्टिकोनातून किंवा स्पर्धात्मक यशाच्या दृष्टिकोनातून बघतात त्यांना त्यांचे काम आनंददायक वाटत नाही आणि ते कामाची टाळाटाळ करतात. एखादे काम दीर्घकाळापर्यंत करण्याची आंतरिक प्रेरणा पैशामुळे उणावते. संशोधन असेही सांगते की इतरांना हरवण्याच्या प्रवृत्तीचासुद्धा हाच परिणाम होतो. जे लोक स्पर्धात्मक वृत्तीने एखादे कोडे घाईघाईने

सोडवतात किंवा कठीण कामाचा फडशा पाडतात ते, स्पर्धात्मक वृत्तीने काम न करणाऱ्या लोकांप्रमाणे दीर्घ काळपर्यंत काम करू शकत नाहीत; एकदा का प्रयोग संपला की त्यांची बांधिलकीही संपते.

तरीसुद्धा सर्वच बक्षिसांचा परिणाम सारखा नसतो हे सर्वश्रुत आहे. तुमची नियुक्ती एखाद्या प्रायोगिक कामावर झाली असेल (जसे की कामाच्या ठिकाणी तुम्हाला तासांच्या हिशेबावर पैसे मिळणार असतील.) आणि त्या कामाचे किती पैसे मिळणार हे आधीच ठरले असेल तर सहसा तुम्ही भारावलेले असता, तुमच्या अंतर्यामीची प्रेरणा कमी होत नाही. समस्या तेव्हा उद्‌भवते जेव्हा तुम्ही दिलेले काम अधिक चांगले केले तर तुम्हाला बक्षिसे मिळणार असतात किंवा तुम्ही काम कशा प्रकारे पार पाडणार आहात त्यावर अधिक लाभांश मिळणार आहे. म्हणून बक्षीस कशा प्रकारचे जाहीर केले जाते त्यावर प्रेझेंटेशन अवलंबून आहे. तुम्ही जर स्वत:कडे अशा नजरेने पाहिले की काहीतरी मिळवण्यासाठी तुम्ही काम करत आहात तर अधिक काळपर्यंत ते काम तुम्हाला त्या योग्यतेचे वाटणार नाही; तुम्ही त्या कामाला न्याय देऊ शकणार नाही.

इथे तुम्हाला एक महत्त्वाचा फरक दिसून येईल. परंतु हा बारकावा समजण्यासाठी फार सूक्ष्मपणे पाहण्याची गरज आहे. एका बाजूला तुम्ही कोणालातरी किंवा स्वत:लाच सांगत आहात की जर तुम्ही एका विशिष्ट पद्धतीने काम केले तर तुम्हाला बक्षीस मिळणार आहे. दीर्घकाळासाठी त्याचा परिणाम शून्य असतो हे आपण पाहिलेच आहे. परंतु एखादी व्यक्ती ते काम आधीपासूनच करत आली आहे आणि आपल्या इच्छित ध्येयाच्या दिशेने आगेकूच करत आली आहे तर तिला मिळणाऱ्या बक्षिसांकडे ती कोणाच्या नजरेने पाहते याबद्दल काय म्हणावे? उदाहरणार्थ, 'अहवाल चांगल्या पद्धतीने लिहिला तर लाभांश मिळेल असे संघातील एखाद्या सदस्याला सांगणे तितकेसे प्रभावशाली नाही; त्यापेक्षा तुम्ही त्याला अधिक साधने आणि तंत्रज्ञान उपलब्ध करून देऊन चांगला अहवाल लिहायला सांगा आणि मग त्याने तसे केले तर त्याला लाभांश द्या.'

कोणतेही अवघड काम करताना सुरुवातीला कितीही मजा येत असली तरी त्याच्याकडे ध्येय या दृष्टीने न बघता एक साधन म्हणून पाहिले तर त्याची किंमत कमी होते. उदाहरणार्थ, एका स्वयंसेवी संघाला असे सांगण्यात आले की जोपर्यंत ते त्यांनाच आवडणाऱ्या दुसऱ्या कामगिरीमध्ये भाग घेत नाहीत तोपर्यंत त्यांना आवडत्या कामगिरीमध्ये भाग घेता येणार नाही. त्या संघाला जरी त्या दोन्ही कामगिऱ्या आवडत होत्या तरीही अशी बळजबरी केल्यावर कामगिरीचे विषय आवडेनासे झाले कारण तत्पूर्वी त्यांच्यावर दुसऱ्या कामगिरीत भाग घेण्याची जबरदस्ती केली गेली.

हेच तत्त्व अधिक चांगल्या प्रकारे स्पष्ट करून सांगणारी एक गोष्ट आहे. एक म्हतारा माणूस होता; त्याच्या आजूबाजूची मुले त्याला खूप त्रास द्यायची. या त्रासापासून सुटका मिळवण्यासाठी त्याने एक योजना आखली. त्याने प्रत्येक मुलाला सांगितले की, ते जर मंगळवारी परत आले आणि असाच आरडाओरडा करून अपमान केला तर तो त्या प्रत्येकाला एक डॉलर देईल. मुलांना निश्चितच त्याच्या या सूचनेचे खूप आश्चर्य वाटले, पण खूप उत्सुकताही वाटली व त्यांनी ते पैसे मिळवले. त्या वृद्ध माणसाने त्या मुलांना आता असे सांगितले की, ते जर पुन्हा बुधवारी आले आणि असाच आरडाओरडा करून त्यांनी त्याचा अपमान केला तर तो त्यांना पुन्हा पैसे देईल. पण आता तो प्रत्येक मुलाला फक्त पंचवीस सेंट्स देईल. मुले थोडीशी नाराज झाली, परंतु तरीही त्यांनी हे मान्य केले. ते बुधवारी परत आले आणि त्यांनी त्याचा पुन्हा अपमान केला. ते पैसे देत असतानाच वृद्धाने सांगितले की, आता गुरुवारचा भाव प्रत्येकी एक सेंट. मुलांना त्याचा खूप तिरस्कार वाटला आणि ते एका सुरात ओरडले, 'आम्ही मुळीच येणार नाही.' आणि अशा प्रकारे त्या वृद्धाने स्वत:ला मुलांपासूनच्या त्रासातून मुक्त केले.

स्तुती : नियंत्रणाचे एक साधन

इथे ज्या उपयुक्त तत्त्वाबद्दल आपण बोलणार आहोत ते पैसे किंवा इतर मूर्त स्वरूपातील बक्षिसे यांच्यापुरते मर्यादित नाही. जेव्हा स्तुती किंवा सकारात्मक शाब्दिक प्रतिसाद हा समोरच्यावर नियंत्रण घालायला सुरुवात करतो तेव्हा त्या व्यक्तीच्या प्रेरणेवर पैशांच्या स्वरूपात दिल्या जाणाऱ्या प्रोत्साहनाचा जो परिणाम होतो तोच आत्तापण होतो. कॉर्पोरेट जगातातील कर्मचाऱ्यांविषयीचा अभ्यास असे सांगतो की काही कर्मचाऱ्यांना असे सांगितले गेले की, 'खरोखर, तुम्ही खूप छान काम केलेत. अगदी जसे काम करायला हवे, तसेच काम करत आहात', काही कर्मचाऱ्यांचा फक्त संख्यात्मक प्रतिसाद मिळाला. दोन्ही प्रकारचे कर्मचारी सारख्याच प्रमाणात प्रेरित होते.

'मी तुला हे बक्षीस देतो आहे कारण व्यक्तिश: मला तू करत असलेल्या कष्टांची जाणीव आहे आणि त्याची मी प्रशंसा करतो' आणि 'तुला हे बक्षीस ठरावीक आदर्श राखलास म्हणून मिळत आहे.' यापैकी पहिले वाक्य हे नक्कीच वैयक्तिरीत्या केलेले मानवी संभाषण आहे. हे खंबीर लोककौशल्याचे उदाहरण आहे. या वाक्यामुळे दोघांमध्येही, बोलणाऱ्यात व ऐकणाऱ्यात, खंबीर महत्त्वाकांक्षा जागृत होते.

बक्षिसांद्वारे प्रेरणांवर होणारा नकारात्मक प्रभाव कमी करण्यासाठी बक्षिसांचे महत्त्व कमी करून बक्षिसे कर्मचाऱ्यांवर नियंत्रण ठेवणार नाहीत याचा प्रयत्न केला पाहिजे. महत्त्वाकांक्षा किंवा प्रेरणा बळजबरीने कोणावरही लादता येत नाही, परंतु

जेथे हे गुण रुजवले जातील आणि फोफावतील असे वातावरण तुम्ही नक्की निर्माण करू शकता.

महत्त्वाकांक्षेची व्याख्या

'ज्या गोष्टीची तीव्र इच्छा बाळगली किंवा जिचे नियोजन केले ती प्रयत्नपूर्वक प्राप्त करणे' ही महत्त्वाकांक्षेची अगदी सरळ, सोपी व्याख्या करता येईल. काव्यात्मक भाषेत सांगायचे झाले तर 'पाहिलेले एखादे स्वप्न आणि ते सत्यात उतरल्यानंतरचा यशाचा अनुभव.' जेव्हा तुमची स्वप्ने सत्यात उतरतात तेव्हा ते तुमच्या महत्त्वाकांक्षेला मिळालेले बक्षीस असते.

स्वप्नपूर्ती व्यक्ती-व्यक्तीवर अवलंबून असते. स्वप्नांप्रमाणेच महत्त्वाकांक्षा हादेखील वैयक्तिक अनुभव असतो. ही महत्त्वाकांक्षा आपल्याला स्वप्नांपर्यंत नेते. या जगात, कुटुंबात, कंपनीत खूप भिन्न-भिन्न प्रकारची माणसे असतात आणि यामुळेच ही स्वप्ने निरनिराळी रूपे घेतात. त्याचप्रमाणे ज्या भावना महत्त्वाकांक्षेच्या विरोधात काम करतात त्यासुद्धा व्यक्तिपरत्वे भिन्न आणि स्वतंत्र असतात. आपण येथे आता ज्याबद्दल बोलणार आहोत त्या भावनांना एकाच शब्दात नाव देणार आहोत. नंतर आपण तो शब्द आपल्यासाठी नेमके काय घेऊन येतो ते पाहून त्याचा आपल्या आयुष्यावरील पगडा कमीत कमी करण्याचा प्रयत्न करणार आहोत. एक कुशल नेता म्हणून आपल्या संघातील वेगवेगळ्या स्वभावाच्या लोकांबरोबर काम करताना या शब्दाच्या बहुअंगी अर्थाचा विचार करायला हवा, ज्यामुळे तुम्हाला हे ओळखणे सोपे जाईल की तुमच्या संघातील सदस्यांच्या मनात त्या शब्दाचा नेमका कोणता अर्थ प्रतीत होतो. त्याचा प्रभाव नाहीसा करण्यासाठी नेता म्हणून तुम्हाला सतत झटायचे आहे.

कोणता आहे हा छोटासा शब्द जो खंबीर महत्त्वाकांक्षेच्या पूर्णपणे विरुद्ध आहे? असा शब्द जो व्यावसायिक क्षेत्रात प्रेरणा आणि यश यांना धुळीला मिळवतो? तो शब्द आहे 'भीती'.

भीतीचा सामना करताना

आम्ही आत्तापर्यंत तुम्हाला हे दाखवायचा प्रयत्न केला की महत्त्वाकांक्षेप्रमाणेच भीतीदेखील व्यक्तिपरत्वे भिन्न असते. भीती महत्त्वाकांक्षेच्या विरोधात कार्य करते. भीतीच्या संदर्भात काही महत्त्वाचे मुद्दे आहेत. भीतीची सुरुवात कशी होते, ती तिचा प्रभाव कसा दाखवते, भीतीपासून मुक्तता कशी मिळवायची हेसुद्धा जाणून घ्यायला हवे. सर्वसाधारणपणे, जे चार घटक भीतीला जन्म देतात त्यांचा परामर्श घेऊ या.

एक कुशल नेता म्हणून बहुधा तुमच्या असे लक्षात आले असेल की,

कर्मचाऱ्यांमध्ये दोन मूलभूत प्रकार असतात. एक ते, जे अनेक गोष्टी उत्तम प्रकारे पार पाडू शकतात आणि कंपनीमध्ये अनेक वेगवेगळ्या विभागात वरच्या पदापर्यंत चढत जाण्याची क्षमता त्यांच्यामध्ये असते. उदाहरणार्थ, तुमच्या संघातील एखादा सदस्य उत्तम विक्रेता असेल, ग्राहकांना उत्तम सेवाही पुरवत असेल. शिवाय, ह्यूमन रिसोर्सेसमध्येही त्याला चांगली गती असेल. ही सर्व क्षेत्रे एकमेकांशी संलग्न असली तरीसुद्धा अनेक बाबतींमध्ये वेगळी आहेत. आता दुसऱ्या प्रकारच्या कर्मचाऱ्यांना आपण स्पेशालिस्ट म्हणजेच तज्ज्ञ असे म्हणू शकतो; आता आपण ज्या सर्वसामान्य लोकांबद्दल बोलत होतो, ज्यांना आपण जनरॅलिस्ट म्हणू शकतो, त्यांच्यापेक्षा हे वेगळे असतात. उदाहरणार्थ, जर हे लोक अकाउंट्समध्ये हुशार असतील तर त्यांना फक्त तेवढेच करायला आवडते, इतर गोष्टींमध्ये त्यांना रस नसतो. ते त्यांच्या क्षेत्रात वाकबगार असल्यामुळे तेथे त्यांना सन्मान मिळतो, तेथील गोष्टींवर त्यांची हुकमत चालते आणि तेच त्यांना आवडते. वैयक्तिकरीत्या ते खूप महत्त्वाकांक्षी असू शकतात, पण त्यांची महत्त्वाकांक्षा कंपनीतील एका ठरावीक मार्गावरूनच कालक्रमण करू शकते. एखादा खूप हुशार अकाउंटंट (लेखापाल) प्रमुख वित्तीय अधिकारी बनू शकतो, परंतु अशा माणसाला ह्यूमन रिसोर्सेसमध्ये पाठवण्यात काही फायदा नसतो.

म्हणजेच, सर्वसामान्यपणे लोक दोन प्रकारांत विभागलेले असतात; एखाद्या विषयात खूप प्रावीण्य मिळवणारे आणि दुसरे अनेक विषयांत रस घेणारे. त्यांचा हातखंडा नसलेल्या गोष्टीदेखील त्यांना जमू शकतात. कुशल नेत्याने असे कधीही समजू नये की माझ्या संघातील काही लोकांना काहीच चांगले करता येत नाही. प्रत्येकाला देवाने कोणती ना कोणती ताकद दिलेली असते. दुर्दैवाची गोष्ट ही की आपल्यापैकी सगळ्यांनाच ती ताकद कोणती ते ओळखता येत नाही, आपल्यातील किंवा आपल्या भोवतालच्या लोकांमधीलसुद्धा! आपल्यापैकी मोजके लोक कालांतराने याच ताकदीच्या जोरावर उच्च पदांवर जाऊन पोहोचतात.

आपल्याला स्वत:लाच स्वत:च्या ताकदीचा अंदाज नसणे हे त्याचे कारण असू शकते. आपण स्वत: कोण आहोत याबद्दल आपण कधी चिंतन केलेले नसते, आपल्याला त्याची जाणीवही नसते किंवा आपण कुठली गोष्ट खरोखर उत्तम प्रकारे करू शकतो हे आपण जोखलेलेच नसते. हे एक भीतीचेच स्वरूप आहे, कारण आपण कोण असणे अपेक्षित आहे या दडपणाखाली जगण्याचा आपला प्रयत्न असतो; आपण जसे आहोत तसे आपण वागतच नाही. आपले नैसर्गिक व्यक्तिमत्त्व पुसून टाकून कोणीतरी वेगळेच बनण्याचा प्रयत्न करतो. महत्त्वाकांक्षेच्या दृष्टीने विचार करता आपण आपल्या अस्तित्वाच्या मूलभूत पातळीवरच चुकीच्या गोष्टींना वाव देतो.

यशस्वी तज्ज्ञ

तज्ज्ञ किंवा प्रवीण व्यक्तींपेक्षा सर्वाधिक यशस्वी व्यक्ती स्वत:मधील हा गुण खूप लवकर ओळखते. आपण कशामध्ये श्रेष्ठ आहोत आणि कोणत्या गोष्टी करण्यामध्ये आपल्याला मौज वाटते, हे समजूनउमजूनच त्या दिशेने नोकरी-व्यवसायामध्ये ते आगेकूच करतात. त्यांच्या स्वाभाविकतेशी जुळणारी अशीच त्यांची महत्त्वाकांक्षा असते. ते कॉलेजमध्ये असल्यापासूनच या गोष्टींची सुरुवात होते. उदाहरणार्थ, ते अशा कंपन्यांमध्ये जायला सुरुवात करतात जेथे त्यांच्यातील विशिष्ट कौशल्यांची गरज आहे. त्यांच्यातील जन्मजात कौशल्याला अधिक विकसित करण्यास मदत करणारे त्या विषयातील गुरू ते शोधून काढतात. ते त्यांच्यातील महत्त्वाकांक्षा योग्य दिशेने केंद्रित करतात हीच त्यांच्या यशाची गुरुकिल्ली होय. मात्र ती दिशा कोणती हे कबूल करण्याची भीती वाटणे हा त्यांच्यासाठी धोका ठरू शकतो. तुम्ही जर तज्ज्ञ असाल तर मर्यादांच्या अशा चौकटीत स्वत:च्या महत्त्वाकांक्षा मार्गी लावा ज्या मोडणे तुम्हाला कदापि आवडणार नाही.

जिंकणारा जनरॅलिस्ट

याच्या उलट काही लोकांना अनेक गुणांची दैवी देणगी असते; परंतु त्यांच्या या गुणांचा आणि ताकदीचा उपयोग होत नाही कारण ते स्वत:ला कायम असुरक्षित समजतात. सर्वच क्षेत्रांमध्ये उपजत गती असणे ही चांगलीच गोष्ट आहे, परंतु आपल्या जास्तीत जास्त क्षमता न वापरणे ही गोष्ट चांगली नव्हे. असे अनेक जनरॅलिस्ट आहेत ज्यांचे वेगवेगळ्या क्षेत्रांत योगदान असते, परंतु हे कोठेच आपला ठसा उमटवू शकत नाहीत. जर तुम्ही अशा प्रकारे सर्वगुणसंपन्न आहात तर तुमच्या महत्त्वाकांक्षेवर संपूर्ण लक्ष केंद्रित करायला घाबरू नका. जेव्हा तुम्ही एखाद्या विशिष्ट क्षेत्रात काम करत असता तेव्हा इतर अनेक गोष्टी तुम्हाला खुणावतील, परंतु त्याकडे लक्ष देऊ नका आणि आपले चित्त ढळू देऊ नका. एका वेळी एकाच क्षेत्रावर लक्ष केंद्रित करा. मात्र हे क्षेत्र असे असले पाहिजे ज्यामध्ये तुमच्या कौशल्याच्या जोरावर तुम्ही देदीप्यमान प्रगती करू शकाल. हे असे क्षेत्र असायला हवे जे तुम्हाला तुमच्या भविष्यातील ध्येये पूर्ण करण्यास मदत करेल आणि तुमच्या कंपनीच्या हिताच्या दृष्टीने तुमच्या महत्त्वाकांक्षांना अधिक बळ देईल. जेव्हा तुम्ही ते करू शकाल तेव्हा तुम्ही तुमच्या कंपनीतील महत्त्वपूर्ण पद तर भूषवालच, परंतु तुमच्या मनातल्या समीक्षकाकडूनही गौरवले जाल; म्हणजेच तुमचा आत्मसन्मान वाढेल.

आपल्यामध्ये कोणत्या प्रकारच्या बुद्धिमत्ता आहेत, हे जाणून घेण्याची भीती आहे आणि त्याच्यातूनच आपल्याला अधिकाधिक फायदा करून घ्यायचा आहे. तुमच्या

महत्त्वाकांक्षेच्या मार्गातील अडसर असलेल्या भीतीचा हा एवढाच गोषवारा होय!

अधीरेपणाचा बुरखा पांघरलेली भीती

ही दुसऱ्या प्रकारची भीती अधीरेपणाचे रूप घेऊन येते. म्हणजे असे की, आपल्यातील क्षमता विकसित होऊ देण्यासाठी पुरेसा वेळ घेण्यास घाबरणे, परिणामत: पट्कन शरणागती स्वीकारणे अथवा अविचाराने उडी मारून स्वत:चा कपाळमोक्ष करून घेणे. असा प्रकार कॉर्पोरेट जगतामध्ये वारंवार दिसून येतो, विशेषत: अतिमहत्त्वाकांक्षी व्यक्तींच्या बाबतीत तर हे फारच सर्रासपणे दिसून येते. तुम्हाला शक्य तेवढ्या लवकर इतरांच्या पुढे जायचे असते. जेव्हा तुम्हाला अशी संधी दिसते तेव्हा तुम्हाला ती संधी साधायची तीव्र अंत:प्रवृत्ती होते, आपली पुरेशी तयारी नाही हे आपल्या मनाला माहीत असले तरीही!

या बाबतीतला एक खूप मजेशीर अभ्यास आपल्याला काय सांगतो बघा : लष्कराचे पॅराशूट जंपिंगचे प्रशिक्षण चालू असते तेव्हा काय घडते. नवीन भरती झालेल्या प्रत्येक गटामध्ये असे काही जवान असतात, जे प्रथम पॅराशूटमधून उडी मारण्यासाठी विमानाच्या दरवाजाशी येतात तेव्हा भीतीने गोठून जातात. खरे तर या पूर्वीच्या कोणत्याच प्रशिक्षणामध्ये त्यांच्याकडून भीतीची कुठलीच चिन्हे दिसलेली नसतात. त्यांच्या कामगिरीचा आलेख तर उत्तम असतोच, शिवाय लष्करात नाव कमवण्याची जबरदस्त महत्त्वाकांक्षा त्यांच्यात असते. इथेच खरी गोम असते. 'आपण भीतीने गर्भगळित होऊ शकतो' अशी सुतराम शंकासुद्धा त्यांना कधीच आलेली नसते. त्यांच्या आत्मविश्वासाचे वरपांगी स्वरूप इतके जबरदस्त असते की त्याखाली असलेल्या असुरक्षिततेबद्दल ते अनभिज्ञच राहतात. खरे तर आपल्या मनात व हृदयात काय चालले आहे याची पुरेशी दखल न घेताच त्यांनी सुरुवातीला जोरदार मुसंडी मारलेली असते. भीतीच्या अस्तित्वाची जराही दखल न घेतल्यामुळेच अत्यंत मोक्याच्या क्षणी हीच भीती त्यांना अक्षरश: व्यापून टाकते. आपल्या मनातील कमकुवत जागा ओळखून त्या वगळून टाकण्याची आपल्याला वाटणारी भीती, ही दुसऱ्या प्रकारची भीती आहे. ती स्वत:ला महत्त्वाकांक्षेच्या बुरख्याआड दडवते. ती म्हणते, 'तयारी करण्यात आता अधिक वेळ घालवू नकोस. तुला शक्य तितक्या लवकर पुढे निघून जायचे आहे.' मात्र तुम्ही पुढे जाण्याची फार घाई केलीत की निश्चितच तुम्ही फार मागे पडण्याची शक्यता असते.

एका विशिष्ट प्रकारच्या ताणतणावाबद्दल, जो अधीरेपणातून आणि अशा भीतीतून येतो जी आपल्याला स्वत:ला समजून घेण्यापासून थोपवते, आत्ताच आपण चर्चा केली. हा ताणतणाव स्वत:ला भीतीच्या वेगवेगळ्या प्रकारांतून व्यक्त करतो. समजा, तुम्ही खूप महत्त्वाकांक्षी आणि त्याचबरोबर प्रभावशाली मॅनेजर आहात.

तुम्ही कंपनीत एकेक पायरी वर चढत आहात. तुमची सतत पदोन्नती होत आहे आणि त्यामुळे तुमच्यावरील जबाबदाऱ्या अधिकाधिक वाढत आहेत. या प्रत्येक स्थित्यंतरावरील वाढीव जबाबदारीचे ओझे तुम्हाला जाणवते आहे, परंतु तुम्ही स्वत:ला सांगत राहता की तुम्ही हे ओझे पेलू शकता आणि मग एक दिवस असा येतो की तुमच्या सहनशक्तीपलीकडे जाते.

ताणतणावाखालील भीती

इथे नेमके काय घडते? कदाचित अधिक जबाबदारी घेण्याची भीती आधीच अंतर्मनात उपस्थित होती. वाढीव भारामुळे आलेल्या ताणाने तुम्हाला खरे तर घाबरवून सोडलेले असते, परंतु तुम्ही मात्र त्याची जाणीव करून घेऊ इच्छित नसता. आपली साधीसुधी, शुद्ध महत्त्वाकांक्षा ही आपल्या व्यक्तिमत्त्वाचे वैशिष्ट्य असावी हाच तुमचा मानस होता. पण ही महत्त्वाकांक्षा आक्रमक असते, खंबीर नव्हे! अंगी खंबीर महत्त्वाकांक्षा असणारे नेते मोठ्या कौशल्याने आपल्या करिअरचे आणि स्वत:चे मूल्यमापन करतात; आणि त्यानुसार काही वेळेस अधिक ताणतणाव घेतात, तर काही वेळेस ताणतणाव निर्माण करणारे कामच नाकारतात. जे लोक मोडून पडतात त्यांचा असा समज असतो की, त्यांच्यापुढे दोनच पर्याय आहेत; एक तर पुढारी होणे, नाहीतर मग अनुयायी होणे. नेता कधीच माघार घेत नाही किंवा पड खात नाही असे या लोकांना वाटू शकते. तुम्हीसुद्धा त्यापैकी एक आहात का? मग तुम्हीदेखील स्वत:ला बजावत असता की तुम्ही कशालाच घाबरत नाही आहात, पण प्रत्यक्षात मात्र तुम्ही कशाला तरी घाबरत असता. खरे म्हणजे, ज्याची तुम्हाला खरोखरच भीती वाटते त्या गोष्टीकडे तुम्ही दुर्लक्ष करत असता.

अशा प्रकारे तिसऱ्या प्रकारची ही भीती ताणावाशी निगडित आहे. खूप तणावात जगणे जाऊ द्या, आपल्याला असा काही ताण आहे हेदेखील मान्य करायची ही भीती असते.

आपल्या मर्यादांना घाबरणे

जरी तुम्हाला फॉर्च्युन १०० या कंपनीचा सीईओ होण्याची इच्छा नसली तरीसुद्धा तुम्ही एक खंबीर महत्त्वाकांक्षा असलेला आणि अत्यंत यशस्वी असा नेता होऊ शकता, या वास्तवाकडे दुर्लक्ष करू नका. तुम्हाला अगदी प्रत्येकाचे नेतृत्व करण्याची इच्छा नसली तरी तुम्हाला नेतृत्व करायची इच्छा असू शकते. एखाद-दोन व्यक्ती तुमच्यापेक्षा अधिक प्रभावशाली असल्या तरी तुम्हीही अतिशय प्रभावशाली असू शकता. यामध्ये चुकीचे काहीच नाही. खंबीर महत्त्वाकांक्षा म्हणजे यश हवेहवेसे वाटणे. आता यशाची व्याख्या कशी करायची हे ज्याच्या-त्याच्यावर

अवलंबून आहे. पण तुम्हालाही काही मर्यादा आहेत किंवा तुम्हाला मर्यादा असाव्यात अशी तुमचीच इच्छा आहे, हे कबूल करायला घाबरू नका. याचा अर्थ काही लगेच असा होत नाही की तुम्ही महत्त्वाकांक्षी नाही; याचा अर्थ एवढाच की महत्त्वाकांक्षा या शब्दाच्या तुमच्या व्याख्येत तुम्ही बसता.

आता आपण हा मुद्दा पटवून घेण्यासाठी क्रीडाजगतातील एक उदाहरण घेऊ. १९७०च्या सुरुवातीच्या काळात पीट मराविच नावाचा अमेरिकेतील एक खूप मोठा नावाजलेला बास्केटबॉल खेळाडू होता; एका बास्केटबॉल प्रशिक्षकाचा मुलगा म्हणून तो मोठा झाला. फार लहानपणापासून शाळेतही त्याचे बास्केटबॉल हेच उद्दिष्ट होते. जेथे कोठे तो जात असे तेथे तो बास्केटबॉलचे टप्पे घेत असे. सकाळी जेवताना, सायकल चालवताना आणि अगदी अंथरुणावर पडल्या-पडल्यासुद्धा त्यात खंड पडत नसे. जेव्हा तो लुइसिआना राज्यातील विद्यापीठात कॉलेजच्या संघातील खेळाडू बनला तेव्हा प्रत्येक गेममध्ये किमान चाळीस गुण मिळवू लागला होता. अनेकदा तर पन्नास ते साठ गुणांपर्यंत त्याची मजल जाई. अर्थात, तीच त्याची ओळख होती आणि खरोखरच तेच त्याचे ध्येय होते. नॅशनल बास्केटबॉल असोसिएशन (एनबीए)चा सभासद होण्यासाठी ते जरुरीचे होते. एनबीएमध्ये प्रवेश झाल्यावर त्याला तेथून कोणीच काढून टाकले नसते. त्याने त्याच्या मनाशी हे ध्येय निश्चित केले की प्रत्येक रात्री तो चाळीस ते पंचेचाळीस गुण मिळवणारच आणि त्याने त्याच्या चाहत्यांनासुद्धा त्याच्याकडून तेवढ्या अपेक्षेची सवय लावली. अर्थातच, आता त्याचा सामना जगभरच्या निष्णात खेळाडूंबरोबर होत असे, परंतु तरीही त्याचा खेळ कुठेही कमी पडत नव्हता. पीटने स्वत:च स्वत:ला मोठ्या अडचणीत आणले होते. खेळताना त्याच्या प्रतिस्पर्ध्यापेक्षा त्याची गुणसंख्या दुप्पट झाली नाही तर तो स्वत:ला अपयशी मानत असे; आणि तो स्वत:च असे मानत असल्यामुळे प्रेक्षकही तसे समजू लागले.

महत्त्वाकांक्षेसंबंधित असलेल्या भीतीबाबतचे हे चौथे उदाहरण आहे. आपल्या स्वत:च्या मर्यादांकडे पाहून वाटणारी ही भीती आहे किंवा आपल्याला मर्यादा आहेत त्याचीच ही भीती आहे. खरे म्हणजे प्रत्येकालाच मर्यादा असतात. समोरच्या व्यक्तीपेक्षा आपल्या मर्यादा काही वेगळ्या आहेत हे स्वीकारण्यामध्ये अपमान कसला? खासकरून आपल्या मर्यादांची जातकुळी जरा वेगळी आहे, हे सत्य मान्य करणे केवळ आणि केवळ भीतीपोटी तुम्हाला जमत नसते तेव्हा. याचा अर्थ असा होत नाही की तुम्ही कमी महत्त्वाकांक्षी आहात. याचा अर्थ फक्त एवढाच होतो की तुम्ही तुमच्याबद्दलचे सत्य लोकांपुढे ठामपणे मांडण्यास तयार आहात.

स्वत:चा आणि इतरांचा आदर राखा

व्यावसायिक जगतामध्ये आदर ही फार महत्त्वाची संकल्पना असते. इतर लोक आपला किती आदर करतात त्यावरून आपण लोकांचा किती आदर करायचा हे ठरवणे चुकीचे आहे. त्याऐवजी तुम्ही तुमच्या संघातील लोकांशी किती आदराने वागता यावर लक्ष केंद्रित करा आणि तुम्हाला स्वत:बद्दल किती आदर आहे त्याचे अवलोकन करा. तुम्ही जेव्हा असे कराल तेव्हा तुम्हाला हे जाणवेल की तुम्ही लोकांप्रति दाखवलेला आदर तुमच्याकडे परत आला आहे. कॉर्पोरेट जगात जिथे सर्वांना डावलून तुम्हाला ध्येयाप्रति पोहोचायचे आहे, गरज पडली तर मार्गात येणाऱ्या कोणालाही बाजू सारायचे आहे तिथे या शिररस्त्याची अतिशय आवश्यकता आहे. सर्वसामन्यपणे महत्त्वाकांक्षा आणि लोककौशल्ये या संदर्भात बोलायचे झाले तर असा आक्रमक पवित्रा म्हणजे मोठी चूक असते. जर सर्वोच्च पदावर पोहोचणे हा तुमचा हेतू असेल आणि इतर लोक आधार देत असतील किंवा त्या दिशेने ढकलत असतील तर तेथे पोहोचणे तुमच्यासाठी सगळ्यात सोपे असते; मिळालेल्या प्रत्येक संधीचा उपयोग त्यांना डावलण्यासाठी, बाजूला सारण्यासाठी करून सर्वोच्च पदाला पोहोचणे कधीही सहजसोपे नसते.

हा खरोखरच खूप महत्त्वाचा मुद्दा आहे. तुम्ही कितीही आक्रमक मॅनेजर असलात आणि उच्चपदाला पोहोचला असलात तरी तुमच्या संघाच्या ऐन अडचणीच्या वेळेस साऱ्यांनी तुमची साथ सोडली तर तुम्हाला कसे वाटेल?

तुम्ही जर खरोखरच खूप बुद्धिमान, प्रतिभावंत आणि महत्त्वाकांक्षी असाल तर मुळीच घाबरू नका! सगळ्यांचे लक्ष तुमच्याकडे जाणारच आहे. दुसऱ्याला कमी लेखून स्वत:ची टिमकी वाजवण्याची अजिबात गरज नाही. खरे तर आपल्या आवतीभोवती असणाऱ्या लोकांची स्तुती करणे हा एक खंबीरपणे महत्त्वाकांक्षी असण्याचा उत्तम मार्ग आहे. जो इतरांना अधिकार देऊन त्यांच्याकडून चांगले काम करून घेऊ शकतो, तोच खरा प्रभावशाली नेता असतो.

कोणाचा स्वभाव खूप छान, कोणाचा वाईट अशा चांगल्या-वाईट भेदाचा हा प्रश्नच नाही. त्यापेक्षा आपण विश्वास आणि अविश्वास या संदर्भात विचार करावा, मुख्यत्वे स्वत:वरचा विश्वास. या संकल्पना समजून घेण्यास थोड्या अवघड आहेत. आक्रमकपणालाच खंबीर महत्त्वाकांक्षा म्हणण्याचा मोह होण्याची चूक तुमच्याकडून सहज घडू शकेल. व्यावसायिक जगतामध्ये हाव आणि संवेदनशून्यता किंवा निर्दयता हे मानसिक प्रवाह पावलोपावली पाहायला मिळतात. या मोहांपासून स्वत:ला दूर ठेवून तुम्ही काही अल्पकालीन लहानसहान फायद्यांपासून कदाचित स्वत:ला वंचित ठेवाल. मात्र, सरतेशेवटी तुम्ही इतरांच्या मनात विश्वासाचे बीज

रोवण्यात यश तर मिळवालच, शिवाय त्याचे दीर्घकालीन फायदेदेखील अनुभवाल.

पुढील प्रकरणामध्ये आपण खंबीर महत्त्वाकांक्षा याच विषयावरील विवेचन चालू ठेवणार आहोत आणि तुम्ही तुमच्या संघातील सदस्यांची खंबीर महत्त्वाकांक्षा कशी वाढवाल यावर भर देणार आहोत.

कृती

१. वेगवेगळ्या वयातील लोकांना बाहेरून कितीही प्रोत्साहन दिले तरी ते प्रभावशाली ठरत नाही. त्यांना हे प्रोत्साहन त्यांच्या आतूनच मिळावे लागते. आश्चर्य वाटावे अशी ही परिस्थिती आहे खरी, पण त्याला पुष्टी देणारे पुरावेदेखील आहेत. तुमचे असे काही वैयक्तिक उदाहरण सांगू शकाल का की बक्षिसाची लालूच दाखवूनसुद्धा तुम्ही उद्युक्त झाला नाहीत; उलट त्यामुळे तुम्ही निरुत्साही झालात? तुमच्या अंतरंगातील नैसर्गिक गुण वाढवण्यासाठी तुम्ही कोणत्या गोष्टी कराल?

२. काही शोधनिबंध असे म्हणणे मांडतात की, जेव्हा आर्थिक किंवा इतर स्वरूपात केलेल्या कामांबद्दल तुम्हाला बक्षिसे मिळतात तेव्हा प्रत्यक्षात तुमच्या आंतरिक प्रेरणा कमी होतात. तुमच्या आयुष्यात असे कधी घडले का ते आठवा. तुम्हाला वेगळ्या क्षेत्रातील असा एखादा छंद होता का की ज्यामध्ये तुम्ही पारंगत होतात, परंतु त्याचे पर्यवसान तुम्हाला व्यवसायात करायचे नव्हते? कदाचित तुम्ही तुमच्या आवडीचा व्यवसाय सुरू केला, पण काहीच दिवसांत तुम्हाला त्या व्यवसायाचा कंटाळा आला असे घडले का? तुमच्या स्वतःच्या किंवा तुमच्या ओळखीतल्या कोणाच्या अशा अनुभवाबद्दल लिहा.

३. कोणत्यातरी फायद्यापोटी केलेल्या इतरांच्या स्तुतीपेक्षा प्रामाणिकपणाने केलेले कौतुक अधिक उपयुक्त ठरते. जेव्हा तुम्ही इतरांची स्तुती कराल तेव्हा हे जरूर लक्षात ठेवा आणि चुकत असल्यास स्वतःला रोखा. शक्य असेल तर कोणतेही विधान उच्चारण्यापूर्वी थोडे थांबा. स्वतःला विचारा की असे करण्यामागे तुमचा नेमका हेतू कोणता आहे? जर तुमची स्तुती प्रामाणिकपणाची असेल आणि त्याच्यामागे कोणताही वाईट हेतू नसेल तर बेलाशक पुढे जा. मात्र, जर तुमच्या असे लक्षात आले की तुम्ही या स्तुतीचा उपयोग तुमचे ध्येय पूर्ण करण्याचे एक साधन म्हणून वापरत आहात तर पुढच्या शेरेबाजीपासून स्वतःला थांबवा. तुमच्या लक्षात आलेल्या निष्कर्षांबद्दल आणि अंतर्दृष्टींबद्दल लिहा.

नोंदी

समाजात वावरताना आपण हे लक्षात ठेवू की आपण फक्त तर्कशास्त्राची ओळख असलेल्या मानवाबरोबर व्यवहार करत नसून, भावना असणाऱ्या मानवासमवेत व्यवहार करत आहोत, असे मानव जे पूर्वग्रहदूषित असून अभिमान आणि खोटी प्रतिष्ठा यांच्यामुळे प्रेरित झाले आहेत.

– डेल कार्नेगी

१४

खंबीर महत्त्वाकांक्षेचा वापर करून जास्तीत जास्त फायदा करून घ्या

या प्रकरणामध्ये आपण खंबीर महत्त्वाकांक्षेबाबतचेच विवेचन पुढे चालू ठेवणार आहोत. एक कुशल नेता या नात्याने आपल्या संघातील प्रत्येकाच्या महत्त्वाकांक्षेची सकारात्मक ऊर्जा जास्तीत जास्त वाढवण्यावर भर देणार आहोत.

उदाहरण देऊन मार्गदर्शन करा

गेल्या वीस वर्षांमध्ये प्रभावशाली व्यवस्थापन या विषयावरील पुस्तकांचा आणि ऑडिओ प्रोग्रॅम्सचा प्रचंड भडिमार झाला आहे. ही प्रक्रिया गतिमान करणारे डेल कार्नेजी हेच त्याचे आद्य जनक होते. 'यशस्वी-भव' हा मंत्र सर्वत्र जगभर पोहोचवणारी डेल कार्नेजींची तत्त्वे पूर्वीपेक्षाही सद्य:परिस्थितीला अधिक चपखलपणे लागू पडतात. 'उदाहरणाद्वारे मार्गदर्शन' ही त्यातील ठळकपणे उठून दिसणारी बाब आहे.

नेतृत्वासंबंधीची अक्षरश: हजारो साधने आणि तंत्रे यांच्या गदारोळात 'बोले तैसा चाले' ही संकल्पनाच सर्वांत श्रेष्ठ ठरते; मग तुम्ही व्यावसायिक फुटबॉल संघाचे प्रशिक्षक असा अथवा बहुराष्ट्रीय कॉर्पोरेशनचे मुख्य अथवा वाढत्या कुटुंबाचे पालक असा. प्रत्येक कुशल नेत्याला (राजकीय अभिप्रेत नाही.) हे गुपित माहिती असते आणि तो दररोजच्या व्यवहारामध्ये प्रत्येक क्षणाला ते आचरणात आणत असतो.

उदाहरणे देऊन मार्गदर्शन करण्यामुळे तुमच्या संघाला फक्त सूचनाच मिळत नाहीत, तर अधिक फलदायी यशासाठी त्यांना स्फूर्ती मिळते; आणि अशा प्रकारे

त्यांच्यामध्ये खंबीर महत्त्वाकांक्षा जागृत होते. एखाद्या गोष्टीबद्दल नुसते बोलण्यापेक्षा जर ती गोष्ट घडवून आणण्यासाठी कोणत्या गोष्टींची गरज आहे हे दाखवले तर तुम्ही आणि तुमचा संघ फारच लवकर तुमचे ईप्सित गाठू शकेल. जे मार्गदर्शक अशा स्वभावाचे असतात की, 'मी सांगितले तसे करा' आणि 'मी करतो तसे करू नका' त्यांच्यासाठी ही समस्या होऊ शकते. इतरांनी तुमच्या इच्छेप्रमाणे वागावे असे तुम्हाला वाटते ना, पण जर तुम्ही त्यांना तुमचे उदाहरण घालून दिले नाही तर तुम्ही प्रभावशून्य होता. हेच खरे आहे की जर तुम्हाला तुमच्या संघाची कार्यक्षमता खरोखरच वाढवायची असेल तर तो संदेश थेट तुमच्या वर्तणुकीतून यावा लागतो.

आदर्श नेता

एका उदाहरणाने हे समजून घेऊ. कंपनीच्या मार्केटिंग विभागाचा प्रमुख माईक याचे नाव जेव्हा जाहीर झाले तेव्हा त्याला हे माहीत होते की त्याला आता युद्धपातळीवर हालचाली कराव्या लागतील. या विभागाची परिस्थिती फारच नाजूक होती. कंपनीचा प्रचंड तोटा होत होता; विक्री कमी झाली होती आणि कंपनीला तातडीची पावले उचलून त्यामध्ये सुधारणा आणि वाढ करणे गरजेचे होते. ही परिस्थिती सुधारण्यासाठी माईककडे खंबीर महत्त्वाकांक्षा होती आणि तीच महत्त्वाकांक्षा त्याला त्याच्या संपूर्ण संघामध्ये जागवायची होती.

आपल्या नवीन भूमिकेमध्ये प्रवेश करण्यापूर्वी माईकला प्रत्यक्ष समस्या काय आहे याबद्दलचा थोडक्यात आढावा दिला गेला. मुख्य समस्या ही होती की, योग्य त्या अपेक्षा पूर्ण करण्यामध्ये विक्री अधिकारी अपयशी ठरत होते. जर परिस्थितीमध्ये ताबडतोब सुधारणा झाली नाही तर माईकला सध्या असलेल्या कर्मचाऱ्यांना हटवून त्या जागी नवीन कर्मचारी नेमण्याचे आदेश दिले गेले होते. हे सगळे गंभीर होते. माईकला हे कळत होते की गोष्टी लवकरात लवकर पुन्हा पहिल्यासारख्या व्हायला पाहिजेत– फक्त त्याच्यासाठी नव्हे, तर कंपनीमध्ये काम करणाऱ्या सर्वच कर्मचाऱ्यांच्या दृष्टीनेदेखील.

नवीन पदाची सूत्रे हाती घेण्यापूर्वी सर्व परिस्थिती जाणून घेतल्यावर नेमकी समस्या काय आहे हे माईकच्या लक्षात आले. खूपच सरळ होते सगळे! पूर्वीचा विभागप्रमुख त्याच्या संघाला योग्य प्रकारे मार्गदर्शन करत नव्हता; समस्या काही संपूर्णपणे संघाचीच नव्हती. संघाला जो संदेश मिळत होता त्याचा फक्त प्रतिध्वनी घुमत होता; ते बोलणे फक्त ऐकण्यापुरतेच मर्यादित होते, कृतीसाठी नव्हतेच मुळी.

इतरांनी जितके अधिक कष्ट करणे माईकला अभिप्रेत होते तेवढेच कष्ट त्याने स्वत: केले आणि लवकरच माईकने त्याच्या संघाचे नीतिधैर्य वाढवले. त्याने

त्याच्या संघाला अप्रत्यक्षपणे हे सुचवले की, तो त्याच्या संघाकडून तेवढ्याची मागणी करेल जेवढे तो स्वत: देईल. तो स्वत: ऑफिसमध्ये लवकर यायचा, संपूर्ण लक्ष केंद्रित करून उशिरापर्यंत निश्चयपूर्वक काम करायचा. त्याने त्याच्या संघाला स्वच्छ शब्दांत सांगितले की, त्याला त्याच्या विभागाकडून खूप अपेक्षा आहेत; तो स्वत: खूप महत्त्वाकांक्षी आहे आणि संघातील सर्वच सदस्यांनीसुद्धा महत्त्वाकांक्षी असावे. माईक स्वत:च त्याच्या संघाचा आदर्श बनला आणि त्याच्या संघातील सदस्यांना त्याने त्याच्या नेतृत्वाखाली त्याचे अनुयायी बनवले.

फक्त काही आठवड्यामध्येच मार्केटिंग विभागाने कात टाकली आणि ते संपूर्णपणे वेगळेच भासू लागले. ते त्यांच्या कामामुळे उत्तेजित झाले, आता ते त्यांचे ध्येय पूर्ण करण्यासाठी कटिबद्ध आणि भविष्याबद्दल महत्त्वाकांक्षी होते. त्याचे फळ मिळणारच ना! कंपनीची गणिते बदलली, विक्रीत प्रचंड सुधारणा झाली. ते आता कंपनीचे रेकॉर्ड मोडण्याच्या मार्गावर होते.

कंपनीच्या मार्केटिंग विभागातील सर्व जुन्या कर्मचाऱ्यांना काढून टाकून त्यांच्या जागेवर नवीन भरती केल्याने समस्या सुटली असती का? खरे म्हणजे नाही! जोपर्यंत त्या कर्मचाऱ्यांच्या नेतृत्वाच्या शैलीत फरक पडला नसता तोवर काहीच चांगले घडू शकले नसते. मुळात कर्मचारी हुशार किंवा कार्यक्षम नाहीत हा दोष नव्हता, तर ज्याचे अनुकरण करावे असा आदर्श त्यांच्यासमोर नव्हता हा दोष होता. जेव्हा परिस्थिती बदलली तेव्हा संघातील सदस्य बदलले नव्हते तर त्यांचे नेतृत्व आणि त्यांच्याकडून बाळगल्या गेलेल्या अपेक्षा बदलल्या होत्या.

हे एकच तत्त्व तुमच्या संघामध्ये खंबीर महत्त्वाकांक्षा निर्माण करण्याच्या कामी सगळ्यात महत्त्वाचे आहे. तुम्ही लोकांना काय सांगता ते फारसे महत्त्वाचे नाही, पण तुम्ही कसे वागता, काय करता ते अधिक महत्त्वाचे आहे. एखादी गोष्ट इतरांनी करावी असे तुम्हाला मनापासून वाटत असेल तर आधी स्वत: ती गोष्ट करून दाखवा.

अत्यंत महत्त्वाचे असे हे तत्त्व मनाशी बाळगून आपण आणखीही काही जबरदस्त तत्त्वांची माहिती करून घेणार आहोत. त्यांच्या साहाय्याने तुम्ही तुमच्या संघातील सदस्यांना खंबीर महत्त्वाकांक्षेची ओळख करून देऊ शकाल आणि त्यायोगे त्यांच्याकडून दीर्घकाळासाठी जास्तीत जास्त चांगले काम करून घेऊ शकाल.

दिवसाच्या सुरुवातीची काही मिनिटे फार महत्त्वाची

तुम्ही ऑफिसमध्ये प्रवेश केल्यानंतर तुमच्या संघासोबत जो वेळ घालवता त्यातील सुरुवातीची काही मिनिटे, विशेषकरून संघाशी बोलताना, असलेला तुमचा स्वर फार महत्त्वाचा असतो. एक तर तो सदस्यांना खूप स्फूर्ती देणारा असतो किंवा मग

त्यांना निरुत्साही करणारा, महत्वाकांक्षा नाहीशा करणारा असा असतो. निवड तुमची असते! प्रत्येक दिवसाची सुरुवात उत्साहपूर्ण करणे किती महत्त्वाचे असते हे जाणून घेतल्यावर ती तशी करण्याच्या चार युक्त्या सांगतो, त्या पुढीलप्रमाणे :

युक्ती १: *लवकर पोहोचा*

पहिला मंत्र हाच की ऑफिसमध्ये लवकर पोहोचा. कंपनीमध्ये कामाचे तास सुरू झाल्यानंतर सुपरवायझर्स, मॅनेजर्स किंवा मार्गदर्शक यांनी रमतगमत पोहोचणे हे कर्मचाऱ्यांच्या दृष्टीने अतिशय नैराश्य आणणारे आहे. जे नेते हाताखालच्या लोकांकडून खूप अपेक्षा ठेवतात, पण स्वत: मात्र अत्यल्प योगदान देतात त्यांचा आदर करणे कर्मचाऱ्यांसाठी खूप अवघड असते. विशेषत: वेळेवर कामावर येणे या अत्यंत मूलभूत बाबतीत तर नक्कीच. म्हणून तुमच्या संघाच्या सदस्यांच्या आधी किंवा निदान ते येतात तेव्हा तरी ऑफिसमध्ये पोहोचा. तुमच्या महत्त्वाकांक्षेचे दर्शन तुमच्या या कृतीतून त्यांना, तुम्हाला स्वत:ला आणि तुमच्या कंपनीला घडवा.

युक्ती २: *तुमच्यामध्ये उत्साह सळसळू द्या*

दुसरे असे की सतत उत्साहित असा. आपले मूड्स (मानसिक स्थिती) आणि दृष्टिकोन हे संसर्गजन्य असतात. तुम्ही ऑफिसच्या दरवाजातून प्रवेश करता तो क्षण महत्त्वाचा, कारण तेव्हापासून तुम्ही इतरांना संदेश द्यायला सुरुवात करता; तुम्ही काय बोलता, तुम्ही कपडे कोणते घातले आणि तुम्ही कसे बोलता, कसे चालता या सगळ्यांमधून लोक त्यांच्या बुद्धीप्रमाणे अर्थ लावत असतात. तुम्ही जर खांदे पाडून, खुरडत-खुरडत ऑफिसमध्ये पोहोचलात तर तुमच्या नकळत तुम्ही ऑफिसमधील लोकांना असा संदेश देता की आजच्या दिवसात काहीही खास घडणार नाही आणि अख्खा दिवस कंटाळवाणा जाणार आहे. तेच तुम्ही जर तुमच्या पायाला स्प्रिंग लावल्याप्रमाणे पावले टाकीत चेहऱ्यावर हसू पसरवत, ऑफिसमध्ये प्रवेश केला तर तुम्ही तुमच्या संघातील सदस्यांमध्ये उत्साह निर्माण कराल आणि मग त्या दिवसाची त्यांची उत्पादनक्षमता नक्कीच वाढेल. प्रत्येकाच्या मनात विशिष्ट लहरी असतात आणि मार्गदर्शकाच्या भूमिकेतून तुमच्यातील विशिष्ट लहरींचा सदस्यांवर अनुकूल परिणाम करणे तुमच्या हातात असते. म्हणूनच, तुमच्या या ताकदीचा वापर प्रत्येक दिवसाची गुणवत्ता सुधारण्यासाठी करा.

युक्ती ३: *उत्साहाने आणि काहीतरी मजेशीर बोलून सहकाऱ्यांच्या गाठीभेटी घ्या*

तिसरे असे की, तुम्ही ऑफिसमध्ये पोहोचाल तेव्हा सगळ्यांकडे हसून पाहा,

अभिवादन करा व जमल्यास एखाद्याला चांगला अभिप्राय द्या. एखाद्याशी चेष्टामस्करीत काहीतरी बोला; खेळीमेळीत विनोद करा. ही सवय तुमच्यात रुजवा कारण असे केल्याने तुमची खंबीर महत्त्वाकांक्षा, जे तुमचेही वैयक्तिक ध्येय आहे त्याची झलक लोकांना तुमच्या नेतृत्वात दिसेल. जे नेते कर्मचाऱ्यांमध्ये महत्त्वाकांक्षा पसरवतात आणि जे त्यांना गुदमरवून टाकतात यांच्यातील फरक दिवसाच्या सुरुवातीला आल्याबरोबर दिलेल्या सूचनांमध्येच दडलेला असतो. काही मॅनेजर्स तडक आपल्या केबिनमध्ये शिरणे पसंत करतात, त्याउलट काही जण ऑफिसमध्ये शिरताच प्रसन्न मुद्रेने सगळ्यांना हाय-हॅलो करत करत, ओळखीचे हसू दर्शवत, हात हालवत मग आपल्या केबिनमध्ये जातात; आणि याचा फार सकारात्मक परिणाम होतो. कर्मचाऱ्यांचे मनोधैर्य वाढते आणि त्यांच्या उत्पादनक्षमतेतही वाढ होते.

म्हणून दिवसाची सुरुवात आपल्या संघसदस्यांबरोबर खेळीमेळीने बोलून करा. अशा प्रकारे तुमच्या कृतीतून आणि तुमच्या बोलण्यातून तुम्ही तुमच्या कर्मचाऱ्यांना दर्शवता की ते सगळे कंपनीसाठी फार महत्त्वाचे घटक आहात. तुम्ही जर तडक तुमच्या केबिनमध्ये शिरलात आणि तुमच्या भोवतालच्या लोकांची काही दखलच घेतली नाहीत तर जे लोक तुमच्या नेतृत्वाकडे मोठ्या आशेने पाहतात त्यांच्या यशालासुद्धा तुम्ही कमी लेखल्यासारखे होते.

युक्ती ४: *कृतीचे सुस्पष्ट नियोजन*

चौथा मुद्दा हा थेट आपल्या 'खंबीर महत्त्वाकांक्षा' या विषयाला जाऊन भिडतो. तुम्हाला तुमच्या संघसदस्यांकडून कोणत्या स्तरावर अपेक्षा आहेत याबद्दलही तो विचार करायला लावतो. आपल्या या अपेक्षांबद्दल कर्मचाऱ्यांशी थेट संवाद साधणे हे खूप सोपे असते. आपले ध्येय साध्य करण्यासाठी कोणकोणती कामे करायची आहेत याचा आराखडा दररोज त्यांच्यासमोर ठेवावा. आपले कामाचे नियोजन आपल्या संघाबरोबर, सकाळीच पहिल्या भेटीत वाटून घ्यावे.

लोकांना मार्गदर्शन हवे असते. ते कोठे आणि का चालले आहेत हे समजणे त्यांच्यासाठी गरजेचे असते. म्हणून जेव्हा तुम्ही कर्मचाऱ्यांना भेटता तेव्हा त्या त्या दिवसाच्या शेवटी किती व कोणते काम झालेले पाहायला तुम्हाला आवडेल आणि त्याचा त्यांना कसा फायदा होईल हे स्पष्टपणे सांगावे. आपल्या अपेक्षा आणि महत्त्वाकांक्षा दररोज सकाळी स्पष्टपणे त्यांच्यापर्यंत पोहोचवल्यास दिवसभराचे काम योग्य मार्गाने पुढे सरकेल. अर्थात, याचा एका सोपा मार्ग असा की तुम्ही स्वत: अत्यंत सकारात्मक असून कामे करण्यात अग्रेसर आहात, हे त्यांच्या निदर्शनास आणून देणे. 'बॉस' म्हणजे सर्वेसर्वा या पुरातन कल्पनेत रमू नका. स्वत:ला निष्कारण महत्त्वदेखील देऊन घेऊ नका. नेहमीप्रमाणे आत्मविश्वासपूर्वक

खंबीरपणाने वागा. आक्रमकता आणि निष्क्रियता टाळा; सगळ्यात महत्त्वाचे म्हणजे स्वत:ची शंभर टक्के उपस्थिती द्या.

आळशीपणा

खंबीर महत्त्वाकांक्षेसंबंधी आपली चर्चा चालू असताना जर आपण त्याच्या विरुद्धार्थी शब्दावर, 'आळशीपणा'वर, एक ओझरता दृष्टिक्षेप टाकला नाही तर ती आपली चूक ठरेल. कामाच्या ठिकाणी अशा आळशी लोकांच्या अस्तित्वाकडे दुर्लक्ष करणे म्हणजे एखाद्या सभागृहातील हत्तीचे अस्तित्व नाकारण्यासारखे आहे. आळशी माणसे सर्वत्र असतात. ही माणसे संथ किंवा निम्म्या ते पाऊण गतीने जातात किंवा काही वेळेस तर गतिशून्य असतात. या मुद्द्यावर उघड-उघड चर्चा करणे म्हणजे नकारात्मक बोलणे असे समजण्याचे काही कारण नाही; तर तसे बोलणे हे प्रामाणिकपणाचे लक्षण असेल. समस्या शोधून काढली तरच त्याच्यावर प्रभावी उपाय करता येतो ना!

या एकविसाव्या शतकात आळशीपणादेखील इतर अनेक गोष्टींप्रमाणेच अत्याधुनिक राहणीमानाचे किंवा सुसंस्कृतपणाचे लक्षण मानले जाऊ लागले आहे. आळशी लोकांकडे अनेक बहाणे असतात ज्यायोगे त्यांना दाखवता येते की ते दुसरे काम पार पाडण्यामध्ये गर्क आहेत. वुली मॅमोथच्या उदाहरणावरून सर्वत्र आढळणाऱ्या आळशीपणावर प्रकाश टाकू. फार फार पूर्वी अश्मयुगामध्ये लोकांच्या रानटी टोळ्या एकत्रितपणे राहत असत. ते शिकार करत आणि एकत्र जमून खात असत. त्या वेळी त्यांची अशी इच्छा असे की, त्यांना असा एखादा महाकाय, प्रचंड मांसल प्राणी मिळावा, ज्यावर त्यांची संपूर्ण टोळी आपले पोट भरू शकेल आणि तेही वर्षभर– असा महाकाय प्राणी म्हणजे वुली मॅमोथ. आजही आधुनिक ऑफिसेसमध्ये क्वचित एखादा वुली मॅमोथ आढळतो. एखाद्या आळशाला तो गवसला तर मग काही विचारायलाच नको. त्याच्या हातात घबाडच येते. असे बघा, जेव्हा एखादी आळशी व्यक्ती एखादी चांगली गोष्ट करते तेव्हा त्याच यशाचा विचार करत, त्याच आठवणींवर पुढे काहीही न करता ती वेळ घालवते, अगदी जोपर्यंत त्या यशाचे नामोनिशाण उरत नाही तोपर्यंत. आपण एक चांगले काम केले असल्यामुळे पुढचे काही महिने आपण काहीही न करता काढले तरी चालेल या गोड गैरसमजात ते मश्गूल राहतात.

खरे म्हणजे या अशा वागण्यामुळे आळशी लोक स्वत:चेच नुकसान करून घेतात. प्रत्येक संस्थेमध्ये अशी एखादी जागा असते जिथे काहीही न करता खूप काही केल्याचा आव आणून बसून राहता येते. परंतु त्यामुळे आपल्या प्रगतीला खीळ बसते हे नको का लक्षात घ्यायला? सतत 'कंटाळ्या'च्या पांघरुणात

बसण्याइतके निराशाजनक आणि थकवून टाकणारे खरेच काहीही नसते. ठोंब्यासारखे बसून राहणे तर महादुष्कर!

याच तत्त्वावर आधारित असेच एक विस्मयजनक उदाहरण १९५० सालच्या पूर्वार्धात घडलेल्या कोरियन युद्धात पाहायला मिळाले. जेव्हा उत्तर कोरियन सेनेने अमेरिकेच्या सैन्याला जिंकून घेतले तेव्हा अमेरिकनांच्या पुढे एक पर्याय ठेवला गेला. युनायटेड स्टेट्सने युद्धप्रसंगी गुन्हे केले आहेत आणि कोरियाचे युद्धाचे कारण योग्य आहे अशा आशयाच्या त्या कागदावर अमेरिकन सैनिकांनी जर सही केली तर त्यांचा बंदिवास आरामात जाईल, त्यांना हवे ते पुरवले जाईल. त्यांना कोणताच धोका उरणार नाही आणि त्यांना कोणतीही गोष्ट नाकारली जाणार नाही. मात्र जे सैनिक कागदावर सही करण्यास नकार देतील त्यांना अत्यंत घाणेरड्या अवस्थेत राहावे लागेल. त्यांच्यावर सतत मृत्यूची टांगती तलवार राहील आणि त्यांना फक्त जिवंत राहण्यापुरतेच अन्न-पाणी दिले जाईल. अशा धमक्या दिल्या गेल्यावरही फारच थोड्या अमेरिकन सैनिकांनी नॉर्थ कोरियन्सबरोबर सहकार्य करण्यास संमती दिली. पण ज्यांनी संमती दिली त्यांची परिस्थिती आश्चर्यजनक होती. जरी त्या गद्दारांना चांगल्या जागी ठेवण्यात आले, उत्तम खाणेपिणे दिले तरीसुद्धा त्यांची तब्येत लवकर ढासळायला लागली. काहींनी तर आत्महत्या केल्या. काही जण नैराश्यात बुडून गेले. तर दुसरीकडे जे लोक शरण गेले नाहीत त्यांच्यातील जोश आणि उत्साह संकटांचा सामना करूनसुद्धा कायम होता; गद्दारांपेक्षा जे शरण गेले नाहीत त्यांच्या मृत्यूचे प्रमाण फार अल्प होते.

ही युद्धकथा फार महत्त्वाचा धड शिकवते. यश म्हणजे काही फक्त सुखासीनता नव्हे. याउलट खरे यश हे थोड्याशा समेटांची आणि अडीअडचणींचीच मागणी करते. कशासाठी तरी संघर्ष करावा लागतो, कशासाठी तरी झगडावे लागते. आपण अशा गोष्टींची स्वप्ने पाहू शकतो जेथे आपली महत्त्वाकांक्षा पणाला लागेल. जर हे सगळे नसेल तर मला तरी असे वाटते की, आपण समाधानी दिसत असलो तरी प्रत्यक्षात आपण अल्पसंतुष्ट आणि नाराज होऊ.

म्हणूनच तुमच्या संघातील एखाद्या सदस्यामध्ये आळशीपणा आढळल्यास त्याबद्दल त्याला जाब विचारण्यास अजिबात मागेपुढे पाहू नका. त्यातील धोके त्याला समजावून सांगा. हे तुमच्या संस्थेच्या, कंपनीच्या भल्यासाठी तर असतेच, परंतु त्या सदस्याच्यासुद्धा भल्याचेच असते. ती व्यक्ती सुरुवातीला कदाचित दुखावेल, रागावेल, पण शेवटी ती तुमचे आभारच मानेल.

अपयश : एक सकारात्मक खूण

जरी तुम्ही संघाला खंबीर महत्त्वाकांक्षेच्या बळावर प्रोत्साहित करण्याचे महान कार्य

करत असलात तरीसुद्धा असेही काही प्रसंग येतात की तुमच्या अपेक्षेप्रमाणे गोष्टी घडत नाहीत.

या सगळ्याची मानसिक तयारी तुम्ही करून ठेवायला हवी; एवढेच नाही तर असे घडण्याची अपेक्षा ठेवायला हवी. का? जर अशा प्रकारचे कथित अपयश तुमच्या संघातील सदस्यांच्या वाट्याला आले नाही तर आपले ध्येय पुरेसे उच्च नव्हते हेच दिसेल. दुसऱ्या शब्दांत सांगायचे तर तुमच्यामध्ये पुरेशी खंबीर महत्त्वाकांक्षा नव्हती असे म्हणावे लागेल.

आता या सगळ्याचा नेमका अर्थ काय होतो हे आपण पाहू. तुम्ही अपयशांना आमंत्रण देऊ नका. तुम्हाला काही वेळेस अगदी घवघवीत यश कदाचित मिळणार नाही, पण त्यामुळे तुमच्या हे लक्षात येईल की लाखो चांगल्या कल्पना दर वर्षी वाया जातात. कुशल नेता म्हणून हे पाहणे तुमच्या हिताचे आहे की तुमचा संघ अशा कमीत कमी कल्पना वाया घालवतो किंवा त्यजतो. म्हणूनच आजच्या कॉर्पोरेट क्षेत्रातील कर्मचाऱ्यांची मानसिकता किंवा विचारसरणी कशी आहे त्याबद्दल सजगता बाळगा. या सत्याला सामोरे जा की तुमच्या संघातील सदस्यांचे मन ही अक्षरश: युद्धभूमी आहे, जेथे नकारात्मक आणि सकारात्मक ऊर्जा कायम एकमेकांच्या विरोधात उभ्या ठाकतात. सकारात्मक ऊर्जेचाच विजय होईल हे पाहणे हेच तुमचे काम आहे.

ही सकारात्मक ऊर्जा म्हणजेच प्रत्येक व्यक्तीची यशस्वी होण्याची नैसर्गिक महत्त्वाकांक्षा! प्रत्येक नवा दिवस तुमची वाढ होण्यासाठी, तुम्ही अधिक शिकावे आणि प्रगती करावी म्हणून आदल्या दिवशी तुम्हाला जेवढ्या संधी उपलब्ध होत्या त्यापेक्षा अधिक संधी घेऊन येतो. प्रत्येक व्यक्तीची यशाची कल्पना वेगळी असते, परंतु आपले ध्येय गाठून स्वप्नपूर्ती करण्याची इच्छाच प्रत्येक व्यक्तीला उत्तेजित करते, प्रेरणा देते.

प्रयत्नपूर्वक यश मिळवण्याची ऊर्मी किंवा आंतरिक प्रेरणा जी माणसांच्या अंगी असते ती जबरदस्त असते. परंतु काही वेळेस नकारात्मक शक्तीबरोबर ही प्रेरणा युद्ध करते आणि सारेच काही ठप्प होऊन जाते. जर त्यांना त्यांच्या इच्छेवर सोडले तर नकारात्मक शक्ती एका दुभंगलेल्या क्षणी युद्ध जिंकते. परंतु, स्वभावत:च ती पडद्याआड दडत असल्याने तिचा नामनिर्देशसुद्धा करता येत नाही ही अत्यंत धोकादायक अशी वस्तुस्थिती आहे.

अपयशाची भीती

म्हणजे काय? तुमच्या संघातील सदस्यांची नकारात्मक प्रेरणा म्हणजे केवळ अपयशाची भीती असू शकते. ते जे करतात त्याबद्दल भीती नसून ते जे करायला

घाबरतात त्याबद्दलची ती भीती असते. वैयक्तिक पातळीवर ही भीती त्यांच्या महत्त्वाकांक्षेला त्यांच्या कल्पना जगापुढे ठामपणे मांडण्यापासून अडवते. कंपनीच्या वाढीला पोषक अशा नावीन्यपूर्ण कल्पनांचा सामूहिकरीत्या नाश करायला हीच भीती कारणीभूत असते. भीती लोकांना आहे तसेच ठेवते, गप्प बसायला भाग पाडते आणि त्यांचे सामर्थ्यवान महान विचार कायमस्वरूपी कुलपात कोंडून ठेवते.

भीती या नकारात्मक शक्तीला आपल्यावर वर्चस्व गाजवायला एखाद्या संघसदस्याने परवानगी दिली तर भीती त्या सदस्याच्या कामाच्या वेळावर म्हणजेच पर्यायाने कंपनीच्या अत्यंत मौल्यवान वेळावर दरोडा घालते. या नवीन परिस्थितीत काहीतरी नव्याने प्रयोग करण्याचा हा नक्कीच परिणाम नसतो. खरे तर अशा वेळेस केला जाणारा प्रयोग हा केवळ 'करून पाहण्याखातर' केलेला असतो. नक्कीच असे अनेक प्रसंग येतात जेव्हा इतर लोक त्याबाबत घाबरत असले तरी तुम्ही ते करायचे धाडस करता. खरे सांगायचे तर बहुतेक वेळा काहीच हाती लागत नाही. काही प्रसंगी तर संस्थेला आर्थिक स्वरूपातसुद्धा फटका बसतो. तथापि, नजीकच्या भविष्यकाळात अपयशाची जोखीम न घेण्यानेच दीर्घकालीन अपयशाचा धोका संभवतो.

मग तुमच्या संघसदस्यांच्या मनात हे जे सकारात्मक विरुद्ध नकारात्मक युद्ध दिवसभर चालू आहे, त्यामध्ये कोण जिंकेल असे तुम्हाला वाटते? उत्तर खरोखरच तुमच्यावर अवलंबून आहे. तुम्ही तुमच्या संघामध्ये आणि विशेषत: तुमच्या स्वत:मध्ये जी ऊर्जा व वातावरणनिर्मिती करता त्यावर हे अवलंबून आहे. पारंपरिक शहाणपण कदाचित हे आर्थिक नुकसान टाळण्यासाठी सल्ले देईल, परंतु खंबीर महत्त्वाकांक्षा असलेल्या नेत्याला या संकटाची चाहूल आधीच लागेल आणि तो त्याचे स्वागत करेल.

एका छोट्याशा उदाहरणावरून हा मुद्दा लगेचच स्पष्ट होईल. समजा तुमचा संघ शंभर ग्राहकांबरोबर व्यवहार करतो आहे आणि त्यापैकी प्रत्येक ग्राहक प्रचंड खूश आहे. यापेक्षा अधिक चांगले काय असू शकते? आता तुमचे लक्ष्य हजार ग्राहक मिळवण्याकडे आहे, हो ना? बरे असो, अगदी तसेच नसेलही! तुम्ही काय शिकलात? तुम्ही अद्याप ज्यांना भेटलाही नाहीत अशा हजार ग्राहकांपर्यंत पोहोचण्यासाठी या शंभर ग्राहकांनी कोणती मदत केली, त्यांच्यापासून तुम्हाला काय मिळाले? समाधानी ग्राहकांचा अनुभव सकारात्मक का होता याची बहुधा तुम्हाला कल्पना नाही. तुम्हाला फक्त एवढेच माहिती आहे की त्यांनी तुमच्यासमवेत केलेला व्यवहार विनातक्रार पूर्ण झाला. अल्पकालीन मुदतीच्या दृष्टीने हे खूपच चांगले आहे, पण यामुळे कोणत्या नव्या संधी तुम्हाला उपलब्ध होणार आहेत?

आता समजा की तुमचा संघ काहीतरी नवीन करून दाखवण्याचे ठरवत आहे.

कदाचित एखादे नवीन उत्पादन आणणे किंवा आणखी काही सेवा पुरवणे किंवा ग्राहकांना परवडेल अशा नवीन पद्धतीने वस्तू तयार करणे असेल. असे काहीही जे तुम्ही करायचे ठरवले असेल ते अपयशी ठरले तर काय होईल? तुमचे ग्राहक तुमच्यावर नाराज होतील. ते पूर्वीचे सगळे विसरून तुमच्याविरुद्ध तक्रारी करतील. हे खरे की एका अर्थाने हे अपयशच आहे, पण जरा हेच चित्र मोठे करून पाहिले तर खरे म्हणजे चांदीच्या तबकात तुमच्या पुढ्यात आलेली ही सोनेरी संधी असेल. संतापलेले ग्राहक तुम्हाला सांगतील की तुमचा धंदा वाढवण्यासाठी तुम्हाला नेमके काय टाळायची गरज आहे; अपयशाची 'जर-तर' कारणे शोधण्याची गरजच तुम्हाला उरत नाही. तुम्हाला नेमक्या शब्दांत विशिष्ट सूचना मिळतील की कोणती गोष्ट करू नये. व्यावसायिक क्षेत्रात योग्य गोष्टी करण्याच्या मार्गातील हे महत्त्वाचे पाऊल असते. खरे तर संतापलेले हे ग्राहक अनाहूतपणे, तुम्हाला अनोळखी प्रदेश पादाक्रांत करून घवघवीत यश मिळवण्यासाठी मदत करत आहेत. आता तिथे पोहोचण्यासाठी फक्त महत्त्वाकांक्षा हवी, तुम्हाला आणि तुमच्या संघालादेखील.

जेव्हा तुम्ही तुमच्या संघातील सदस्यांना नवीन गोष्टी करून पाहण्याचे स्वातंत्र्य देता, त्यांची प्रयोगशीलता जोपासता आणि ते करताना यदाकदाचित काहीसे अपयश आलेच तर ते स्वीकारण्याची तयारी दाखवता तेव्हा तुमच्या संघातील सभासद तुमच्याकडे इतक्या विपुल प्रमाणात नवनवीन कल्पना घेऊन येतील की तुम्ही चकित होऊन जाल. त्यातील काही फायदेशीरसुद्धा ठरतील; त्यातील बहुतांशी निरर्थकसुद्धा असतील, पण एखादी कल्पना यशस्वी ठरलीच तर तुमच्या पदरात उदंड यशाचे माप घालेल. यशापयशाचा ठोकताळा मांडला की तुम्हालाच जाणवेल तुम्ही दाखवलेल्या थोड्याशा धैर्याच्या बदल्यात, प्रतिकूल परिस्थितीतदेखील तग धरून राहणे, यश मिळवणे तुम्हाला शक्य झाले आहे. खरे सांगायचे तर अधिकतर यशस्वी अशा नावीन्यपूर्ण कल्पना या खालच्या पातळीवरील कर्मचाऱ्यांकडूनच येतात. मात्र त्यांना त्यांचे मत मांडू दिले पाहिजे आणि ते ऐकले गेले पाहिजे. जर का प्रत्येक टप्प्यावर शंभर टक्के यशाचे ध्येय तुम्ही ठेवलेत तर मात्र 'यश आणि साध्य-संपादन' ज्या महत्त्वाकांक्षेच्या बळावर तग धरून असतात त्या महत्त्वाकांक्षेचेच खच्चीकरण तुम्ही कराल.

संतापलेल्या ग्राहकांच्या उदाहरणाकडे नजर टाकली तर असे म्हणता येईल की, अल्पकालीन अपयशाचे धनी होऊनदेखील तुम्हाला प्रचंड प्रमाणावर नवीन कल्पना गवसल्या आहेत. इतकेच नाही, तर यशाकडे जाणाऱ्या मार्गातील सारे खाचखळगे तुम्हाला ज्ञात झाले आहेत. जणू एखादा नकाशाच तुमच्यासमोर उलगडला आहे. जेव्हा संघातील सदस्यांना अपयश येते तेव्हा त्या अनुभवांमधून, चुकांमधून शिकता येईल तेवढे शिका. ही माहिती अत्यंत मौल्यवान असते. एखाद्या

कामात अपयश का आले, हे समजले की मग यशाकडे जाणारा मार्ग अधिक सुकर होतो.

तुमच्या संघामध्ये खंबीर महत्त्वाकांक्षा निर्माण करणे

तुमच्या संघातील सदस्यांमध्ये खंबीर महत्त्वाकांक्षा निर्माण करण्याविषयी जेव्हा आपण बोलतो तेव्हा आपल्या कागदापत्रांवरील नियोजन आणि प्रत्यक्षात करावयाची कृती यामधील फरक लक्षात घ्यावा लागेल. त्यावरून आपल्या हे लक्षात येईल की आपला संघ आत्मसंतुष्ट असण्यापेक्षा महत्त्वाकांक्षी असणे कितीतरी चांगले असते. तसा तो असावा यासाठी प्रत्यक्षात तुम्ही काय कराल, या प्रश्नाच्या उत्तरादाखल आपण अगदी आजपासूनच कोणती त्रिपदरी प्रक्रिया करू शकतो ते पाहू.

शिकण्याची, ग्रहण करण्याची संस्कृती रुजवा

पहिले पाऊल हेच की तुमच्या संघातील सदस्यांना नवीन शिकण्याची आस निर्माण होईल असे काहीतरी करा. असा कार्यक्रम आखा जेणेकरून तुमच्या उद्योगासंदर्भात अद्ययावत तंत्र, शोध, पद्धती आणि सामग्री यांची तुम्हाला माहिती मिळत राहील. शिवाय, आपल्या संघामधील किमान एकाने तरी स्वत:जवळचे ज्ञान, माहिती इतरांना पोहोचवली पाहिजे असा उपक्रम राबवा. या सदस्यांच्या नवीन माहितीचा स्रोत व्यावसायिक मासिके, इंटरनेट, वेबसाइट्स किंवा कामाच्या ठिकाणाचा प्रत्यक्ष अनुभव यांपैकी काहीही असू शकते.

आपसूकच तुमच्या संघातील सदस्यांची सगळ्यात मोठी आणि नैसर्गिक मानवी गरज भागवली जाईल. शिकत-शिकत मोठे होण्याच्या त्यांच्या गरजेला हेच उत्तर असेल. नवीन ज्ञान सातत्याने मिळवले नाही तर शिक्षणाचे मूल्य उरत नाही. जर तुम्ही नवीन काहीच शिकला नाहीत तर तुम्ही जगाच्या तुलनेत मागे पडाल आणि तेही जलद गतीने कारण नवनवीन संशोधने आणि तंत्रे विकसित होण्याचा वेग आणि प्रमाण प्रचंड आहे. तुम्हाला जर तरून जायचे असेल तर स्वत:ला या संदर्भात अद्ययावत ठेवणे गरजेचे आहे.

शिकण्याची अखंड प्रक्रिया सतत चालू राहावी म्हणून माहितीचे अगणित स्रोत उपलब्ध आहेत; त्या विषयातील पुस्तके व मासिके खरेदी करणे हा तर अगदी सोपा मार्ग आहे. मग तुम्ही तुमच्या कामाच्या ठिकाणी एक छोटेखानी वाचनालय बनवू शकता किंवा लोकांच्या सहज दृष्टीस पडतील अशा ठिकाणी ही मासिके ठेवू शकता. त्यामुळे आपसूकच पुस्तके चाळली जातील.

शिक्षण हे काही ठरावीक चौकटीत घेतले पाहिजे असे नाही आणि पुस्तके वाचण्यासाठी ती शेल्फमध्येच असली पाहिजेत असेही काही नाही; तशी ती राहिली

तर काय उपयोग?

या मार्गावरील पुढचे पाऊल हे काहीसे वेळखाऊ आणि खर्चिक आहे, परंतु ते उचलणे हितावहसुद्धा आहे. तुमच्या संघातील सदस्यांना सेमिनार्स किंवा प्रशिक्षण कार्यक्रमांना पाठवा. ते तेथून जेव्हा परत येतील तेव्हा व्यावसायिकतेने भारावलेले असतील आणि त्यांच्याकडे नवीन माहितीचे मोठेच भांडार असेल. तुम्हीसुद्धा अशा उपक्रमांना शक्य तेवढ्या वेळेस उपस्थिती लावली पाहिजे हे सांगायला नकोच. तुम्ही एक कुशल, खंबीर महत्त्वाकांक्षा असलेला नेता आहात. त्यामुळे तुम्हाला तुमच्या उद्योग-धंद्यातील खडान्‌खडा माहिती असायला हवी. तुमच्या उद्योग-धंद्याचा भूतकाळ, वर्तमानकाळ आणि भविष्यकाळ याबद्दलचे तुमचे विचार अभ्यासपूर्ण असायला हवेत. तुमच्या संघसदस्यांनी व्यावसायिकतेची जी पातळी गाठावी असे तुम्हाला वाटते ती मुळात तुम्ही आधी पार करणे गरजेचे आहे.

तुम्ही जी नवीन माहिती गोळा केलीत व नवीन कल्पना शिकलात त्याचे काय करता याच्याशी तिसऱ्या पावलाचा संबंध आहे. शिक्षणासाठी तुम्ही दिलेला वेळ आणि खर्च केलेला पैसा हा जोपर्यंत तुम्ही कारणी लावत नाहीत तोपर्यंत व्यर्थच म्हणावा लागेल. प्रत्येक वर्षी कर्मचाऱ्यांचे पुढील शिक्षण-प्रशिक्षण, विकास यावर खूप खर्च होतो, पण तुम्ही कंपनीत आल्यावर ते शिक्षण विसरून जाता. ही गुंतवणूक व्यर्थ ठरते. असे घडू नये म्हणून तुम्ही असे वातावरण तयार केले पाहिजे, जेणेकरून नवीन ज्ञान घेऊन आलेल्या कर्मचाऱ्यांना ते इतरांबरोबर वाटून घेता येईल आणि त्याचे मूल्य इतरांना समजेल. तुम्ही किती ठाम आहात यावरच ते अवलंबून असते. तुमच्या सर्व संघसदस्यांना एकत्र बोलवा आणि ते काय शिकून आले ते विचारा. या नवीन माहितीच्या साहाय्याने ते कंपनीमध्ये कोणत्या नवीन सुधारणा करू शकतील असे त्यांना विचारा. त्यांनी मिळवलेली माहिती इतर संघसदस्यांना सांगण्यास सांगा. त्यांना यावरून ज्या नवीन कल्पना सुचतील त्यामध्ये खूप तथ्य असू शकते. परंतु त्या समोर आणण्यासाठी तुम्हालाच पुढाकार घ्यावा लागेल.

जरी प्रत्येक नवीन कल्पना फलदायी ठरत नसली तरी प्रत्यक्षात नवीन काहीतरी करून बघणे हा कर्मचारी प्रशिक्षणाचा सगळ्यात मोठा फायदा असतो. ही प्रक्रिया येथेच थांबत नाही. या नवीन माहितीमुळे जरी तुमच्या कंपनीमध्ये अल्पकाळासाठी सुधारणा झाली असेल तरी त्याचा दीर्घकाळासाठीही फायदा होऊ शकतो. संघसदस्याला सतत शिक्षण-प्रशिक्षण देऊन त्याच्या विकासाकडे लक्ष पुरवल्यामुळे होणारा लाभ हा पैशांच्या तुलनेत कितीतरी अधिक असतो.

तुम्ही एका सेमिनारला गेला असताना 'कर्मचारी कपात' या विषयावर बरीच माहिती तुम्हाला मिळते, पण जेव्हा तुम्ही परत येता तेव्हा तुम्ही तिथे काय

शिकलात हे कोणी विचारलेच नाही तर तुम्हाला कसे वाटेल? खरे तर त्या सेमिनारच्या दरम्यान तुम्ही खूप उत्तेजित झाला होतात की तुम्हाला काहीतरी चांगले करण्याची संधी मिळणार आहे. तुम्ही खूप काही उपयुक्त गोष्टी शिकलात की ज्याचा तुमच्या संस्थेत उपयोग करता आला असता, पण तुम्ही केलेले सगळे वाया गेले.

जर तुमच्या वरिष्ठांनी तुमच्या येण्याची आतुरतेने वाट पाहिली असती, तुम्ही काय शिकलात ते ऐकण्याची उत्सुकता दाखवली असती तर परिस्थिती काही वेगळीच झाली असती. तुमची सगळ्यांना गरज आहे, तुम्ही महत्त्वपूर्ण आहात असे वाटून भविष्याबाबत तुम्ही महत्त्वाकांक्षी झाला असतात.

तशा परिस्थितीमध्ये तुम्हाला कसे वाटले असते हे जाणून घेऊन तुमच्या संघसदस्यांना मनातून काय वाटत असेल हे तुम्ही समजू शकता. नवनवीन कल्पनांना वाव देणे ही संस्थेला पुढे जाण्यास चालना देणारी सर्वसमावेशक संधी असते. जर तुमच्या संघाला तुम्ही आधीपासूनच अशा शिकण्याच्या आणि मोठे होण्याच्या संधी देत असाल तर तुम्ही योग्य मार्गावरून आगेकूच करत आहात. पण जर ते तसे नसेल तर ताबडतोब बदल करण्याच्या कामी लागा.

प्रत्येक जण विशेष आहे

खंबीर महत्त्वाकांक्षा याबद्दलची आपली चर्चा संपण्यापूर्वी एका मुद्द्याकडे विशेष लक्ष देणे गरजेचे आहे. प्रत्येकाने उत्पादक आणि महत्त्वाकांक्षी असावे असे म्हणणे आणि तुम्ही त्यांची उत्पादकता वाढवण्यासाठी शक्य तेवढ्या गोष्टी करणे, या दोन स्वतंत्र बाबी आहेत. खंबीर महत्त्वाकांक्षा या शब्दाचा अर्थ व्यक्तिपरत्वे पूर्णपणे भिन्न असू शकतो.

असे अनेक मॅनेजर्स आणि पुढारी आहेत जे त्यांच्या संपूर्ण संघासाठी एकच नियम लावतात किंवा संघातील सर्व सदस्यांकडे बघण्याचा त्यांचा दृष्टिकोन सारखाच असतो. तुमच्या संघातील लोक एकमेकांकडून पूर्णतया वेगळे असतात. त्यांना प्रत्येकाला उद्युक्त होण्यासाठी वेगळ्या गोष्टीची गरज असते. कोणाला कोणती मात्रा लागू पडेल, कोणत्या गोष्टी त्यांना चेतवतात, कोणत्या गोष्टी त्यांना नाउमेद करतात, हे सारे तुम्हालाच शोधून काढावे लागणार. त्यासाठी थोडासा वेळ लागेल, अधिक कष्ट घ्यावे लागतील. परंतु तुमच्या संघसदस्यांसाठी प्रभावी अशा स्फूर्तिदायक गोष्टी शोधून काढणे आणि त्या त्यांच्यापर्यंत पोहोचवणे हेच तुमचे तुमच्या संघासाठी सगळ्यात मोठे योगदान असेल; हा शोध घेण्याची खंबीर महत्त्वाकांक्षा बाळगून त्यामध्ये यशस्वी व्हा.

कृती

१. तुमच्या आयुष्याचे प्रामाणिकपणे अवलोकन करा. तुम्ही दिलेला शब्द नेहमी पाळता का? बोललात एक आणि वागलात भलतेच असे कधी कुठे झाले आहे का? तुमच्या तत्त्वामध्ये न बसणारे जे शब्द तुम्ही बोलला असाल आणि ज्या अशा कृती तुम्ही केल्या असतील त्यांची यादी करा. तशी ती झाली की स्वत:ला आणि आपल्या संघाला शब्द द्या की यापुढे तुम्ही तुमच्या वागण्या-बोलण्यामध्ये सुयोग्य बदल घडवून आणाल.

२. माईकला त्याच्या संघाच्या यशापयशांसाठी जबाबदार धरले गेले. तुमचे नेतृत्वगुण कसे आहेत त्याचा विचार करा. तुमच्या संघाचे मनोधैर्य, उत्पादकता आणि पुढाकार घेण्याची वृत्ती वाढवण्यास अधिक चालना देऊ शकाल अशा किमान तीन गोष्टींची यादी करा.

३. खाली नेतृत्वाच्या चार युक्त्या दिल्या आहेत. येणाऱ्या आठवड्यात ती यादी वाचा आणि त्या सर्व युक्त्या तुमच्या संघाचा उत्साह आणि उत्पादकता वाढवण्यासाठी तुम्ही वापरल्या असल्याची खात्री करा.

□□□□□ युक्ती १- लवकर पोहोचा.

□□□□□ युक्ती २- तुमच्यामध्ये उत्साह सळसळू द्या.

□□□□□ युक्ता ३- उत्साहाने आणि काहीतरी मजेशीर बोलून सहकाऱ्यांच्या गाठीभेटी घ्या.

□□□□□ युक्ती ४- कृतीचे सुस्पष्ट नियोजन करा.

नोंदी

इतरांनी आपल्यात रुची घ्यावी म्हणून दोन वर्षे प्रयत्न केल्यानंतर जितके मित्र-मैत्रिणी मिळतील त्यापेक्षा कितीतरी अधिक मित्र-मैत्रिणी, तुम्ही महिनाभर इतरांमध्ये रुची घेतल्यामुळे तुम्हाला मिळतील.

– डेल कार्नेगी

१५

खंबीरपणे संघर्ष मिटवणे

आपण आता लोककौशल्याबद्दलच्या या दीर्घ चर्चेच्या प्रवासात खूप लांबवर येऊन पोहोचलो आहोत आणि ही लोककौशल्ये कृतीत कशी आणायची तेसुद्धा समजून घेतले आहे. आता या पुस्तकाची फक्त दोन प्रकरणे उरली आहेत; तीसुद्धा तितकीच व्यवहार्य आणि महत्त्वाची आहेत. त्यापैकी हे प्रकरण आपल्या पाचव्या आणि शेवटच्या आवश्यक अशा लोककौशल्याबद्दल सांगते. आणि ते कौशल्य म्हणजे, खंबीरपणे संघर्ष मिटवण्याचे कौशल्य. कामाच्या ठिकाणी संघर्ष असणे अपरिहार्य आहे, ते एक अटळ वास्तव आहे आणि म्हणूनच संघर्षाचे हे मुद्दे यशस्वीपणे हाताळण्यास मदत करतील असे उपाय व्यवस्थापकांनी, कुशल नेत्यांनी शिकून घेतले पाहिजे. आणि ते अधिक चिघळण्यापर्वीच त्यांचे समूळ उच्चाटन केले पाहिजे. त्याची अनेक कारणे आहेत. संघर्षाचे कायदेशीर मुद्दे आता ऐरणीवर आले आहेत. काही अप्रिय घटनांचे पडसाद कोर्टाची भरमसाट फी भरण्यामध्ये उमटू लागले आहेत. विशेषत: जातीयवादी, वंशवादी संघर्ष तसेच लिंगभेद, वय किंवा इतर अनेक संवेदनशील विषयांबद्दलचे संघर्ष उग्र रूप धारण करतात. उद्योग-धंद्यांच्या क्षेत्रातल्या हिंसक रूप धारण केलेल्या अनेक संघर्षांबद्दल यापूर्वीसुद्धा तुम्ही वर्तमानपत्रामध्ये वाचले असेल. या सर्व घटकांचा विचार करता, कामाच्या ठिकाणी संघर्ष उद्‌भवण्यापूर्वीच आणि तो उद्‌भवल्यास उग्र रूप धारण करण्यापूर्वीच उपापयोजना करणे लाभदायक ठरते.

प्रारंभी आपण अशा संघर्षाची पार्श्वभूमी कशी असते आणि ती अधिक गुंतागुंतीची होऊन गंभीर स्वरूप कसे धारण करते याचे यथार्थ चित्र दाखवण्यासाठी भूतकाळातील एक दुर्दैवी प्रसंग पाहू. तो अशा व्यक्तीच्या आयुष्यात घडला आहे

ज्याला तुम्ही सर्वच जण चांगलेच ओळखता आणि ती व्यक्ती संघर्ष टाळण्यासाठी प्रसिद्ध होती, परंतु त्याची ही ख्याती या प्रसंगानंतरच पसरली होती. त्या व्यक्तीचे नाव होते अब्राहम लिंकन.

संघर्ष मिटवण्याचा लिंकनचा मौल्यवान धडा

इ.स. १८४२ साली अब्राहम लिंकन हा बत्तीस वर्षांचा तरुण होता आणि इलिनॉइज राज्यातील लॉ कॉलेजमध्ये तिसऱ्या वर्षाला शिक्षण घेत होता. तत्पूर्वीच लिंकनने एक कष्टाळू वकील म्हणून नाव कमावले होते. त्याचबरोबर एक उत्तम ॲथलिट आणि विनोदी गोष्टी सांगणारा म्हणूनही त्याचा गुणगौरव केला जात असे. स्थानिक वर्तमानपत्रामध्ये संपादकीय तसेच संपादकांना पत्रे लिहिण्याची सवय त्याला होती. या लिखाणातून तो स्वत:चीच वैगुण्ये लोकांसमोर विनोदी पद्धतीने मांडून लोकांना हसवत असे. नेहमीच मात्र असे घडत नसे. काही वेळेस त्याची भावी पत्नी मेरी टोड ही त्याला त्याच्या लिखाणकामात मदत करत असे. या दोघांची युती त्या विनोदांना अधिक धारदार करे. सहसा लिंकन आणि मेरी हे 'रिबेका' या टोपणनावने ती पत्रे लिहीत.

१८४२ सालच्या वसंत ऋतूत लिंकनने वर्तमानपत्राकडे पाठवलेल्या एका पत्रामध्ये दुसऱ्या राज्याचा वरिष्ठ अधिकारी जेम्स शिल्ड्स याच्यावर जोरदार हल्ला चढवला होता. जेम्स शिल्ड्स ही तशी काही लोकप्रिय व्यक्ती नव्हतीच; उलट अत्यंत बढाईखोर आणि तोंडाळ म्हणून तो प्रसिद्ध होता. या पत्रामध्ये लिंकनने उपरोधिक शैली वापरून शिल्ड्सच्या राजकीय विचारांवर हल्ला चढवला आणि त्याला खोटारडा व भित्रा अशा उपाध्या दिल्या. गंमत म्हणजे, एक पत्र प्रसिद्ध झाल्यानंतरही शिल्ड्सची आणखी बदनामी करणारी तीन पत्रे लिंकनने एकापाठोपाठ एक पाठवली. शिल्ड्स प्रचंड संतापला. त्याला ही रिबेका कोण ते समजेना म्हणून ही पत्रे नेमकी कोणी लिहिली याचा त्याने शोध घेतला. अर्थातच, लिंकनसुद्धा संभ्रमित झाला, पण त्याच्या लवकरच लक्षात आले की खरे तर मेरी टोड आणि तिची मैत्रीणच खऱ्या गुन्हेगार आहेत.

या दोन स्त्रियांची नावे लोकांपुढे येऊ नयेत, त्यांचे रक्षण करावे म्हणून लिंकनने या सर्व पत्रांची जबाबदारी उचलली. परंतु शिल्ड्सचे एवढ्याने समाधान होणार नव्हते; त्याने लिंकनला द्वंद्वयुद्धासाठी आव्हान दिले. आता लिंकनपुढे दुसरा पर्यायच उरला नव्हता, त्याला ते आव्हान स्वीकारावे लागले. परंतु या घटनेमुळे लिंकनच्या आयुष्यात खूप मोठा बदल झाला. त्याची स्वत:ची लोककौशल्ये आमूलाग्र बदलली.

लिंकनला जाणवले की तो अशी संतापजनक पत्रे लिहून फार मोठी चूक करत आहे. शिल्ड्स हा चांगला माणूस नव्हता, तरीसुद्धा हे भांडण लिंकनने स्वत:च

उकरून काढले होते; त्यामुळे त्याला आता द्वंद्वयुद्ध खेळावे लागणार होते. द्वंद्वयुद्धांच्या नियमांप्रमाणे लिंकनला हत्यारे निवडण्याची संधी होती. शिल्ड्सची उंची ५ फूट ९ इंच तर लिंकनची उंची ६ फूट ४ इंच होती, म्हणून लिंकनने आपल्या उंचीचा जास्तीत जास्त फायदा घेण्यासाठी लांब पात्यांची तलवार निवडली. प्रत्यक्ष युद्ध सुरू होण्यापूर्वी लिंकनने शिल्ड्सला एक वैयक्तिक पत्र लिहिले. वर्तमानपत्रातून शिल्ड्सची जाहीररीत्या माफी मागण्याची तयारी त्याने दाखवली. राजकारणात पाय रोवू पाहणाऱ्याच्या दृष्टीने ही फार मोठी बाब होती. तरीही लिंकनने हे धाष्ट्र्य दाखवले; लिंकनला माहीत होते की हा संघर्ष त्यानेच छेडला आहे आणि त्यामुळे तो मिटवणे ही त्याचीच जबाबदारी आहे; जरी त्याच्या दृष्टीने ते अपमानास्पद होते तरीही! परंतु शिल्ड्सने लिंकनची ही विनंती धुडकावून लावली आणि ठरल्याप्रमाणे द्वंद्वयुद्ध झाले.

सुदैवाने ते द्वंद्वयुद्ध सुरू झाले तेव्हा शिल्ड्सच्या ताबडतोब लक्षात आले की लिंकनची उंची आणि त्याची लांब पात्याची तलवार ही त्याच्यासाठी गैरसोयीची आहे. लिंकनने मुद्दामच आपली तलवार शिल्ड्सच्या डोक्यावर नेऊन तेथे असलेली एक झाडाची फांदी कापून दाखवली. त्या क्षणी दोघांचेही मित्र मध्ये पडले, त्यांनी मध्यस्थी केली आणि अशा प्रकारे द्वंद्वयुद्ध समाप्त झाले. त्याबरोबर संघर्षही संपला. त्या दोघांनी हस्तांदोलन करून तो किस्सा तिथेच संपवला आणि ते आपापल्या घरी निघून गेले. त्या प्रसंगातून लिंकन काहीतरी खूप महत्त्वाचे शिकला. त्यानंतर त्याने पुन्हा अशा टोपणनावाने कधीही पत्रे लिहिली नाहीत. आपल्या विनोदी स्वभावाचा उपयोग पुन्हा कधी जाहीररीत्या दुसऱ्याची खिल्ली उडवण्यासाठी केला नाही. अनेक वर्षांनंतरही या घटनेचे तीव्र दुःख त्याला वाटत राहिले. अर्थातच, ही घटना त्याच्या मनावर कोरली गेली होती, परंतु त्यापासून त्याने जो धडा घेतला त्यामुळेच उर्वरित आयुष्यात त्याच्या मनात अनुकंपा निर्माण झाली. त्यातूनच पुढे सिव्हिल वॉरमध्ये हरलेल्या उत्तरेकडील राज्यांचा आदर करायला तो शिकला. बहुधा या कसोटीच्या क्षणानेच जगमान्य अशा अत्यंत कठोर शिक्षा सुनावण्यास नकार देण्यास त्याला प्रवृत्त केले. हेसुद्धा दखल घेण्यासारखे आहे की युद्धाच्या वेळी लिंकनने स्वतःहून त्याच्या जुन्या शत्रूला, शिल्ड्सला युनियन आर्मीचे 'जनरल' हे पद देऊ केले.

कामाच्या ठिकाणच्या संघर्षाचा आणि तो खंबीरपणे मिटवण्याचा विचार करताना आपण तो दोन प्रकारात विभागू. पहिला प्रकार असा की ज्या संघर्षात तुम्ही स्वतः प्रत्यक्षपणे एक पक्ष म्हणून गुंतलेले आहात आणि दुसरा प्रकार असा की ज्या संघर्षामध्ये तुम्ही मध्यस्थ म्हणून भूमिका निभावत आहात.

संघर्षातला तुमचा सहभाग

जेव्हा तुम्ही एखाद्या संघर्षात प्रत्यक्षपणे गुंतलेले असता, तुमचा त्यात थेट सहभाग असतो तेव्हा तुम्ही शक्य तितक्या लवकर काही विशिष्ट पावले उचलू शकता, नव्हे तुम्ही ती उचलायलाच हवी. आपण जेव्हा या एकेक पायरीचा विचार करू तेव्हा कृपया याकडे लक्ष द्या की त्यातली एक पायरी दुसऱ्या पायरीवर अवलंबून नाही. त्यातली कुठलीच पायरी कोण चुकीचे आहे किंवा कोण बरोबर आहे असा आग्रह धरत नाही किंवा कोण चांगले आणि कोण वाईट असेही ठामपणे सांगत नाही. परिस्थिती हाताबाहेर गेली तर मात्र वकील आणि व्यावसायिक मध्यस्थ हा प्रश्न निकाली काढू शकतात. तथापि, आपण एवढेच गृहीत धरायचे की व्यवसायातील संतप्त संघर्ष हा मुळातच नकारात्मक आणि अनुत्पादक असतो. शक्य तेवढ्या लवकर आणि मैत्रीपूर्ण पद्धतीने तो संघर्ष संपुष्टात आणणे हेच आपले ध्येय असेल.

कोणत्याही संघर्षमय परिस्थितीकडे बघताना सर्वांत आधी त्यामधील परिवर्तनशीलता बघणे हीच तिला हाताळण्याची योग्य सुरुवात होय. या जागा अशा असतात जेथे काही बदल किंवा तडजोडी घडवून आणण्याची खरी शक्यता असते. त्या संघर्षात तुमचा महत्त्वाचा सहभाग असेल तर काही वेळेस तुम्हाला अशी शक्यता असलेल्या भरपूर जागा आढळतील, तर काही वेळेस खूपच कमी आढळतील. या संघर्षातल्या काही जागा मात्र मुळीच बदलत नाहीत आणि त्या म्हणजे तुमचे स्वत:चे विचार, भावना आणि प्रतिसाद. संघर्षातील समोरचा पक्ष आपल्याच म्हणण्याला चिकटून बसला असेल, नमते घेण्यास तयार नसेल तरीसुद्धा तुम्ही धीर सोडायचा नाही, आपला सकारात्मक प्रभाव टाकायचा. आता हे सगळे कसे करायचे ते तुमच्याच हाती आहे. खरे आहे की तुमचा अहम् तुमच्या मार्गात आडवा येऊ शकतो. मात्र विशिष्ट मर्यादेपर्यंत लवचीकता दाखवणे म्हणजे लोकांना आपल्या अंगावर चालून येण्यास परवानगी देणे नाही, हे लक्षात घ्या. तुम्ही खंबीरपणा निवडणार आहात की जरा जास्तीच आक्रमक होणार आहात, की संपूर्ण निष्क्रियता दाखवणार आहात एवढेच तुम्ही त्यावरून दर्शवणार आहात. आपण जी गोष्ट निवडणार आहोत त्यातील विशिष्ट घटकांचा आता आपण विचार करू.

प्रामाणिक मूल्यांकन करा

त्या विशिष्ट परिस्थितीमध्ये तुमच्या ताकदीचे मूल्यांकन करण्याचा प्रयत्न करा. व्यावसायिक जगतातील संघर्ष हा अल्पावधीतच संवेदनशून्य बनतो हे एक कटू सत्य आहे. जेव्हा पैसा आणि ऑफिस हे दोन मुद्दे गुंतलेले असतात तेव्हा आश्चर्यकारकरीत्या इतर बाबी झपाट्याने गौण ठरतात. कॉर्पोरेट जगतामध्ये संघर्ष

उद्‌भवला की जेवणे, पार्ट्या आणि सॉफ्टबॉल गेम्स या सगळ्यांना काहीच अर्थ नसतो. मात्र त्यामुळेच की काय नवराबायकोंमधील किंवा कौटुंबिक कलह किंवा जवळच्या मित्रांमधील कलह यांच्या तुलनेत कॉर्पोरेट कलह हाताळणे सोपे जातात. कौटुंबिक कलहामध्ये खरोखरच गंभीर भावनात्मक मुद्दे असतात जे स्पष्टपणे किंवा एक घाव दोन तुकडे असे करून सोडवणे अवघड असते. तुम्हाला धक्का बसेल, पण परिस्थितीचा दबाव असेल तेव्हा व्यावसायिक वादविवादामध्ये वैयक्तिक भावनांना नगण्य स्थान असते.

स्टीव्हने प्रामाणिकपणे केलेले मूल्यांकन

तुम्ही जेव्हा संघर्षामधील सत्तेचा समतोल तपासून पाहता तेव्हा दोन्ही पक्षांना काय हवे आणि त्यांची खरोखरी गरज काय आहे यांमधील फरक समजून घ्या. स्टीव्हच्या उदाहरणावरून आपण हे जाणून घेऊ. स्टीव्ह हा ह्यूमन रिसोर्सेस क्षेत्रामध्ये नावाजलेला होता. त्याने अनेक गोलमेज परिषदा भरवल्या होत्या जेथे संस्थेला अनेक विद्वानांची 'एच.आर.'वरची मते ऐकायला मिळाली होती. बऱ्याच मोठ्या प्रमाणावर माहितीची देवाणघेवाणसुद्धा झाली होती. युनायटेड स्टेट्स, पॅसिफिकच्या आजूबाजूचे देश आणि पश्चिम युरोप येथील त्यांच्या संस्थांमध्ये तो महिन्याला किमान एक तरी गोलमेज परिषद भरवत असे. स्टीव्हच्या धंद्याच्या दृष्टीने यासाठी उत्तम पंचतारांकित हॉटेल्स, खाण्यापिण्याची रेलचेल, राहण्याची आरामदायक व्यवस्था या बाबी महत्त्वाच्या असत. तसेच, तो ज्या वक्त्यांना पाहुणे म्हणून बोलावत असे त्यांचा त्या त्या विषयात हातखंडा असे. स्टीव्ह हे सगळे घडवून आणण्यात अत्यंत कार्यक्षम होता आणि सुमारे वीस वर्षे त्याचा व्यवसाय अतिशय यशस्वी पद्धतीने चालू होता.

नुकतेच स्टीव्हच्या असे लक्षात आले की, त्याची वेबसाइट त्याच्या सध्या चालू असलेल्या उपक्रमांशी सुसंगत नाही. स्टीव्हने ही वेबसाइट फार वर्षांपूर्वी बनवलेली होती; परंतु त्याकडे त्याने फारसे लक्ष दिले नव्हते. ही वेबसाइट केवळ आपल्या सन्माननीय ग्राहकांना आपल्या व्यवसायाविषयी माहिती देण्यापुरती किंवा नवीन ग्राहकांना पुढील उपक्रमांविषयी माहिती देण्याइतपत मर्यादित होती. जेव्हा एका ग्राहकानेच स्टीव्हच्या हे लक्षात आणून दिले की त्याची वेबसाइट ही फारच कालबाह्य आहे तेव्हा त्याने लगेचच अग्रगण्य वेबसाइट डिझायनरचा शोध घेण्यास सुरुवात केली.

स्टीव्हने अनेक लोकांच्या मुलाखती घेतल्या आणि त्याला ही शेरॉन सापडली, जी त्याच्या अपेक्षांमध्ये पूर्णपणे बसणारी होती; त्याच्या अत्याधुनिक वेबसाइट बद्दलच्या गरजा भागवण्याच्या क्षमता तिच्यामध्ये होत्या. फक्त एकच समस्या

होती. जेव्हा शेरॉनने स्टीव्हला तिच्या फीविषयी सांगितले तेव्हा स्टीव्ह अवाक् झाला. वेबसाइट डिझायनरला इतकी मोठी रक्कम देण्याच्या कल्पनेने तो हैराण झाला; तथापि, शेरॉन आपल्या मुद्द्यावर ठाम होती. तिचे म्हणणे होते की एक प्रथितयश डिझायनर म्हणून तिने आकारलेली फी योग्यच आहे. तिच्या म्हणण्याप्रमाणे जर स्टीव्हला सर्वोत्तम काम करून हवे असेल तर एवढे पैसे द्यायलाच हवेत. अर्थातच, त्याने जर कमी पैसे दिले तर ती वेबसाइट त्याच्या सर्व अपेक्षा पूर्ण करू शकणार नाही.

जरी स्टीव्ह आणि शेरॉन यांनी तोपर्यंत या विषयावर अतिशय खेळीमेळीच्या वातावरणामध्ये चर्चा केली होती तरी पैशाच्या विषयावरून ते दोघेही किती पट्कन हमरीतुमरीवर आले हे पाहणे चकित करणारे होते. तोपर्यंत मैत्रीच्या नात्याने बोलणारी शेरॉन पैशाचा विषय निघाल्याबरोबर लगेच मागणीखोर झाली होती. तिचे हे वागणे स्टीव्हला अतिशय उद्दामपणाचे वाटले. तो भावनिक पातळीवर इतका हळवा झाला की तिच्याबरोबर कुठलाही व्यवहार नको असे त्याला वाटले.

जरी स्टीव्हने स्वत:ची शेरॉनपासून सुटका करून घेतली तरी आता तो काय करणार होता? बाजारात चांगल्या वेब-डिझायनरची जी फी होती तीच शेरॉनने त्याला सांगितली होती. मग स्टीव्हने या सगळ्या घटनेतला भावनिक भाग काढून टाकला आणि मग त्याच्या लक्षात आले की शेरॉन त्याला जे देऊ करत होती अगदी तीच त्याची गरज होती. त्याचबरोबर त्याला उच्च प्रतीची डिझायनर कमी पैशांत हवी होती. त्यानंतर त्याने बरेच प्रयत्न करून आणि शोध घेऊनही त्याला शेरॉनइतके चांगले काम कमी पैशांत करणारे कोणीच भेटले नाही. कदाचित त्या करता त्याला अजून खूप जणांशी बोलावे लागले असते. शेरॉन मागत होती तेवढे पैसे देण्याइतकी स्टीव्हची आर्थिक परिस्थिती मजबूत होती. शेरॉनची मागणी स्टीव्हने व्यक्तिश: अपमानास्पद घेतल्यामुळे हा सगळा पेच निर्माण झाला होता. जेव्हा त्याने स्वत:ची भावनिक गुंतवणूक काढून निव्वळ व्यावसायिक दृष्टिकोनातून त्याकडे पाहिले तेव्हा शेरॉनबरोबरच्या त्याच्या वाटाघाटी संपल्या. याचा अर्थ स्टीव्हने शरणागती पत्करली असा नसून त्याने खंबीरपणाने संघर्ष मिटवला असा होतो. स्वत:बरोबरच समोरच्या बरोबरसुद्धा खंबीर असणे यामध्ये अभिप्रेत असते.

लक्षात घ्या की एखाद्या परिस्थितीचे प्रामाणिकपणे मूल्यांकन करणे, त्याला व्यावहारिक जोड देणे आणि त्याचबरोबर स्वत:च्या गरजांचासुद्धा विचार करणे हे संघर्ष मिटवण्याच्या मार्गातील पहिले पाऊल असते. अशा पद्धतीचे मूल्यांकन करणे ही तुमची जबाबदारी असते, परंतु खंबीरपणे संघर्ष मिटवताना तुमची फक्त एवढीच जबाबदारी नसते. समोरच्या पक्षाला निर्णय घेण्यासाठी जी माहिती आवश्यक आहे ती त्यांना देणे गरजेचे असते, जेणेकरून ते तुमच्याइतक्याच सुस्पष्ट पातळीवर

येऊन पोहोचतील.

आता आपण जी परिस्थिती पाहिली त्यात शेरॉनने योग्य भूमिका निभावली. तिला ज्या गोष्टीची गरज होती ती तिने स्पष्टपणे सांगितली आणि त्याचबरोबर तिने ही वस्तुस्थितीसुद्धा स्पष्टपणे सांगितली की, ती कमी पैशावर काम करू शकत नाही. तिने हेसुद्धा स्पष्ट केले की तिने सांगितलेली फी ही बाजारभावाशी सुसंगत आहे. हा तिचा आक्रमकपणाही नव्हता किंवा निष्क्रियतासुद्धा नव्हती, तर हा तिचा खंबीरपणा होता. शेरॉनने तिचे शोधकार्य केले, तिला वस्तुस्थितीबद्दल आत्मविश्वास होता आणि स्वतःची बाजू स्पष्टपणे मांडण्याचे धाष्टर्य होते. तुम्ही जर हे प्रामाणिकपणे केले व दुसऱ्याला आपली बाजू पटवून दिली तर तुम्ही संघर्ष सुरूच होऊ देणार नाही. संघर्षाला तोंड फुटले तरी तुम्ही तो चिघळण्यापासून वाचवू शकता किंवा ताबडतोब तो संपवू शकता.

संघर्षात असताना कसे वागाल

जर तुम्ही एखाद्या कलहामध्ये सापडलात तर लहान मुलांना नजरेसमोर आणा आणि ते जसे वादावादी करताना वागतात तसे वागू नका. इतर लोकांना नावे ठेवू नका. आपण पूर्णपणे निर्दोष असल्याचे चित्र रंगवू नका आणि तेही समोरच्याला दोषी ठरवून! समोरच्या पक्षाची बचाव करण्याची आणि स्वतःचे समर्थन करण्याची वृत्ती त्यामुळे अधिकच बळावेल. इतर कोणाच्या वर्तणुकीबद्दल बोलण्यापेक्षा स्वतःच्या वर्तणुकीबद्दल बोला. जर तुम्ही अगदीच अधीर झाला असाल तर असे म्हणणे अधिक चांगले की 'तुझे बोलणे संपल्याशिवाय मी काही बोलणार नाही.' असे म्हणू नका की 'तू तुझे बोलणे आधीच का थांबवत नाहीस.' अशा संयमित प्रकारे नाराजी दाखवणे कधीही सोपे नसले तरी दीर्घकाळासाठी ते अधिक लाभदायक ठरते.

दुसरा एक महत्त्वाचा मुद्दा हा की वर्तमानकाळावर किंवा भविष्यकाळावरच लक्ष केंद्रित करा. भूतकाळामध्ये गुंतून पडू नका. व्यावसायिक संघर्षामध्ये तुमचा मुद्दा पटवून देण्याचा तुमचा कितीही प्रयत्न असला तरी मागच्या आठवड्यात काय घडले किंवा मागच्या वर्षी काय घडले याची उजळणी करणे चुकीचे आहे. अनेकदा लोक वर्तमानातील प्राप्तीसाठी त्याच्या भूतकाळातील यशांचा संदर्भ देतात. ते म्हणतात, 'असे बघा, मागच्या वर्षी मी या कंपनीसाठी किती केले! आता तुम्ही मला असे वागवू शकत नाही.' अर्थात, हे सगळे खरेही असेल, परंतु हा तुमचा युक्तिवाद हळवेपणाचा, भावनातिरेकाचा आहे. आम्ही आधीही हे सांगितले की व्यावसायिक नातेसंबंधाची चांगली आणि वाईट गोष्ट अशी की ते संबंध फक्त व्यावहारिक असतात. सारे काही योग्य प्रकारे घडत असेल तरच व्यावसायिक संबंध चांगले राहू शकतात. जेव्हा कामाच्या ठिकाणी समस्या उद्भवतात तेव्हा जवळच्या

मित्रांमध्ये झपाट्याने परकेपणा येतो, आश्चर्यकारकरीत्या.

भूतकाळाबद्दल बोलण्याऐवजी, तुम्ही आता कोणते योगदान देऊ शकता किंवा भविष्यात काय करू शकता याविषयी बोला; खासकरून सध्या जो संघर्ष चालू आहे तो तुम्ही समाधानकारकरीत्या कसा मिटवू शकता त्याबद्दल बोला. हा तुमचा खरा किफायतशीर सौदा असू शकतो. अशा प्रकारे तुम्ही व्यवस्थापनाला हे दाखवू शकता की तुमच्या गरजा भागवल्या जाणे हे प्रत्येकाच्याच हिताचे कसे असू शकते. उलटपक्षी, तुम्ही जर तुमच्या कंपनीसाठी भविष्यात तुम्ही कसे फायदेशीर आहात हे दाखवू शकला नाहीत तर तुमची परिस्थिती अधिकच बिकट किंवा दुबळी होईल. म्हणून याची नेहमी खातरजमा करून घेत जा की कंपनीला आता कशाची गरज आहे आणि या गरजा तुमच्या मदतीशिवाय पूर्ण होऊच शकणार नाहीत हे दाखवण्यासाठी तत्पर राहा.

त्याचबरोबर भूतकाळातील विषयांवर बोलताना काही विशिष्ट शब्द किंवा वाक्य बोलण्याचे टाळा ज्यामुळे जुन्याच चिरकाल टिकणाऱ्या समस्या समोर येऊन वर्तमानस्थिती अधिक बिघडेल. वादविवाद पेटलेला असताना तुम्ही जर म्हणालात की, 'तुम्ही नेहमीच असे करता' किंवा 'तू कधी असे वागली नाहीस असे घडेलच नाही' तर अशा प्रकारची नकारात्मक वर्णने आणि सामान्यीकरण करून तुम्ही केवळ स्वत:चेच समाधान करून घेत असता. जेव्हा तुम्ही एखादा संघर्ष मिटवण्याचा किंवा समेट घडवून आणण्याचा प्रयत्न करता तेव्हा छोटे का होईना, पण सकारात्मक बदल घडवून आणणे आणि त्यांना बळकटी देणे अधिक चांगले असते.

या तत्त्वाचा अवलंब केला गेला तो अत्यंत महत्त्वाचा प्रसंग म्हणजे इ.स. १९६२ सालची क्युबन मिसाइल दुर्घटना. कदाचित तुम्हाला माहीत असेल की संपूर्ण जग त्या वेळी अणुयुद्धाच्या अगदी जवळ येऊन ठेपले होते. युनायटेड स्टेट्स आणि सोव्हिएत युनियन क्युबामधील रशियन न्युक्लिअर मिसाइल्सच्या मुद्द्यावरून समोरासमोर लढण्यास उभे ठाकले होते; त्याचदरम्यान युनायटेड स्टेट्सला रशियाकडून एक सकारात्मक संदेश आला ज्यामध्ये संघर्ष मिटवून समेट घडवण्याबद्दल सुचवले होते. प्रेसिडेंट केनेडी आणि सल्लागार मंडळ या गोष्टीचा विचारविनिमय करत असतानाच दुसरा संदेश जो काहीसा रुष्ट करणारा होता तो येऊन थडकला. त्या वेळी केनेडी अत्यंत हुशारीची चाल खेळले. त्यांनी ताबडतोब पहिल्या संदेशाला उत्तर देण्याचे ठरवले आणि दुसऱ्याकडे दुर्लक्ष केले. नकारात्मकतेवर लक्ष केंद्रित करण्यापेक्षा सकारात्मकतेचा पाठपुरावा केल्यामुळे जग अक्षरश: संहारापासून वाचले. म्हणून हे तत्त्व कायम लक्षात ठेवा. ते खंबीर आहे आणि प्रभावशालीसुद्धा!

शेवटचे आणि कदाचित सगळ्यात महत्त्वाचे सांगायचे ते असे की, आपण आशादायक बाजू पाहू. आता आपण असा प्रसंग डोळ्यांपुढे आणू ज्यामध्ये तुम्ही

यशस्वी रीतीने संघर्ष मिटवला आहे. खरे तर आपण असे गृहीत धरू या की तुमच्या ज्या काही गरजा होत्या त्या पूर्ण झाल्या आणि पारंपरिक भाषेत सांगायचे तर तुमची त्या भांडणात सरशी झाली, तुम्ही 'जेते' झालात. या वळणावर तुम्हाला आपला विजय साजरा करण्याचा मोह होतो, पण तुम्ही तो मोह कटाक्षाने टाळणे हे अतिशय महत्त्वाचे आहे. तुम्ही जर तुमच्या विरोधकांना सन्माननीय माघार घेण्यास मदत केली नाही तर पुढच्या कलहाची बीजे तेथेच रोवली जातात, हे ध्यानात ठेवा. पुढील वेळेस तुमचीच सरशी होईल असे नाही. लिंकनने हे ओळखले होते म्हणूनच जेव्हा नागरी युद्धाची समाप्ती झाली त्यानंतर पुन्हा कधीही राज्या-राज्यांमध्ये संघर्ष झाला नाही; परंतु हीच गोष्ट मित्रराष्ट्र समजून घेण्यास अपयशी ठरले आणि म्हणूनच पहिल्या महायुद्धातच दुसऱ्या महायुद्धाची बीजे रोवली गेली, आर्थिक उलथापालथ झाली आणि ॲडॉल्फ हिटलरचा उदय झाला.

व्यावसायिक जगतामध्ये संघर्षाच्या शेवटी तुम्ही सन्मानपूर्वक वागण्यात यशस्वी झाला नाहीत तर समोरचा पक्ष काही लगेच अतिरेकी हुकूमशहा होईल असे नाही, परंतु तुम्हाला तुमच्या वर्तणुकीचा पश्चात्ताप मात्र नक्की होईल. शेवटी काही झाले तरी खंबीररीत्या संघर्ष मिटवण्याचा हेतू 'फक्त जिंकणे' हा नसून, 'सगळ्यांचीच जीत होणे' हा आहे. हे जेव्हा तुम्ही लक्षात ठेवता तेव्हा तुम्ही फक्त लोकांवर विजय मिळवत नाही, तर लोककौशल्यावर प्रभुत्व मिळवण्याच्या मार्गावर एक दमदार पाऊल पुढे टाकता.

शब्देविण संवादू

संघर्ष मिटवण्याच्या आतापर्यंतच्या आपल्या या चर्चेमध्ये आपण 'काय बोलले जाते', 'काय बोलावे' आणि 'काय बोलू नये' यावरच लक्ष दिले आहे. परंतु वास्तवात मानवी संभाषणापैकी नव्वद टक्के संभाषण हे शब्दांशिवाय होते. या संभाषणात आपल्या चर्येवरील हावभाव, देहबोली आणि हालचाली या सगळ्यांचा सर्वसामान्यपणे समावेश होतो. त्याचबरोबर तुमच्या कपड्यांची निवड किंवा तुम्ही दिलेली जेवणाची ऑर्डर किंवा तुम्ही मीटिंगला उशिरा येता की लवकर पोहोचता या सगळ्याचा त्यामध्ये समावेश होतो.

एखाद्या व्यक्तीला प्रत्यक्षात काय म्हणायचे आहे किंवा सांगायचे आहे त्याऐवजी, आपल्यामते त्या व्यक्तीला काय म्हणायचे आहे यावर आपण प्रतिक्रिया देतो. विशेषत: हे एखाद्या संघर्षग्रस्त परिस्थितीत होते. याच कारणासाठी तुम्ही तुमच्या देहबोलीकडे आणि हावभावांकडे तुमच्या शब्दांइतकेच लक्ष दिले पाहिजे. खरे सांगायचे तर तुमच्या देहबोलीची ताकद इतकी प्रचंड असते की ती विश्वास संपादन करू शकते किंवा एका क्षणात संपूर्ण विनाशही करू शकते. म्हणून चूक करू

नका. शब्दांविना सुसंवाद साधता येणे हे संघर्ष मिटवण्यासाठीचे फार कठीण कौशल्य आहे.

वरवर पाहता असेच दिसते की सकारात्मक देहबोली याचा अर्थ हसणे, नजरेला नजर भिडवणे आणि एकमेकांच्या खूप जवळ किंवा खूप लांब उभे न राहणे. पण सकारात्मक देहबोलीची संकल्पना याहीपेक्षा विस्तृत आहे. जेव्हा तुम्ही समोरच्या व्यक्तीचे हावभाव, हालचाली, आवाजांचे चढउतार आणि उभे राहण्याची ढब याबाबतीत अनुकरण करता किंवा स्वत:ची प्रतिमा त्याच्यात पाहता तेव्हा त्यांच्या मेंदूमध्ये तुमच्याबद्दलचे खूप आश्वासक इशारे जाऊन पोहोचतात. तुम्ही जेव्हा त्याचीच भाषा बोलता तेव्हा त्याला संदेश मिळतो की, 'अरे, ही व्यक्ती अगदी माझ्याचसारखी आहे.' लोकांचा असा विश्वास असतो की जे लोक तुमच्यासारखे असतात त्यांच्याबरोबर तुमचा शब्दाशिवायसुद्धा संवाद घडू शकतो आणि तो आनंददायक असतो. खरे तर तुम्ही त्याचे अनुयायी असता, परंतु त्याच्या मागे जाता जाता एक दिवस तुम्हीच त्याचे मार्गदर्शक बनता. पुन्हा संघर्ष टाळण्याचा आणि संघर्ष सकारात्मकपणे सोडवण्याचा हा उत्तम मार्ग आहे हे आवर्जून लक्षात घ्या.

लक्षात ठेवा, आपले उपाय हे जास्तीत जास्त विश्वासार्ह आणि विशेषत्वाने उठून दिसणारे असायला हवेत. उदाहरणार्थ, जेव्हा आपण समोरच्यासारखे वागतो तेव्हा आपण त्याची नक्कल करत आहोत असे दिसायला नको. ते जेव्हा डोके खाजवतात तेव्हा आपण डोके खाजवायचे, त्यांच्या हावभावांचे अनुकरण करायचे असा याचा अर्थ नसून त्यांच्या कृतीचा आणि त्यांच्या बोलण्याचा त्वरित अर्थ समजून घेऊन त्यांना तुमच्याबरोबर संवाद साधणे सोपे करून देणे असा असतो. त्याच वेळी तुमचे स्वत:चे दृष्टिकोन, हेतू किंवा मते त्यांच्यापेक्षा वेगळी असली तरी त्यांचा उच्चार न करणे हे यात अभिप्रेत असते.

आता योग्य परिणाम साधण्यासाठी आपण काही विशिष्ट तत्त्वे पाहू. पहिले असे की, समोरच्याच्या बोलण्याशी सहमत व्हा, सुसंगत विचार मांडा आणि त्याचबरोबर तुमची देहबोली, तुमचे शब्द आणि तुमच्या आवाजाचे चढउतार त्याच्याशी सुसंगत ठेवा. अशी कल्पना करा की समोरची व्यक्ती तिने तुम्हाला दुखावले म्हणून तुमच्याकडे दिलगिरी व्यक्त करते आहे, तुम्हीपण तिच्या बोलण्यामुळे खूश झाला आहात. पण हे बोलत असताना त्याचे खांदे ताठ असतील, त्याने छाती पुढे काढली असेल आणि डोळे गरागरा फिरत असतील तर त्याचा अर्थ काय घ्यायचा? जर त्याची संपूर्ण देहबोली तुमच्यापर्यंत असा संदेश पोहोचवत असेल की तुम्हीच त्याच्या सर्व वेदनेचे, दु:खाचे मूळ आहात तर त्याला काय म्हणावे? अशा परिस्थितीत त्याने उच्चारलेल्या शब्दांचा सकारात्मक अर्थ गळून पडतो आणि त्यामधून नकारात्मक लहरीच बाहेर पडतात.

दुसरे असे की, तुम्ही जेव्हा समोरच्या व्यक्तीशी प्रभावीपणे बोलत असता तेव्हा त्याच्याकडे पाहत बोला, परंतु एकटक पाहू नका किंवा डोळे विस्फारून पाहू नका; मधून मधून डोळ्यांची उघडझाप करायला विसरू नका. हे किती महत्त्वाचे आहे ते समजून घेण्यासाठी जरा आरशात स्वत:च्याच प्रतिबिंबाकडे एकटक पाहत राहा आणि मधूनच इकडेतिकडे एखादा तिरका कटाक्ष टाका; तुमच्याबद्दल त्याचे मत बनायला एवढे छोटे-छोटे फरकसुद्धा कसे कारणीभूत होतात हे तुमच्या लक्षात येईल.

तिसरे असे की, समोरच्या व्यक्तीची ऊर्जा ही तेथील परिस्थिती आणि संभाषणामधील चैतन्य यांच्याशी सुसंगत असायला हवी. ते जसे उभे राहतात, चालतात किंवा बसतात तसेच करा. ते खूप जोरात किंवा हळू चालतात का? पुढे झुकून तुमच्याशी बोलतात की मागे रेलून? हळूहळू तुमच्या हालचालीसुद्धा त्यांच्याप्रमाणेच करा, जेणेकरून त्यांच्या लक्षात हे साधर्म्य येईल. अर्थात, अगदी नक्कल वाटू देऊ नका. हा काही दमशेराजचा खेळ नाही. हळुवारपणे वापरण्याचे उच्च अभिरुची दर्शवणारे हे एक मूलभूत लोककौशल्य आहे. तुम्ही चर्येवरील हावभाव त्यांच्याशी सुसंगत करत असतानाच, आवाजाची तीव्रतापण त्यांच्या आवाजाशी सुसंगत ठेवा. आवाजाचे मुख्यत: तीन घटक असतात; वरची किंवा खालची पट्टी, पटपट अथवा सावकाश गतीने बोलणे आणि लहान किंवा मोठा अशी आवाजाची घनता. जर तुमच्या भोवतालची माणसे शांत स्वरात, आवाजावर योग्य जोर देऊन बोलत असतील तर तुम्हीसुद्धा तसेच बोलायला हवे.

चौथे असे की, अशा पद्धतीने बोलण्याचा प्रयत्न करा ज्यायोगे तुमचे बोलणे सकारात्मक आणि उत्साहवर्धक वाटेल; अगदी संभाषणाला अनिष्ट वळण लागले तरीसुद्धा! सकारात्मक ऊर्जेचा लोकांवर चांगला परिणाम होतो. जरी हे अवघड असले तरीसुद्धा खंबीरपणे संघर्ष मिटवणे याचा अर्थ वाईट परिस्थितीमध्येसुद्धा चेहेऱ्यावरचे हसू मावळू न देणे आणि आत्मविश्वास ढळू न देणे असा होतो. जर तुमचे स्वत:वरचे नियंत्रण ढळले व तुम्ही आक्रमक होऊ लागलात तर एक खोल श्वास घ्या किंवा एक ग्लासभर पाणी मागून घ्या. आपली मन:स्थिती प्रसन्न करण्याचा जास्तीत जास्त प्रयत्न करा.

पाचवे असे की, जर तुम्हाला आधीच माहीत असेल की आता तुम्ही ज्या मीटिंगला चालला आहात तेथे संघर्ष उद्‌भवण्याची दाट शक्यता आहे तर तुम्ही तिथे जाताना प्रसंगोचित कपडे घाला. तुम्ही काही बोलण्यापूर्वीच तुमच्या कपड्यांवरून तुमची हेटाळणी केली जाण्याची शक्यता आहे. त्याउलट समोरची व्यक्ती कोणते कपडे घालेल याचा अंदाज घेऊन इथेही अनुकरणाचे तत्त्व परिस्थितीच्या मागणीनुसार अवलंबा.

आणखी असे की तुम्ही समोरच्याशी जेव्हा हस्तांदोलन कराल तेव्हा त्याचे महत्त्व लक्षात घ्या. ही काळानुरूप अभिव्यक्त होण्याची आपल्या संस्कृतीमधील क्रिया आहे ज्याचे विशिष्ट संकेत आहेत, खासकरून संघर्ष मिटवण्याच्या बाबतीत तर विशेषच. खरे सांगायचे तर हात मिळवण्यामागचा मूळ, परंपरागत हेतू हा की, समोरच्याला दाखवायचे की तुम्ही तुमच्या हातात सुरा, चाकू लपवलेला नाही. सर्वसामान्यत: कडकपणे हस्तांदोलन करणे ही खंबीरपणादर्शक हालचाल आहे आणि एखादा व्यवहार पूर्ण झालेला असताना किंवा संघर्ष मिटलेला असताना तर हस्तांदोलनाला विशेष महत्त्व प्राप्त होते.

शेवटी ज्या मीटिंगमध्ये असा संघर्ष होऊन गेला असेल ती मीटिंग संपल्यानंतर संबंधित व्यक्तीला स्वहस्ताक्षरात मोजक्या, पण सकारात्मक आणि संबंध जोपासणाऱ्या शब्दांमध्ये लिहून पाठवा. त्या क्षणी तुमचा अहम् आड येऊ देऊ नका. त्याचबरोबर समोरच्या पक्षातील लोकसुद्धा संघर्ष मिटवण्याच्या दिशेने एक पाऊल पुढे टाकत आहेत याकडे लक्ष द्या. बरेचदा असे घडते की या खाणाखुणा फारच क्षुल्लक आणि सूक्ष्म वाटतात, पण त्यांच्याकडे दुर्लक्ष करू नका. खंबीरपणे संघर्ष मिटवण्याचा अर्थच हा आहे की अशी कोणतीही सकारात्मक हालचाल बारकाईने टिपून त्याचा जास्तीत जास्त फायदा करून घ्यायचा.

कृती

१. अब्राहम लिंकनने जेम्स शिल्ड्सला जी पत्रे लिहिली व जी वृत्तपत्रामध्ये प्रकाशित झाली त्याबद्दल त्याने कशी माफी मागितली याचे वर्णन खरोखर परिणामकारक आहे. त्याने आपल्या वर्तणुकीची जबाबदारी मोठ्या धाडसाने स्वीकारली आणि नम्रपणे माफीसुद्धा मागितली. तुम्हीसुद्धा तुमच्या व्यावसायिक कारकिर्दीचा आढावा घ्या. तुम्ही किंवा तुमच्या संघाने आतापर्यंत ज्या चुका केल्या त्याची जबाबदारी उचलण्यास तुम्ही तयार आहात का? भूतकाळात तुमच्या हातून घडलेल्या अशा चुकांची यादी करा. अजूनही तुम्हाला एखाद्या चुकीची जबाबदारी स्वीकारायची असेल तर वेळ गेलेली नाही. असे केल्यानंतर इथून पुढच्या तुमच्या सर्व कृतींसाठी तुम्ही जबाबदारी घेण्यास वचनबद्ध राहा.

२. जेव्हा तुम्ही संघर्ष हाताळत असता तेव्हा तुमचा हा अनुभव जास्तीत जास्त आनंददायी व फलदायी होण्यासाठी तुम्ही खालील पावले उचला. पुढील वेळेस जेव्हा तुम्ही संघर्ष मिटवणार असाल तेव्हा पुढील पायऱ्या वाचा आणि स्वत:मध्ये कुठे सुधारणा करणे गरजेचे आहे व कोणती कौशल्ये संपादन करायला हवी आहेत त्याच्यासमोर x करा. कुठे तुम्ही प्रभावीपणे वागलात तेही तपासून पाहा.

- ☐ परिस्थिती संपूर्ण तपशीलवार लिहून प्रसंग प्रामाणिकपणे उद्धृत करा.
- ☐ तुमच्या गरजांचा उल्लेख करा.
- ☐ उगाच अलंकारिक बोलून समोरच्यावर हल्ला करू नका. त्यामुळे समोरचा जरुरीपेक्षा अधिकच बचावात्मक धोरण स्वीकारेल.
- ☐ समोरच्याच्या वर्तणुकीला तुमचा प्रतिसाद काय होता ते सांगा.
- ☐ फक्त वर्तमानकाळ व भविष्यकाळ यावरच लक्ष केंद्रित करा. विनाकारण भूतकाळातील प्रसंग उकरू नका.
- ☐ आपल्या देहबोलीचे निरीक्षण करा. समोरच्याला प्रतिसाद देण्याचा खुला पवित्रा घ्या आणि हाताची घडी घालून किंवा ओणवे होऊन बोलू नका. या हालचालींवरून तुम्ही बचावात्मक धोरण स्वीकारले आहे किंवा तुम्ही समोरच्याचे पटवून घेणार नाही आहात असे दिसते.
- ☐ संभाषणाचा शेवट कसाही झाला तरीसुद्धा शेवटचे वाक्य अत्यंत सन्मानपूर्वक आणि आदरपूर्वक उच्चारा.

३. सद्य:स्थितीला तुमच्या मनात कोणता संघर्ष चालला आहे त्याबद्दल लिहा. हा तुमचा मानसिक संघर्ष मिटवण्यासाठी तुम्ही कोणती पावले उचलणार आहात? शक्य असेल तेव्हा स्वत:च्या मनालासुद्धा कालमर्यादा ठरवून द्या. मग एक श्वास घ्या आणि स्वत:च्याच मनाला धाडसीपणाची आणि कार्यक्षमतेची पावती द्या.

नोंदी

जेव्हा आपण लोकांवर किंवा आपल्या शत्रूंवर रागावतो तेव्हा आपण त्यांना आपल्यावर सत्ता गाजवण्यासाठी ताकदवान करतो. ते आपल्या झोपेवर, भुकेवर, रक्तदाबावर, आरोग्यावर आणि आनंदावर सत्ता गाजवतात. जर आपल्या शत्रूला हे समजले की त्यांच्यामुळे आपण चिंतित होतो, आपल्याला वेदना होतात आणि त्यांची आपल्यावर सूड घेण्याची इच्छा पूर्ण होते आहे तर ते आनंदाने बेहोष होतील! आपल्या रागाने त्यांना काहीच इजा होत नाही, पण आपले दिवस आणि आपल्या रात्री मात्र दुःखात जातात.

– डेल कार्नेगी

१६

संघर्षाचे खंबीर व्यवस्थापन आणि तडजोड

या पुस्तकातील शेवटच्या प्रकरणामध्ये आपण खंबीरपणे संघर्ष मिटवण्याच्या चर्चेचा समारोप करत आहोत. आपण हेसुद्धा पाहणार आहोत की हा विषय या पुस्तकातील इतर विषयांशी, जे विषय तुमच्या फक्त व्यावसायिक यशाच्या कारकिर्दीच्याच दृष्टीने नव्हे, तर त्याचबरोबर तुमच्या आयुष्याशीसुद्धा संबंधित आहेत त्यांच्याशी, कसा जोडलेला आहे.

अगदी दररोज, तुम्ही अनेक वेगवेगळ्या परिस्थितीत संघर्षाला सामोरे जात असता. सतत अशा परिस्थितीत स्वतःला अडकवून घेता जेथे दुसऱ्या व्यक्तीबरोबर तुमच्या इच्छा आणि गरजा जुळत नाहीत. आणि हेही खरेच आहे की कोणतीही दोन माणसे अगदी सारखी नसतात. त्यामुळे तुमच्या आयुष्यातील प्रत्येक परिस्थिती ही नवीन अनुभव म्हणूनच तुम्हाला स्वीकारावी लागते. तुमच्या इच्छा दुसऱ्या व्यक्तीपेक्षा वेगळ्या असल्यामुळे जी परिस्थिती उद्‌भवते तिच्यातून सर्वसाधारणपणे तीन प्रकारचे निष्कर्ष निघतात.

पहिला असा की कदाचित तुम्हीच जेते असाल. तुम्हाला जे हवे ते तुम्हाला मिळेल आणि त्या दुसऱ्या व्यक्तीला काहीच मिळणार नाही. त्याचबरोबर याच्या अगदी उलटसुद्धा घडू शकते. तुम्ही पराभूत व्हाल आणि त्या दुसऱ्या व्यक्तीच्या

सगळ्या मागण्या, इच्छा व आकांक्षा पूर्ण होतील, असेही होऊ शकते.

वास्तविक जगामध्ये एकाच व्यक्तीची किंवा एकाच पक्षाची सतत सरशी होईल किंवा विजय होईल असे फार क्वचितच घडते. सहसा दोन्ही पक्षांचा काही प्रमाणात विजय तर काही प्रमाणात हार होते. देणे-घेणे होऊन तडजोडी कराव्या लागतात. एखाद्या विशिष्ट परिस्थितीत निर्णय घेतले जातात आणि हे निर्णय घेण्यासाठी 'तडजोड' आणि 'समन्वय' हेच साधन वापरले जाते. अशा प्रकारे वाटाघाटी झालेल्या परिस्थितीतसुद्धा स्वार्थासाठी संघर्ष असतो. एका व्यक्तीला जे व्हायला हवे असते तेच दुसऱ्या व्यक्तीला घडायला नको असते. शरण जाण्यापेक्षा किंवा पळ काढण्यापेक्षा किंवा एकमेकांवर आगपाखड करण्यापेक्षा काहीतरी ठोस उपाय शोधण्याकडे दोन्ही पक्षांचा कल असतो.

म्हणून एकमेकांशी लढण्याऐवजी आपल्यातील संघर्ष मिटवण्यासाठी वापरलेल्या साधनाला आपण वाटाघाटी हे नाव दिले आहे. प्रभावीपणे वाटाघाटी करण्यासाठी ज्या क्लृप्त्या तसेच जी तंत्रे वापरली जातात आणि संघर्ष मिटवण्यासाठी जे माध्यम ठरतात त्यांच्याबद्दल आपण अधिक माहिती घेऊ.

संघर्षाचे व्यवस्थापन

काही माणसे अशीही आहेत की ज्यांना इतर माणसांबरोबर संघर्ष करण्यास मजा वाटते. आपले वरिष्ठ अथवा कनिष्ठ किंवा सहकारी यांच्याबरोबर संघर्ष होणे हा काही फारसा आनंददायक अनुभव नाही, खासकरून जेव्हा संघर्ष अधिक उग्र रूप धारण करतो तेव्हा! संघर्ष मिटवण्यासाठी वाटाघाटी करणे हे कदाचित मानसिकरीत्या थकवणारे आणि भावनिकरीत्या शुष्क करणारे असू शकते. तथापि, हीच प्रक्रिया आपल्याला विशेष फायद्यांवर नजर ठेवून अधिक सोपी करता येऊ शकते. प्रभावी वाटाघाटी या वैयक्तिकरीत्या आणि व्यावसायिकरीत्या एक प्रचंड सकारात्मक अनुभव ठरू शकतात. त्याचे मर्म हे की सुरुवातीलाच तो संघर्ष ओळखणे आणि तो अधिक गुंतागुंतीचा होऊन आपल्या नियंत्रणापलीकडे जाण्यापूर्वीच त्याचे व्यवस्थापन करणे. त्या दिशेने जाण्यापूर्वीच तो मार्ग वाटाघाटी करण्यासाठी सुलभ व्हावा म्हणून मोकळा करून ठेवणे. जेव्हा संघर्ष हा व्यक्ती-व्यक्तींमधील आवडीनिवडींबाबत असेल किंवा स्वार्थासंबंधात असेल तेव्हा ते नाकारू नका, पण त्याचबरोबर त्याला अधिक उत्तेजनसुद्धा देऊ नका. सकारात्मक दृष्टिकोनातून वाटाघाटी करण्यासाठी वचनबद्ध राहा. तुमची वचनबद्धता हेच एक खंबीर लोककौशल्य आहे आणि तेच तुमच्यामधील संघर्ष मिटवण्यासाठी भक्कम पाया ठरले पाहिजे.

जर तुम्ही इतर अनेक लोकांसारखे असाल तर जेव्हा तुम्हाला संघर्ष दिसेल तेव्हा तुम्ही एक तर तो टाळायचा प्रयत्न कराल किंवा तो नाकाराल. तुमच्या

सर्जनशील आणि खंबीर लोककौशल्याची पार्श्वभूमी म्हणून जर तुम्ही संघर्षाचा वापर करून घ्याल तर तो अधिक चांगला पर्याय ठरेल. हल्लीचे कॉर्पोरेट जग हे पदे, पदव्या आणि रूढार्थाने सत्ता या गोष्टींवर फारसे आधारित नाही. जबाबदारी आणि हक्क यांच्यामधील सीमारेषा आता फार धूसर झाल्या आहेत. परिणामी, संघर्ष किंवा पराकोटीचा संघर्ष हा कॉर्पोरेट जगतामध्ये भविष्यात अधिक प्रकर्षाने आढळणार आहे; आणि म्हणूनच तुमच्या व्यावसायिक कारकिर्दीच्या उज्ज्वल भविष्यासाठी तुमच्यामध्ये मोठ्या प्रमाणात वाटाघाटी घडवून आणण्याचे कौशल्य जरुरीचे आहे. अधिक सांगायचे तर अशी काही वैशिष्ट्यपूर्ण आणि प्रचंड सामर्थ्यवान तंत्रे मला माहिती आहेत ज्यांच्या साहाय्याने तुम्ही फारच थोड्या काळात प्रभावी 'निगोशिएटर' किंवा मध्यस्थ बनू शकता; म्हणून आजच सुरुवात करा.

जे कुशल मध्यस्थ असतात ते कुशल विचारसरणी मनाशी ठरवूनच आपल्या कार्याला सुरुवात करतात. त्यांना हे माहीत असते की त्यांच्या स्वत:च्या गरजा पूर्ण करणे तर महत्त्वाचे आहेच, पण त्याचबरोबर समोरच्या पक्षाच्या गरजांनासुद्धा ते महत्त्व देतात. तिढा किंवा संघर्ष तुमच्या दृष्टिकोनातून जसा यशस्वीरीत्या मिटला पाहिजे तसाच तो समोरच्याच्या दृष्टिकोनातूनसुद्धा यशस्वीरीत्याच मिटवणे हे तुमचे ध्येय हवे. थोडक्यात सांगायचे तर 'सर्वच जेते' हे तुमचे लक्ष्य हवे. 'जेते-जेते' परिस्थिती निर्माण होणे हीच उत्कृष्ट वाटाघाटीची जादू आहे. वरपांगी ती 'जित-हार' अशी दिसत असली तरीही! सत्य हे आहे की बहुतांशी सर्वच वाटाघाटींमध्ये 'जेते-जेते' या विचारप्रणालीचे घटक काही अंशी तरी असतातच; फक्त ते तुम्ही खुबीने शोधले पाहिजेत.

हे करण्यासाठी तुम्हाला मदत व्हावी म्हणून आपण व्यावहारिक डावपेचांची तीन मूलभूत तत्त्वे पाहू.

पहिले असे की, 'सर्वच जेते' या विचारप्रणालीशी वचनबद्ध राहा.

दुसरे असे की, आपल्याला नेमके काय पाहिजे आहे आणि ते का पाहिजे आहे हे मनाशी निश्चित करा.

आणि शेवटी तुमच्या 'प्लॅन बी'(पर्यायी योजना) वर संपूर्ण लक्ष एकाग्र करा किंवा मग वाटाघाटी थांबवून सरळ उठून जा. ही परिस्थिती अशी असेल की तुम्हाला कोणत्याही निर्णयाप्रत येण्यापूर्वी वाटाघाटी संपुष्टात आणाव्या लागतील. हे चित्र जरी खूप निराशजनक असले तरीसुद्धा खंबीर लोककौशल्याच्या दृष्टीतून अधिक वाईट होण्यापेक्षा हे बरे असेच असेल.

एक नेता म्हणून स्वत:ला अशा विचारांपासून परावृत्त करा की वाटाघाटी ही तुमच्यासाठी काहीतरी स्पर्धात्मक लढाई आहे आणि जिच्यामध्ये जेता ठरण्यासाठी तुम्हाला कोणाचातरी बळी द्यावा लागणार आहे. अपयशी ठरलेल्या वाटाघाटीतूनसुद्धा

तुमच्यासाठी आणि तुमच्या कंपनीसाठी फायदेशीर ठरणाऱ्या नवीन नातेसंबंधांची हृद्य मुहूर्तमेढ होऊ शकते. या अर्थाने वाटाघाटींना कधीच अंत नसतो. एखाद्या अपयशी वाटाघाटीचा धागा पकडूनच नव्याने दुसऱ्या प्रकल्पाची सुरुवात होऊ शकते.

या तत्त्वांपैकी प्रत्येक तत्त्व हे व्यावसायिक संघर्ष मिटवण्याच्या दृष्टिकोनातून अत्यंत आवश्यक आहे. आपण आता अधिक तपशिलात जाऊन विचार करू.

तुमची मनोधारणा हीच गुरुकिल्ली

जेव्हा तुम्ही वाटाघाटीच्या प्रक्रियेला सुरुवात करता तेव्हा तुम्ही कोणती मनोवृत्ती घेऊन त्यामध्ये उतरता, हे फार महत्त्वाचे ठरते. तुम्ही हेच गृहीत धरले पाहिजे की दोन्ही पक्षांना विजय मिळवून देणारा उपाय तुमच्याकडे आहे आणि तो ओळखणे हेच तुमचे कौशल्य आहे. जरी तुमच्या मनात काही गंभीर शंका असतील आणि तुमच्या खोल अंत:करणात त्या तुम्हाला जाणवत असतील तरी तुम्ही स्वत:ची स्वत:ला खात्री पटवून दिली पाहिजे. वेगळ्या शब्दांत सांगायचे झाले तर बाह्य गोष्टींवर किंवा दुसऱ्या पक्षावर विसंबून न राहता सकारात्मक परिणाम घडवून आणण्याची जबाबदारी तुम्ही तुमच्या खांद्यावर पेलली पाहिजे. हे दुरापास्त वाटत असले तरी दुसऱ्या कोणाच्या हाती आपले नशीब सोपवण्यापेक्षा कोणावर तरी हुकूमत गाजवणे अधिक चांगले. म्हणून आधी तुमची मनोवृत्ती सकारात्मक बनवा; आत्ममनोनिग्रह हाच या वृत्तीचा पाया आहे. तुम्ही स्वत:च्याच नियंत्रणात आहात आणि तेच नियंत्रण तुम्ही इतरांवरसुद्धा खंबीरपणे लादणार आहात. हे प्रत्येकाच्याच भल्यासाठी असणार आहे.

स्वसबलीकरणाच्या दृष्टिकोनातून जेव्हा तुम्ही या वाटाघाटींकडे बघाल तेव्हा तुम्हाला 'जेते-जेते' ही परिस्थिती निर्माण करण्यास अधिक चांगली संधी मिळणार आहे. एकदा का तुम्ही त्या विचारसरणीतून पाहिलेत की समोरच्या पक्षातील लोकांच्या हितसंबंधांबद्दल आपुलकी दाखवणे तुम्हाला अधिक सोपे जाईल आणि त्याचबरोबर संघर्ष बरोबरीतून सोडवणे आणि दोन्ही पक्षांना विजयी झाल्यासारखे वाटणे शक्य होईल. दुसऱ्या व्यक्तीच्या प्रति सन्मान दर्शवणारे पर्याय उपलब्ध करून देऊन तुम्ही हे शक्य करू शकाल; हे पर्याय तुम्ही समोरच्या व्यक्तीच्या फायद्यांची सांगड आपल्या फायद्यांबरोबर घालून किंवा शत्रुपक्षाला त्यांचा विजय जाहीर करण्यास परवानगी देऊन उपलब्ध करून देऊ शकता.

सर्वसामान्यपणे बोलायचे झाले तर नेतेसुद्धा दोन वेगवेगळ्या प्रकारच्या व्यक्तिमत्त्वांचे असतात; आणि त्यांची ही वेगळी गुणवैशिष्ट्ये त्यांच्या वाटाघाटीच्या कौशल्यांवर प्रभाव पाडतात. जे अरेरावीने वागणारे, एकतंत्री नेते असतात त्यांचा दृष्टिकोन असा

असतो की ते जेव्हा त्यांच्या संघातील सदस्यांशी संपर्क साधतात तेव्हा या नेत्यांना जे हवे ते त्यांना मिळालेच पाहिजे. असे का? उत्तर साधे आहे कारण ते त्यांच्या संस्थेमध्ये विशिष्ट पद भूषवत असतात आणि त्यांची दहशत असते. सार्वत्रिकपणे त्यांचा प्रतिसाद असाच असतो की, 'कारण मी बॉस आहे.' त्यांना असे वाटत असते की ते वाटाघाटी करत आहेत, पण प्रत्यक्षात ते फक्त समोरच्याला आज्ञा देण्यातच धन्यता मानत असतात.

आपल्या संघातील सदस्यांना आज्ञा करताना या एकतंत्री नेत्यांच्या मनात असा विचारसुद्धा येत नाही की ते समोरच्यांच्या मनात किती विरोध निर्माण करत आहेत. अगदी त्यांनी आखलेला प्रकल्प पूर्णत्वाला आला तरी तो सहसा चुकीच्या मार्गाने किंवा अकार्यक्षमतेने पूर्ण केला गेलेला असतो. अशा वेळी जे चित्र दिसते त्याला 'तिरस्कारयुक्त आज्ञापालन' असे म्हणतात ज्यामध्ये दिलेले काम तर पूर्ण झालेले असते, पण त्याचबरोबर कोणीतरी काहीसे दुखावले गेलेले असते. उदाहरणार्थ, अशी कल्पना करा की एका एकतंत्री व्यवस्थापकाने त्याच्या कनिष्ठाला सांगितले की, 'जा, माझ्या दुपारच्या जेवणासाठी सॅन्डविच घेऊन ये.' तो कनिष्ठ जाऊन हॅम सॅन्डविच घेऊन येतो तेव्हा तो व्यवस्थापक त्याच्या अंगावर खेकसून म्हणतो, 'तू याला जेवण म्हणतोस? माझ्यासाठी जाऊन काहीतरी चांगले घेऊन ये.' मग तो कनिष्ठ चांगल्या फाइव्हस्टार हॉटेलमध्ये जातो आणि पाचशे डॉलर्स मोजून एक चांगला लंचपॅक घेऊन येतो. तांत्रिकदृष्ट्या विचार केला तर त्याने त्याला केलेल्या आज्ञेचे पालनच केलेले असते, परंतु त्या आज्ञापालनाबरोबरच त्याने त्याच्यावर अधिकार गाजवणाऱ्या व्यक्तीला शह दिलेला असतो. विक्रीक्षेत्रामध्ये जशी 'बायर्स रिमोर्स' (उपभोक्त्याचा पश्चात्ताप) ही संकल्पना आहे तशीच वाटाघाटीच्या क्षेत्रात अशा एकतंत्री व्यक्तिमत्त्वाच्या बाबतीत 'तिरस्कारयुक्त आज्ञापालन' अशी परिस्थिती उद्‌भवते.

सर्वांना सामावून घेणारे व्यक्तिमत्त्व

वाटाघाटी करणाऱ्यांपैकी दुसऱ्या प्रकारचे व्यक्तिमत्त्व म्हणजे सर्वांना सामावून घेणारे व्यक्तिमत्त्व. ते कधी नेते असतात, व्यवस्थापक असतात किंवा कधी त्यांना मदत करणारे असतात. संस्थेमधील त्यांची पत काहीही असली तरी आपल्या स्वत:च्या गरजा बाजूला ठेवून इतरांना काय हवे आहे याची ते जाणीव ठेवतात. काही वेळेस तर संघर्ष टाळण्यासाठी ते वाटाघाटी करायलाच तयार नसतात आणि मग परिणामी त्यांच्या स्वार्थालासुद्धा सुरुंग लागतो. संघर्ष आला म्हणजे त्यामध्ये वाटाघाटी असणारच हे सूचितच असते. तरीसुद्धा या लोकांना इतरांवर तडजोडी लादणे फार अवघड वाटते. पण व्यावसायिक साहसी कृत्यामध्ये सहभागी होण्याचा

हाच एक प्रभावी मार्ग आहे.

सहाकार्याने काम करण्याची मनोवृत्ती बाळगणे

अशी कल्पना करा की आत्ताच ज्या दोन प्रकारच्या व्यक्तिमत्त्वाचे वर्णन केले त्यापैकी एका प्रकारच्या व्यक्तिमत्त्वाबरोबर तुम्ही वाटाघाटी करत आहात. अशा वेळी तुम्ही कोणत्या प्रकारची मानसिकता धारण कराल? म्हणजे ती सकारात्मक असेल की नकारात्मक? एकमेकांच्या सहकार्याने काम करणार की एकमेकांच्या विरोधात जाऊन काम करणार? तुम्ही जर एखाद्या अरेरावीने, एकतंत्रीपणे काम करणाऱ्या मॅनेजरच्या हाताखाली काम करत असाल तर तुमच्याकडून तिरस्कारयुक्त आज्ञापालन होणार आहे का? तुमचा काही छुपा हेतू आहे का की जसे एखाद्या बलाढ्य सेनेशी गनिमी काव्याने लढून त्यांना ते आधी जिंकले आहेत असे भासवायचे? किंवा जर सर्वांना अधिकाधिक सामावून घेणाऱ्या व्यक्तीबरोबर काम करत असाल तर त्या व्यक्तीच्या दुबळेपणाचा फायदा तुमच्या स्वार्थासाठी करून घेण्याची तुमची इच्छा आहे का? तुमच्या या आक्रमक हेतूंमुळे तुमचे अल्पकाळापुरते समाधान होऊ शकेल, परंतु आपण खंबीरपणा हा शब्द ज्या अर्थाने वापरतो त्या अर्थाने ते खंबीर नसतील. तुम्ही कदाचित तुमच्या शत्रूच्या विरोधात स्वत:चे म्हणणे खंबीरपणाने मांडले असेलही, परंतु स्वत:च्याच नकारात्मक मानसिकतेच्या विरोधात तुमचे म्हणणे खंबीरपणे मांडले नाहीत. तुम्ही प्रत्यक्ष वाटाघाटीमध्ये सकारात्मक मनोवृत्तीने भाग घेतला नाहीत. सकारात्मक मनोवृत्ती याचा अर्थ समोरच्या व्यक्तीमध्ये किंवा प्राप्त परिस्थितीमध्ये सकारात्मक गोष्ट कोणती ते पाहणे आणि त्या सकारात्मक घटकाला अधिकाधिक विस्तृत करणे होय. ही गोष्ट खरी की आपण वर्णिल्याप्रमाणे अशा टोकाच्या प्रवृत्ती असलेल्या व्यक्तींबरोबर व्यवहार करणे हे तितकेसे सोपे नाही. खंबीर लोककौशल्ये नेहमीच सोपी नसतात, निदान अल्पमुदतीसाठी तर नक्कीच नाही. परंतु दीर्घकाळाचा विचार करता ती वापरल्याने प्रत्येकासाठीच आयुष्य अधिक सोपे होते.

हे समजावून घेणे अत्यावश्यक आहे की वाटाघाटी करण्याचे असे काही शिक्षण नसते जिच्याद्वारे वर्तणुकीची नियमावली तयार करून ती सर्व परिस्थितींमध्ये वापरात आणता येईल. जर प्रत्येक जणच विचारपूर्वक वागणारा असता व त्याच्या किंवा तिच्या वर्तणुकीचा अंदाज बांधता आला असता तर ते काहीसे शक्य होते. यशस्वीपणे वाटाघाटी करण्यासाठी अनेक वेगवेगळ्या पद्धतींनी त्या व्यक्तीबरोबर संभाषण करण्याची तुमची तयारी पाहिजे आणि वाटाघाटी करता टेबलवर बसल्यावर समोरची व्यक्ती पाहून त्याच्याशी संभाषण कोणत्या पद्धतीने करायचे ते ठरवावे लागेल. म्हणून युक्तीचा एकच शब्द मी वापरेन की तुमची 'तयारी' पाहिजे. तुम्हाला

काय पाहिजे आणि समोरच्या व्यक्तीला काय पाहिजे हे जाणून घेण्यासाठी तुम्ही अभ्यास करायला पाहिजे. समोरची व्यक्ती नम्र आहे की भांडकुदळ आहे हे जाणून तुम्हीसुद्धा तुमच्या आयुधानिशी तयार पाहिजे. आणि समोरची व्यक्ती कशीही असली तरी त्या घटकांचे रूपांतर तुम्हाला 'जेते-जेते' परिस्थितीत करता आले पाहिजे.

सगळ्यात महत्त्वाचे हे की तुमची खरी ध्येये कोणती आहेत आणि तुमचे खरे मुद्दे काय आहेत हे स्पष्टपणे समजून घेऊन समोरच्या व्यक्तीच्या खऱ्या गरजा काय आहेत याचा प्रामाणिकपणे शोध घ्या. अनेक वाटाघाटी अपयशी ठरतात कारण सुरुवातीला लोकांना अशी भीती वाटते की आपला गैरफायदा घेतला जात आहे किंवा काय? मूळ मुद्दा काय आहे हे त्यांना समजत नाही. त्यांना एकच काळजी असते की समोरच्या पक्षाची जित होईल की काय किंवा विजयाच्या दिशेने त्यांचे पहिले पाऊल पडले की काय? मुळातच ही विचारधारणा अत्यंत दुबळेपणाची आहे, जरी यावरून ते स्वत:चे चित्र ताकदवान असे रंगवत असले तरीही!

तुमच्या मागण्या आणि गरजा निश्चित करा

व्यावसायिक डावपेचाचे हे आमचे दुसरे तत्त्व आहे. 'जेते-जेते' हाच अंतिम निर्णय हाती येईल अशा पद्धतीने संघर्ष मिटवू अशी वचनबद्धता देण्यापूर्वी आपल्याला काय पाहिजे आहे आणि ते का पाहिजे आहे हे स्वत:च्या मनाला विचारून पाहा. तुमच्या खऱ्या मागण्या व गरजा आणि तुमचे वरपांगी हेतू यांना खतपाणी घालणाऱ्या गरजा यातील फरक तपासून पाहा. तुम्ही ज्या टेबलवर बसून वाटाघाटी करणार आहात त्याचा आकार आणि लहानमोठेपणा याकडे फारसे लक्ष देऊ नका, कारण आपण त्याबद्दल वाटाघाटी करणार नाही आहोत.

तिसरे असे की, जर एखाद्या मुद्द्यावरून तुमच्या वाटाघाटी फिस्कटल्या आणि तुम्हाला ते अर्धवट सोडून निघून जावे लागले तर ती परिस्थिती नेमकी कोणती होती ते समजून घ्या; किंवा वेगळ्या शब्दांत सांगायचे तर आणखी असे काही घडले का की ज्यामुळे तुम्हाला वाटाघाटी अर्धवट सोडून यावे लागले?

जर तशी इतर काही कारणे नसतील तर ती तशी असायला हवीत, कारण कोणत्याही गंभीर वाटाघाटींमध्ये जर तुम्हाला असे स्पष्ट दिसत असेल की तुमच्या गरजा पूर्ण होणार नाहीत तर त्या वाटाघाटी संपूर्णत: फिस्कटतील याची तुमची तयारी असायला हवी. तुम्हाला घर घ्यायचे आहे आणि त्यासाठी तुमच्याकडे दोन लाख डॉलर्स आहेत, पण जो घर विकतो आहे त्याला चार लाख डॉलर्स हवे आहेत; निश्चितच तुम्ही खंबीरपणाने वाटाघाटींना सुरुवात करू शकता. मुख्य मुद्द्याव्यतिरिक्तसुद्धा तुम्हाला चर्चेसाठी आणखी उपमुद्दे मिळतील आणि कदाचित

दोन्ही पक्षांकडून काही सवलती मान्य होतील. तरीही जर विक्रेता त्याची पूर्वीचीच मागणी करू लागला, तुमच्याजवळ असलेल्या पैशाच्या दुप्पट पैसे मागू लागला तर मात्र तुम्ही हा सौदा थांबवून उठून जाण्याची तयारी करा.

त्याच्या उलट जर समोरची व्यक्ती फार निग्रही वाटली, वाटाघाटी करण्यास उत्सुक नसली तर बैठक मोडून उठून येण्याचीही गरज नाही, सुरुवातीलाच परिस्थिती जाणून घेऊन 'नाही' असे स्पष्ट सांगून तुम्ही सर्वांचाच वेळ वाचवू शकता.

आपण आता पुन्हा घरखरेदीच्या उदाहरणाकडे वळू या. अशी कल्पना करा की, तुम्ही विक्रेत्याकडून निघून आला आहात ज्याला चार लाख डॉलर्स हवे आहेत आणि आता तुम्हाला असा विक्रेता सापडला आहे ज्याला घर दोन लाख डॉलर्सला (जेवढे तुमच्याकडे आहेत) विकायचे आहे. पण आता तुमच्या डोक्यामध्ये एक नवीन कल्पना चमकून जाते की कदाचित ते घर तुम्ही एक लाख डॉलर्सलापण विकत घेऊ शकाल, कशाला तुमच्याकडचे सगळेच पैसे खर्च करून टाकायचे?

आता तुमचे त्या विक्रेत्याबरोबरचे संभाषण काहीसे असे असेल, 'तुम्ही मला जे घर दोन लाख डॉलर्सला देऊ करत आहात ते मला आवडले आहे, पण मला इतके चांगले घर एक लाख डॉलर्सला मिळाले तर मला अधिकच आवडेल; म्हणून मी आणखी काही ठिकाणी शोध घ्यायला जाणार आहे.'

त्यावर तो विक्रेता म्हणेल, 'ठीक आहे, तुम्ही जरूर दुसरीकडे शोध घ्या. पण मी तुम्हाला खात्रीने सांगतो की, एक लाख डॉलर्सला इतके चांगले घर तुम्हाला मिळणेच शक्य नाही.'

तरीसुद्धा तुम्ही बाजारात शोध घ्यायचे ठरवता. तुम्हाला तीन बेडरूम्सचे घर, दोन गॅरेजेस आणि स्विमिंगपूलसहित हवे असते. त्या परिस्थितीत तुमच्या त्या खऱ्याखुऱ्या गरजा असतात, पण जसजसा तुम्ही शोध घेऊ लागता तसतसे तुम्हाला पटत जाते की तो विक्रेता म्हणतो ते खरे आहे. बाजारात त्या घराइतके चांगले घर एक लाख डॉलर्सला उपलब्ध नसते. तरीही तुमचा दुराग्रह असेल तर तुम्ही अधिकाधिक कसोशीने घर शोधण्याचा प्रयत्न चालूच ठेवाल. बाजारात इतर घरे कोणत्या किमतीला विकली जात आहेत याची वाट पाहत तुम्ही थांबू शकता. तुम्ही कदाचित आणखी काही वर्षे वाट पाहाल. सत्य हे आहे की, जर खरोखर तुम्हाला तीन बेडरूम्स असलेल्या घराची गरज असेल आणि दुसरी तशी घरे उपलब्ध नसतील तर तुम्हाला बैठक मोडून उठून येण्याची गरज नाही आणि तो विक्रेता म्हणतो त्या किमतीला तुम्हाला ते घर घ्यावे लागेल. जर परिस्थिती तीच राहणार असेल तर ते घर नंतर घेण्याऐवजी तुम्ही ते लगेचच घ्या. जर तुम्ही ते घर विकत घेतले नाहीत तर तुम्ही कणखरपणा दाखवला असे नाही म्हणता येणार. तुम्ही फक्त दुराग्रहाने वागलात.

तुमच्या 'प्लॅन बी'बद्दलची निश्चिती

जेव्हा तुम्ही वाटाघाटींसाठी जाल तेव्हा तुमच्यासाठी एक अत्यंत उपयुक्त सूचना ही की तुमच्याकडे प्लॅन बी तयार असू द्या– त्याचा अर्थ असा की, जर तुमच्या वाटाघाटी यशस्वीपणे पार पडल्या नाहीत तर तुम्ही दुसरा कोणता मार्ग स्वीकारणार आहात त्याबद्दलचे नियोजन. उदाहरणार्थ, जर तुम्ही तुमच्या पगाराच्या आकड्यासाठी वाटाघाटी करणार असाल तर तुमच्याकडे असे पर्याय असले पाहिजेत की तुमच्या हातात दुसरीकडे आणखी एक नोकरी आहे किंवा तुम्ही काही काळ नोकरी शोधणार आहात किंवा तुम्ही याच नोकरीमध्ये राहणार आहात. तुमची बोलणी फिस्कटली तर तुम्ही उठून निघून जाणार म्हणून हा एक महत्त्वाचा मुद्दा असतो किंवा तुमचा प्लॅन बी तुमच्यात समेट व्हावा म्हणून पार्श्वभूमी तयार करतो. मात्र वाटाघाटींचे फलित हे तुमच्या प्लॅन बीशी सुसंगत किंवा त्याहीपेक्षा अधिक चांगले असावे लागते.

प्लॅन बीची आखणी करणे किंवा बोलणी फिस्कटली म्हणून पाठ फिरवणे हे काही नेहमीच सोपे नसते. तुम्ही ज्या अनेक पर्यायांचा विचार करता त्यांचे निश्चित मूल्य तुम्हाला ठरवावे लागते. उदाहरणार्थ, तुम्हाला तुमची सध्याची नोकरी किती मोलाची आहे हे माहीती आहे. तुम्हाला दुसऱ्या शहरात बदली या अटीवर पाच हजार डॉलर्सची वेतनवाढ मिळाली तर ते तुमच्यासाठी कितपत फायदेशीर ठरणार आहे? सर्वसाधारण वाटाघाटींमध्ये सहसा यासारखा एखादाच मुद्दा उद्भवतो. पण बरेचदा अशा अनेक गोष्टी एकमेकांमध्ये गुंतलेल्या असतात की बोलणी फिस्कटवून निघून जाणे तुमच्यासाठी खूप अवघड होते. आणखी असे की, हेसुद्धा तितकेच महत्त्वाचे आहे की समोरच्या पक्षालापण बोलणी फिस्कटवून निघून जाण्याची मुभा आहे किंवा त्यांच्याकडेसुद्धा प्लॅन बी असण्याची शक्यता आहे. खरे तर खंबीरपणे वाटाघाटी करण्याचे एक तत्त्व असे असले पाहिजे की, तुम्ही शक्य तितके समोरील व्यक्तीने बैठक मोडून निघून जाण्याच्या जवळ पोहोचायला पाहिजे. याचा अर्थ असा की, तुमच्या जास्तीत जास्त मागण्या खुबीने मान्य करून घेता आल्या पाहिजेत.

जर तुम्ही खरोखरच तुमच्या प्लॅन बीपाशी येऊन ठेपलात तर तुम्हाला काही गोष्टींची मनाशी खूणगाठ बांधून ठेवण्याची गरज आहे. कॉर्पोरेट जगतातील अनेक संघर्षग्रस्त परिस्थितींमध्ये तुम्हाला समोरच्या व्यक्तीशी कायम संबंध जपावे लागतात आणि म्हणून जेव्हा तुम्ही वाटाघाटी करायला टेबलवर समोरासमोर बसता तेव्हा वाटाघाटी फिस्कटल्या म्हणून नाराज होऊन, रागावून, चिडून निघून जाऊ नका आणि समोरच्या पक्षालाही तसे जाऊ देऊ नका. पुन्हा तेच सांगायचे आहे की, हे सोपे नाही, पण तुमच्या खंबीरपणाच्या आणि लोककौशल्याच्या कसोटीचा हा क्षण आहे या दृष्टिकोनातून या गोष्टीकडे पाहा. तसे केल्याने तुम्ही भविष्यामध्ये अधिक

चांगली फळे मिळण्याची शक्यता गृहीत धरू शकता.

हे कसे फलदायी ठरते याचे एक उदाहरण तुम्हाला इथे सांगतो. किम आणि ग्रेचेन या दोघी फ्रीलान्स ग्राफिक डिझायनर होत्या. एका छोट्या प्रकाशन संस्थेने एका नवीन खाद्यपदार्थांच्या पुस्तकाचे मुखपष्ठ बनवण्यासाठी किम आणि ग्रेचेनला काम देण्याचे ठरवले. त्या वेळी त्या दोघी एकमेकींना ओळखत नव्हत्या तरीसुद्धा त्या दोघींनी त्या कामासाठी जे पैसे मागितले ती रक्कम एकच होती. त्या दोघींनाही या नवीन कामाबद्दल फार उत्सुकता आणि आत्मीयता वाटत होती. त्या प्रकाशक संस्थेच्या संपादकीय सचिवाकडून, पॉलकडून, वैयक्तिकरीत्या फोन आल्यामुळे त्यांना खूप आनंद झाला; पॉलने त्यांना सांगितले की, या नवीन कामाची त्यांच्यावर जबाबदारी सोपवताना त्याला खूप आनंद होत आहे.

तो दिवस शुक्रवारचा होता आणि त्यानंतरच्या लगेचच्या सोमवारी किमच्या स्टुडिओत फोन खणखणला आणि ग्रेचेनच्यासुद्धा! या वेळी पलीकडच्या बाजूने पॉल बोलत नव्हता, तर त्याचा साहाय्यक बोलत होता. त्याने त्या दोन्ही डिझायनर्सना हेच सांगितले की, त्याच वीकेन्डला पॉलने तो नवीन प्रकल्प रद्द केला आहे आणि त्याने त्याबद्दल दिलगिरीसुद्धा व्यक्त केली. तसेच तो पॉलचा निर्णय होता हे सांगून त्याने त्यांनी जो वेळ दिला त्याबद्दल त्यांचे आभार मानले.

किमचा प्रचंड संताप झाला. आधी तर तिने त्या पॉलच्या साहाय्यकाला भरपूर सुनावले आणि नंतर तिने ताबडतोब खुद्द पॉलला ई-मेल लिहिली. तिने त्याला स्पष्ट शब्दांत हे लिहिले की, एखाद्याशी करार करून, वचनबद्ध करून घेऊन नंतर अचानक करार रद्द करणे हे व्यावसायिक तत्त्वांमध्ये बसत नाही. तिने हेसुद्धा सांगितले की, पॉलने दिलेले काम वेळेत पूर्ण करता यावे म्हणून तिने दुसरी कामे काही काळासाठी बाजूला ठेवली आणि त्यामुळे त्यांची नाराजी होऊन ती कामेसुद्धा तिच्या हातून गेली आणि त्यामुळे तिचे नुकसान झाले. शेवटी तिने त्याच्या हेसुद्धा लक्षात आणून दिले की, पॉलमध्ये एवढीसुद्धा हिंमत नाही की त्याने स्वत: फोन करून ही वाईट बातमी तिला द्यावी. खरोखरच जे काही घडले होते ते किमच्या दृष्टिकोनातून पाहता किमचा मुद्दा बरोबरच होता आणि तिने उच्चारलेला शब्दन्‌शब्द बरोबर होता.

पॉलच्या साहाय्यकाचा फोन जेव्हा ग्रेचेनला गेला तेव्हा तीसुद्धा खूप रागावली होती; परंतु तिला हे माहीत होते की एखाद्या व्यावसायिकाच्या लोककौशल्याची कसोटी घेणारे हे क्षण असतात. ती त्या साहाय्यकाशी अगदी थोडक्यात, पण नम्रपणे बोलली; आणि नंतर किमप्रमाणेच तिनेसुद्धा पॉलला ई-मेल लिहिली. तिने स्वत:वर नियंत्रण ठेवून पॉलने आपल्याला काम करायची संधी दिल्याबद्दल त्याचे कौतुक केले आणि त्याच वेळेस ते काम फलद्रूप होत नाही म्हणून निराशा व्यक्त

केली. त्या पत्राचा शेवट अशा आशादायी वाक्याने केला की जरी हे काम होऊ शकले नाही तरी कदाचित भविष्यात ते एकत्र काम करू शकतील.

या कथेमध्ये पुढे काय घडले? पहिली गोष्ट ही घडली की पुढील केवळ एकाच वर्षात पॉल त्या प्रकाशन संस्थेतून बाहेर पडला आणि त्याच्या जागेवर त्याचा तो पूर्वीचा साहाय्यक आला. आणि आल्या-आल्या त्याने काय केले असेल तर ग्रेचेनला एक मोठे काम दिले. त्याचा किमलासुद्धा फोन करण्याचा विचार होता, पण ती इतकी रागावलेली होती की त्याला खात्री होती की तिने त्याच्याबरोबर काम करायला नकारच दिला असता.

जेव्हा आपली बोलणी फिस्कटतात आणि आपण वाटाघाटी अर्ध्यावर सोडून निघून येतो तेव्हा सध्याच्या समस्यांपेक्षा भविष्यातील शक्यतांबद्दल बोलणे गरजेचे असते आणि समोरच्या व्यक्तींबद्दलसुद्धा बोलणे नक्कीच इष्ट नसते. कोणावरही व्यक्तिशः हल्ला करण्याचा मोह टाळा. जर तुमचे बोलणे त्या दिशेने जायला लागले तर लोक नक्कीच बचावात्मक पवित्रा घेऊन स्वआदर राखण्याचा आटोकाट प्रयत्न करतील. आपल्या दीर्घकालीन ध्येयावर लक्ष केंद्रित करून मनाला तर्कशुद्ध चौकटीतच राहू द्या. गरज पडली तर इतरांना त्यांच्या तोंडाच्या वाफा दवडू द्या, पण तुम्ही मात्र ते वैयक्तिकरीत्या स्वतःवर घेऊ नका. त्यांना हे स्पष्टपणे बजावा की, तुम्हाला माहीत आहे की हा संघर्ष काही विशिष्ट मुद्द्यांवरून आहे; वैयक्तिक नाही. याचा फायदा असा होईल की समोरचा पक्ष रागावणार नाही आणि बचावात्मक पवित्रा स्वीकारणार नाही, अगदी आत्तासुद्धा नाही आणि भविष्यात काही संधी येतील तेव्हासुद्धा नाही.

वाटाघाटींमधील अव्यक्त गोष्टी समजून घेणे

आपण आत्तापर्यंत जरी ज्ञानात भर घालणाऱ्या अनेक उत्तम युक्त्या समजून घेतल्या तरी त्याशिवाय आणखी अशा काही अव्यक्त गोष्टी आहेत ज्या वाटाघाटींवर प्रभाव पाडू शकतात त्यांच्याबद्दल आपण अजून बोललो नाही. सूक्ष्म हुंकार आणि देहबोली यांच्यामुळेसुद्धा संघर्ष मिटवण्यामध्ये फरक पडू शकतो. बोलण्यापेक्षा अधिक वेळ काळजीपूर्वक ऐकण्यावर खर्च करा आणि प्रत्यक्ष नजरेला नजर भिडवा. 'परंतु' या शब्दाऐवजी 'आणि' हे उभयान्वयी अव्यय वापरा. आपण जे आधी बोललो त्याला जोडून 'पण', 'परंतु' असे शब्द वापरून आपण आधीच्या बोलण्याचा सकारात्मक परिणाम नष्ट करतो; त्याऐवजी 'आणि' हा शब्द वापरल्यास तुमच्याकडून असा संदेश जातो की तुम्ही समोरच्या पक्षामध्ये रस घेत आहात आणि तुम्ही दोघेही समान पातळीवर आहात.

आणखी विशेषत्वाने हे सांगायचे आहे की, संवाद साधताना ज्यामुळे समोरच्याला

आपण दिसू शकत नाही अशी साधने जसे की फोन, ई-मेल वापरताना खूप काळजी घ्या. आपल्या चर्येवरील हावभाव, आवाजातील उंचसखलपणा आणि समोरासमोर आल्यावर इतर काही संकेत यांच्या अभावामुळे प्रचंड प्रमाणात गैरसमज होण्याची शक्यता असते. पुन:पुन्हा समोरच्या व्यक्तीला असेच दर्शवा की तुम्हाला त्यांच्याबद्दल किती काळजी वाटते आणि दोन्ही पक्षांचे समाधान होईल अशा पद्धतीने संघर्ष मिटवण्याचा तुमचा निर्धार त्यांना दिसू द्या.

काही वेळेस ज्या ठिकाणी वाटाघाटी करण्याचे ठरवले आहे ती जागाच महत्त्वाची असते. वाटाघाटी अशा ठिकाणी नियोजित केल्या आहेत का की जेथे तुम्हाला किंवा समोरच्या पक्षाला अस्वस्थ वाटेल? तुम्ही अशा वातावरणात आहात का जेथे तुमच्यासाठी अतिखेळीमेळीचे वातावरण आहे? ऑफिसच्या वातावरणात आपण जेव्हा वाटाघाटी करतो तेव्हा असेच सारखे वाटत राहते की, प्रत्येक गोष्ट औपचारिक पद्धतीनेच झाली पाहिजे आणि लोकांनी त्यांची जी ख्याती आहे त्यालाच चिकटून राहिले पाहिजे. शक्य असेल तेव्हा कॉफी पिण्यासाठी किंवा अगदी बिल्डिंगला एक प्रदक्षिणा घालण्यासाठी का होईना बाहेर पडा. सर्वसाधारण एक नियम असा आहे की कोणालाही त्याच्या सुरक्षित किल्ल्यामध्ये भेटायला जाऊ नका. पूर्वी तुम्हाला जर एखाद्या व्यक्तीविषयी पूर्वी कधीतरी घडलेला संघर्ष मिटवण्याच्या बाबतीत काही कटू अनुभव असेल तर त्या पूर्व इतिहासाचा सद्य:स्थितीवर कोणता परिणाम होईल याबद्दल सजग राहा. जर पूर्वानुभव सकारात्मक असेल तर आत्ताच्या चर्चेच्यादरम्यान त्या आठवणीचा संदर्भ द्या. पण तो अनुभव नकारात्मक असेल तर चर्चेला नव्याने सुरुवात करा ज्यामध्ये भूतकाळाचा उल्लेखदेखील करू नका; किंवा मग तुमच्या वतीने बोलणी करण्याची जबाबदारी दुसऱ्या कोणावर तरी सोपवा. सावधानता बाळगा कारण लोक संघर्षातील कोणत्या घटकाला किती महत्त्व देतील याचा अंदाज नसतो. उदाहरणार्थ, तुम्ही नोकरीबद्दल वाटाघाटी करत असाल तर तुम्ही पगाराबद्दल कमी बोला व ऑफिसच्या जागेला अधिक महत्त्व द्या; किंवा त्याच्या उलट करा. तुमच्या वैयक्तिक दृष्टिकोनातून पाहा आणि समोरच्या पक्षाच्या दृष्टिकोनातूनही विचार करा. आता तुम्हाला समजेल की नक्की काय महत्त्वाचे आहे? खंबीरपणे संघर्ष मिटवण्याचा महत्त्वाचा मोठा भाग (फक्त संख्यात्मक नव्हे) कोणता आहे?

त्याचबरोबर वेळेच्या 'दबावतंत्रा'बद्दल सजग राहा. जर वेळेचे दबावतंत्र नसेलच तर निर्माण करा. व्यवसायात किंवा कॉर्पोरेट जगतामध्ये प्रत्येक संघर्ष मिटवताना तुम्ही जेव्हा एखादी गोष्ट करण्याचे कबूल करता तेव्हा ती कधी करणार यासाठीसुद्धा वचनबद्ध असावे लागते. नाहीतर आपल्या कामाचा विस्तार करण्याचे तत्त्व, वेळ मिळेल तेव्हा काम करू या विचारसरणीमुळे हवेतच विरून जाईल.

शेवटी एक असा विचार सांगितला आहे जो फक्त संघर्ष मिटवण्यासाठीच लागू पडतो असे नाही, तर आत्तापर्यंत आपण ज्या लोककौशल्यांची चर्चा केली त्या सर्वांच्याच बाबतीत तो लागू पडतो. रॉजर फिशर, हार्वर्डमधील महान प्रोफेसर आणि 'गेटिंग टू येस' या वाटाघाटींबद्दलच्या कालातीत बेस्टसेलर पुस्तकाचा सहलेखक असे म्हणतो की, कोणत्याही अटींशिवाय विधायक कामे करा. कोणताही संघर्ष सोडवताना असा पवित्रा घ्या, 'मी तुला माझ्या वाटाघाटींमधील बरोबरीचा भागीदार म्हणून स्वीकारत आहे. तुझे वेगळे मत असण्याचा तुझा अधिकार मला मान्य आहे; मी त्याचा आदर करतो. मी तुझ्या सर्व सूचनांचा स्वीकार करतो.' माझ्या या विचारसरणीला तुम्ही कदाचित फारच मवाळ म्हणाल, परंतु या तत्त्वांना अनुसरून वाटाघाटी करणे ही ताकदीचीच खूण आहे.

प्रत्येक दिवस आणि प्रत्येक आठवडा आपल्यापैकी सगळेच कोणाशी ना कोणाशी बोलण्यात, गप्पाष्टके रंगवण्यात गुंतलेले असतात. परंतु याचा अर्थ असा नव्हे की आपल्यामध्ये संवादकौशल्य आले. संवादकौशल्यात प्रवीण होण्यासाठी आपल्याला लोककौशल्यांची संरचना आणि त्यांची गती याबद्दल सजग राहायला पाहिजे. आपण सुस्पष्टपणे, वस्तुत: आणि समीक्षक वृत्तीने विचार करायला हवा. आणि सगळ्यात महत्त्वाचे म्हणजे आपण खंबीरपणे वागले पाहिजे.

खंबीर लोककौशल्यांची कोणतीच खास किंवा सर्वोत्तम अशी शैली नाही. तुमच्यासाठी कोणती साधने आणि कोणती तंत्रे प्रभावशाली ठरतात ते तुमचे तुम्हीच शोधून काढले पाहिजे. या पुस्तकातील सर्वच प्रकरणांमध्ये आपण ज्या कल्पना शोधून काढल्या त्या वापरून बघा आणि त्यापैकी कोणती लागू होते ते पाहा. डेल कार्नेगींनी जी सुवचने लिहिली आहेत ती आता जवळपास त्रिकालाबाधित सत्ये किंवा तत्त्वे मानली गेली आहेत. ती अशी :

अमर्याद संयम बाळगा. इतरांना कोंडीत पकडू नका आणि त्यांच्या अडचणीत त्यांना नेहमी मदत करा. इतरांच्या चश्म्यातून पाहण्यासाठी आधी तुमचे पाय त्यांच्या बुटात घाला. एखाद्या दुर्जनाप्रमाणे आपले तेच खरे असे ठोकून ठोकून सांगायचे टाळा; आणि सगळ्यात महत्त्वाचे म्हणजे कृती करा. कृती न करता बसून राहाण्याने फक्त संशय आणि भीती यांचेच साम्राज्य पसरते. कृती आत्मविश्वास आणि साहस यांना जन्म देते. जर तुम्हाला तुमच्या आयुष्यातील नकारात्मक घटकाला जिंकून घ्यायचे असेल तर फक्त घरात बसून विचार करणे थांबवा.

कृती

१. तुमच्यामध्ये वाटाघाटी करण्याचे कौशल्य असेल तर तुमची व्यावसायिक कारकीर्द उज्ज्वल असते. प्रथम, दिल्या गेलेल्या माहितीच्या आधारे एखाद्या

उत्तम मध्यस्थाच्या अंगी कोणते गुण असायला हवेत त्यांची यादी करा. नंतर तुमच्या अंगी असलेल्या गुणांची यादी करा. उत्तम मध्यस्थाच्या अंगी असणारे, पण तुमच्या अंगी नसणारे गुण शोधून काढा आणि ते विकसित करण्याचा प्रयत्न करा. मग नोंदवहीत हे बदल आणि तुम्ही विकसित केलेले गुण यांची नोंद करा.

२. सत्तेच्या संदर्भातील वाटाघाटी करताना पुढील तीन मूलभूत क्लृप्त्या वापराव्या लागतात.

   अ) 'सर्वच जेते' या विचारांशी वचनबद्धता.

   ब) तुम्हाला काय पाहिजे आणि ते का पाहिजे हे सुस्पष्ट करणे.

   क) तुमचा प्लॅन बी घेऊन तयारीत राहा व त्याच्यावर लक्ष केंद्रित करा अथवा बोलणी फिस्कटल्यास उठून चालायला लागा. एखादा सहकारी किंवा मित्र याच्याबरोबर क्लृप्तीचा सराव करा. तुमच्या जोडीदाराबरोबर वाटाघाटी केल्याचे नाटक करा, परंतु त्याच वेळी समोरच्याची ताकद आणि संधी याची प्रामाणिकपणे नोंद करा म्हणजे तुमच्यात सुधारणा होईल. या सराव प्रकारामधून मजा लुटा आणि सरावादरम्यान तुम्ही जी तंत्रे वापरलीत त्यांच्यामुळे कोणते सकारात्मक बदल झाले त्याची दखल घ्या.

३. संघर्षाच्या दरम्यान समोरच्याचे समाधान करण्याचा मार्ग शोधताना तुम्ही त्याच्याकडे सर्व लक्ष पुरवता त्याच वेळी तुम्हाला तुमच्या गरजांची काळजी घ्यायची असते, पण त्यामुळे तुम्ही अधिक ताकदवान बनता. पुढील वेळेस जेव्हा तुम्ही वाटाघाटींमध्ये किंवा संघर्ष मिटवण्यामध्ये भाग घ्याल तेव्हा संघर्षात गुंतण्यापूर्वीच जाणीवपूर्वक दुसऱ्यांच्या गरजांवर लक्ष केंद्रित करा. एकदा का संघर्ष मिटला की मग स्वत:च्या पलीकडे जाऊन दुसऱ्याच्या भूमिकेतून, या सेवेमुळे तुम्हाला कोणती अंतर्दृष्टी प्राप्त झाली ते लिहा. सहसा याचे परिणाम असामान्य असतात.

नोंदी